മുണ്ടൂർ കൃഷ്ണൻകുട്ടിയുടെ
സമ്പൂർണ്ണകൃതികൾ

വോള്യം 2

നോവൽ • അനുഭവം

mundoor krishnankuttiyude sampoorna krithikal
vol. 2
novel • anubhavam

•

mundoor krishnankutty

•

first edition
may 2014

•

typesetting
namasivaya communications, perukavu

•

published
chintha publishers, thiruvananthapuram

•

printed at
Repro India Ltd, Mumbai.

•

cover
vinod

•

price
rupees two hundred and thirty only

വിതരണം

ദേശാഭിമാനി ബുക്ക് ഹൗസ്

H O തിരുവനന്തപുരം–695 035
phone: 0471-2303026, 6063026
www.chinthapublishers.com
chinthapublishers@gmail.com

ബ്രാഞ്ചുകൾ

ഹെഡ്ഡാഫീസ് ബ്രാഞ്ച് കുന്നുകുഴി • സ്റ്റാച്യു തിരുവനന്തപുരം • കെ എസ് ആർ ടി സി ബസ് സ്റ്റേഷൻ ആലപ്പുഴ • കെ എസ് ആർ ടി സി ബസ് സ്റ്റേഷൻ എറണാകുളം • മച്ചിങ്ങൽ ലെയ്ൻ തൃശൂർ • ഐ ജി റോഡ് കോഴിക്കോട് • മാവൂർ റോഡ് കോഴിക്കോട് • എൻ ജി ഒ യൂണിയൻ ബിൽഡിങ് കണ്ണൂർ • സെൻട്രൽ ബസ് ടെർമിനൽ കോംപ്ലക്സ് താവക്കര കണ്ണൂർ

CO - 2069 / 3482

മുണ്ടൂർ കൃഷ്ണൻകുട്ടിയുടെ സമ്പൂർണ്ണകൃതികൾ

വോള്യം 2

നോവൽ • അനുഭവം

മുണ്ടൂർ കൃഷ്ണൻകുട്ടി

ചിന്ത പബ്ലിഷേഴ്സ്
തിരുവനന്തപുരം-695 035
വില : ₹ 230

മുണ്ടൂർ കൃഷ്ണൻകുട്ടി

ജനനം : 1935 ജൂലൈ 17, മരണം : 2005 ജൂൺ 4. പാലക്കാട് ജില്ലയിലെ മുണ്ടൂർ അനുപുരത്ത് പിഷാരത്ത് ജനനം. അച്ഛൻ ഗോവിന്ദപിഷാരോടി. അമ്മ മാധവി പിഷാരസ്യാർ. പറളി ഹൈസ്കൂൾ, പാലക്കാട് വിക്ടോറിയ കോളേജ് എന്നിവിടങ്ങളിൽ വിദ്യാഭ്യാസം. ഇംഗ്ലീഷിൽ എം എ, ഒറ്റപ്പാലം എൻ എസ് എസ് ട്രെയിനിങ് സെന്ററിൽനിന്നും അധ്യാപക ബിരുദം. പാലക്കാട് വി വി പി ഹൈസ്കൂൾ, പാലക്കാട് പി എം ജി ഹൈസ്കൂൾ, ട്രെയിനിങ് സ്കൂൾ എന്നിവിടങ്ങളിൽ സേവനമനുഷ്ഠിച്ചു. ചിറ്റൂർ ട്രെയിനിങ് സ്കൂളിൽ അധ്യാപകനായിരിക്കെ സർവീസിൽനിന്നും വിരമിച്ചു.

നിലാപിശുക്കുള്ള രാത്രിയിൽ എന്ന കഥാസമാഹാരത്തിന് 1996 ലെ ചെറുകാട് അവാർഡ് ലഭിച്ചു. *ആശ്വാസത്തിന്റെ മന്ത്രച്ചരട്* എന്ന പുസ്തകത്തിന് 1997 ലെ സാഹിത്യ അക്കാദമി പുരസ്കാരം ലഭിച്ചു. *എന്നെ വെറുതെ വിട്ടാലും* എന്ന കൃതിക്ക് 2003 ലെ ഓടക്കുഴൽ അവാർഡ്. ലോകത്തിലെ ഏറ്റവും മികച്ച പത്തു കഥകളിൽ ഒന്നായി *മൂന്നാമതൊരാൾ* എന്ന കഥയെ ടി പത്മനാഭൻ പ്രകീർത്തിച്ചിട്ടുണ്ട്.

ഏകാകി, മനസ്സ് എന്ന ഭാരം, മാതുവിന്റെ കൃഷ്ണത്തണുപ്പ് (നോവൽ), *മൂന്നാമതൊരാൾ, എന്നെ വെറുതെ വിട്ടാലും, കഥാപുരുഷൻ, അവശേഷിപ്പിന്റെ പക്ഷി, അമ്മയ്ക്കു വേണ്ടി, എത്രത്തോളമെന്നറിയാതെ, തന്നിഷ്ടത്തിന്റെ വഴിത്തപ്പുകൾ, ഒരു അധ്യാപകന്റെ ആത്മഗതങ്ങൾ* (കുറിപ്പുകൾ) എന്നിവയാണ് മറ്റ് കൃതികൾ.

കേരള സാഹിത്യ അക്കാദമി അംഗമായും, ലക്കിടി കുഞ്ചൻ സ്മാരകത്തിന്റെ ചെയർമാനായും പ്രവർത്തിച്ചിട്ടുണ്ട്. അനുഗൃഹീതനായ നടനായിരുന്നു. അനേകം സീരിയലുകളിലും സിനിമകളിലും അഭിനയിച്ചു. പത്രപ്രവർത്തനരംഗത്തും തന്റേതായ സംഭാവന നൽകി.

ഭാര്യ	:	പരേതയായ രാധ.
മകൻ	:	ദിലീപൻ.
മരുമകൾ	:	ആശാദിലീപൻ.

ഉള്ളടക്കം

പ്രസാധകക്കുറിപ്പ്

സ്വന്തം എഴുത്തിനെപ്പറ്റി മുണ്ടൂർ കൃഷ്ണൻകുട്ടി എഴുതി: "ഞാൻ എന്നിൽനിന്നും വളരെ ദൂരെയാണ് എപ്പോഴും. അതുമൂലം പലപ്പോഴും എനിക്ക് എന്നെത്തന്നെ മനസിലാകാതെ പോകുന്നു. ഈ മനസില്ലായ്മയിലിരുന്ന് ഞാൻ എന്നെ മനസിലാക്കാൻ പെടുന്ന പാടാണ് എന്റെ എഴുത്ത്." (*എത്രത്തോളമെന്നറിയാതെ*). മനസിന്റെ ദ്വന്ദ്വാത്മകത വെളിപ്പെടുത്തുന്ന പ്രസ്താവനയാണ് മുണ്ടൂർ ഇതുവഴി നടത്തിയിരിക്കുന്നത്. മനസിന്റെ ഏകതാനതയിലല്ല ദ്വന്ദ്വാത്മകതയിലാണ് മുണ്ടൂർ കൃഷ്ണൻകുട്ടിയുടെ കഥയും ജീവിതവും വേറിട്ടു നിൽക്കുന്നത്. താൻ ജീവിച്ച കാലത്തോട് മുഖാമുഖം നിന്നു പോരാടിയ എഴുത്തുകാരനായിരുന്നു മുണ്ടൂർ കൃഷ്ണൻകുട്ടി. തന്റെ കമ്യൂണിസ്റ്റ് ആഭിമുഖ്യം അദ്ദേഹം ഒരിക്കലും മറച്ചുവച്ചിരുന്നില്ല. ദൈനംദിന രാഷ്ട്രീയ വ്യവഹാരങ്ങളിൽ വ്യാപൃതനാവുമ്പോഴും ഒരു സന്ദേഹിയുടെ മൂന്നാംകണ്ണ് കൃഷ്ണൻകുട്ടി എന്ന കഥാകാരന്റെ ശക്തിയും ദൗർബല്യവുമായി നിരീക്ഷിക്കപ്പെട്ടിട്ടുണ്ട്. ഓരോ കാലത്തും പുതിയതായി തോന്നുന്ന കഥകൾ അതിന്റെ അസാമാന്യമായ പാരായണക്ഷമത കൊണ്ടു ശ്രദ്ധേയമായവയാണ്. എം സുകുമാരനെപ്പോലെ, പട്ടത്തുവിള കരുണാകരനെപ്പോലെ, രാഷ്ട്രീയ വിഷയങ്ങളെ സ്വന്തം കഥകളിലേക്ക് വിളക്കിച്ചേർക്കാൻ മുണ്ടൂർ കൃഷ്ണൻകുട്ടി ശ്രദ്ധിച്ചിരുന്നു. കേവല ആത്മപ്രകാശനത്തിന്റെ തലംവിട്ട് സമഗ്ര ജീവിതത്തിന്റെ പോരാട്ടഭൂമികയിലേക്ക് സ്വന്തം കഥകളെ ആനയിച്ച മുണ്ടൂർ കൃഷ്ണൻകുട്ടിയുടെ കഥകൾ അദ്ദേഹത്തിന്റെ കാലത്തെയും അതിജീവിച്ച് മുന്നോട്ടുപോവുകയാണ്. മുണ്ടൂർ കൃഷ്ണൻകുട്ടിയുടെ സമ്പൂർണ്ണ കൃതികൾ പുറത്തിറക്കാനുള്ള ഞങ്ങളുടെ സംരംഭത്തിന് വേണ്ട ഒത്താ

ശകൾ ചെയ്ത ശെൽവരാജ്, രഘുപാലാട്ട്, വി പി ശശികുമാർ, പി ചന്ദ്രശേഖരൻ, ജി എം എൽ നമ്പൂതിരി, കഥാകൃത്തിന്റെ മകൻ ദിലീപൻ എന്നിവരോടുള്ള കൃതജ്ഞത ഇവിടെ പ്രകാശിപ്പിക്കുന്നു.

കൃഷ്ണൻകുട്ടിയുടെ സമ്പൂർണ്ണ കഥകളാണ് ഒന്നാം വോള്യത്തിൽ. രണ്ടാം വോള്യത്തിൽ നോവലുകളും അനുഭവക്കുറിപ്പുകളും സമാഹരിച്ചിരിക്കുന്നു. ചിന്തയുടെ ഇതര കൃതികൾക്ക് നൽകിയിട്ടുള്ളതുപോലെ വായനക്കാരുടെ ഹൃദയം നിറഞ്ഞ സഹകരണം പ്രതീക്ഷിക്കുന്നു.

ചിന്ത പബ്ലിഷേഴ്സ്

മാഷിന്റെ സ്മരണയിൽ

കെ ഇ എൻ

കഥയെ മലയാളഭാഷ മനസിലേറ്റുവാങ്ങിയത് ജീവിതത്തിന്റെ നിറപ്പൊരുളായാണ്. 'കഥകഴിഞ്ഞു' എന്നു പറഞ്ഞാൽ നിസ്സംശയമായും ജീവിതം നിലച്ചുവെന്നല്ലാതെ മറ്റൊരർഥവും മലയാളത്തിലില്ല. അത്രമേൽ കഥ മനുഷ്യജീവിതത്തിന്റെ ആർദ്രമായ ഭൂമിയും അനന്തമായ ആകാശവുമാണ്. കാര്യങ്ങളെപ്പോലും കഥയാക്കുന്ന സൊറപറച്ചിലിനെ വെറും സമയംകൊല്ലിയായല്ല മറിച്ച് ഒരു ജീവിതപ്രവേശത്തിന്റെ പുളകമായി സ്വീകരിക്കാനുള്ള സന്നദ്ധതയാണ് ആഗോളവൽക്കരണാനന്തരകാലം ആവശ്യപ്പെടുന്നത്. കുഞ്ഞുങ്ങളും മുതിർന്നവരും തമ്മിലുള്ള സൊറയാണ്, 'പണ്ട് പണ്ട്, അങ്ങനെയിങ്ങനെ' തുടങ്ങി ഒരുപാട് ആശ്ചര്യങ്ങളും ആശങ്കകളും സൃഷ്ടിച്ചുകൊണ്ട് പലതരം കഥകളായി നമ്മുടെ ജീവിതത്താഴ്വരകളിൽ തളിർത്തത്. അവസാനിക്കാത്തവിധം തുടരുന്ന കഥകളെ താൽക്കാലികമായെങ്കിലും കടിഞ്ഞാണിടാൻ വേണ്ടി മറ്റൊരു കഥയെത്തന്നെ ആശ്രയിക്കുകയാണ് മനുഷ്യസമൂഹം മുമ്പ് ചെയ്തത്.

ഒരു രാജാവിന് അഞ്ചു മക്കൾ; നാലുമക്കളുടെ പേര് ചേർത്ത് കഥ കേൾക്കുന്നവർ അഞ്ചാമത്തെ കുട്ടിയെ പേര് വിളിക്കണമെന്ന് കഥ പറഞ്ഞുതീരുംമുമ്പേ പരസ്പരം തീരുമാനിച്ചുകൊണ്ടാണ് കഥ പറയാൻ തുടങ്ങുന്നത്. ഒന്നാമൻ 'ക', രണ്ടാമൻ 'ഥ', മൂന്നാമൻ 'മ', നാലാമൻ 'തി' ഇതൊക്കെ ചേർത്ത് കഥ കേൾക്കുന്നവർ അഞ്ചാമത്തെ കുട്ടിക്ക് പേരിട്ടാൽ അത് 'കഥമതി' എന്നാവും. അതോടെ കഥ കേൾക്കുന്നത് അവസാനിപ്പിക്കേണ്ടിവരുമെന്ന് മുൻ അനുഭവങ്ങളിൽനിന്നും അറിഞ്ഞിരുന്നതുകൊണ്ട് കുട്ടികളാരും രാജാവിന്റെ അഞ്ചാമത്തെ കുട്ടിക്ക് പേരുവിളിക്കുമായിരുന്നില്ല. പേരില്ലാത്ത ഒരഞ്ചാംകുട്ടിയായി ഇന്നും കഥ തുടരുകയാണ്.

കഥയോടുള്ള ആഭിമുഖ്യം തിരിച്ചറിവ് മുളപൊട്ടുന്ന കുഞ്ഞുനാളു മുതൽ തുടങ്ങും. കഥ അവസാനിക്കണമെങ്കിൽ പിന്നെ നമ്മുടെതന്നെ കഥ കഴിയണം.

കുഞ്ഞുന്നാളിൽത്തന്നെ കുട്ടികൾക്കുവേണ്ടി മറ്റാരോ പാടുന്ന താരാട്ടുപാട്ടുകളും കഥയും തമ്മിൽ ഒരു താരതമ്യവും സാധ്യമല്ല. താരാട്ട് കുട്ടികളുടെ ചെലവിൽ മുതിർന്നവർ വാത്സല്യം ആഘോഷിക്കുന്നതാണ്. എന്നാൽ കഥ അങ്ങനെയല്ല. കഥ കേൾക്കുന്നതിനിടയിൽ ഉറങ്ങിപ്പോകുന്ന കുട്ടികൾപോലും ഉണർന്നാൽ “എന്നിട്ടെന്തുണ്ടായി” എന്ന് ചോദിക്കും. എന്നാൽ താരാട്ടിൽ ഒരു ‘എന്നിട്ടു’മില്ല. അത് തുടക്കത്തിൽത്തന്നെ തീർന്നുപോകുന്ന ഒരു താളമാണ്. കഥ പക്ഷേ ‘പിന്നെ’യിലും ‘എന്നിട്ടി’ലും തട്ടിത്തടഞ്ഞാണ് തിടംവയ്ക്കുന്നത്. കാര്യം കുറുകിക്കുറുകിയാണത് സ്വയമൊരു കഥയായി കരുത്താർജിക്കുന്നത്. അപ്പോൾ ഷഹർസാദാ നിരന്തരം കഥയുൽപ്പാദിപ്പിക്കുന്ന നിതാന്തമായ ജീവിത ജാഗ്രതയുടെ ഒരനശ്വരസ്മാരകമാകും.

രണ്ട്

‘എല്ലാം ഒരു കഥ’യാണെന്നു പറയാനാണ് മുണ്ടൂർ കൃഷ്ണൻകുട്ടിമാഷും പ്രതിഭാസമ്പന്നരായ നിരവധി എഴുത്തുകാരെപ്പോലെ, എത്രയെത്രയോ കഥകൾ എഴുതിയത്. ഒന്നാലോചിച്ചാൽ ‘കഥ’യല്ലാത്തതായി ‘കഥകൾ’ മാത്രമല്ലാതെ, മറ്റൊന്നുമില്ല. ‘സ്വന്തമല്ലാത്ത’ സ്വന്തം ജന്മം മുതൽ, എഴുതപ്പെടാതെ പോകുന്ന ജീവിതത്തിന്റെ ‘പറച്ചിലായി’ എന്നും നമുക്കൊപ്പം, നമ്മെപ്പോലെ സത്യമായി ‘കഥ’യുമുണ്ടായിരുന്നു. ഭാഷ വേണ്ടത്ര തിരിയാത്ത കാലംമുതൽ, ‘കഥ’യിൽ സ്വയം തിരിച്ചറിഞ്ഞും തരിച്ചിരുന്നുമാണ്, ലോകത്തിലെവിടെയും മനുഷ്യജീവിതം മുമ്പെന്നപോലെ ഇന്നും തളിർക്കുന്നത്. ‘താരാട്ട്’ കുട്ടികളുടെ ചെലവിൽ മറ്റുള്ളവരുടെ ആഘോഷമായിരിക്കുമ്പോൾ; ‘കഥ’ അതിൽനിന്നൊക്കെ വ്യത്യസ്തമായി എന്നുമെന്നും കുട്ടികളുടെ ആശ്വാസമായാണ് നിലനിന്നത്. ‘എന്നിട്ട്’ എന്നിട്ട് എന്ന് കഥകേൾക്കുന്നതിനിടയിൽ ഉയരുന്ന ചോദ്യങ്ങളല്ലാത്ത ചോദ്യങ്ങളാണ്, പിന്നീടെപ്പോഴോ ചൂടുപിടിച്ച അന്വേഷണങ്ങളായി തീരുന്നത്. മുതിർന്നവർക്കും കുട്ടികൾക്കുമിടയിലെ ‘ആദ്യപാലം’ ശരിക്കും ‘കഥ’യാണ്. മുതിർന്നാലും മരിച്ചുമണ്ണടിഞ്ഞാലും, മറ്റു ശരീരങ്ങളുടെ ഭാഗമായി മരണത്തിനുശേഷവും നമ്മുടെ ശരീരം തുടർന്ന് ജീവിച്ചാലും, കഥ മരണമില്ലാത്ത ‘ജീവിതമായി’ എന്നും നമ്മോടൊപ്പമുണ്ടാകും. ഏതു കാര്യവും ‘സൗഹൃദങ്ങൾക്കകത്തേക്ക് കടക്കുമ്പോഴേക്കും’ കഥയാവും. എന്തും സത്യത്തിൽ ‘കഥയാവാൻ’ കാത്തിരിക്കുകയാണ്. പറഞ്ഞാലും പറഞ്ഞില്ലെങ്കിലും, എഴുതിയാലും എഴുതിയില്ലെങ്കിലും, അതെന്നും നമ്മോടൊപ്പം നമ്മളിൽ നമ്മൾതന്നെയായി കഴിയുകയാണ്. ഉറ്റിവീഴാത്ത കണ്ണീർത്തുള്ളിയിൽ, പറയപ്പെടാതെപോയ മോഹങ്ങളിൽ,

കാലിടറിയ കിനാവുകളിൽ, ഒരു ചിരിയിൽ ഒരു സ്പർശത്തിൽ ഒരു നോട്ടത്തിൽ, പ്രവചിക്കാനാവാത്ത എന്തിലും അതിന് മറഞ്ഞും, തെളിഞ്ഞും കഴിഞ്ഞുകൂടാനാവും. 'കഥ'കഴിയുമ്പോൾ, ജീവിതവും കഴിഞ്ഞിരിക്കും.

മൂന്ന്

'പണ്ട് പണ്ട്' എന്ന പഴയ കഥയിലെ, 'പണ്ടിൽ'പോലും മറ്റൊരു 'കഥ'യുണ്ടെന്ന് ഇന്ന് നമുക്ക് കണ്ടെത്താൻ കഴിയും. ഇന്നിന്റെ ഏതൊക്കെയോ അപര്യാപ്തതകളാണ് അന്നും ആ 'പണ്ടിൽ' ഒളിച്ചത്! വെറുമൊരു 'കാലസൂചി' എന്നതിനപ്പുറത്തേക്ക് വളർന്നതുകൊണ്ടാണത്, കഥകളിൽ, ഒരൊഴിയാ സാന്നിധ്യമായത്. രാജാവിനും രാജ്ഞിക്കും ഇടയിൽ, ജിന്നുകൾക്കും ഇഫ്റീത്തുകൾക്കുമിടയിൽ നിന്നപ്പോഴും, 'കഥ', അതിനൊക്കെയുമപ്പുറം കാണുകയായിരുന്നു. വാമൊഴിയുടെ വിസ്മയമാണ്, 'എഴുത്തിനുശേഷവും' കഥയിൽ 'മിച്ച'മായിരിക്കുന്നത്.

മുണ്ടൂർ കൃഷ്ണൻകുട്ടിമാഷിന്റെ കഥകൾ, എഴുത്തുവഴിയിലെ 'പറച്ചിൽ' എന്നതിനേക്കാൾ; പറച്ചിൽവഴിയിലെ, 'പറച്ചിൽ' തന്നെയായിരിക്കുന്നതിലാണ് പുളകിതമാകുന്നത്. അങ്ങനെ, 'പറയുക'യാണ് മാഷ്! ദൈവത്തെപ്പറ്റി, രാഷ്ട്രീയത്തെപ്പറ്റി, അഴിമതിയെപ്പറ്റി, പെൺവാണിഭങ്ങളെപ്പറ്റി, തകിടം മറിച്ചിലുകളെപ്പറ്റി, ബന്ധശൈഥില്യങ്ങളെപ്പറ്റി......പറയുന്ന 'കാര്യവും' 'രീതിയും' 'സമീപനവും', മുണ്ടൂർമാഷിന്റെ കഥകളിൽ, പരസ്പരം വേർതിരിക്കാനാവാത്തവിധം ഒന്നിച്ചുചേരുന്നത് പലപ്പോഴും നർമത്തിന്റെ നേതൃത്വത്തിലാണ്. മറുപുറങ്ങളിലെ ഇരുട്ടിലേക്ക് മിഴിതുറന്നുകൊണ്ടാണ് മുണ്ടൂർ കൃഷ്ണൻകുട്ടിമാഷിന്റെ കഥകൾ പലപ്പോഴും ഉൾച്ചിരിയുടെ ആഴങ്ങളിലേക്ക് കുതിക്കുന്നത്.

രാഷ്ട്രീയവും ഭക്തിയും തമ്മിലുള്ള ബന്ധങ്ങളുടെ ലോകം, മുണ്ടൂർകഥകളിൽ കടന്നുവരുന്നത് അവിടെയുമിവിടെയുമുള്ള ചങ്ങലക്കൊളുത്തുകളൊക്കെയും അഴിഞ്ഞുപോകുംവിധം കുലുങ്ങിച്ചിരിച്ചുകൊണ്ടാണ്. 'നമ്മുടെ കാലം ഇങ്ങനെയൊക്കെയാണ്' എന്ന് കാട്ടിത്തരുന്നതോടൊപ്പം; ഇങ്ങനെയൊക്കെയായാൽ മതിയോ, എന്ന അസ്വസ്ഥതകളും കൂടിയാണ് അതിലെരിയുന്നത്. സാംസ്കാരിക അട്ടിമറികളുടെ ശബ്ദമാണ് ആ ചിരികൾക്കിടയിൽ വെച്ച് നിശ്ശബ്ദമാവുന്നത്. നിലവിലുള്ള ഇടതുപക്ഷ നിലപാടുകളിലെ വലിയ ശരികൾ കണ്ടുകൊണ്ടുതന്നെ; അതിലെ ശരികേടുകളെ 'പ്രശ്നവൽക്കരിക്കും' വിധമാണ്, മാഷിന്റെ കഥകൾ കരുത്താർജിക്കുന്നത്. വിരുദ്ധബോധത്തിന്റെ ഇരുണ്ട വഴികളിലൂടെ, കണ്ണീരുപ്പിലും മധുരം നുണഞ്ഞ്, നിലവിളികൾക്കിടയിലെ ചിരിയറിനിച്ച്, നിരാശനിറയുമ്പോഴും നിറംകെടാത്ത പ്രത്യാശയുടെ കാവലായി നാളെയും മലയാളം മുണ്ടൂർ കൃതികളെ ഓർക്കുംവിധം ഇങ്ങനെയൊരു സമാഹാരം പുറത്തിറങ്ങുന്നത്, സാംസ്കാരിക കേരളത്തിന്

എന്നുമൊരു അഭിമാനമായിരിക്കും. പുരോഗമന സാംസ്കാരിക സദസുകളുടെ ശക്തിയും സൗരഭ്യവും പ്രചോദനവുമായിരുന്ന മുണ്ടൂർ കൃഷ്ണൻകുട്ടിമാഷിന്റെ സ്മരണകൾ, ഒരിടതുപക്ഷ സാംസ്കാരിക വിമർശകൻ എന്ന നിലയിൽ എനിക്ക് മറ്റുള്ളവർക്കൊപ്പം എന്നുമൊരു സ്നേഹശക്തിയാണ്. ആ സാന്നിധ്യം തന്നെയും അദ്ദേഹത്തിന്റെ പ്രിയപ്പെട്ടവർക്കും ബന്ധുക്കൾക്കുമെന്നപോലെ എനിക്കും ഒരു വല്ലാത്ത സാന്ത്വനമായിരുന്നു.

പ്രത്യാശാപൂർണമായ ചിരിയും, ആ 'കണ്ണുരുളലും' ഇപ്പോഴും ഓർമയിലെ നിർവൃതിയാണ്. മാഷിന്റെ ഏതോ ഒരു കഥയിൽ, 'കെ ഇ എൻ' എന്ന പേരിൽത്തന്നെ ഞാനുമൊരു കഥാപാത്രമാണെന്ന് സുഹൃത്തുക്കൾ വിളിച്ചു പറഞ്ഞപ്പോൾ, അനുഭവിച്ച വികാരം ഈയൊരു ചെറുകുറിപ്പെഴുതുമ്പോൾ, ഒരിക്കൽക്കൂടി ഞാനനുഭവിക്കുകയാണ്. ഏത് കീഴ്മേൽമറിച്ചിലുകൾക്കിടയിലും നീതികേടുകൾക്ക് നടുവിലും കാത്തുസൂക്ഷിക്കപ്പെടുന്ന നന്മകളും പരസ്പരമുള്ള കരുതലുകളുമാണ്, നമ്മുടെയൊക്കെ ജീവിതങ്ങളെ നിറപ്പകിട്ടുള്ളതാക്കുന്നത്. മുണ്ടൂരിന്റെ രചനകളിലൂടെ കടന്നുപോവുന്നവർ എത്ര വിണ്ടുകീറുമ്പോഴും, ജീവിതം നൽകുന്ന ആർദ്രതകൾ അറിയും. ജീവിതമെന്ന 'അത്ഭുത'ത്തിന്റെ അനുഭൂതികളിൽ സ്വയം നിറയും.

ഏകാകി

ഉണരുന്നത് എന്തു ചെയ്യണമെന്നു യാതൊരു നിശ്ചയവുമില്ലാതെയാണ്. കിഴക്കേ ജനാലയിലൂടെ പുറത്തേക്കും നോക്കി കുറെനേരം കിടന്നു. തന്റെ മനസുപോലെ കിഴക്കിന്റെ മുഖം പ്രസാദരഹിതമായിത്തോന്നി. ആ മുഖത്തും വാർധക്യത്തിന്റെ പാടുകൾ വീണിരിക്കുന്നു.

ഗ്രാമത്തിലെ എട്ടാമത്തെ പ്രഭാതമാണ്. വീര്യം തുളുമ്പിനിന്നിരുന്ന പഴയ പ്രഭാതങ്ങൾ മരിച്ചുകഴിഞ്ഞു.

ഇപ്പോൾ, എല്ലാ സങ്കൽപ്പങ്ങളും മനസിൽത്തന്നെ തളർന്നുറങ്ങുമ്പോൾ തന്നോടുതന്നെ ചോദിക്കുകയാണ്; ഇനി എങ്ങോട്ട്, എന്തിന് ഈ ജീവിതം വലിഞ്ഞു നീങ്ങുന്നു?

വെക്കേഷന് ഇങ്ങോട്ടുവരുമ്പോൾ ഇത്രയും വേഗം മനസ്സ് മുഷിയുമെന്ന് വാസുദേവമേനോൻ കരുതിയില്ല. എങ്കിൽ കഴിഞ്ഞ രണ്ടുമൂന്നു വർഷങ്ങളിൽ ചെയ്തമാതിരി ദൂരെ എവിടേക്കെങ്കിലും പോവാമായിരുന്നു. വല്ലതും വായിക്കുകയും എഴുതുകയും ചെയ്യാമെന്നു കരുതിയാണ് വന്നത്. തീരെ സാധിക്കുന്നില്ല. മനസ്സ് അവ്യക്തമായ, അല്ലെങ്കിൽ ഇല്ലാത്ത, ഒരു ബിന്ദുവിനു ചുറ്റും കറങ്ങിത്തിരിയുകയാണ്.

ആകാശച്ചെരുവിൽനിന്നും പടിഞ്ഞാട്ട് ഒഴുകിപ്പോവുന്ന നരച്ച ഒരു മേഘക്കീറിൽ മനസ്സ് കുറച്ചുനേരം കുടുങ്ങിനിന്നു. അത് അതിവേഗം പാഞ്ഞുപോവുന്നു; എന്തോ ചെയ്തുതീർക്കാനെന്ന മട്ടിൽ.

കറുത്ത മേഘങ്ങൾക്കാണെങ്കിൽ ഒരു ലക്ഷ്യമെങ്കിലുമുണ്ട്. വെളുത്ത, പഞ്ഞിക്കെട്ടുപോലുള്ള ഈ വെള്ളിമേഘത്തിനോ? ആകാശത്തിന്റെ അനന്തവിശാലതയിൽ ഒരു ലക്ഷ്യവുമില്ലാതെ അങ്ങനെ തൂങ്ങി

ക്കിടക്കുന്നു. സ്വന്തമായ ഒരു സഞ്ചാരപഥം കൂടിയില്ല. കാറ്റിന്റെ താൽപ്പര്യത്തിനനുസരിച്ച് കുറെയേറെ ഒഴുകിനടന്ന് അവസാനം ആരുമറിയാതെ മറഞ്ഞുപോവുന്നു.

ചായ കുടിപ്പാൻ എഴുന്നേറ്റപ്പോൾ പതിവുപോലെ കണ്ണാടിയിൽ തന്റെ മുഖം കണ്ടു. അതുകാണുന്നതും അസുഖത്തോടുകൂടിയാണ്. നര ആക്രമിച്ചുകയറുന്ന മുടിയും മുഖത്തെ വാർധക്യത്തിന്റെ രേഖകളും കാണുമ്പോൾ മേനോൻ അസ്വസ്ഥനാവുന്നു. അമാവാസിപോലെ വാർധക്യം തന്റെ ജീവിതത്തിലേക്ക് കടന്നു വരികയാണ്. അതിനുമുമ്പ് ചെയ്യേണ്ടത് വല്ലതും ചെയ്തുകഴിഞ്ഞുവോ? ഗ്രാഫിലെ ഉയർന്നുപോയിരുന്ന രേഖ താഴോട്ട് ഇറങ്ങിവരാൻ ആരംഭിച്ചു കഴിഞ്ഞു. ഇനി ഇറക്കമാണ്. ഒരിക്കലും മേലോട്ട് കയറില്ല. അങ്ങനെ ഇറങ്ങിയിറങ്ങി ഒരിക്കൽ ബേസിൽ മുട്ടും.

രണ്ടാഴ്ചമുമ്പ് സുശീലയെ പട്ടണത്തിൽ വെച്ച് കണ്ടുമുട്ടിയത് ഓർത്തുപോയി. ആദ്യം മനസിലായില്ല. അവൾ അടുത്തുവന്ന് കുശലം ചോദിക്കുകയാണുണ്ടായത്.

“സാറ് എന്നെ അറിയില്ലെ?”

ഒരു നിമിഷം ഓർമിച്ചുനോക്കി.

“സുശീലയല്ലെ?”

അവൾ ഹൃദ്യമായി ചിരിച്ചു.

“ഓ, സാറ് മറന്നിട്ടില്ല.”

ഓർമിച്ചതിൽ തനിക്കും അഭിമാനം തോന്നി.

അവളുടെ കൂടെ ഭർത്താവും കുട്ടികളുമുണ്ടായിരുന്നു. കുറേനേരം സംസാരിച്ചുനിന്നു.

സുശീല തന്റെ ശിഷ്യയായിരുന്നു. നാണം കുണുങ്ങിയായിരുന്നു അവൾ ഇന്റർ മീഡിയറ്റ് ക്ലാസിൽ തന്റെ ക്ലാസ് ശ്രദ്ധിച്ചുകൊണ്ടിരുന്ന ആദ്യദിവസങ്ങൾ കൂടി ഓർമവന്നു. നാലുകൊല്ലം താനവളെ പഠിപ്പിക്കുകയുണ്ടായി. അവളുടെ മാറ്റവും വളർച്ചയും ശരിക്കും ഓർമയുണ്ടായിരുന്നു. എന്തൊരു വ്യത്യാസമായിരുന്നു! തന്റേടമുള്ള, വായാടിയായ പെണ്ണായി അവൾ വളർന്നു. കോളേജ് വിട്ടതിനുശേഷവും വല്ലപ്പോഴും അവൾ വരുമായിരുന്നു; തന്നെ കാണാൻ.

സംഭാഷണത്തിനിടയിൽ അവൾ അന്വേഷിച്ചു:

“സാറ് ഇപ്പോഴും ഒറ്റയ്ക്കാണോ?”

മുഖത്ത് സ്വാഭാവികത വരുത്താൻ ശ്രമിച്ചുകൊണ്ടു പറഞ്ഞു:

“അതെ”

അതെക്കുറിച്ച് അവൾ പിന്നീടൊന്നും ചോദിച്ചില്ല. ഒരഭിപ്രായവും പറഞ്ഞതുമില്ല.

താൻ അവളുടെ മാറ്റം മനസിൽ കാണുകയുണ്ടായിരുന്നു – പെൺകുട്ടി, വായാടിയായ പെണ്ണ്, ഭാര്യയും മാതാവുമായ സ്ത്രീ, ഇനി വർഷങ്ങൾ കഴിയുമ്പോൾ മുത്തശ്ശി!

ചുറ്റും ജീവിതം അവിരാമം ചലിച്ചുകൊണ്ടിരുന്നു. എങ്ങും മാറ്റവും വളർച്ചയും! എല്ലാവരും താനൊഴിച്ച്, ജീവിതത്തിന് അർഥവും വിലയും കണ്ടെത്തുകയാണ്. താൻ മാത്രം നരച്ചൊരു മേഘക്കീറ്. അല്ലെങ്കിൽ ജീവിതത്തിന്റെ ഒഴുക്കുത്തും നോക്കി നെടുവീർപ്പിട്ടു നിൽക്കുന്ന ഒരു കുറ്റി.

നടന്ന ദൂരമത്രയും തെറ്റായിരുന്നുവെന്നു മനസിലാക്കാൻ വളരെ യേറെ വൈകിപ്പോയി. ഇനി പുതിയവഴി കണ്ടെത്താനോ, പുതിയ ജീവിതം ആരംഭിക്കാനോ തീരെ അശക്തനായിത്തീർന്നിരിക്കുന്നു.......

വൈകുന്നേരം പുഴക്കരയിലേക്ക് നടക്കാൻ പോയി. പാടവും, പറമ്പും, തെങ്ങിൻതോപ്പും വിജനമായിരുന്നു. നിലാവിൽ എല്ലാം തെളിഞ്ഞു കിടക്കുന്നു. പുഴയിൽ നടുവിലൂടെ മാത്രം രണ്ടുമൂന്നു കൈവ ഴികളായി വെള്ളം ഒഴുകുന്നതു കഴിച്ചാൽ പിന്നെയെല്ലാം മണൽപ്പര പ്പാണ്. അങ്ങേ കരയ്ക്ക് പടിഞ്ഞാറോട്ട് മാറിക്കിടക്കുന്ന സ്ഥലം കുറച്ചു നേരം നോക്കിനിന്നു. അത് ശ്മശാനമാണ്.

പുഴയിൽ ആരുമുണ്ടായിരുന്നില്ല. മണൽപ്പരപ്പിലൂടെ കുറേദൂരം കിഴ ക്കോട്ടു നടന്നു. ഒരാന ചെരിഞ്ഞു കിടക്കുംപോലെയുള്ള ആ പാറക്കെട്ട്! അതിന്റെ മുകളിൽ കയറി സൂക്ഷിച്ചുനോക്കി. 'വി എസ്' എന്ന അക്ഷര ങ്ങൾ ഇപ്പോഴും തെളിഞ്ഞു കാണാം. പന്ത്രണ്ടുവർഷങ്ങൾ കഴിഞ്ഞു. ആ അക്ഷരങ്ങൾക്ക് ഇപ്പോഴും ഒരു മാറ്റവും വന്നിട്ടില്ല.

ഇതുപോലൊരു വെക്കേഷനിൽ വന്നപ്പോളാണ് ഈ അക്ഷരങ്ങൾ കൊത്തിയിട്ടത്. അന്നും നിലാവുണ്ടായിരുന്നു. സരളയുടെ വിദ്യയായി രുന്നു. താൻ ശ്രദ്ധാപൂർവം സരളയുടെ അരികെ വെറുതെ ചെരിഞ്ഞു കിടന്നു.

അതേ സ്ഥലത്ത് ഇപ്പോൾ ആകാശത്തേക്കും നോക്കി മലർന്നു കിടക്കുമ്പോൾ വെറുതെ ആലോചിച്ചു:

ഇപ്പോൾ, ഇവിടെ, ഇതേ സ്ഥലത്ത് താൻ ഒറ്റയ്ക്ക് ഇരിക്കുന്നു എന്ന് സരള അറിയുന്നുണ്ടാവുമോ?

മൂന്നു വർഷം ഗുൽമാർഗിൽ അവളുടെ വീട്ടിൽ പോയിരുന്നു. അനേകം നാഴിക ദൂരെ, അപ്രതീക്ഷിതമായി ഒരു സന്ധ്യാസമയത്ത് താൻ ചെന്നുകയറിയപ്പോൾ അവൾക്ക് ആദ്യം വിശ്വസിക്കാൻ കൂടി കഴി ഞ്ഞില്ല. വീട്ടിൽ അവളും ഭർത്താവും കുട്ടികളുമുണ്ടായിരുന്നു. ഒരാഴ്ച അവരുടെ കൂടെ താമസിക്കേണ്ടിവന്നു. അയാൾ നാലുദിവസം ലീവെടു

ത്താണ് തന്നെ നാടുകാണിച്ചുതരാൻ കൊണ്ടുപോയത്. സൗകര്യമുള്ളപ്പോഴെല്ലാം സരളയും കുട്ടികളും കൂടെവരും. ശ്രീനഗറിലേക്ക് താൻ മടങ്ങുന്നതിന്റെ തലേദിവസം രാത്രിയിൽ വളരെ നേരം പലതും സംസാരിച്ച് സമയം കഴിച്ചു. തനിക്ക് ഇഷ്ടമുണ്ടായിരുന്നില്ലെങ്കിലും തന്റെ വ്യക്തിപരമായ കാര്യങ്ങളിലേക്ക് അവസാനം സംഭാഷണം തിരിഞ്ഞു.

സരളയുടെ ഭർത്താവ് ചോദിച്ചു:

"പ്രൊഫസർക്ക് ബന്ധത്തിൽപ്പെട്ട ആരുമില്ലേ?"

"എന്നു തീർത്തു പറഞ്ഞുകൂട. കൽക്കത്തയിൽ ഒരനിയനുണ്ട്."

"അയാളും അവിവാഹിതനാണോ?"

"അല്ല"

"പ്രൊഫസർ നാട്ടിൽ എവിടെ താമസിക്കുന്നു?"

"മിക്കവാറും പട്ടണത്തിലെ ഹോട്ടലിലായിരിക്കും. പിന്നെ...... "

വാചകം മുഴുമിക്കുന്നതിന്റെ മുമ്പെ വെറുതെ സരളയെ ഒന്നുനോക്കി. അവൾ ചുവന്നുപോയി. മുഖത്തെ പരിഭ്രമം മറയ്ക്കാൻവേണ്ടി അവൾ ഇളയ കുട്ടിയെ ലാളിക്കുന്നതിൽ കൃത്രിമമായി മുഴുകി.

മേനോൻ തുടർന്നു.

"പിന്നെ ഗ്രാമത്തിൽ ഒരു കെട്ടിടമുണ്ട്."

പിന്നെയും എന്തെല്ലാമോ സംസാരിച്ചു. ആതിഥേയൻ അന്വേഷിച്ചു:

"എന്തുകൊണ്ട് പ്രൊഫസർ കല്യാണം കഴിക്കുന്നില്ല?"

എരിഞ്ഞെരിഞ്ഞു തീരുന്ന സിഗററ്റിലേക്കു നോക്കി മേനോൻ ഒന്നും മറുപടി പറയാതെ ഇരുന്നു. ആ ചോദ്യത്തിനുത്തരം തനിക്കു തന്നെ അറിയില്ല. തന്നോടുതന്നെ പലപ്പോഴും ചോദിച്ചതാണ്.

എന്തുകൊണ്ട് ഒരുത്തിയെ കണ്ടെത്തിക്കൂടാ?

ആരെ?

ആതിഥേയന് ഒരു ഉത്തരം മേനോൻ കൊടുത്തില്ല. പിന്നീട് ചോദ്യം ആവർത്തിക്കപ്പെട്ടതുമില്ല.....

രാത്രി ഒമ്പതരമണി കഴിഞ്ഞപ്പോഴാണ് പുഴയിൽ നിന്നു മടങ്ങിയത്. നിലാവിൽ സർവവും മുങ്ങി നിൽക്കുകയാണ്. തെങ്ങോലകൾ മുകളിൽ ഓളങ്ങൾ സൃഷ്ടിക്കുന്നതുപോലെ തോന്നി. കുറച്ചുനേരം അതു നോക്കി നിന്നു.

വീട്ടിൽ തള്ളയും കാവൽക്കാരനും തന്റെ വരവും കാത്തിരിക്കുന്നുണ്ടായിരുന്നു. വെക്കേഷൻ കാലങ്ങളിൽ തനിക്കുവേണ്ടി ജോലിചെയ്യുന്നവർ. പ്രതിഫലം കൊടുത്തിട്ടാണെങ്കിലും താൻ എത്രമാത്രം അവരോട് കടപ്പെട്ടിരിക്കുന്നു! അവർ എഴുന്നേറ്റ് മാറിനിന്നു. മേനോൻ മുകളിലേക്കു കയറിപ്പോയി. അധികം താമസിയാതെ കളിക്കാനുള്ള ഒരുക്ക

ത്തോടെ താഴോട്ടിറങ്ങി വരികയും ചെയ്തു. പിന്നെ ഊണും കഴിഞ്ഞാണ് മുകളിലേക്കു പോയത്.

വായിക്കാൻ തോന്നിയില്ല. ഉറക്കം വരുന്നുമില്ല. വടക്കേ ജനാലയിലൂടെ, ദൂരെ നിലാവിൽ ഉയർന്നു നിൽക്കുന്ന മലകളെ നോക്കിനിന്നു. പശ്ചിമഘട്ടത്തിന്റെ ഭാഗമാണ് ആ മലകൾ.

നിലാവുള്ള രാത്രികളിൽ, പശ്ചിമഘട്ടത്തിന്റെ ഭംഗി ഏറ്റവും ആസ്വദിച്ചിരുന്നത് രങ്കനായകി ആയിരുന്നു. സുന്ദരിയായിരുന്ന അവൾ തന്റെ സഹപ്രവർത്തകയായിരുന്നു. ഒരു വെക്കേഷന് ഏകദേശം ഒരു മാസത്തോളം ഇവിടെ താമസിച്ചു. കോളേജിൽ യൂണിവേഴ്സിറ്റി എക്സാമിന്റെ തിരക്കുണ്ടെന്ന് നാട്ടിലേക്ക് എഴുതി അയച്ചാണ് രങ്കനായകി തന്റെ കൂടെ വന്നത്.

രങ്കനായകിക്ക് പശ്ചിമഘട്ടം ഒരു ലഹരിയായിരുന്നു. രാത്രി വേണമെങ്കിൽ അതും നോക്കി പുലരും വരെ അങ്ങനെ നിൽക്കും. വിളക്കു കെടുത്തി, ഇരുട്ടിൽ, ജനാലയിലൂടെ അങ്ങോട്ടുനോക്കി നിന്നിരുന്ന അവൾ ചിലപ്പോൾ വിളിക്കുമായിരുന്നു.

"മേനോൻ ഉറങ്ങിയോ? ഇവിടെ വരൂ."

അത്തരം സന്ദർഭങ്ങളിൽ ഇംഗ്ലീഷിലല്ല തമിഴിലാണ് രങ്കനായകി സംസാരിക്കുക.

"അടുത്തുനിൽക്കു."

"ഇനിയും."

"മുട്ടിയുരുമ്മിക്കൊണ്ട്."

അങ്ങനെ മണിക്കൂറുകളോളം നിൽക്കുന്നതിലായിരുന്നു രങ്കനായകിക്കിഷ്ടം. ആന്ധ്രക്കാരിയുടെ മട്ടിൽ ഉറപ്പുള്ള ശരീരഘടനയോടുകൂടിയ രങ്കനായകി വല്ലാത്തൊരാവേശമായിരുന്നു.

പക്ഷേ, അവളും ഇന്നെവിടെ? ഒരിക്കൽ തന്റെ ജീവിതം മുഴുവൻ കീഴടക്കി നിന്നിരുന്ന രങ്കനായകി?

അങ്ങനെ, തന്റെ ജീവിതവുമായി ബന്ധപ്പെട്ടു നിൽക്കുന്ന വടക്കൻ മലകളെയും നോക്കിനിൽക്കുമ്പോൾ മനസ്സ് അവ്യക്തവേദനകളിലേക്കു ഊന്നിറങ്ങുന്നു. ജീവിതത്തിന്റെ ഭൂതകാലം ഭാഗികരൂപം പൂണ്ടപോലെ, ഒരു സ്വപ്നംപോലെ, പശ്ചിമഘട്ടം അരണ്ട നിലാവിൽ ഉയർന്നു നിൽക്കുന്നു. മേനോൻ ജനാല കൊട്ടിയടച്ച് കസാലയിൽ വന്നു കിടന്നു.

പക്ഷേ, രക്ഷയില്ല. ഭൂതകാലം തുറന്നുതന്നെ കിടക്കുന്നു; മനസ്സ് ചിറകുകളിലും.

ഇവിടം കാണാത്ത, വിളിച്ചാലും വരില്ലായിരുന്ന ഒരാളിൽ അവസാനം മനസ്സ് ചെന്നെത്തുന്നു. ഷെൽഫിൽ ഏതെങ്കിലും പുസ്തകത്തിനുള്ളിൽ അവളുടെ പഴയ ഫോട്ടോ ഇരിക്കുന്നുണ്ടാവും.

എടുത്തുനോക്കിയാലോ?

കാലത്തിന്റെ നിയന്ത്രണരഹിതമായ ഓട്ടം ഒന്നടങ്ങിയപ്പോൾ, ഇപ്പോൾ മനസിലെ ചെല്ലമ്മ കൂടുതൽ തെളിഞ്ഞു തെളിഞ്ഞു വരികയാണ്.

ഒരപരാധ ബോധത്തോടുകൂടി മാത്രമേ ചെല്ലമ്മയെ ഓർക്കാൻ കഴിയുന്നുള്ളൂ.

ശാലീനയായ ചെല്ലമ്മ എത്ര വ്യത്യസ്തമായാണ് ഓർമയിലേക്ക് വരുന്നത്! രങ്കനായകി, സരള, മിസ് അലക്സാണ്ടർ എന്നിവരെപ്പോലെ കരഞ്ഞുകൊണ്ട് അഭ്യർഥന നടത്തുന്ന പ്രകൃതമല്ല. സരളയെപ്പോലെ മധുരമായി പാടി മനസിനെ മയക്കുന്ന പ്രകൃതവുമല്ല. രങ്കനായകിയെപ്പോലെ ഞരമ്പുകളെ ശക്തിയായി ഉണർത്തിയെടുക്കാനും വയ്യ. പക്ഷേ, ഇവർക്കൊന്നുമില്ലാത്ത എന്തോ ഒരു പ്രത്യേകത ചെല്ലമ്മയ്ക്കുണ്ടായിരുന്നു. അവളുടെ അടക്കിപ്പിടിച്ച ചിരിയിൽ, വിനയപൂർവമുള്ള പെരുമാറ്റത്തിൽ, ലജ്ജയിൽ, എല്ലാം ആ പ്രത്യേകത കാണാമായിരുന്നു.

എഴുന്നേറ്റ് പുസ്തകങ്ങൾക്കിടയിൽനിന്നും ഫോട്ടോ തെരഞ്ഞെടുത്തു. കുറെനേരം അതിലേക്കും നോക്കി അങ്ങനെ നിന്നു.

ഇരുപതിലേറെ വർഷത്തെ പഴക്കമുള്ളതാണ് ഫോട്ടോ. എന്നിട്ടും തന്റെ ഹൃദയത്തിലെ അവളുടെ രൂപം പോലെ ഇതിനും മാറ്റമൊന്നും വന്നിട്ടില്ല.

അന്ന്, അവസാനം, താൻ എല്ലാം തകർത്തപ്പോൾ അവൾ ഈ ഫോട്ടോ മടക്കിച്ചോദിച്ചതാണ്. കൊടുക്കാമെന്നും തോന്നിയിരുന്നു. കൊടുക്കാനൊക്കാതെ പോയി. അത് ഇപ്പോൾ എത്ര നന്നായി. കഴിഞ്ഞുപോയൊരോർമയുടെ, ബന്ധത്തിന്റെ, ദുഃഖസ്മാരകംപോലെ ഇതെങ്കിലും ബാക്കിവന്നല്ലോ.

അതേവിധം ഫോട്ടോ തിരികെവെച്ച് പുസ്തകം ഷെൽഫിൽത്തന്നെവെച്ചു. കുറേനേരം പിന്നെയും കസാരയിൽ വന്നു കിടന്നു. വളരെ വൈകിയാണ് ഉറങ്ങാൻ കിടന്നത്.

രാവിലെ ഉണരുമ്പോൾ മനസ്സ് ഉന്മേഷരഹിതമായി, വിഷാദത്തിന്റെ മൂടൽമഞ്ഞിൽ മയങ്ങിക്കിടക്കുന്നതായിട്ടാണ് തോന്നിയത്. കിടക്കയിൽനിന്നും എഴുന്നേൽക്കാൻ തന്നെ തോന്നിയില്ല.

ഇങ്ങനെയാണല്ലോ രണ്ടോളം മാസം കഴിയേണ്ടത്! ഉദ്ദേശ്യരഹിതനായി, വിരസമായി, മൗനിയായി ഊണും നടത്തവും ഉറക്കവുമായി കഴിയുക!

വയ്യ, തീരെ വയ്യ.

പല്ലുതേക്കുമ്പോഴും കുളിക്കുമ്പോഴുമെല്ലാം ആലോചിച്ചു. എന്താണ്

വേണ്ടത്? പട്ടണത്തിലെ ഹോട്ടലിലേക്കുതന്നെ മടങ്ങിയാലോ? എന്നിട്ടെന്താ? പരിചയക്കാരെല്ലാം നാട്ടിലായിരിക്കും. മനംമടുപ്പിക്കുന്ന ഹോട്ടലിലെ പരിസരം ഇതിലും കഷ്ടമായിരിക്കും.

കൽക്കത്തയിലേക്ക് അനിയന്റെ അടുത്തേക്കു പോയാലോ എന്നും ആലോചിച്ചു. അവനെക്കണ്ടിട്ടുതന്നെ എട്ടുപത്തു വർഷമായി. ചെല്ലുന്നത് അവർക്ക് വലിയ സന്തോഷമായിരിക്കും.

പക്ഷേ, എന്തുകൊണ്ടോ അങ്ങോട്ടു പോകാനും ഉന്മേഷം കിട്ടുന്നില്ല. സമ്മറിലെ കൽക്കത്തയിലെ ചൂടോർത്തല്ല. അവനെ ഫേസ് ചെയ്യാൻ ഒരു മടി. അതാവശ്യമില്ലെന്നും, അവന് തന്റെ ജീവിതത്തിലെ കറുത്തവശങ്ങളെക്കുറിച്ച് വലിയ അറിവൊന്നുമില്ലെന്നും അറിയാം. അറിഞ്ഞെങ്കിൽത്തന്നെ അതൊക്കെ ഒരു മഹാപാപമായി അവൻ കണക്കാക്കുകയുമില്ല. എന്നാലും, എന്തുകൊണ്ടോ അവനെ കാണുകയെന്നോർക്കുമ്പോൾ ഒരു മടി.

കൊടക്കൈനാലിലേക്കു പോവാൻ അവസാനം തീർച്ചയാക്കി. പ്രൊഫസർ വർഗീസും കുടുംബവും അങ്ങോട്ടുപോയിട്ടുണ്ടാവും. ഇതുപോലെ ഉത്സാഹരഹിതമായി ദിവസങ്ങൾ അവിടെ തള്ളിനീക്കേണ്ടിവരില്ല. കൂട്ടിനു വർഗീസുണ്ടല്ലോ.

പെട്ടിയിൽനിന്നും വർഗീസിന്റെ കൊടൈക്കനാൽ അഡ്രസ്സ് എടുത്ത് എഴുതി: ഒരാഴ്ചക്കുള്ളിൽ താനവിടെ എത്തുന്നതാണ്.

ഈ തീരുമാനത്തെക്കുറിച്ച് തള്ളയോടൊന്നും അപ്പോൾ പറഞ്ഞില്ല. നാലുനാഴിക ദൂരെയാണ് പോസ്റ്റോഫീസ്. വൈകുന്നേരം അങ്ങോട്ടു നടക്കാം. പുഴക്കരയേക്കാളും മനസിന് സുഖം അതായിരിക്കും.

ഉച്ചയ്ക്ക് ഊണ് കഴിഞ്ഞ് മുകളിലേക്കുതന്നെ വന്നു. അസഹ്യമായ ഉഷ്ണം. വിശറിയിൽ നിന്നു വരുന്ന കാറ്റിനും പൊള്ളുന്ന ചൂടാണ്. കസാലയിൽ കിടന്ന് ഉറങ്ങാൻ ശ്രമിച്ചു.

ഉറക്കമോ ക്ഷീണിച്ചുള്ള മയക്കുമോ എന്നറിയാത്ത അവസ്ഥയിൽ നിന്നും ഉണർന്നപ്പോൾ മുന്നിൽ ചായയും, അടുത്തുതന്നെ ഒരു കത്തും ഇരിക്കുന്നതുകണ്ടു.

തന്റെ ഗ്രാമത്തിലെ അഡ്രസ്സ് വളരെ കുറച്ചു പേർക്കേ അറിയുകയുള്ളൂ. ആരുടേതായിരിക്കും?

ചായ കഴിക്കുന്നതിനു മുമ്പുതന്നെ കത്തു പൊട്ടിച്ചു. ആരുടേതെന്നു മനസിലായപ്പോൾ ആശ്ചര്യപ്പെട്ടുപോയി. ഓടിച്ചുവായിച്ചു. വിശ്വസിക്കാൻ തന്നെ പ്രയാസം. വീണ്ടും വായിച്ചു. പിന്നെയും.

അത്യധികമായ സന്തോഷംകൊണ്ട് പരിസരബോധംതന്നെയില്ലാതായി. ഉറക്കെ താഴോട്ടുവിളിച്ചു.

"തള്ളേ."

അസാധാരണമായി മുകളിൽനിന്നും വിളിച്ചതുകൊണ്ടായിരിക്കാം തള്ള പരിഭ്രമത്തോടെ ഓടിയെത്തി.

കത്തു കാണിച്ചുകൊണ്ടു പറഞ്ഞു:

"ഞാൻ പറയാറില്ലേ ഒരനിയനെക്കുറിച്ച്; അവന്റെ കത്താണ്."

എന്നിട്ട് ഉറക്കെ ഒന്നുകൂടി വായിച്ചു:

"ഏട്ടന്,"

ഞാനും, ശോഭിനിയും, കുട്ടികളും ഈ ലീവ് ഏട്ടന്റെ കൂടെ നാട്ടിൻ പുറത്ത് കഴിക്കാൻ തീർച്ചയാക്കി. കഷ്ടിച്ച് രണ്ടുമാസം ലീവു കാണും. 22 ന് മെയിലിനാണ് അവിടെത്തുക. സ്റ്റേഷനിൽ ഏട്ടൻ വരുമല്ലോ.

സ്വന്തം,
അനിയൻ
രവി

രണ്ട്

വാസുദേവമേനോന്റെ പെരുമാറ്റത്തിൽ പെട്ടെന്നുണ്ടായ മാറ്റം തള്ളയെയും കാവൽക്കാരനെയും അത്ഭുതപ്പെടുത്തി. മൗനിയായി മുകളിലോ പുറത്തോ കഴിഞ്ഞുകൂടുകയെന്നത് തീരെയില്ലാതായി. ഉച്ചത്തിൽ സംസാരിച്ചും നിർദേശങ്ങൾ കൊടുത്തും മേനോൻ വീട്ടിലെങ്ങും ഓടി നടന്നു. മുമ്പ് വല്ലവരേയും കൂട്ടി താമസിക്കാൻ വരുന്ന കാലത്തും ഇങ്ങനെ കണ്ടിട്ടില്ല.

അനിയനും കുടുംബവും വരുന്നതു പ്രമാണിച്ച് അവർക്കും വലിയ തിരക്കായിരുന്നു. തള്ളയെ സഹായിക്കാൻ പതിവിനു വിപരീതമായി മേനോനും ഉണ്ടായിരുന്നു. അല്ലെങ്കിൽ ശരിയാവില്ലെന്ന് തോന്നി.

തെക്കേ അറ്റത്തെ മുറി തുറന്നു വൃത്തിയാക്കി. അത് അനിയനും അനിയത്തിക്കുമുള്ള കിടപ്പുമുറിയായി നിശ്ചയിച്ചു. അതിനു തൊട്ടടുത്ത് സാധനങ്ങൾ വയ്ക്കാനും കുട്ടികൾക്ക് പെരുമാറാനുമുള്ള മുറിയാക്കാം. അതിനും തൊട്ട് തന്റെ മുറിക്കും തെക്കുള്ളത് കണ്ണാടിയും എണ്ണയും മറ്റും വയ്ക്കാനും ഉപയോഗിക്കാം. മുറിയെല്ലാം ഏകദേശം ശരിപ്പെടുത്തി.

"അനിയന് നിശ്ചയമായും ഇവിടം ഇഷ്ടപ്പെടും." മേനോൻ തള്ളയോടു പറഞ്ഞു.

പതിനഞ്ചിലേറെ വർഷമായി ഈ വീടും തൊടിയും തന്റെ കൈവശമുണ്ടെങ്കിലും അനിയന് കാണാൻ സൗകര്യം കിട്ടിയിട്ടില്ല. ഇതു വാങ്ങിയശേഷം രണ്ടു തവണയോ മറ്റോ ആണ് അവൻ നാട്ടിൽ വന്നത്. ആവശ്യമില്ലാതെ കിടന്നിരുന്ന തങ്ങളുടെ ജനിച്ചുവളർന്ന വീടും സ്വത്തുക്കളും

വിൽക്കാൻ ഏട്ടൻ എഴുതിയിട്ടാണ് ഒരിക്കൽ വന്നത്. അതിന്റെ തിരക്കെല്ലാം കഴിഞ്ഞതും അധികം താമസിയാതെ തന്നെ അവൻ മടങ്ങിപ്പോയി. മറ്റൊരിക്കൽ വന്നത് വിവാഹത്തിനാണ്. അന്നും ഇങ്ങോട്ടു വരാൻ സാധിച്ചില്ല.

അല്ലെങ്കിൽ അനിയനെ ഇവിടെക്കൊണ്ടുവന്നു കാണിക്കാൻ താൻ അന്നൊക്കെ ആഗ്രഹിച്ചിരുന്നില്ല എന്നതാവില്ലേ കൂടുതൽ ശരി? പട്ടണത്തിലെ കെട്ടുപാടുകളിൽ നിന്നെല്ലാം വിട്ടൊഴിഞ്ഞ് രഹസ്യത്തിന്റെ സങ്കേതംപോലെ താനിതു സൂക്ഷിക്കുകയല്ലേ ഉണ്ടായത്? വുതറിങ് ഹൈറ്റ്സ് പോലെയോ റെബേക്കയുടെ വീടുപോലെയോ മറ്റൊന്ന് എന്ന് പലപ്പോഴും ഓർത്തിട്ടുണ്ട്. ആ പേടിയോ അനുഭവമോ ഉണ്ടായിട്ടില്ല. അങ്ങനെ ചിന്തിച്ചിരുന്നു എന്നു മാത്രം.

ഇതിനിടെ രണ്ടോ മൂന്നോ തവണ വേലക്കാരെയുംകൂട്ടി മേനോൻ പട്ടണത്തിൽ പോവുകയുണ്ടായി. പല സാധനങ്ങളും വാങ്ങാൻ. ഹോട്ടലിൽ തന്റെ മുറിയിൽ ഉണ്ടായിരുന്നതും, വരുമ്പോൾ കരുതിക്കൂട്ടി എടുക്കാതിരുന്നതുമായ ട്രാൻസിസ്റ്റർ എടുത്തു. വലിയൊരാൾക്കണ്ണാടി, രണ്ടു നല്ല കിടക്കകൾ, ടോയ്‌ലറ്റുകൾ എന്നിവ വാങ്ങി. കസാലകൾ ആവശ്യത്തിനുള്ളതെല്ലാം വീട്ടിൽ ഉണ്ടായിരുന്നതുകൊണ്ട് വാങ്ങുകയുണ്ടായില്ല. എങ്കിലും അത് വിൽക്കുന്നിടത്തു ചെന്ന് പല പുതിയ ഡിസൈനുകളും പരിശോധിക്കുകയുണ്ടായി.

എല്ലാം വാങ്ങി വളരെ ബുദ്ധിമുട്ടി വീട്ടിലെത്തുമ്പോഴാണ് അറിയുക, ചിലതെല്ലാം മറന്നു പോയിരിക്കുന്നു. വീണ്ടും പട്ടണത്തിലേക്കു തിരിച്ചേക്കും. ക്ഷീണവും മനസിന്റെ മാന്ദ്യവും ഇപ്പോളെവിടെ എന്ന അത്ഭുതം തോന്നും.

അടുക്കളയ്ക്കു വേണ്ട സാധനങ്ങളെല്ലാം പൂർണമായും തള്ളയുടെ മേൽനോട്ടത്തിലായിരുന്നു. മേനോൻ അതിനെക്കുറിച്ച് ഇടയ്ക്കെല്ലാം അന്വേഷിക്കുകമാത്രം ചെയ്യും.

"പാലുകിട്ടാൻ ഏർപ്പാടാക്കിയോ?"

"ഉവ്വ്."

"എത്ര?"

"രാവിലെ രണ്ടിടങ്ങഴി തരാമെന്നു പറഞ്ഞിട്ടുണ്ട്. വൈകുന്നേരം ഒന്നരിടങ്ങഴിയും. പോരെ?"

"മതി."

മേനോൻ കുറച്ചുനേരം എന്തോ ആലോചിച്ചു കൊണ്ടുനിന്നു.

"ആട്ടിൻപാല് കുട്ടികൾക്കു നല്ലതല്ലേ?"

"നല്ലതാണ്."

"കിട്ടാൻ വഴിയുണ്ടോ?"

"നോക്കാം."

"ഒന്നു ശ്രമിക്കണം. പ്രിയനും ആരതിക്കും രാവിലെ ആട്ടിൻപാലു കൊടുക്കാം."

"നാഴി ഏൽപ്പിക്കാം?" തള്ള ചോദിച്ചു:

"മതി."

അന്നുതന്നെ ഒരു വേലക്കാരനെ എഴുത്തും പണവും കൊടുത്ത് പട്ടണത്തിലേക്കയച്ചു. രാത്രി പത്തുമണിയോടുകൂടിയാണ് അവൻ മടങ്ങി വന്നത്. ഒരു വട്ടിയിൽ രണ്ടുമൂന്നു തരം ബേബി ഫൂഡും മറ്റു ചില സാമാനങ്ങളും ഉണ്ടായിരുന്നു.

ഊണു കഴിഞ്ഞ് കുറച്ചു വിശ്രമിക്കാൻ ശ്രമിച്ചു പറ്റുന്നില്ല. ഇരിപ്പുറയ്ക്കുന്നില്ല.

അന്ന് വളരെ വൈകുന്നതുവരെ അനിയനെയും അനിയന്റെ കുടുംബത്തെയും കുറിച്ച് തള്ളയോട് വിശദമായി സംസാരിക്കുകയുണ്ടായി. തള്ള നിശ്ശബ്ദം മേനോൻ പറയുന്നതും കേട്ടുകൊണ്ടിരുന്നു.

മേനോനുമായി കുറേയേറെക്കാലത്തെ പരിചയവും അടുപ്പവുമുണ്ടെങ്കിലും തള്ളയ്ക്ക് അന്നുവരെ മേനോൻ ഒരു രഹസ്യമായിരുന്നു. പട്ടണത്തിൽനിന്നും ഇടയ്ക്കെല്ലാം വരുന്നു. കുറേദിവസം താമസിച്ച് അങ്ങോട്ടുതന്നെ മടങ്ങിപ്പോവുന്നു. വിവാഹിതനായിരിക്കില്ല എന്ന് ഊഹിച്ചതാണ്.

കഥകേൾക്കുമ്പോൾ മേനോന്റെ ജീവിതത്തിൽ മെല്ലെ മെല്ലെ ഉണ്ടാവുന്ന മാറ്റങ്ങളെയും തള്ള ശ്രദ്ധിച്ചിരുന്നു. ആദ്യകാലത്ത് വിസ്കി ബോട്ടിലുകളും പെണ്ണുങ്ങളുമായി വന്നിരുന്നു. കുടിച്ചുമദിച്ച് ദിവസങ്ങൾ ചെലവഴിച്ചിരുന്നു. ക്രമേണ അതിനെല്ലാം മാറ്റം സംഭവിച്ചു. കഴിഞ്ഞ കുറച്ചു കൊല്ലങ്ങളായി ഒറ്റയ്ക്ക് ചിന്താധീനനായി ഗ്രാമത്തിലേക്ക് കടന്നു വരുന്നു. അതേവിധം മടങ്ങിപ്പോവുകയും ചെയ്യുന്നു.

പുറമേ ഒന്നും കാണിച്ചില്ലെങ്കിലും മേനോൻ പറയുന്ന കഥകൾ കേൾക്കാൾ തള്ളയ്ക്ക് അതിയായ ഉത്സാഹമുണ്ടായിരുന്നു......

മേനോന് ഇരുപത്തഞ്ചുവയസായപ്പോൾ അമ്മ മരിച്ചു. അതോടെ അനിയന്റെ എല്ലാഭാരവും സ്വന്തം ചുമലിലായി. അടുത്ത ബന്ധുക്കളോ കുടുംബാംഗങ്ങളോ ആരുമില്ല.

അന്ന് മേനോൻ ഒരു കോളേജിൽ ലക്ചറായി ജോലി നോക്കുകയായിരുന്നു. അനിയന് ഇന്ററിനു ചേരേണ്ട സന്ദർഭമായിരുന്നു. അമ്മ മരിച്ചുപോയതിന്റെ വിഷമം ഒരുതരത്തിലും അനിയനെ ബാധിക്കരുതെന്ന് മേനോന് നിർബന്ധമുണ്ടായിരുന്നു. അവനെ ട്രിച്ചിയിൽ കൊണ്ടുപോയി കോളേജിൽ അഡ്മിറ്റ് ചെയ്തു.

ഒരിക്കലും അവന് പണത്തിനു ബുദ്ധിമുട്ടു നേരിടുകയോ ഏട്ടന് എഴുതേണ്ടിവരികയോ ഉണ്ടായിട്ടില്ല. എല്ലാം മുൻകൂട്ടി കണ്ടറിഞ്ഞ് ഏട്ടൻ അയച്ചുകൊടുക്കുമായിരുന്നു.

ഒരിക്കൽ മൈക്കേൽമസ് ഒഴിവ് ഏട്ടന്റെ കൂടെ പട്ടണത്തിൽ ചെലവഴിച്ച് അനിയൻ മടങ്ങിപ്പോവുകയായിരുന്നു. റെയിൽവേസ്റ്റേഷനിൽ വെച്ച് അനിയനോടു ചോദിച്ചു:

"ഇക്കൊല്ലം നിങ്ങൾക്ക് എക്സ്കർഷനില്ലേ?"

"എന്തോ അറിയില്ല."

"അതെന്താ?"

"ഞാനന്വേഷിച്ചില്ല."

"എന്തോ?"

അനിയൻ ഉത്തരമൊന്നം പറഞ്ഞില്ല. അവൻ മറ്റെങ്ങോ ശ്രദ്ധിക്കുന്ന മട്ടിൽ നിന്നു. ഏട്ടൻ കുറച്ചുനേരത്തിന് ഒന്നും മിണ്ടിയില്ല. പിന്നീട് പേഴ്സ് തുറന്ന് പത്തു പത്തുരൂപാ നോട്ടുകൾ എടുത്തു.

"ഇത് വാങ്ങ്."

അനിയൻ വാങ്ങാൻ മടിച്ചു.

"വേണ്ട ഏട്ടാ."

ഏട്ടൻ ശാസിച്ചു.

"ഇതു വാങ്ങടോ." അനിയന് പണം വാങ്ങേണ്ടിവന്നു. ഏട്ടൻ തുടർന്നു.

"ആവശ്യത്തിനു വേണ്ട പണം ചോദിക്കാൻ നീ മടിക്കരുത്. അമ്മ നമുക്കായി തന്നുപോയ സ്വത്തുണ്ട്. നിനക്കും അധികാരപ്പെട്ടത്."

യാതൊരു ബുദ്ധിമുട്ടുമറിയാതെ രവിയുടെ പഠിപ്പ് പൂർത്തിയായി. ഇനി ഒരു ജോലി വേണം.

അതിനും വിഷമമുണ്ടായില്ല. മേനോന്റെ പഴയൊരു സഹപ്രവർത്തകൻ കൽക്കത്തയിൽ ഒരു കമ്പനിയിൽ ഉയർന്ന സ്ഥിതിയിലായിരുന്നു. അനിയന്റെ കാര്യം അദ്ദേഹത്തിനെഴുതി. അത് ശരിപ്പെടുകയും ചെയ്തു. അവൻ കൽക്കത്തയിലേക്കു പോയി. ഒരു ചുമതല യഥാവിധി നിർവഹിച്ച സമാധാനമാണ് തോന്നിയത്. തന്റെ ലഹരിപിടിച്ച ജീവിതം അതിനൊരു വിഘ്നവും ഉണ്ടാക്കിയതുമില്ല.

രണ്ടുമൂന്നുവർഷം കഴിഞ്ഞപ്പോൾ ശ്രദ്ധിക്കാൻ ആളില്ലാതെ നശിച്ചുപോവുന്ന വീടിന്റെയും സ്വത്തിന്റെയും കാര്യം രവിക്കെഴുതി. ഏട്ടൻ എടുക്കുന്ന ഏതു തീരുമാനവും അവന് സമ്മതമായിരുന്നു. അങ്ങനെ ഒരിക്കൽ അവൻ നാട്ടിൽവന്നു. വീടും നിലങ്ങളും വിറ്റു. കുറച്ചുദിവസം കൂടി ഏട്ടന്റെ കൂടെ താമസിച്ച് രവി തിരിച്ചു പോവുകയും ചെയ്തു.

കഥ കൗതുകപൂർവം കേട്ടുകൊണ്ട്, ഇടയ്ക്കൊന്നും, ചോദിക്കാതെ വിളക്കിന്റെ പ്രകാശത്തിൽനിന്നും ഒഴിഞ്ഞ് തള്ള ഇരുന്നു.

തന്റെ ജീവിതത്തിലെ ഇരുണ്ട വശങ്ങളൊന്നും മേനോൻ വ്യക്തമാക്കുകയുണ്ടായില്ല. അതെല്ലാം മറച്ചു വെച്ചു. തുറന്നു പറയേണ്ട ആവശ്യവുമുണ്ടായിരുന്നില്ല.

ലക്ഷ്യമില്ലാതെ കുതിച്ചോടുകയായിരുന്നു തന്റെ ജീവിതമെന്ന് മേനോന് അറിയാമായിരുന്നു. പല വാഗ്ദത്തലംഘനങ്ങളും വഞ്ചനകളും നടന്നു. മനസിനെ പിടിച്ചു നിർത്താനോ കാര്യമായ വല്ല തീരുമാനങ്ങളും സ്വന്തം ജീവിതത്തിലെടുക്കാനോ കഴിഞ്ഞിരുന്നില്ല.

ഈ കാലത്താണ് ഒരു പെൺകുട്ടി മറ്റൊരു പ്രകാരത്തിൽ മേനോന്റെ ശ്രദ്ധയിൽ കുടുങ്ങി നിന്നത് ശോഭിനി. ഇരുനിറത്തിൽ മെലിഞ്ഞുയർന്ന, ഒരു പെൺകുട്ടി. നാണം കൂടാതെയുള്ള അവളുടെ തുറന്ന പെരുമാറ്റവും നിഷ്കളങ്കതയും ധൈര്യവും മേനോനെ വല്ലാതാകർഷിച്ചു.

അവൾ ലിറ്ററേച്ചർ ബി എ എടുത്ത് കോളേജിൽനിന്നും വിടവാങ്ങുമ്പോൾ തന്റെ മുറിയിൽ വന്നു. വളരെ നേരം സംസാരിച്ചുനിൽക്കുകയും ചെയ്തു.

വളരെ മിടുക്കി. മനസിൽ ഓർത്തു. രവിക്കു പറ്റിയ കുട്ടി.

ആ ആഴ്ചയിൽത്തന്നെ രവിക്കെഴുതി.

"........ പിന്നെ നിനക്കു ഞാനൊരു കുട്ടിയെ കണ്ടു വെച്ചിട്ടുണ്ട്. മിടുക്കി. എന്റെ കാര്യം നീ ആലോചിക്കേണ്ട ഞാനങ്ങനെയാണ്... എന്താ, ഞാൻ ഇത് ആലോചിച്ചാലൊ?"

രവി പ്രതികൂലമായൊന്നും പറഞ്ഞില്ല. ഏട്ടന്റെ ജീവിതം അവൻ കുറേയെല്ലാം ഊഹിച്ചെടുത്തിരിക്കും. അവൻ ലീവിൽ വന്നു. ആളെ ക്കണ്ടു, സമ്മതിച്ചു.

അന്നും രവിയെ ഇങ്ങോട്ടു കൂട്ടിക്കൊണ്ടുവരികയുണ്ടായില്ല. അവന് വരണമെന്നുണ്ടായിരുന്നു. പക്ഷേ, വിവാഹത്തിന്റെ തിരക്കിൽ ഒന്നിനും പറ്റിയതുമില്ല.

കാലം എത്രവേഗം കുതിച്ചോടുന്നു! ഇന്നലെക്കഴിഞ്ഞപോലെ തോന്നുന്ന അതെല്ലാം പത്തുവർഷത്തിനു മുമ്പാണ് നടന്നത്. ഇതിനിടയ്ക്ക് ഒരിക്കൽ മാത്രമാണ് കൽക്കത്തയിൽവെച്ച് അവരെ കണ്ടത്. അവർക്ക് ജീവിതം വളരെ സുഖകരമായിരുന്നു. അന്ന് കുറച്ചുദിവസം അവരുടെ കൂടെക്കൂടി. പിന്നീട് കണ്ടിട്ടില്ല. ഒരു തവണ അവർ നാട്ടിൽ വന്നിരുന്നു. അന്ന് മേനോൻ വടക്കേഇന്ത്യയിൽ എവിടെയോ ആയിരുന്നു. അതുകൊണ്ട് കാണാൻ പറ്റിയതുമില്ല.

മോനോൻ കഥനിർത്തി. കുറേനേരം കൂടി തള്ള ഒന്നും മിണ്ടാതെ

അവിടെത്തന്നെയിരുന്നു. കുറച്ചുനേരത്തിന് നിറഞ്ഞ നിശ്ശബ്ദതയായിരുന്നു. പിന്നീട് അതേപോലെ തള്ള താഴത്തേക്ക് എഴുന്നേറ്റുപോവുകയും ചെയ്തു. മേനോൻ ഏറെനേരം പിന്നെ അങ്ങനെത്തന്നെയായിരുന്നു. അവ്യക്തമായ, സുഖദുഃഖസമ്മിശ്രമായ ഒരവസ്ഥയിലേക്ക് മനസ്സ് ഇറങ്ങിയിരുന്നു.

ഇങ്ങനെയൊരു കത്തു കിട്ടിയിരുന്നില്ലെങ്കിൽ താൻ എന്തുചെയ്യുമായിരുന്നു? കോളേജ് തുറക്കുന്നതുവരെ ദിവസങ്ങൾ എങ്ങനെ ചെലവാക്കുമായിരുന്നു? കൊടൈക്കനാലിലേക്കു പോവുകയോ? മനസ്സ് അന്വേഷിച്ചിരുന്നത് അവിടെ കിട്ടുമായിരുന്നുവോ? ഇന്നും മധുവിധുവിന്റെ രസത്തോടെ ജീവിക്കാനറിയുന്ന മിസ്റ്റർ. വർഗീസിന് താനൊരു ന്യൂയിസൻസാവുമായിരുന്നില്ലേ?

അനിയനും കുടുംബവും വരുന്ന ദിവസം രാവിലെ നാലുമണിക്കുതന്നെ എഴുന്നേറ്റ് കുളിച്ചൊരുങ്ങിക്കഴിഞ്ഞു. റോഡുവരെ കാവൽക്കാരനും തുണവന്നു. റോഡിലെത്തിയപ്പോൾ സമാധാനമായി. പറഞ്ഞതുപ്രകാരം ടാക്സിവന്ന് കാത്തുനിൽക്കുന്നു.

കാവൽക്കാരനെ ഒന്നുകൂടി ഓർമപ്പെടുത്തി.

“നിങ്ങൾ മൂന്നുപേരെങ്കിലും ഇവിടെ ഉണ്ടാവണം.”

സ്റ്റേഷനിലെത്തിയപ്പോൾ വണ്ടി ഒരുമണിക്കൂർ ലേറ്റാണെന്നറിഞ്ഞു. കഠിനമായ കോപംതോന്നി. അസ്വസ്ഥനായി പ്ലാറ്റ്ഫോമിൽ അങ്ങുമിങ്ങും നടന്നു. സമയം നീങ്ങുന്നില്ല. തന്റെ ജീവിതത്തിലൊഴിച്ച് മറ്റെല്ലായിടത്തും സമയം ഒച്ചിഴയുമ്പോലെയാണെന്നു തോന്നി.

ഓടിക്കൊണ്ടിരിക്കുന്ന വണ്ടിയിൽ നാട്ടിലെത്താനുള്ള ധൃതിയോടെ അവർ ഇരിക്കുന്നുണ്ടാവും. ഏട്ടന് കത്തുകിട്ടിയിട്ടുണ്ടാവില്ലേ എന്ന് ഒരുപക്ഷേ, രവി ഇപ്പോൾ പരിഭ്രമിക്കുകയാവും. ശോഭിനിയോ?

ശോഭിനിക്ക് വളരെയധികം മാറ്റം വന്നിരിക്കും. മൂന്നുകുട്ടികളുടെ അമ്മയായി. ആദ്യത്തെ കുഞ്ഞിനെ പ്രസവിച്ച ഉടനെ കണ്ടതാണ്. പിന്നീട് ഇതാ ഇപ്പോഴാണ് കാണാൻ പോവുന്നത്.

ഒന്നുകൂടി കണക്കാക്കി നോക്കി. ജയന് എട്ടുവയസ്സായിക്കാണും. ആരതിക്ക് ആറ്. പ്രിയന് നാല്. എല്ലാവരും സുഖമായി മലയാളം സംസാരിക്കുമെന്നല്ലെ ഒരിക്കൽ ശോഭിനി എഴുതിയിരുന്നത്? എന്നാലും വായിക്കാനറിയുന്നുണ്ടാവില്ല. ജയനും സാധിക്കില്ലായിരിക്കും. മടങ്ങിപ്പോവുമ്പോഴേക്കും എല്ലാവരേയും മലയാളം എഴുതാൻ പഠിപ്പിക്കണം. ജയനെ ബാലസംഘത്തിൽ ചേർക്കുകയും വേണം. ആകപ്പാടെ നല്ല രസമായിരിക്കും.

ഓടിക്കിതച്ചുകൊണ്ട് അതാ ട്രെയിൻ വരുന്നു. മനസ്സ് ഉച്ചത്തിൽ

മിടിക്കുകയായിരുന്നു. ഉണ്ടാവില്ലെന്നു വരുമോ? ഏതു കമ്പാർട്ടുമെന്റിലായിരിക്കും? പുറത്തേക്കുനോക്കി നിൽക്കുന്നുണ്ടാവില്ലേ? ആരാണ് ഫസ്റ്റ്ക്ലാസ് മുറിയുടെ ഡോറിൽ നിന്ന് കൈ വീശുന്നത്? യെസ്, ശോഭിനിതന്നെ. അതെയതെ.

കമ്പാർട്ട്മെന്റ് മുമ്പോട്ടു കടന്നു പോയിരുന്നു. മേനോൻ ധൃതിപിടിച്ച് അങ്ങോട്ടു നടന്നെത്തി. അപ്പോഴേക്കും രവിയും, ശോഭിനിയും, കുട്ടികളും ഇറങ്ങിനിന്നു കഴിഞ്ഞിരുന്നു. മുന്നിൽ, തൊട്ടുമുന്നിൽ അനിയൻ, അനിയത്തി, കുട്ടികൾ! ഒരുനിമിഷം നിശ്ചലനായി നിൽക്കുകയാണുണ്ടായത്. കണ്ണിൽ വെള്ളം നിറഞ്ഞു.

ജയൻ സ്റ്റേഷനിലെ അത്ഭുതങ്ങളിൽ മുഴുകിയിരിക്കുന്നു. ആരതിയുടെ മുമ്പിൽ കുനിഞ്ഞ് അവളുടെ കവിളിൽ തട്ടി സ്വയം പരിചയപ്പെടുത്തികൊടുത്തു.

"ഇതാ വല്യച്ഛൻ."

പ്രിയനെ നിലത്തുനിന്നും പൊക്കിയെടുത്തു. യാത്രാക്ഷീണം കൊണ്ടായിരിക്കണം അവൻ പ്രതിഷേധിക്കുകയുണ്ടായില്ല.

ശോഭിനി ഇങ്ങോട്ടുശ്രദ്ധിക്കുകയും പോർട്ടർമാർക്ക് നിർദേശം കൊടുക്കുകയുമാണ്. ഏട്ടനെ സർവാംഗം വീക്ഷിച്ച് രവി ഒന്നൊഴിഞ്ഞു നിൽക്കുന്നു. ജയനും ആരതിയും തങ്ങളുടെ ലോകത്തിലേക്കു കടന്നു വന്ന പുതിയ ആളെ കണ്ടുപഠിക്കുകയായിരുന്നു.

സാധനങ്ങൾ ഇറക്കിവയ്ക്കുന്ന തിരക്ക് കഴിയുമ്പോഴേക്കു മാത്രമാണ് വാസ്തവത്തിൽ എല്ലാവർക്കും സംസാരിക്കാമെന്നുള്ള സമനില തിരിച്ചുകിട്ടിയത്. പിന്നെ ഒരു കോലാഹലമാണ്.

രവി പറഞ്ഞു:

"ഏട്ടൻ വളരെ വൃദ്ധനായിപ്പോയല്ലോ ശോഭിനി?"

മേനോൻ ചിരിച്ചുകൊണ്ടു അങ്ങോട്ടും പറഞ്ഞു:

"പക്ഷേ നീയറിയാതെ വാർധക്യം ചെവികൾക്കു മുകളിലൂടെ വെളുത്ത രൂപത്തിൽ നിന്നെ ആക്രമിക്കുന്നതോ?"

എന്നിട്ട് ശോഭിനിയുടെ നേരെ തിരിഞ്ഞു.

"പക്ഷേ, പ്രസവിക്കുന്തോറും സൗന്ദര്യം വർധിക്കുന്നു എന്ന പരസ്യം സത്യംതന്നെ."

ആ ഫലിതം മൂന്നുപേരും ഒരുപോലെ ആസ്വദിച്ചു.

പ്രിയനെ എടുത്ത്, ആരതിയെ വലതുകൈകൊണ്ടുപിടിച്ച്, ജയനെ മുന്നിൽ നടത്തി മേനോൻ മുമ്പോട്ടു നീങ്ങി. പിന്നാലെ രവിയും ശോഭിനിയും.

"ഏട്ടാ, പ്രിയനെ ഒന്നു നടക്കാനെങ്കിലും അനുവദിക്ക്. പാവം."

ശോഭിനി അപേക്ഷിച്ചു. മേനോൻ അതുകേട്ടതായി നടിക്കാതെ അവരെ വേഗം വരാൻ ധൃതികൂട്ടിയിരുന്നു. മുന്നിൽപോയിരുന്ന പോർട്ടറോട് ലേശം സാവധാനപ്പെടാൻ ആജ്ഞാപിക്കുകയും ചെയ്തു.

കാറിൽ ഡ്രൈവറുടെ അടുത്ത് വല്യച്ഛനും പ്രിയനും ഇരുന്നു. ജയനും അവിടെ തന്നെ ഇരിക്കണമെന്ന് ശാഠ്യം പിടിച്ചു. ശോഭിനിയും രവിയും എത്ര പറഞ്ഞിട്ടും അവൻ സമ്മതിച്ചില്ല. അവസാനം അവനും മുന്നിൽത്തന്നെ സീറ്റുനേടി. ആരതി ശാഠ്യമൊന്നും കാണിക്കാതെ അമ്മ യുടെ കൂടെ പിന്നിലിരുന്നു.

"ഏട്ടന് എഴുത്തുകിട്ടിയില്ലേ എന്നു ഞങ്ങൾ പേടിച്ചിരുന്നു." രവി പറഞ്ഞു.

"കഴിഞ്ഞാഴ്ച തന്നെ കിട്ടി."

കുട്ടികൾ റോഡിനിരുവശത്തുമുള്ള വിജനമായ പറമ്പുകളും കുന്നിൻ പുറങ്ങളും അത്യത്ഭുതത്തോടെ നോക്കിക്കാണുകയായിരുന്നു. മേനോൻ യാത്രയെക്കുറിച്ച് അന്വേഷിച്ചുകൊണ്ടിരുന്നു.

"മദ്രാസിൽ തങ്ങിയില്ലേ?"

"രണ്ടുദിവസം അവിടെക്കൂടി."

ശോഭിനിയുടെ അച്ഛനും അമ്മയും മറ്റും അവിടെയാണ്.

"അവർക്കെല്ലാം സുഖമല്ലെ?"

"അതെ."

"ഞാൻ നാലഞ്ചുകൊല്ലമായി അവരെയൊന്നു കണ്ടിട്ട്."

പലതും സംസാരിച്ച് വയസ്സനാലിന്റെ ചുവട്ടിൽ എത്തിയതുതന്നെ അറിഞ്ഞില്ല. വേലക്കാർ കാത്തുനിൽക്കുന്നുണ്ടായിരുന്നു.

"ഇവിടെയാണ് നമുക്കിറങ്ങേണ്ടത്."

രവി വഴിയത്താണിയിൽ ചാരിനിന്ന് ചുറ്റും നോക്കിക്കണ്ടു. ആദ്യം വരുന്നതാണ്. ഏട്ടൻ തെരഞ്ഞെടുത്ത വിജനത അയാളെ നല്ലപോലെ ആകർഷിച്ചെന്നു തോന്നുന്നു.

വെയിലിന് ശക്തികൂടിവരുന്നേയുള്ളൂ. അതിനുമുമ്പ് അങ്ങോട്ടെത്താനുള്ള ധൃതിയായിരുന്നു മേനോന്.

"നമുക്ക് മൂന്നുനാഴികയോളം നടക്കണം അല്ലേ ഏട്ടാ?" ശോഭിനി ചോദിച്ചു:

രണ്ടുകൂലിക്കാർ സാധനങ്ങൾ തലയിലേറ്റി. ഒരുത്തൻ മാത്രം നിർദ്ദേശം കാത്തുനിന്നു.

"നീയും കുറച്ചേറ്റ്." രവി അവനോടു പറഞ്ഞു:

"വേണ്ട." മേനോൻ പറഞ്ഞു; "കുട്ടികളെ ഏറ്റാനാണവൻ."

രവിയും ശോഭിനിയും ഒന്നു പരസ്പരം നോക്കി. ഒന്നും പറഞ്ഞില്ല.

പക്ഷേ, കുട്ടികൾ നടക്കുവാൻ ശാഠ്യം പിടിച്ചു. സാരമില്ല. കുറച്ചെത്തുമ്പോൾ മതിയാവും.

വരണ്ടുകിടക്കുന്ന പാടത്തേക്കവർ ഇറങ്ങി.

കറുത്ത, കനമുള്ള മേഘങ്ങൾക്കിടയിൽ വെളുത്ത ഒരൊറ്റ മേഘം പോലെയാണോ താൻ?

ആലോചിക്കാൻ മേനോന് സമയമോ സന്ദർഭമോ ഉണ്ടായിരുന്നില്ല. അവർ ധൃതിവെച്ച് നടന്നു പോവുകയായിരുന്നു.

മൂന്ന്

രണ്ടുദിവസം കഴിയുമ്പോഴേക്കും വീടും പരിസരവും എല്ലാവർക്കും നല്ല പരിചയമായിത്തീർന്നു. ശോഭിനിയുടെ പെരുമാറ്റം കണ്ടാൽ അനേകവർഷമായി അവൾ ഈ വീടുമായി ഇടപഴകുന്നു എന്നു തോന്നും. മുകളിലും താഴത്തും അടുക്കളയിലും തൊടിയിലുമെല്ലാം ശോഭിനിയുണ്ട്. അടുക്കളയിൽ തള്ള പലപ്പോഴും ഒരു സഹായി മാത്രമായി പിന്തള്ളപ്പെട്ടു.

ഗ്രാമപ്രദേശത്ത് ഇത്രയും സൗകര്യമായൊരു വീടുകിട്ടിയതിൽ അവൾക്ക് അത്യധികം സന്തോഷമുണ്ടായിരുന്നു. സ്വതേ പൊട്ടിത്തെറിച്ചു നടക്കാനാണ് അവൾക്കിഷ്ടം. പഠിക്കുന്ന കാലത്ത് കോളേജിൽ ആൺകുട്ടികളെ നിലയ്ക്കു നിർത്താനും വേണമെങ്കിൽ അവരുമായി വഴക്കിടാൻ കൂടിയും അവൾക്കേ ധൈര്യമുണ്ടായിരുന്നുള്ളൂ. ഏതു കുഴപ്പത്തിലും ചെന്നു ചാടും. എവിടേയും തന്റേടത്തോടെ തലയുയർത്തി നിൽക്കും. അതുകൊണ്ട് ആരും അവളെ ഇഷ്ടപ്പെടുന്നു. യൂണിയൻ തിരഞ്ഞെടുപ്പിൽ നിഷ്പ്രയാസം അവൾ തിരഞ്ഞെടുക്കപ്പെട്ടപ്പോൾ അത് ആർക്കും ഒരത്ഭുതമായിരുന്നില്ല.

ശോഭിനിക്ക് കൽക്കത്തയിലെ തിരക്കുപിടിച്ച, കണക്കുവെച്ച ജീവിതം എങ്ങനെ സഹിക്കാൻ കഴിയുന്നു എന്ന് മേനോൻ പലപ്പോഴും ആലോചിക്കാറുണ്ടായിരുന്നു. കൂട്ടിൽപ്പെട്ട പക്ഷിയെപ്പോലെയായിരിക്കും. പക്ഷേ രവി പറയുന്നു.

"അവൾക്ക് ഏതു പരിതഃസ്ഥിതിയോടും അത്ഭുതകരമായി ഇണങ്ങിച്ചേരാൻ കഴിയും."

ഈ വീട്ടിൽ എത്തിയതോടെ അവൾക്കു സന്തോഷം തോന്നി. വളരെക്കാലത്തെ അന്വേഷണത്തിനു ശേഷം കണ്ടെത്തിയ ആഹ്ലാദം. കൂടെക്കൂടെ അവൾ അത് പറയുകയും ചെയ്തിരുന്നു.

അനിയൻ അത്രതന്നെ ബഹളക്കാരനല്ല. പലതിൽനിന്നും ഒഴിഞ്ഞുമാറുന്ന പ്രകൃതം. പക്ഷേ, ശോഭിനി പറയുന്നു:

"ഏട്ടന്റെ മുമ്പിലാവുന്നതുകൊണ്ടാണ് ഈ ഒഴിഞ്ഞുമാറൽ. അല്ലെങ്കിൽ കാണാം ശ്രീമാന്റെ പേട്ടതുള്ളൽ."

അതെന്തായാലും രവിക്ക് ഏറ്റവും ഇഷ്ടപ്പെട്ടത് തൊടിയിൽ പുളിമാവിൻ ചോടായിരുന്നു. അവിടെ കസാലയുമെടുത്തിട്ട് എന്തെങ്കിലും പുസ്തകം വായിച്ചുകൊണ്ടിരിക്കുന്നതിൽ അയാൾ അതിയായ ആഹ്ലാദം കണ്ടെത്തി. ഇടയ്ക്കിടക്ക് ചായവേണം എന്നുമാത്രം നിർബന്ധമുണ്ടായിരുന്നു.

അല്ലെങ്കിൽ ഏട്ടനിൽനിന്നും ഒഴിഞ്ഞു മാറുകയായിരുന്നുവോ രവി? ഏട്ടൻ സ്വയംചെന്നു ചാടിയ ഏകാന്തതയുടെ നോവ് താൻ ഏറ്റെടുത്ത് വേദനിക്കുകയായിരുന്നുവോ? പലപ്പോഴും ചിന്തയിലേക്കു വഴുതി വീഴുന്നത് അതുകൊണ്ടായിരിക്കുമോ?

"എന്നുമില്ലാതിരുന്ന ഈ പ്രത്യേകമട്ട് എന്താ?" ശോഭിനി ചിലപ്പോൾ ചോദിക്കും.

"ഒ, വെറുതെ എന്തോ ഓർത്തുപോയി."

"അതെന്തന്നാ ചോദിച്ച്?"

"ഇതന്നെ." എന്നിട്ട് അവളുടെ കവിളിൽ നുള്ളുകയോ മണ്ടയ്ക്ക് കിഴുക്കുകയോ ചെയ്ത് പൊട്ടിച്ചിരിക്കും.

ശോഭിനി എന്നാലും കുറെയെല്ലാം ഊഹിച്ചെടുത്തു.

ഏട്ടനെക്കുറിച്ചാണ്, തീർച്ച.

ഒറ്റയ്ക്ക്, ലക്ഷ്യമില്ലാതുള്ള ഏട്ടന്റെ ജീവിതം എവിടെയാണ് ചെന്നെത്തുക? നരകയറിയ തലയും മുഖത്തെ വാർധക്യത്തിന്റെ രേഖകളും നോക്കി ചിലപ്പോൾ നിശ്ചലം നിൽക്കുന്നത് അവൾ ശ്രദ്ധിച്ചതല്ലേ? എന്താണ് ഏട്ടന്റെ ഉദ്ദേശ്യം? പെട്ടെന്ന് വല്ലതും സംഭവിച്ചാൽ ആരാണ് നോക്കാനുള്ളത്? പാവം ലക്ഷ്യം തെറ്റി വളരെ വളരെ ദൂരം ഓടിക്കഴിഞ്ഞിരിക്കുന്നു.

രവി ഒരുദിവസം ശോഭിനിയോട് ഒന്നും ചോദിക്കാതെതന്നെ പറഞ്ഞു:

"ഏട്ടനെക്കുറിച്ചോർക്കുമ്പോഴാണ് എനിക്ക് വിഷമം."

ശോഭിനി മിണ്ടാതെ കേട്ടുനിന്നതേയുള്ളൂ.

"മടങ്ങുന്നതിനുമുമ്പ് നമുക്ക് എന്തെങ്കിലും ചെയ്തേപറ്റൂ. അതിന് നീ മുൻകൈയെടുക്കുകയും വേണം."

അപ്പോഴും ശോഭിനി ഒന്നും പറഞ്ഞില്ല.

രവിയുടെ ചിന്തകളോ രവിയും ശോഭിനിയും തമ്മിലുള്ള സംഭാഷണങ്ങളോ യാതൊന്നും അറിയാതെ മേനോൻ അപ്പോഴെല്ലാം കുട്ടികളുടെ ലോകത്തിൽ കഴിഞ്ഞുകൂടുകയായിരുന്നു. തന്നെ അലട്ടിയിരുന്ന ഏകാന്തതയും അസ്വസ്ഥതയും തീരെ മാഞ്ഞുപോകുംപോലെയാണ്

തോന്നിയത്. ഈ ദിവസങ്ങളും തേടിയാണ് ഇത്രയുംകാലം ഒരു പൊങ്ങുതടിപോലെ അലഞ്ഞതെന്നു തോന്നും മേനോന്റെ പെരുമാറ്റം കണ്ടാൽ.

വല്യച്ഛനോട് കുട്ടികൾ ക്ഷണത്തിൽ അടുത്തു. ആദ്യത്തെദിവസം എത്ര നിർബന്ധിച്ചിട്ടും ജയൻകൂടി വല്യച്ഛന്റെ കൂടെ കിടുന്നുറങ്ങാൻ തയാറായില്ല. അലമാര തുറന്ന് ചോക്കലേറ്റ് ടിൻ കാണിച്ചു വിളിച്ചു. രവിയും ശോഭിനിയും അവരോടു പറഞ്ഞു നോക്കി. പക്ഷേ ചോക്കലേറ്റും കൈക്കലാക്കി അമ്മയുടെ കൂടെ കിടന്നുറങ്ങാനാണ് അവർ പോയത്.

അത് ആദ്യദിവസത്തെ രാത്രി മാത്രം. പിന്നെപ്പിന്നെ വല്യച്ഛൻ മാത്രം മതി അവർക്കെന്നായി. മൂന്നുപേരും വല്യച്ഛന്റെ കൂടെ കിടക്കാൻ ശാഠ്യം തുടങ്ങി. വല്യച്ഛൻ ശാസിക്കില്ല. ഇഷ്ടമുള്ളതെല്ലാം കൊടുക്കും. രാവിലെ നേരത്തെ വിളിച്ചുണർത്തി ബുദ്ധിമുട്ടിക്കുകയില്ല.

വടക്കേ ജനാല തുറന്ന് പശ്ചിമഘട്ടം നോക്കി നിൽക്കാനാണ് ജയനിഷ്ടം. അവൻ അങ്ങനെ നിൽക്കുമ്പോൾ ചിലപ്പോൾ മാത്രം മേനോൻ രങ്കനായകിയെക്കുറിച്ചോർക്കും. പക്ഷേ, എന്തൊരു വ്യത്യാസം! രണ്ടുപേരും മലയുടെ നിഗൂഢസൗന്ദര്യം ആസ്വദിക്കുകയാണ്. രങ്കനായകി ഇരുളിന്റെ നേരിയ പാടകൊണ്ടു ആവരണം ചെയ്യപ്പെട്ട പർവതത്തിന്റെ അവ്യക്തഗാംഭീര്യം നോക്കി നിന്നു. ജയൻ മീനവെയിലിൽ വെട്ടിത്തിളങ്ങുന്ന മലയുടെ നിഗൂഢശക്തിയിൽ ബാലമനസിനെ പറക്കാൻ വിടുന്നു.

"കൽക്കത്തയിൽ മലയുണ്ടോ ജയാ?" വല്യച്ഛൻ ചോദിച്ചു.

"ഞാൻ കണ്ടിട്ടില്ല."

"എന്നാൽ എന്നും ഈ മല കണ്ടുകൊണ്ട് നീ ഇവിടെ കൂടിക്കോ."

ജയൻ തലതിരിച്ചു. അവന് വിശ്വാസം വരുന്നില്ല.

"വല്യച്ഛൻ കളിപറയുന്നതല്ലേ?"

"മോനോട് ഞാൻ കളി പറയ്യോ?"

പിന്നെ കുറേനേരം ജയൻ മിണ്ടാതെ മല നോക്കിനിൽക്കും.

"അതെന്താ വല്യച്ഛാ? ആ കാണുന്നത്?"

"ഏത്?" വല്യച്ഛൻ എഴുന്നേറ്റുനോക്കി.

"ആ കാണുന്നത്; ഒരു വരപോലെ?"

"ഓ, അതോ, അത് ചരക്ക് വലിച്ചുകൊണ്ടുപോയ പാടാണ്."

"ചരക്കോ?"

"ചരക്ക് എന്നുവെച്ചാൽ വളരെ വലിയ പാത്രം."

എന്നിട്ട് പണ്ടുമുതലേ കേട്ടുപഴകിയ കഥകൾ വല്യച്ഛൻ ജയനു പറഞ്ഞുകൊടുക്കും.

"പണ്ട് ശിവനും പാർവതിയും മലവഴി ചരക്കുവലിച്ചുകൊണ്ടുപോയി. ഇടിവെട്ടുംപോലെയായിരുന്നു ശബ്ദം. ആളുകളെല്ലാം ഞെട്ടിയുണർന്ന് അതുനോക്കി നിന്നു."

അത്ഭുതംകൊണ്ട് ജയന്റെ കണ്ണുകൾ വിടർന്നു. വല്യച്ഛനായതു കൊണ്ട് നുണയാവില്ല. അമ്മയോ അച്ഛനോ ആണെങ്കിൽ തമാശയായി രിക്കും.

"വല്യച്ഛനും കണ്ടോ?"

"ഞാൻ കണ്ടില്ല."

"അതെന്താ?"

"ഞാനന്ന് ജനിച്ചിട്ടില്ല. എന്റെ അച്ഛന്റെ അച്ഛന്റെ അച്ഛൻ കണ്ടിട്ടു ണ്ടാവും."

"എന്നിട്ട്?"

"എന്നിട്ടെന്താ; അങ്ങനെ വലിച്ചുവലിച്ച് പാർവ്വതിയും പരമശിവനും കൈലാസത്തേക്കു പോയി. ആ പോയ വഴിയാണ് കാണുന്നത്."

ജയൻ വാപൊളിച്ച് ആ വഴിയും നോക്കി അങ്ങനെതന്നെ നിന്നു.

"ഇനി അങ്ങോട്ട് നോക്ക്? ആ കാണുന്നത്?"

"ഏത്?"

"വല്യച്ഛൻ ചൂണ്ടിക്കാണിച്ചു."

"ങാ, കണ്ടു."

"അതെന്തുപോലിരിക്കുന്നു?"

"ഒരു കാറുപോലെ."

"നാം സ്റ്റേഷനിൽനിന്നു വരുമ്പോൾ കണ്ടില്ലേ ഒന്നു രണ്ടുവണ്ടി. കാളകൾ വലിക്കുന്നത്?"

"ഉവ്വ്."

"അതുപോലെ തോന്നുന്നില്ലേ?"

"അതെതെ. വണ്ടിപോലെത്തന്നെ."

"അതിന്റെ കഥ കേൾക്കേണ്ടേ?"

ജയന് രസംകൂടി.

"ഒരിക്കൽ ഒരു സന്ധ്യക്ക് വണ്ടിക്കാരൻ പോവുകയായിരുന്നു. വഴി തെറ്റി ആ കാണുന്ന ദിക്കിലെത്തി. അവിടെ ദേവന്മാർ കളിക്കുന്ന സ്ഥല മാണ്. പാവം, അവൻ അറിഞ്ഞില്ല. ദേവന്മാർ വണ്ടിക്കാരനെക്കണ്ടു. അവർക്ക് കലശലായ കോപം വന്നു. അവനും, വണ്ടിയും, കാളകളും കല്ലായിപോട്ടെ എന്നവർ ശപിച്ചു. അതാണ് ആ കാണുന്നത്."

ജയന് എല്ലാം അത്ഭുതംതന്നെ. അവനും ധാരാളം കഥകൾ അറിയാം. പക്ഷേ, കഥയിൽ പറയുന്ന കാര്യങ്ങൾ നേരിട്ടുകാണുക! ഇതു വരെ ഉണ്ടായിട്ടില്ല. ശരി സ്കൂൾ തുറക്കട്ടെ. അമോറിനോടും ടുട്ടുവി നോടും ഇതെല്ലാം പറയണം. അവർ കേട്ട് അന്തം വിട്ടിരിക്കും കഷ്ടം! മലകൂടി കാണാത്തവരായിരിക്കും അവർ.

ജയൻ പ്രിയനെയും ആരതിയെയും വിളിച്ചുകൊണ്ടുവന്നു. കല്ലായിപ്പോയ വണ്ടിയും ചരക്കുവലിച്ചവഴിയും കാണിച്ചുകൊടുക്കാൻ. അവർ ജയൻ പറയുന്നതു ശ്രദ്ധിച്ചുകേട്ടു. കുറച്ചുനേരം അങ്ങോട്ടു നോക്കിക്കൊണ്ടുനിന്നു. അവർക്ക് രസമൊന്നും തോന്നിയില്ല. അലമാരയുടെ താക്കോലിലായിരുന്നു അവർക്ക് കൂടുതൽ ശ്രദ്ധ.

കുട്ടികളും വല്യച്ഛനും തമ്മിലുള്ള വലിയ അടുപ്പം ശോഭിനി കൗതുകപൂർവം ശ്രദ്ധിക്കുന്നുണ്ടായിരുന്നു. വല്യച്ഛനെ കുട്ടികൾ അനാവശ്യമായി ദ്രോഹിക്കുകയാണെന്ന് ചിലപ്പോൾ അവൾ കുട്ടികളെ താക്കീതു ചെയ്യും. അതുകേൾക്കുമ്പോൾ ഏട്ടൻ അങ്ങോട്ടു ശാസിക്കുകയും ചെയ്യും.

"നീ എന്തിനാ കുട്ടികളെ ശാസിക്കണ്? അവർ എന്നെ ദ്രോഹിക്കുകയാണെന്ന് ആരു പറഞ്ഞു?"

ശോഭിനിക്ക് കലശലായ കോപം ഉണ്ടായ ഒരു സംഭവം ഉണ്ടാവുകയും ചെയ്തു. ഒരുദിവസം ആരതി അമ്മയുടെ അടുത്ത് ഓടിക്കൊണ്ടുവന്നു പറഞ്ഞു:

"അമ്മേ, പ്രിയൻ വല്യച്ഛന്റെ മഷിയെല്ലാം കളഞ്ഞു."

ശോഭിനി അടുക്കളയിൽ എന്തോ ചെയ്യുകയായിരുന്നു. അവൾ ജോലിയവിടെയിട്ട് മുകളിലേക്ക് ഓടിപ്പോയിനോക്കി. പ്രിയനുണ്ട് മഷി കൊട്ടിത്തൂത്തിരിക്കുന്നു. ഒന്നുരണ്ടു വലിയ പുസ്തകങ്ങളിലും എഴുതാൻ വെച്ച കടലാസിലും നിറയെ മഷി!

വല്യച്ഛൻ പുറത്തെങ്ങോപോയിരുന്നു. ശോഭിനിക്ക് ദേഷ്യം നിയന്ത്രിക്കാൻ സാധിച്ചില്ല. അവൾ പ്രിയനെ കണക്കിനു പ്രഹരിച്ചു. വല്യച്ഛനില്ലാത്തപ്പോൾ മുറിയിൽ കയററുതെന്ന് വിലക്കുകയും ചെയ്തു.

കുറച്ചു കഴിഞ്ഞ് വല്യച്ഛൻ ജയനുമായി മടങ്ങി വരുമ്പോഴുണ്ട് പ്രിയൻ മുഖം വീർപ്പിച്ച് പടിക്കൽ നിൽക്കുന്നു. വല്യച്ഛൻ പ്രിയനെ വാരിയെടുക്കാൻ ശ്രമിച്ചപ്പോൾ അവൻ കുതറിമാറിനിന്നു.

"എന്താ പ്രിയാ?" എത്ര ചോദിച്ചിട്ടും മിണ്ടുന്നില്ല. പിന്നീട് ആരതിയാണ് നടന്ന സംഗതിയെല്ലാം പറഞ്ഞത്. വല്യച്ഛൻ നേരെ അടുക്കളയിലേക്കു ചെന്നു. കൂടെ പ്രിയനുമുണ്ട്.

"നീ എന്തിനാ അടിച്ചത്?"

ശോഭിനി ഒന്നും പറഞ്ഞില്ല.

"ഇവരോട് മുറിയിൽ കയററുതെന്നും പറഞ്ഞോ?"

"അതൊന്നൂല്യ. ഏട്ടനില്ലാതെ കേറേണ്ടെന്നാ പറഞ്ഞത്?"

"കയറിയാലെന്താ?"

"ഏട്ടൻ മോളിൽച്ചെന്നു നോക്കു പ്രിയൻ കാണിച്ചതെന്തെന്ന്?"

“അതിന്? കുട്ടികൾ കുറേശ്ശെ വികൃതി കാണിക്കില്ലേ? അതിന് നമ്മളും ഇങ്ങനെ പെരുമാറിയാലോ?”

മൂന്നുപേരയുംകൂട്ടി വല്യച്ഛൻ മുകളിലേക്കു ചെന്നു. അലമാര തുറന്ന് മൂന്നുപേർക്കും മിഠായി കൊടുത്തു. പ്രിയന് മൂന്നെണ്ണം അധികവും.

ശോഭിനി മറഞ്ഞുനിന്ന് എല്ലാം കാണുന്നുണ്ടായിരുന്നു. കുറച്ചു കഴിഞ്ഞ് തലയും താഴ്ത്തി താഴോട്ടിറങ്ങിപ്പോവുകയും ചെയ്തു. എന്നിട്ട് സാരിത്തലപ്പുകൊണ്ട് കണ്ണുതുടച്ച് കുറേനേരം എന്തോ ഓർത്തുകൊണ്ട് പടിക്കലേക്കു നോക്കിനിന്നു.

രവിക്ക് ചായക്ക് സമയമായിട്ടുണ്ടാവും. അവൾ ചായയുമെടുത്ത് മാവിൻ ചുവട്ടിലേക്കു നടന്നു.

പ്രിയന്റെ ദുഃഖമെല്ലാം മാറിയിരുന്നു. അവൻ ഉത്സാഹിയായി ത്തീർന്നിരുന്നു. കുട്ടികൾ മുറിക്കുള്ളിൽ വല്യച്ഛനു ചുറ്റും ബഹളം കൂട്ടി ക്കൊണ്ടിരുന്നു.

അപ്പോഴാണ് പുറത്ത് ആരുടെയോ ശബ്ദം കേട്ടത്. ആരോ വന്നി ട്ടുണ്ട്. തള്ള ശോഭിനിയെ വിളിക്കുന്നതുകേട്ടു. മേനോൻ അതുകൊണ്ട് താഴോട്ടുപോയില്ല. കുറച്ചുകഴിഞ്ഞ് ശോഭിനി അവരോടു സംസാരിക്കു ന്നതുകേട്ടു. മേനോൻ മുകളിൽനിന്നു ചോദിച്ചു.

“ആരാ അത്?”

“കാവിലെ വേലയ്ക്ക് പിരിവിനാണത്രേ” ശോഭിനി താഴത്തുനിന്നും വിളിച്ചു പറഞ്ഞു.

കുട്ടികളേയും കൂട്ടി മേനോൻ താഴോട്ടിറങ്ങിപ്പോയി.

“ഞങ്ങൾ പിരിവിന് വന്നതാണ്?”

മേനോന് ഓർമവന്നു. നാലഞ്ചുനാഴിക ദൂരെയുള്ള കാവിലെ വേല യ്ക്കാണ്. ഒരിക്കൽ അഞ്ചുരൂപ സംഭാവന ചെയ്തത് ഓർമയുണ്ട്.

“എന്നാണ് വേല?”

“അടുത്ത ചൊവ്വാഴ്ച.”

“കേമമായിട്ടാണോ?”

“കേമമാക്കണംന്ന്ണ്ട്. ഇവിടുന്ന് ഈ പ്രാവശ്യമെങ്കിലും വരണം. പകൽ വേലകഴിഞ്ഞ് സന്ധ്യയ്ക്ക് മടങ്ങും ചെയ്യാം.”

“നോക്കട്ടെ.”

അവർക്ക് പത്തുറുപ്പിക കൊടുത്തു. സന്തോഷമായി. അവർ പോയതും ശോഭിനിയോടു പറയുകയും ചെയ്തു.

“നമുക്ക് വേണമെങ്കിൽ പകൽ വേലയ്ക്ക് പോവാം.”

നാട്ടിൻപുറത്തെ വേല വളരെക്കാലത്തിനുശേഷം ഒന്നുകാണാൻ രവിക്കും ശോഭിനിക്കും താൽപ്പര്യമാണ്.

പഞ്ചവാദ്യത്തിനു സമയമായപ്പോൾ അമ്പലമുറ്റത്തേക്കിറങ്ങി നിന്നു. തിരക്കിൽ സൗകര്യംപോലെനിന്ന് കേൾക്കാൻ സാധിച്ചില്ല. പഞ്ചവാദ്യത്തിന്റെ മുമ്പിൽനിന്ന് ജനങ്ങൾ മറ്റുവല്ലതും ചെയ്യുന്നു, പരിചയം പുതുക്കുന്നു, ഉറക്കെ ചുറുക്കെ സംസാരിക്കുകയും മറ്റും ചെയ്യുന്നു. ഒരു സൗകര്യവുമില്ല. കുറച്ചുനേരം അവിടെനിന്ന് വാദ്യംകേട്ടു എന്നു വരുത്തി. ഇരുട്ടിനുമുമ്പേ മടങ്ങുകയും ചെയ്തു.

വർഷങ്ങൾക്കുശേഷം നാട്ടിൻപുറത്തെ വേലയും ജനങ്ങളുടെ ഉത്സാഹവും കണ്ടാസ്വദിച്ചു എന്ന തൃപ്തി മൂന്നുപേർക്കുമുണ്ടായിരുന്നു. രവിയും ശോഭിനിയും പട്ടണജീവിതത്തിന്റെ ഒരു ഭാഗമായി മാറിയതുമൂലം നാട്ടിൻപുറങ്ങളിൽനിന്നും മിക്കവാറും അകന്നു കഴിഞ്ഞിരുന്നു. മേനോൻ തരംകിട്ടുമ്പോഴെല്ലാം നഗരത്തിലെ ബഹളത്തിലേക്ക് സുഖം അന്വേഷിച്ച് ഓടിപ്പോവുകയുമായിരുന്നു. വല്ലപ്പോഴും ഗ്രാമത്തിലെ വീട്ടിലേക്ക് വന്നിരുന്നെങ്കിൽ അത് നാട്ടിൻപുറം കണ്ടാസ്വദിക്കാനായിരുന്നില്ല. കൃത്രിമമായ ഒരു ലോകം സൃഷ്ടിച്ച് അതിൽ മുഴുകാനായിരുന്നു.

നടന്നുപോവുമ്പോൾ മേനോൻ വിചാരിക്കുകയായിരുന്നു.

താൻ പട്ടണത്തിൽനിന്നും നാട്ടിൻപുറത്തുനിന്നും അകന്നിരിക്കുന്നു.

എന്നിട്ടെവിടെത്തി!

നാല്

ഒരു വെള്ളിയാഴ്ച.

മേനോൻ പട്ടണത്തിലേക്കു പോയി. കൂടെ ജയനുമുണ്ടായിരുന്നു. കോളേജിൽച്ചെന്ന് എന്തോ ആവശ്യമുണ്ടായിരുന്നു. മിക്കവാറും അന്നു വൈകുന്നേരത്തിനു മടങ്ങാമെന്നു പറഞ്ഞാണ് പോയത്.

രാവിലത്തെ തിരക്കെല്ലാം കഴിഞ്ഞ് ശോഭിനി ഏട്ടന്റെ മുറിയിലേക്കു ചെന്നു. എല്ലാം അടുക്കും ചിട്ടയുമില്ലാതെ കിടക്കുന്നു. പുസ്തകങ്ങൾ പലതും ഷെൽഫിൽനിന്നും പുറത്ത് ചിതറിക്കിടന്നിരുന്നു.

കുറച്ചുകഴിഞ്ഞപ്പോൾ ശോഭിനിയേയുമന്വേഷിച്ച് രവിയും അങ്ങോട്ടു കടന്നുവന്നു. ശോഭിനിക്ക് ചിരിവന്നു.

"എന്താ ഫിലോസഫർ മാവിൻചോട് ഉപേക്ഷിച്ചത്?"

"ശൂർപ്പണഖയെ കാണണമെന്നുതോന്നി."

"യെസ്, ഖരൻ ഇരുന്നാലും." ഖരൻതന്നെയല്ലേ ശൂർപ്പണഖയുടെ ഭർത്താവ്? ശരിയായിരിക്കണം. പക്ഷേ രവിക്ക് ഖാനും കുംഭകർണ്ണനുമെല്ലാം ഒരുപോലെതന്നെ.

രവി മുറിയെല്ലാം ഒന്നു പരിശോധിച്ചു. മേശയ്ക്കടിയിലും അലമാരയ്ക്കുള്ളിലും താഴത്തും എല്ലാം നോക്കി.

“എന്താ തിരയണ്?” ശോഭിനി ചോദിച്ചു:

“നീ കോളേജിലായിരുന്നപ്പോൾ ഏട്ടൻ കുടിക്കാറുള്ളതായി അറിയുമോ?”

“അറിയാമായിരുന്നു. കോളേജിൽ എല്ലാവരും അറിഞ്ഞിരുന്നു.”

“ക്ലാസിലേക്കു കുടിച്ചുവരുമോ?”

“ഒരിക്കൽ ഏട്ടൻ ഞങ്ങൾക്ക് മാക്ബെത്തെടുത്തത് നല്ല ഓർമയുണ്ട്. അന്ന് ക്ലാസ് പതിവിലധികം വിജയിച്ചുപോയി. അന്ന് ഏട്ടൻ കുടിച്ചിരുന്നു.”

“ഏട്ടൻ ക്ലാസെടുക്കാനെങ്ങനെ?”

“അതല്ലെ ഏട്ടന്റെ നേട്ടം. മറ്റെന്തു കുറവും ആ കഴിവിലാണ് മങ്ങിപ്പോയത്. കോളേജ് വിട്ടുപോവുന്ന ആരുടെ മനസിലും പ്രൊഫസർ മേനോനായിരുന്നു സജീവമായി നിൽക്കുക.”

ശോഭിനി മുറിയെല്ലാം അടിച്ചുവാരി വൃത്തിയാക്കി. പുസ്തകങ്ങൾ തിരിച്ചും മറിച്ചുംനോക്കി ഷെൽഫിൽ അടുക്കിവച്ചു. ചിലത് ഒന്നു രണ്ടു പേജുകൾ മറിച്ചുനോക്കും. തനിക്ക് രസിക്കുന്നതൊന്നുമില്ല.

അപ്പോഴാണ് താഴത്തെ വരിയിൽ ഇരുന്നിരുന്ന തടിച്ച പുസ്തകം ശ്രദ്ധയിൽപ്പെട്ടത്. ഷേക്സ്പിയറുടെ കംപ്ലീറ്റ് വർക്സ് വെറുതെ മറിച്ചുനോക്കുമ്പോഴാണ് അത് കണ്ടത്. പെട്ടെന്ന് അത്ഭുതമാണുണ്ടായത്.

“നോക്കൂ, ഈ ഫോട്ടോ ആരുടെയാണെന്നറിയാമോ?”

രവി ഫോട്ടോ വാങ്ങി. കുറേനേരം അതിലേയ്ക്ക് ശ്രദ്ധിച്ചുനോക്കിക്കൊണ്ടിരുന്നു. പിന്നീട് നിഷേധരൂപത്തിൽ തലയാട്ടി ശോഭിനിയുടെ മുഖത്ത് ദൃഷ്ടിയുറപ്പിച്ചിരുന്നു. ഒന്നും മനസിലാവുന്നില്ല.

രണ്ടുപേരും തങ്ങളുടെ ഓർമയിൽ ഉള്ളവരെക്കുറിച്ചെല്ലാം ഓർത്തുനോക്കി. ഇങ്ങനെയൊരു രൂപം മനസിൽ തെളിഞ്ഞുവരുന്നേയില്ല. ആരായിരിക്കും?

താൻ കോളേജിൽ പഠിക്കുന്ന കാലത്തൊന്നും ഇങ്ങനെയൊരാളെ കണ്ടതായി ശോഭിനി ഓർക്കുന്നില്ല.

അവസാനം ശോഭിനിക്കൊരു യുക്തിതോന്നി. അവൾ തള്ളയെ മുകളിലേക്കു വിളിച്ചു.

“ഈ ഫോട്ടോയിലുള്ളതാരാ? നിങ്ങൾ എന്നെങ്കിലും കണ്ടിട്ടുണ്ടോ?”

തള്ള വളരെനേരം ഫോട്ടോനോക്കിനിന്നു. ജനാലയ്ക്കരികെ ചെന്ന് കൂടുതൽ വെളിച്ചത്തിൽ പരിശോധിച്ചു.

പല രൂപങ്ങളും തള്ളയുടെ മനസിലൂടെ കടന്നുപോയി. എങ്കിലും ഇതുപോലൊരാളെ കണ്ടതായോർക്കുന്നേ ഇല്ല. അവസാനം തള്ള മന

സിലുറച്ചു – ഇല്ല, ഇതുപോലൊരു സ്ത്രീയും ഇവിടെ വന്നിട്ടില്ല. താൻ കണ്ടിട്ടുമില്ല.

ഫോട്ടോ തിരിച്ചുകൊടുത്തു.

"എനിക്കു മനസിലായില്ല."

ശോഭിനി ഒന്നുകൂടി എടുത്തുചോദിച്ചു.

"ഇവിടെ എപ്പോഴെങ്കിലും വന്നിട്ടുണ്ടോ?"

"ഇല്ല."

ഇനി രക്ഷയില്ല. ആരോടു ചോദിച്ചാലറിയാം. ഏട്ടനോടു ചോദിക്കുക തന്നെ വഴിയുള്ളൂ.

രണ്ടുപേരും ചിന്തയിൽ മുഴുകി കുറേനേരം മിണ്ടാതിരുന്നു. കുറെ കഴിഞ്ഞ് രവി പറഞ്ഞു:

"ഏട്ടനിൽനിന്നും ഈ ഫോട്ടോവിന്റെ രഹസ്യം എങ്ങനെയെങ്കിലും നീ മനസിലാക്കാൻ ശ്രമിക്കണം. എനിക്കുതോന്നുന്നത് അതറിഞ്ഞാൽ ഏട്ടന്റെ ജീവിതത്തിൽ കാര്യമായ വല്ലമാറ്റവും വരുത്താൻ നമുക്ക് സാധിക്കുമെന്നാണ്."

ശോഭിനി മറ്റൊരു സൂക്ഷ്മപരിശോധന നടത്തി. ഷെൽഫിലെ പുസ്തകങ്ങളും അലമാരയും, മേശയും സൂട്ട്കേസും എല്ലാം പരിശോധിച്ചു. എങ്ങും മറ്റൊരു ഫോട്ടോവും കണ്ടെത്തിയില്ല.

വളരെ സമാധാനംതോന്നി. ഒരു ഡിറ്റക്ടീവിന്റെ മട്ടിൽ അവൾ പറഞ്ഞു:

"അപ്പോൾ ഇത്രയും അറ്റാച്ചുമെന്റ് ഏട്ടന് മറ്റാരോടും തോന്നിയിട്ടില്ലെന്നുവേണം കരുതാൻ."

തള്ളയെ ഒന്നുകൂടി മുകളിലേക്കു വിളിച്ചു.

"ഏട്ടൻ ഒറ്റയ്ക്കായിരുന്നോ സാധാരണ ഇവിടെവന്നു താമസിക്കുക?"

"കഴിഞ്ഞ മൂന്നുനാലു വർഷങ്ങളായി ഒറ്റയ്ക്കുതന്നെയാണ് വരിക."

"അതിനുമുമ്പോ?"

"കൂടെ ആരെങ്കിലും ഒരാൾ ഉണ്ടാവും."

"സ്ത്രീയോ പുരുഷനോ?"

തള്ള ഉത്തരം പറയാൻ മടിച്ചുനിന്നു. രവി നിർബന്ധിച്ചു.

"സംശയിക്കേണ്ട. ഏട്ടന്റെ നന്മയ്ക്കുവേണ്ടി ചോദിക്കുകയാണ്."

തള്ള മറുപടി പറഞ്ഞു:

"സ്ത്രീയായിരിക്കും."

"അവരിൽ ആരുമല്ലല്ലോ ഈ ഫോട്ടോവിൽ ഉള്ളത്?"

"അല്ല."

"ഉറപ്പല്ലെ?"

"അതെ."

തള്ള താഴോട്ടിറങ്ങിപ്പോയതിനുശേഷം ശോഭിനി രവിയോടു പറഞ്ഞു:

"നോക്കൂ, ഞാൻ വിചാരിച്ചത് എത്ര ശരിയാണ്. ഈ ഫോട്ടോവി ലുള്ളവരാണ് ഏട്ടന്റെ ജീവിതത്തിൽ സജീവമായി സ്വാധീനം ചെലു ത്തിനിൽക്കുന്ന ഒരേ ഒരാൾ. എന്തെങ്കിലും സംഗതിവശാൽ അവർ അക ന്നിട്ടുണ്ടാവും. അതറിഞ്ഞാൽ ഒരുപക്ഷേ നമുക്ക് കാര്യമായി എന്തെ ങ്കിലും ചെയ്യാൻ കഴിയും."

അവർ പിന്നെയും വളരെനേരം സംസാരിച്ചുകൊണ്ടിരുന്നു. ഏട്ട നിൽനിന്നുതന്നെ എല്ലാം മനസിലാക്കാനുള്ള ഭാരം ശോഭിനി ഏറ്റു. അവൾ ചോദിച്ചാൽ ഏട്ടൻ പറയാതിരിക്കുകയില്ല.

സന്ധ്യയോടുകൂടിയാണ് മേനോൻ മടങ്ങിവന്നത്. പ്രിയനും ആര തിയ്ക്കും ഉടുപ്പുകളും മറ്റും വാങ്ങിക്കൊണ്ടുവന്നിരുന്നു.

"ഇതൊന്നും ഇപ്പോൾ വേണ്ടിയിരുന്നില്ല ഏട്ടാ" ശോഭിനി പറഞ്ഞു:

അത് ഞാൻ തീർച്ചയാക്കാം. എന്നു മറുപടി കൊടുത്തു. കുറച്ചുക ഴിഞ്ഞ് ഇത്രയുംകൂടി കൂട്ടിച്ചേർക്കുകയും ചെയ്തു.

"നമ്മുടെ ഉടുപ്പുകളുടെ രീതിയും മറ്റും കൽക്കത്തയിൽ ഒരു പുതു മയായിരിക്കുമല്ലൊ."

എന്നിട്ട് ബാഗ് തുറന്ന് മറ്റൊരു പൊതിയെടുത്ത് ശോഭിനിയുടെ നേരെ നീട്ടി.

"ഇതെന്താ ഏട്ടാ?"

"തുറന്നുനോക്ക്."

കസവുമുണ്ടും വേഷ്ടിയും!

"നിനക്ക് കൽക്കത്തയിൽ നടക്കാനിറങ്ങുമ്പോൾ ചിലപ്പോഴെല്ലാം ഉടുക്കാനാണ്."

ശോഭിനി ഒന്നും പറഞ്ഞില്ല. അടുത്തുനിൽക്കുന്ന രവിയുടെ മുഖ ത്തേക്ക് ഒന്നുനോക്കുകമാത്രം ചെയ്തു. രവി മുണ്ടും വേഷ്ടിയും വാങ്ങി പരിശോധിച്ചു തിരിച്ചു കൊടുക്കുകയും ചെയ്തു. ഒന്നും പറഞ്ഞില്ല.

വല്ലതും സംസാരിക്കാൻ സന്ദർഭം കിട്ടുമോ എന്ന് ശോഭിനി നോക്കാ തിരുന്നില്ല. സന്ദർഭം കിട്ടിയില്ല. ഏട്ടനു യാത്രാക്ഷീണമുണ്ടായിരുന്നു. നേരത്തെ ഊണും കഴിച്ച് ആരതിയെയും പ്രിയനെയും കൂട്ടി കിടക്കാൻ പോയി. ജയൻ നേരത്തെ ഉറങ്ങിക്കഴിഞ്ഞിരുന്നു.

പിറ്റേന്നു വൈകുന്നേരം ശോഭിനി നടക്കാൻ ഏട്ടനെ ചെന്നു വിളിച്ചു.

"പുറപ്പെടുകയല്ലെ ഏട്ടാ?"

"നടക്കാനല്ലേ?"

"അതെ."

"അനിയനെവിടെ?"

"നടക്കാനില്ലെന്നു പറഞ്ഞു. ലേശം തലവേദനയുണ്ടത്രെ."

"എന്നാൽ വരണ്ട. അതാണ് നല്ലത്. ആസ്പിരിൻ ഉണ്ടല്ലോ. കൊടുക്കാമായിരുന്നു."

"കൊടുത്തു."

"ശരി. കുട്ടികളോടു പുറപ്പെടാൻ പറയൂ."

"ഞാനവരോട് ഇന്ന് വരേണ്ടെന്നു പറഞ്ഞു. അച്ഛന് കൂട്ടിന് അവര് ഇവിടെ ഇരുന്നോട്ടെ."

"അത് നന്നായി."

മേനോൻ പുറപ്പെട്ടു. അനിയനെ ചെന്നുനോക്കി. സാരമില്ല. ലേശം തലവേദനമാത്രം.

ശോഭിനി മുന്നിലും മേനോൻ പിന്നിലുമായി നടന്നു. ആരും അധികമൊന്നും സംസാരിക്കുവാൻ ഇഷ്ടപ്പെട്ടില്ല. പാടവും തെങ്ങിൻതോപ്പും കഴിഞ്ഞ് പുഴയിലേക്കാണ് അവർ പോയത്.

മണൽപ്പരപ്പിലേക്ക് ഇറങ്ങിനിന്ന് ഇരിക്കാൻ പറ്റിയ സ്ഥലം ശോഭിനി തിരഞ്ഞു. കിടക്കുന്ന ആനയെപ്പോലുള്ള വലിയ പാറ അവളുടെ കണ്ണിൽപ്പെട്ടു.

മേനോൻ പറഞ്ഞു:

"വേണ്ട. അവിടെ അതിന്റെ പുറത്ത് ഇപ്പോഴും നല്ല ചൂടായിരിക്കും. നമുക്കിവിടെ മണലിലിരിക്കാം."

മണൽപ്പരപ്പിൽ സൗകര്യംനോക്കി രണ്ടുപേരുമിരുന്നു. പുഴക്കര സാധാരണപോലെ വിജനമായിരുന്നു. ഇരുട്ട് മെല്ലെ മെല്ലെ കടന്നുവരാൻ തുടങ്ങി.

"ഇന്ന് നാലോ ആറോ നാഴിക ഇരുട്ടാണെന്നു തോന്നുന്നു" ഏട്ടൻ പറഞ്ഞു.

രണ്ടുപേരും ഒന്നും മിണ്ടാതെ വളരെനേരമിരുന്നു. കിഴക്കുനിന്നും വരുന്ന കാറ്റ് വളരെ സുഖകരമായി തോന്നി.

ഇരുട്ട് രണ്ടുപേരുടേയുമിടയ്ക്ക് ഒരു ആവരണമിട്ടു.

ശോഭിനി സാവധാനത്തിൽ ഫോട്ടോ പുറത്തെടുത്തു.

"ഏട്ടാ ഞാനൊന്നു ചോദിക്കട്ടെ."

"എന്താ?"

"വിരോധം തോന്നരുത്."

"ചോദിക്കൂ."

"ഈ ഫോട്ടോ ആരുടേതാ?"

ഫോട്ടോ നീട്ടിക്കൊടുത്തു. ഏട്ടൻ അതുവാങ്ങി ടോർച്ചുതെളിച്ചു നോക്കി.

ഏട്ടന്റെ മുഖത്തെ ഭാവം മാറുന്നത് ടോർച്ചിന്റെ വെളിച്ചത്തിൽ ശോഭിനി കണ്ടു.

"ഇത് നിനക്കെവിടുന്നു കിട്ടി?"

"ഏട്ടന്റെ മുറിയിൽനിന്ന്. ഇന്നലെ ഒരു പുസ്തകം വെറുതെ എടുത്തുനോക്കുമ്പോഴാണ് കണ്ടത്."

"അനിയനും കാണുകയുണ്ടായോ?"

"ഉണ്ടായി."

കുറച്ചുനേരത്തിന് ഏട്ടൻ ഒന്നും മിണ്ടിയില്ല. ഫോട്ടോവും കൈയിൽവെച്ച് അങ്ങനെ ഇരുന്നു. എന്താണ് പറയേണ്ടതെന്ന് ആലോചിക്കുകയാവാം.

ഏട്ടൻ ഒന്നും മിണ്ടുന്നില്ലെന്ന് കണ്ടപ്പോൾ ശോഭിനി തിരക്കി:

"എന്താ ഒന്നും മിണ്ടാത്തത്?"

"മിണ്ടാൻ ഒന്നുമില്ലാത്തതുകൊണ്ട്."

"ഫോട്ടോ ആരുടെയാണെന്നു പറയൂ."

"ഒരു ചെല്ലമ്മയുടെയാണ്. നീ അറിയില്ല."

"ആരാണ് ഈ ചെല്ലമ്മ?"

കുറച്ചുനേരത്തിന് വീണ്ടും മൗനം. പിന്നീട് ഏട്ടൻ പറഞ്ഞു:

"അതൊന്നും അറിയേണ്ട ശോഭിനി. എന്റെ ജീവിതത്തിലെ അടയ്ക്കപ്പെട്ടുകഴിഞ്ഞ ഒരു പഴയ അധ്യായമാണതെന്നു കരുതിയാൽ മതി."

ശോഭിനി വിട്ടില്ല.

"ഏട്ടൻ സ്വന്തമായി ഒരു രഹസ്യത്തിന്റെ ലോകം സൂക്ഷിക്കുകയാണ്. എന്തിനാ ഞങ്ങളിൽ നിന്നുകൂടി ഇതെല്ലാം മറച്ചുവെക്കുന്നത്?"

"അറിഞ്ഞിട്ട് വലിയ കാര്യമൊന്നുമില്ല. അതുകൊണ്ട് ആ രഹസ്യം രഹസ്യമായിട്ടുതന്നെയിരുന്നോട്ടെ."

"വല്ല കാര്യവുമുണ്ടായാലോ?"

"എനിക്കു തോന്നുന്നില്ല."

"എന്നാലും പറയൂ ഏട്ടാ."

അവസാനം ശോഭിനിയുടെ പിടിവാശിക്കു മുമ്പിൽ പറയാതെ തരമില്ലെന്നുവന്നു. ആരംഭിച്ചത് മടിച്ചു മടിച്ചായിരുന്നു. കുറച്ചുകഴിഞ്ഞപ്പോൾ തടവില്ലാതെ കഥ പ്രവഹിച്ചുതുടങ്ങി:

"ചെല്ലമ്മയെ ഞാൻ ആദ്യമായി കാണുന്നത് ഇരുപത്തിയഞ്ചിലേറെ വർഷം മുമ്പായിരുന്നു. മദ്രാസിൽ വെച്ച്. ഞങ്ങൾ ഓണേഴ്സിന് ഒരു

മിച്ച് ചേർന്നവരായിരുന്നു. വെളുത്തു മെലിഞ്ഞ ഒരു സാധാരണ പെൺകുട്ടി. ഒരു പ്രത്യേകതയുമില്ല. ഒഴിഞ്ഞുപോവുന്നു മട്ട്. എന്നെ ആകർഷിക്കത്തക്ക യാതൊന്നും ഞാൻ ചെല്ലമ്മയിൽ കണ്ടില്ല. മൂന്നു കൊല്ലത്തിനിടയ്ക്ക് വളരെ ചുരുക്കമായി മാത്രമേ ഞങ്ങൾ സംസാരിക്കുക തന്നെയുണ്ടായിട്ടുള്ളൂ. കോഴ്സ് കഴിഞ്ഞപ്പോൾ മര്യാദയ്ക്കുവേണ്ടി മാത്രം ഞങ്ങൾ യാത്ര പറഞ്ഞു പിരിഞ്ഞു. അതിലുമുപരി ഒന്നുമുണ്ടായില്ല.

ഓണേഴ്സ് കഴിഞ്ഞതിന്റെ അടുത്തവർഷം ഞാനൊരു പ്രൈവറ്റ് കോളേജിൽ കടന്നുകൂടി. നീ പഠിച്ചതിലല്ല. ഒരു മാസം കഴിയുമ്പോഴേക്കും ചെല്ലമ്മയും അവിടേക്കുതന്നെ ജോലിയായി വന്നു. തീരെ പ്രതീക്ഷിക്കാതെയാണ് ഞങ്ങൾ വീണ്ടും അടുക്കുന്നത്. വാസ്തവത്തിൽ അവൾ അവിടെ വന്നില്ലായിരുന്നുവെങ്കിൽ യാതൊരു കുഴപ്പവും സംഭവിക്കില്ലായിരുന്നു.

"ഒന്നിച്ചു പഠിച്ചവർ; അതിനുശേഷം ഒന്നിച്ചു ജോലി ചെയ്യുന്നവരും. സെക്കൻഡ് ഗ്രേഡ് കോളേജായിരുന്നതുകൊണ്ട് ചീഫിനു പുറമെ ഡിപ്പാർട്ടുമെന്റിൽ ഞങ്ങൾ രണ്ടുപേർ മാത്രമാണുണ്ടായിരുന്നത്. ഞങ്ങൾ രണ്ടുപേർക്കു മാത്രമായി കോളേജിലെ ഒരറ്റത്ത് ഒരു പ്രത്യേക മുറി കിട്ടി.

ഇതൊക്കെയായിരുന്നു എല്ലാ വിഷമങ്ങളും സൃഷ്ടിച്ചത്. രണ്ടുമൂന്നു മാസമായപ്പോഴേക്കും സ്വാഭാവികമായും ഞങ്ങൾ വളരെയധികം അടുത്തു. എന്നോടു ഉള്ളു തുറന്നു സംസാരിക്കാനും പെരുമാറാനും ചെല്ലമ്മയ്ക്കു സാധ്യമായി വന്നു. അവളുടെ ഒഴിഞ്ഞു മാറുന്ന പ്രകൃതി ക്രമേണ അപ്രത്യക്ഷമായിത്തുടങ്ങി. വൈകുന്നേരങ്ങളിൽ എന്റെ കൂടെ നടക്കാനിറങ്ങാനും രാത്രി വളരെ വൈകുംവരെ ബീച്ചിൽ ചുറ്റിയടിക്കാനും അവൾക്ക് ധൈര്യം കിട്ടിത്തുടങ്ങി.

ശോഭിനിയോട് ഞാൻ മിക്കവാറും മറവുവയ്ക്കാതെ എല്ലാം പറയുകയാണ്."

മേനോൻ കുറച്ചുനേരം നിർത്തി. വികാരങ്ങളെ നിയന്ത്രിച്ച് നിർത്താനായിരിക്കണം. ചുറ്റും ഇരുട്ടായിരുന്നു. ഏട്ടന്റെ മുഖഭാവം ശോഭിനിക്ക് അറിയാൻ വഴിയുണ്ടായിരുന്നില്ല. അവൾ നിശ്ശബ്ദപൂർവം കഥ തുടരുന്നത് കേൾക്കാൻ കാത്തിരുന്നു.

"അക്കാഡമിക് ഇയർ അവസാനിക്കുന്നതിനും നാലഞ്ചുമാസം മുമ്പു മുതൽ ഫിസിക്സ് ഡിപ്പാർട്ട്മെന്റിലെ ഒരു ഡെമോൺ സ്ട്രേറ്ററുമായി ഞാൻ അടുപ്പത്തിലെത്തുകയായിരുന്നു. അന്നത്തെ എന്റെ സ്വഭാവരീതി അറിയുമായിരുന്നെങ്കിൽ അതിലൊന്നും യാതൊരു അസാധാര

ണത്വവും തോന്നുമായിരുന്നില്ല. അവളുടെ പേര് ഞാൻ പറയുന്നില്ല. ആരെയും ആകർഷിക്കുന്ന മട്ടുകാരി. ചെല്ലമ്മയുമായി വളരെ അടുക്കുന്ന ദിവസങ്ങളിൽ ഞാൻ ഡെമോൺസ്ട്രേറ്ററെക്കുറിച്ചു ചിന്തിക്കുന്നുമുണ്ടായിരുന്നു. അവൾ തലക്കുള്ളിൽ ഒരു ലഹരിയായിതീർന്നു. ഞാൻ തന്നെയായിരിക്കും മുൻകൈയെടുത്തത്. എന്തായാലും അവളെ വലയിട്ടുകുടുക്കാൻ കഴിഞ്ഞു.

ചെല്ലമ്മയിൽ ഈ സംഭവമുണ്ടാക്കുന്ന പ്രതികരണം എനിക്കറിയാമായിരുന്നു. അവൾ കഠിനമായി വേദനിക്കുന്നുണ്ടായിരുന്നു. പക്ഷേ, ഞാനെന്തുചെയ്യട്ടെ? അവളുടെ മാനസികാവസ്ഥ പരിപൂർണമായും മനസിലാവാത്തപോലെ നടിച്ചു. ഞാനങ്ങനെയാണ് ശോഭിനി; പ്രത്യേകിച്ചും അക്കാലങ്ങളിൽ. ഒരു ദിവസം ചെല്ലമ്മ അതെന്നോടു സൂചിപ്പിക്കുകയും ചെയ്തു. ഞാൻ അവളുടെ ആക്ഷേപം നിസ്സാരമെന്ന മട്ടിൽ അവഗണിച്ചു. ചെല്ലമ്മ പൊട്ടിപ്പൊട്ടിക്കരഞ്ഞു."

ഒരിക്കൽക്കൂടി അതേരംഗം അതേ വികാരതീക്ഷ്ണതയോടെ കൺമുന്നിൽ തെളിഞ്ഞിരിക്കും – മേനോൻ നിശ്ശബ്ദനായി. മണലിൽ കൈവിരൽക്കൊണ്ടെന്തോ വരച്ചുകൊണ്ട് അദ്ദേഹമിരുന്നു.

"എനിക്ക് അന്ന് ചെല്ലമ്മയെ വിവാഹം ചെയ്യാനുള്ള ഉദ്ദേശ്യമുണ്ടായിരുന്നില്ല. അവളോട് ആദ്യം അടുക്കുമ്പോഴും ഞാനിങ്ങനെ ഉദ്ദേശിച്ചിരുന്നില്ല. ഈ സംഗതി അപ്പോൾ – അവളെ സംബന്ധിച്ചിടത്തോളം വളരെ വൈകിയതിനുശേഷം – ഞാൻ തുറന്നുപറയുകയും ചെയ്തു."

അവൾ എന്നെ തുറിച്ചുനോക്കി. കുറേനേരം അങ്ങനെതന്നെ നിന്നു. അവളുടെ പ്രതീക്ഷകളെല്ലാം ഞാൻ തകർത്തിരിക്കണം. പിന്നീട് സാരിത്തലപ്പുകൊണ്ട് കണ്ണുതുടച്ചു. ഇപ്പോൾ എനിക്ക് വ്യക്തമായും അതെല്ലാം ഓർക്കാൻ കഴിയുന്നു. ഒന്നും മിണ്ടാതെ മുറിയിൽനിന്നും അവൾ പുറത്തുപോയി.

പിറ്റേന്നു കോളേജിൽ ചെല്ലുമ്പോഴാണറിയുന്നത് ചെല്ലമ്മ ഒരു മാസത്തെ ലീവെടുത്തു സ്ഥലംവിട്ടെന്ന്. സത്യത്തിൽ എനിക്ക് വിശേഷിച്ചൊന്നും അപ്പോൾ തോന്നിയില്ല. ഒരപരാധബോധവും അന്ന് എന്നെ വിഷമിപ്പിച്ചില്ല. അധികം താമസിയാതെ ചെല്ലമ്മ രാജികൊടുത്തു പോവുകയും ചെയ്തു."

ഇതുവരെ മിണ്ടാതെ കഥ കേട്ടിരുന്ന ശോഭിനി ചോദിച്ചു:

"പിന്നീട് ഏട്ടൻ അവരെ കണ്ടിട്ടില്ലേ?"

"ഒന്നോ രണ്ടോ തവണ."

"അപ്പോൾ സംസാരിക്കുകയുണ്ടായോ?"

"ഇല്ല. ഒരിക്കൽ അടുത്തുവെച്ചു കണ്ടുമുട്ടി. ഒരു കോൺഫറൻസിന്. അവൾ തന്നെ ശ്രദ്ധിക്കുന്നതായി നടിച്ചതുകൂടിയില്ല. മറ്റൊരിക്കൽ ദൂരെ

വെച്ചാണ്. അവൾ എന്നെ കണ്ടിരിക്കും. അതുകൊണ്ടായിരിക്കും മറ്റൊരു വഴിക്കുതിരിഞ്ഞു."

വീണ്ടും കുറച്ചുനേരം ഇരുളും നിശ്ശബ്ദതയുംമാത്രം:

ശോഭിനി ചോദിച്ചു:

"പിന്നീട് അവൾക്ക് എന്തു സംഭവിച്ചു?"

"എനിക്കു വലിയ നിശ്ചയംപോര. അറിയാൻ വലിയ താൽപ്പര്യവുമില്ലായിരുന്നു. അതിനെക്കുറിച്ചോർക്കാൻ സാവകാശം കിട്ടാത്തവിധത്തിൽ ഞാൻ മറ്റൊരുവഴിക്കൊഴുകുകയായിരുന്നു."

"ഏട്ടന് അവരെക്കുറിച്ചൊന്നുമറിയില്ലെന്നാണോ?"

"അങ്ങനെയല്ല. അവൾ മധുരയിൽ ഒരു കോളേജിൽ നിൽക്കുന്നതായറിയാം."

"ഇപ്പോഴും അവിടെയുണ്ടോ?"

"ഉണ്ട്."

"ഏട്ടനെങ്ങനെ ഉറപ്പിച്ചു പറയാൻ കഴിയും?"

"കഴിഞ്ഞവർഷം ഞാൻ കാര്യമായി ചെല്ലമ്മയെക്കുറിച്ചന്വേഷിച്ചു."

"എന്തിന്?"

"എന്തിനെന്ന് വ്യക്തമായി പറയാൻ വയ്യ. അന്വേഷിക്കണമെന്നു തോന്നി."

വീണ്ടും മൗനം. കുറച്ചുകഴിഞ്ഞ് ശോഭിനി മൗനം ഭഞ്ജിച്ചു.

"ഏട്ടാ അവർ പിന്നീട് വിവാഹം കഴിക്കുകയുണ്ടായോ?"

"ഇല്ല."

ആ ഉത്തരം വലിയൊരാശ്വാസംപോലെ ശോഭിനി കേട്ടു. വളരെ വൈകിയിട്ടാണെങ്കിലും ഇനിയും എന്തുകൊണ്ട് ഒരു ബന്ധം ശരിയായിക്കൂടാ? ആരെങ്കിലും മുൻകൈയെടുക്കണം. എന്നാൽ, ശരിപ്പെടുമായിരിക്കും.

ഏട്ടന്റെ ഏകാന്തതയും അതിന്റെ ദുഃഖവും തീരും. ജീവിതത്തിന് ഒരർഥം ഉണ്ടാവുകയും ചെയ്യും.

തങ്ങളുടെ മടക്കത്തിനുമുമ്പുതന്നെ എന്തെങ്കിലും ചെയ്യാൻ കഴിയും.

ടോർച്ചടിച്ച് സമയം നോക്കി. ഒമ്പതു കഴിഞ്ഞിരിക്കുന്നു.

"വരൂ. നമുക്ക് മടങ്ങാം."

ശോഭിനി മുന്നിലും ഏട്ടൻ പിന്നിലുമായി നടന്നു. അമ്പിളി പതുക്കെ ഉദിച്ചുപൊങ്ങുന്നുണ്ടായിരുന്നു. തെങ്ങോലകൾക്കിടയിലൂടെ അവ്യക്തനിലാവ് അവരുടെ വഴിയിൽ ഉതിർന്നുവീണിരുന്നു. രണ്ടുപേരും ചിന്തിക്കുകയായിരുന്നു. ഗാഢമായി ചിന്തിക്കുകയായിരുന്നു.

ശോഭിനി ചിന്തയിൽനിന്നും ഒന്നുണർന്ന് മൗനം ഭഞ്ജിച്ചു.

"ഏട്ടാ, ഞാനൊന്നു മധുരയ്ക്കു പോവാൻ ആലോചിക്കുന്നു."

ഉദ്വേഗപൂർവം ഏട്ടൻ ചോദിച്ചു:

"എന്തിന്?"

"അവരെ ഒന്നുകാണാൻ."

"ചെല്ലമ്മയെയോ?"

"അതെ."

"എന്നിട്ട്?"

"ഒന്നുമില്ല. ഒന്നു കണ്ടു സംസാരിക്കണം."

ഏട്ടൻ അതിന് സമാധാനമൊന്നും പറയാതെ നടന്നു. ശോഭിനിയും പെട്ടെന്നൊന്നും പറഞ്ഞില്ല. എന്താണ് എങ്ങനെയാണ് ചോദിക്കേണ്ട തെന്ന് അവൾ ആലോചിച്ചു നടന്നു. അവസാനം പതിഞ്ഞ സ്വരത്തിൽ അവൾ ശ്രദ്ധാപൂർവം ചോദിച്ചു:

"അവർക്ക് സമ്മതമാണെങ്കിൽ ഏട്ടൻ അവരെ വിവാഹം ചെയ്യാൻ തയാറാവുമോ?"

മറുപടിയൊന്നുമുണ്ടായില്ല. അവൾ മറുപടിക്ക് കാത്തതുമില്ല. ഏട്ടന്റെ മനസിലെ ചിന്തകളുടെ പോക്ക് അവൾക്ക് ഏറക്കുറെ ഊഹി ക്കാൻ കഴിഞ്ഞിരിക്കുന്നു.

ഏട്ടൻ പശ്ചാത്തപിക്കാനും ഏകാന്തതയുടെ ദുഃഖം അനുഭവി ക്കാനും തുടങ്ങിയിരിക്കന്നു. അപരാധബോധമാണ് ഏട്ടന്റെ മനസിൽ. ഇനി ചെല്ലമ്മയെ എങ്ങനെയാണ് നേരിടുക? എന്താണ് പറയുക? അവ ളുടെ ജീവിതം ഒരർഥത്തിൽ തകർത്തത് ആരാണ്? എന്നിട്ട് ജീവിതം സായാഹ്നത്തോടടുക്കാൻ തുടങ്ങുമ്പോൾ ചെന്നു പശ്ചാത്തപിക്കുക! തന്റെ ജീവിതത്തിലേക്ക് ക്ഷണിക്കുക! ക്ഷണിച്ചാൽ ചെല്ലമ്മ വരുമോ?

എന്തോ? ഏട്ടന് ഒന്നും പറയാൻ കഴിഞ്ഞില്ല. ശോഭിനി നിർബന്ധി ച്ചതുമില്ല.

അഞ്ച്

പിറ്റേന്നു രാവിലെ മേനോൻ കിടക്കയിൽ തന്നെ മലർന്നു കിടക്കു കയായിരുന്നു.

"ഏട്ടൻ ഉണർന്നില്ലേ?" ശോഭിനി മുറിയിലേക്കു കടന്നുവന്നു. മേനോൻ എഴുന്നേറ്റു കിടക്കയിൽത്തന്നെയിരുന്നു. ഏട്ടൻ കൊടുത്ത മുണ്ടും വേഷ്ടിയുമാണ് അവൾ ധരിച്ചിരുന്നത്.

ഏട്ടൻ ചോദിച്ചു:

"എന്താ വല്ല യാത്രയും......?"

"ഉണ്ട്."

"എങ്ങോട്ട്?"

"മധുരയ്ക്ക്."

ഇന്നുതന്നെ, ഇത്രവേഗം തന്നെ അവൾ പോവാൻ ഒരുങ്ങി എന്നോ! മേനോൻ അന്തംവിട്ട് അങ്ങനെ തന്നെയിരുന്നു.

"രാവിലെ മൂന്നുമണിക്കുതന്നെ കാവൽക്കാരനെ പറഞ്ഞയച്ചിട്ടുണ്ട്; കാറു കൊണ്ടുവരാൻ. കാറെത്തുമ്പോഴേക്കും റോഡിൽ എത്തണം."

അപ്പോഴേക്കും രവിയും അങ്ങോട്ടു കടന്നുവന്നു.

"എപ്പൊഴാ വണ്ടി?"

മേനോൻ അതിനുത്തരം പറയാതെ സംശയം തീർക്കുകയാണു ണ്ടായത്.

"നീ പോവാൻതന്നെ ഉറച്ചുവോ?"

"ഉറച്ചു."

"രവി പോവുന്നുണ്ടോ?"

രവി പറഞ്ഞു:

"ഇല്ല. അവൾ ഒറ്റയ്ക്കു പോവുന്നതാണ് കൂടുതൽ നല്ലത്."

കുറച്ചുനേരം മേനോൻ ചിന്താധീനനായി നിന്നു.

"പത്തിനാണെന്നു തോന്നുന്നു വണ്ടി."

ശോഭിനിക്കു സമാധാനമായി:

"എന്നാൽ പിടിക്കാം."

ഏട്ടൻ എന്തോ പറയാൻ ഭാവിക്കുന്നതായി തോന്നി.

"എന്താ ഏട്ടൻ പറയാൻ ഭാവിച്ചത്?"

"ഒന്നുമില്ല."

"അല്ല. എന്തോ ഉണ്ട്. പറയൂ."

ഏട്ടൻ ജനാലക്കമ്പിയിൽ പിടിച്ച് പുറംതിരിഞ്ഞ് പുറത്തേക്കു നോക്കിക്കൊണ്ടുനിന്നു.

"നീ പോണ്ട ശോഭിനി."

"അതെന്താ?"

"എനിക്ക് വിശ്വാസമില്ല."

"എന്നാലും ഒന്നു ശ്രമിച്ചുനോക്കിക്കൂടെ?"

"എന്തോ? എനിക്കൊന്നും പറയാൻ കഴിയുന്നില്ല. ഇങ്ങനെ ഇനി അങ്ങോട്ട് കഴിയുന്നതാണ് നല്ലതെന്നു തോന്നുന്നു."

ഏട്ടന്റെ ശബ്ദത്തിൽ വന്നിരുന്ന മാറ്റം ശോഭിനിയും രവിയും ശ്രദ്ധി ച്ചു. രവി ശോഭിനിയോട് ഒന്നും മറുപടി പറയേണ്ടെന്ന് ആംഗ്യംകാട്ടി. ഇനിയും സംസാരിച്ചാൽ ഏട്ടൻ പൊട്ടിക്കരയും.

അവൾ അവസാനം ഇത്രമാത്രം പറഞ്ഞു:

"എന്തായാലും ഞാൻ പോയിവരാം."

ശോഭിനി കുട്ടികളെ വിളിച്ചുണർത്താൻ നിന്നില്ല എന്നാൽ, ഇനിയും നേരം വൈകും. അവൾ താഴോട്ടിറങ്ങിപ്പോയി. കൂടെ രവിയും.

മേനോൻ ജനാലയിലൂടെ പുറത്തേക്കു നോക്കിനിന്നു. ശോഭിനി ഒരു വേലക്കാരനെയും കൂട്ടി പടികടന്ന് നടന്നകലുന്നു. പടിക്കൽ രവിയും നിൽക്കുന്നുണ്ട്. അവൾ ധൃതിവെച്ച് നടന്നകലുകയാണ്. ദൂരെദൂരെ അവൾ പോയ് മറയുന്നതുവരെ മേനോൻ അങ്ങനെത്തന്നെ നോക്കി നിന്നു. അതിനുശേഷവും അവൾ പോയ വഴിയിലേക്കു നോക്കി അന്യമനസ്കനായി നിന്നുപോയി.

പിന്നീട് തലയും താഴ്ത്തി കിടക്കയിൽ വന്നിരുന്നു. കുറച്ചുകഴിഞ്ഞ് കിടക്കയിൽ മലർന്നു കിടന്നു.

ചെല്ലമ്മയുടെ രൂപം മനസിൽ തെളിഞ്ഞുനിന്നു. നാൽപ്പത്തഞ്ചു കഴിഞ്ഞ സ്ത്രീയായല്ല ഇരുപത്തിനാലിൽ നിൽക്കുന്ന തരുണി! താൻ കണ്ടു പരിചയിച്ച എല്ലാവരിലുംവെച്ച് നിഷ്കളങ്കയും ശാലീനയുമായവൾ. എന്നിട്ടും എന്താണ് ചെയ്തത്? തെറ്റെല്ലാം തന്റെ ഭാഗത്താണ്. നിശ്ചയമായും തന്റെ ഭാഗത്താണ്.

ഒരിക്കൽ കടൽക്കരയിലൂടെ നടന്നുപോവുമ്പോൾ ചെല്ലമ്മ പറഞ്ഞു:

"ഇവിടെ നാം പരിചയമുള്ള ആരെങ്കിലും കാണും."

"എന്നാലെന്താ?"

"ഒന്നുമുണ്ടായിട്ടല്ല. കുട്ടികൾ കാണുമ്പോൾ എന്തു വിചാരിക്കുമെന്നാണ്."

"എന്തെങ്കിലും വിചാരിക്കട്ടെ." തന്റെ മറുപടിയെല്ലാം ദൃഢസ്വരത്തിലായിരുന്നു.

കുറച്ചുകഴിഞ്ഞ് നാണിച്ചു നാണിച്ചുകൊണ്ട് അവൾ പറഞ്ഞു:

"ഒരാറുമാസംവരെയല്ലെ ഈ വിഷമം. അതുകഴിഞ്ഞാൽ ധൈര്യപൂർവം ഒന്നിച്ചു നടക്കാമല്ലോ."

സമാധാനമൊന്നും പറഞ്ഞില്ല. അവൾ ഒരഭിപ്രായവും ചോദിച്ചതുമില്ല. അത്രകണ്ട് തന്നിൽ വിശ്വസിക്കുകയായിരുന്നു അവൾ. എങ്ങനെയാണ് ഒരാറുമാസത്തെ കാലാവധി കണ്ടെത്തിയത് എന്നുമറിയില്ല. അറിയാൻ ശ്രമിക്കുകയും ചെയ്തില്ല.

എന്തെല്ലാം നടന്നു! എത്ര വിദഗ്ധമായി അവളെ അടുപ്പിച്ചുനിർത്തി!

താൻ കടിഞ്ഞാൺ അയഞ്ഞുപോയ കുതിരയാണെന്ന് അവൾ ധരിച്ചിരുന്നില്ല. ഇഷ്ടംപോലെ ഇഷ്ടമുള്ള വഴിക്ക്, ലക്ഷ്യം കാണാതെ ഓടുകയാണെന്ന് പാവം വിശ്വസിച്ചില്ല. അത്രയും തന്ത്രപരമായി പെരുമാറി!

ഒരുദിവസം രാത്രി ഒമ്പതുമണിക്ക് മടങ്ങുകയായിരുന്നു. പിരിയേണ്ടിടത്തെത്തി. തണുപ്പുകാലത്തെ സുഖകരമായൊരു രാത്രി:

"ഡാർലിങ് നിനക്ക് ധൈര്യമുണ്ടോ?"

"എന്തിന്?" സാകൂതം അവൾ തന്റെ മുഖത്തേക്കു നോക്കിനിന്നത് ഇന്നലെ കഴിഞ്ഞപോലെ ഓർമവരുന്നു.

വെറുതെ ചിരിച്ചുകൊണ്ടു നിന്നു.

"എന്തിന്?"

അപ്പോഴും താൻ ചിരിക്കുകമാത്രം ചെയ്തു.

"എന്തിനെന്നു പറയൂ?" അവൾ നിർബന്ധിച്ചു.

"ഇന്ന് എന്റെ കൂടെ കഴിയാൻ."

അവൾ കുറച്ചുനേരത്തിന് ഒന്നും പറഞ്ഞില്ല. ദൂരെ എങ്ങോട്ടോ നോക്കിക്കൊണ്ടുനിന്നു. പിന്നീട് ധൈര്യപൂർവംതന്നെ പറഞ്ഞു:

"നടക്കൂ; ഞാനും കൂടെ വരുന്നു."

അവൾ വന്നു. മുറി വൃത്തികേടായി കിടക്കുന്നതുകണ്ട് അവൾ സ്നേഹപൂർവം ശകാരിച്ചു. പുസ്തകങ്ങളും കടലാസുകളും അടുക്കി വെച്ചു. കിടക്കയിലെ വിരിയും മറ്റും ചുരുട്ടിക്കൂട്ടി ഒരു മുക്കിലേക്കെറിഞ്ഞു. ചോദിക്കാതെതന്നെ പെട്ടി തുറന്നു. പുതിയ അലക്കിയ വിരിയെടുത്തു കിടക്കയിൽ വിരിച്ചു. എന്നിട്ട് ഗമയിൽ അതിലിരുന്ന് ഒരു പരിഹാസച്ചി രിയും. എന്നിട്ട് ചോദിച്ചു:

"ഞാൻ എന്തുകൊണ്ടാണ് വന്നതെന്നറിയാമോ?"

"അറിയില്ല."

"എന്നാൽ അറിയേണ്ട."

അറിയാൻവേണ്ടി താനവളെ നിർബന്ധിക്കുമെന്ന് അവൾ പ്രതീക്ഷിച്ചു. അതുകൊണ്ടുതന്നെയായിരുന്നു ഞാൻ നിർബന്ധിച്ചതു മില്ല. അതു കാര്യമാക്കാതെ നടിച്ചു. അവൾ കുറച്ചുനേരം കാത്തിരുന്നു. ശുണ്ഠിവരാതിരിക്കുമോ? ആളുണ്ട് മൂളിപ്പാട്ടുംപാടി പുറത്തേക്കു നോക്കി അങ്ങനെ നിൽക്കുന്നു!

"എന്നാൽ ഞാൻ പറയുന്നില്ല."

വെറുതെ പാവത്തിനെ ബുദ്ധിമുട്ടിക്കേണ്ടെന്നു തോന്നി.

"പറയൂ ആര്യേ."

അവളും കൂടെ താനും ആ ഫലിതം നല്ലപോലെ ആസ്വദിച്ചു.

"കുറച്ചുകൂടി കഴിഞ്ഞാൽ അധികാരപൂർവംതന്നെ വരാം; ഒന്നിച്ചു താമസിക്കാം. അതുകൊണ്ട് രഹസ്യമായി ഇപ്പോൾ ഒന്നു വന്നതുകൊണ്ട് തെറ്റില്ലെന്നു തോന്നി."

അഭിപ്രായമൊന്നും പറഞ്ഞില്ല. അവിടെയെത്തുമ്പോൾ താൻ ഒഴി ഞ്ഞുമാറുന്നു എന്ന് അവൾ സംശയിച്ചതുമില്ല.

എന്നിട്ടെല്ലാമാണ് ഒരു മനഃപ്രയാസവും കൂടാതെ അവളെ

കൈയൊഴിച്ചത്! അവളുടെ കണ്ണീരു കണ്ടപ്പോഴും ഒരപരാധബോധവും തോന്നിയതുമില്ല.

ചിലപ്പോൾ ഓർക്കാതെയുമിരുന്നില്ല. അവളും മറ്റു പലരേയും പോലെ സൂത്രക്കാരിതന്നെ. സമർഥമായി വലയിടുകയാണ്. അതിൽനിന്നും വഴുതിച്ചാടുകയാണ് തന്റെ ഉദ്ദേശ്യം. ആദ്യമൊക്കെ കണ്ണീരും മറ്റും കാണും. കുറച്ചു ദിവസങ്ങൾക്ക് അല്ലെങ്കിൽ മാസങ്ങൾക്കുമാത്രം. അതുകഴിഞ്ഞാൽ അവളും പുതിയ വഴികൾ തേടിപ്പോവും.

പക്ഷേ സംഭവിച്ചത് നേരെമറിച്ചായിപ്പോയി. അവൾ ഒന്നും മറന്നില്ല. ഒന്നും മറക്കാൻ കൂട്ടാക്കിയതുമില്ല. എല്ലാം ഓർത്ത്, സ്വയം അനുഭവിച്ച് കഴിഞ്ഞുകൂടാനാണ് തീർച്ചയാക്കിയത്.

ഗ്രാഫിൽ തന്റെ ജീവിതത്തിന്റെ രേഖ താഴോട്ടിറങ്ങാൻ തുടങ്ങുന്നതുവരെ അതൊന്നും ശ്രദ്ധിച്ചു നിൽക്കാനോ വീണ്ടുവിചാരം ചെയ്യാനോ സമയമുണ്ടായിരുന്നില്ല. ഇപ്പോൾ ബഹളം ഒതുങ്ങി എല്ലാം ആറിത്തണുത്തപ്പോൾ ഒരാൾമാത്രം മനസിന്റെ മുമ്പിൽ വാടിയ മുഖവുമായി നിൽക്കുന്നു. ഒരാൾ മാത്രം. അതാണ് ചെല്ലമ്മ.

കുട്ടികൾ ഉണർന്നു. അവർ അമ്മയേയും അന്വേഷിച്ച് താഴോട്ടിറങ്ങിപ്പോയി. അവരുടെ കൂടെ താഴോട്ടു പതിവുപോലെ ചെല്ലുവാൻ താൽപ്പര്യം തോന്നിയില്ല.

കുറച്ചുകഴിഞ്ഞപ്പോൾ രവി മുറിയിലേക്കു കടന്നുവന്നു.

"ഏട്ടനെന്താ കുളിയും കാപ്പികഴിക്കലുമൊന്നും വേണ്ടേ?"

ഒന്നും മിണ്ടാതെ മേനോൻ എഴുന്നേറ്റു താഴത്തേക്കുപോയി.

പല്ലു തേക്കുമ്പോഴും കുളിക്കുമ്പോഴും കാപ്പികഴിക്കുമ്പോഴുമെല്ലാം കുട്ടികളുമായി സാധാരണപോലെ കഴിഞ്ഞുകൂടാൻ സാധിച്ചില്ല. അവരുടെ അന്വേഷണങ്ങൾക്ക് അന്യമനസ്കനായി എന്തെല്ലാമോ ഉത്തരം പറഞ്ഞെന്നുമാത്രം.

ഉച്ചതിരിഞ്ഞാണ് ശോഭിനിയുടെ കൂടെ പോയിരുന്ന വേലക്കാരൻ മടങ്ങിയെത്തിയത്. കാറ് നേരത്തെയെത്തിയിരുന്നു. അവനും സ്റ്റേഷൻവരെ ഒന്നിച്ച് പോയി. പത്തുമണിയുടെ വണ്ടിതന്നെ കിട്ടി. വണ്ടി പോയതിനുശേഷമാണ് അവൻ മടങ്ങിയത്.

"ഇന്ന് മധുരയിൽ താമസിക്കേണ്ടിവരും മടങ്ങാൻപറ്റില്ല." മേനോൻ ആരോടെന്നില്ലാതെ പറഞ്ഞു. അമ്മയെക്കുറിച്ചുള്ള അന്വേഷണങ്ങൾക്ക് വല്യച്ഛനിൽനിന്നും തൃപ്തികരമായ മറുപടി കിട്ടാത്തതുകൊണ്ട് കുട്ടികൾ അച്ഛനെ സമീപിച്ചു.

വൈകുന്നേരം കുട്ടികളേയുംകൂട്ടി ഏട്ടനും അനിയനും നടക്കാനിറങ്ങി. തലേന്ന് അനിയനുണ്ടെന്നു പറഞ്ഞ തലവേദന കളവായിരുന്നു

എന്ന് ഏട്ടന് മനസിലായിരുന്നു. അതിനെക്കുറിച്ചൊന്നും ചോദിച്ചതുമില്ല.

രവിയാകട്ടെ ചെല്ലമ്മയുടെ കഥയോ, ശോഭിനിയുടെ കഥയോ പരാമർശിച്ച് സംസാരിക്കാതിരിക്കാൻ പ്രത്യേകം ശ്രദ്ധിക്കുകയും ചെയ്തു. കുട്ടികളുടെ ശബ്ദം മാത്രമേ അധികവും ഉണ്ടായിരുന്നുള്ളൂ. മേനോൻ അധികനേരവും നിശ്ശബ്ദനായിരുന്നു.

പിറ്റേന്നു രാവിലെ മുറിയിലിരുന്ന് മേനോൻ എന്തോ പുസ്തകം അശ്രദ്ധമായി മറിച്ചുനോക്കുകയായിരുന്നു. കുറച്ചുകഴിഞ്ഞപ്പോൾ രവിയും ഒരു പാത്രവുമായി അങ്ങോട്ടു നടന്നുവന്നു. കുറേനേരം രണ്ടുപേരും ഒന്നും സംസാരിക്കുകയുണ്ടായില്ല.

സംസാരിച്ചു നിർത്തിയേടത്തുനിന്നും തുടങ്ങുംപോലെ, കുറച്ചുകഴിഞ്ഞ്, മേനോൻ പുസ്തകത്തിൽനിന്നും കണ്ണെടുക്കാതെ പറഞ്ഞു:

"ചെല്ലമ്മ സമ്മതിക്കുമെന്ന് എനിക്കു തോന്നുന്നില്ല." വാക്കുകളിൽ ഒരു ദൈന്യഭാവം തുളുമ്പിനിന്നിരുന്നു.

"ഏട്ടനെന്താ അങ്ങനെ പറയുന്നത്?"

"ഞാൻ അത്രയും ക്രൂരമായാണ് അവളോടു പെരുമാറിയത് രവി. നിന്നോട് ഞാനതൊന്നും പറഞ്ഞിട്ടില്ല."

പക്ഷേ, അവർ അവസാനം ഏട്ടനെപ്പോലെ തന്നെ വഴങ്ങുമെന്നും അത്രയും നേടാനുള്ള കഴിവ് ശോഭിനിക്കുണ്ടെന്നും രവി വിശ്വസിച്ചു.

രവി കണക്കാക്കിനോക്കി. ഇനി മടങ്ങാൻ ഒരാഴ്ചയേ ഉള്ളൂ. അതിനുമുമ്പ് എങ്ങനെയെങ്കിലും ഏട്ടനേയും അവരേയും അടുപ്പിക്കണം. എന്നിട്ട് വലിയ സന്തോഷത്തോടും സമാധാനത്തോടും മടങ്ങണം. തന്നെക്കാൾ ഒരുപക്ഷേ ശോഭിനിക്കായിരിക്കും അതിൽ സന്തോഷം. അവൾക്ക് പുറത്തുകാണുന്ന ശക്തി ഉള്ളിലില്ല.

വാസ്തവത്തിൽ വീടു മുഴുവൻ ശോഭിനിയെ കാക്കുകയായിരുന്നു. കുട്ടികൾ അധികസമയവും അമ്മയേയും കാത്ത് പുറത്ത് കഴിച്ചുകൂട്ടി. രവിയും വൈകുന്നേരമായപ്പോൾ പടിക്കൽ ചെന്ന് നിൽപ്പുറപ്പിച്ചു. മേനോൻ മുകളിലെ ജനാലയിലൂടെ ദൂരെ പാടത്തേക്കു നോക്കിനിന്നു. ഹൃദയം ഉച്ചത്തിൽ മിടിച്ചിരുന്നു. ഏതുസമയത്തും ഇനി ശോഭിനി പാടത്തിന്റെ അക്കരെ പ്രത്യക്ഷപ്പെടാം.

മുഖത്ത് വിഷാദമായിരിക്കുമോ?

സന്ധ്യയാവാറായി. ശോഭിനി വരുന്നതു കാണാനില്ല. മേനോൻ താഴത്തേക്ക് രവിയോടു വിളിച്ചു പറഞ്ഞു.

"ആരെയെങ്കിലും പാതയിലേക്ക് വേഗം അയക്ക്. ഒരു സമയം വണ്ടി വൈകിയിരിക്കും."

കാവൽക്കാരൻ ശോഭിനിയെ കാക്കാൻ ധൃതിയോടെ പാടം കടന്നു പോയി.

രാത്രി പതിനൊന്നുവരെ എല്ലാവരും കാത്തിരുന്നു. കുട്ടികൾ അമ്മയേയും കാത്തു കാത്തിരുന്ന് ഉറങ്ങിപ്പോയി. പന്ത്രണ്ടുമണിയോടുകൂടി കാവൽക്കാരൻ മടങ്ങിവന്നു.

"ഇന്നു മടങ്ങാൻ സാധിച്ചിട്ടുണ്ടാവില്ല."രവി പറഞ്ഞു. മേനോൻ പുറത്തെ ഇരുട്ടിലേക്കു നോക്കിക്കൊണ്ടിരുന്നു.

ശോഭിനി വരാൻ വൈകുന്നത് രവിക്ക് ഒരാശ്വാസമായാണ് തോന്നിയത്. കാര്യം ഏകദേശം വിജയിച്ചിരിക്കും. ഇല്ലെങ്കിൽ നേരത്തെ അവൾ മടങ്ങുമായിരുന്നു.

രാത്രി വളരെ വൈകുന്നതുവരെ മേനോൻ ഉറക്കം വരാതെ കിടന്നു. കുറേനേരം കിടക്കയിൽ എഴുന്നേറ്റിരുന്നു. മുകളിലെ ഇടനാഴിയിലൂടെ നടന്നുനോക്കി.

എന്തേ ശോഭിനിവരാൻ താമസിക്കുന്നത്? ചെല്ലമ്മയെ കണ്ടിരിക്കില്ലെന്നുണ്ടോ? അങ്ങനെവരാൻ വഴിയില്ല. അവൾ കോളേജിനടുത്തുതന്നെയാണ് താമസം. എവിടെയും സാധാരണ പോവില്ലെന്നുമാണല്ലോ താൻ അറിഞ്ഞത്. എന്തോ? അവസാനം ശോഭിനിയുടെ വാദഗതികൾക്കു മുമ്പിൽ നിശ്ശബ്ദയായിട്ടുണ്ടാവുമോ? എല്ലാം മറക്കാൻ തയാറായിട്ടുണ്ടാവുമോ?

മുറിയിൽവന്ന് വിളക്കിന്റെ തിരിനീട്ടി ശബ്ദമുണ്ടാക്കാതെ മേശവലിപ്പിൽനിന്നും ഫോട്ടോ എടുത്തു. കുറേനേരം അതു നോക്കിക്കൊണ്ടു നിന്നു. കണ്ണുനിറയുകയായിരുന്നു.

– പ്രിയപ്പെട്ട ചെല്ലമ്മേ, ദയവായി മാപ്പു തരിക–

ഫോട്ടോ മേശയ്ക്കുള്ളിൽത്തന്നെ വെച്ചു. വിളക്കുതാഴ്ത്തി. വീണ്ടും വന്നു കിടന്നു നോക്കി. ഉറക്കം വരുന്നേയില്ല.

പിറ്റേന്ന് പതിനൊന്നു മണിക്കുതന്നെ കാവൽക്കാരനെ പാതയിലേക്കയച്ചു.

വല്ലാത്തൊരു കാത്തിരുപ്പ്! ഈ കാണുന്ന സർവവും അവളെ കാക്കുംപോലെ! സമയം നീങ്ങാതെ ഉറച്ചുപോയപോലെ തോന്നുന്നു. രവിക്ക് പരിഭ്രമം തുടങ്ങി. ഇരിക്കാനും നിൽക്കാനും സമാധാനമില്ലാതായി. അമ്മയെ കാണാതെയുള്ള കുട്ടികളുടെ ആവലാതികളും നേരിടണം.

അവസാനം വൈകുന്നേരം അഞ്ചുമണിയോടുകൂടി ജയനാണ് ആദ്യം കണ്ടുപിടിച്ചത്.

"അതാ അമ്മ വരുന്നു!" അവൻ ആർത്തുവിളിച്ചുകൊണ്ട് അമ്മയുടെ അടുത്തേക്കോടി. ആരതിയും ജയനും രവിയുടെ കൈപിടിച്ച് പടിനിറങ്ങിനിന്നു അമ്മയെ എതിരേൽക്കാൻ.

മേനോൻ മുകളിലെ ജനാലയിലൂടെ പുറത്തേക്കു നോക്കിനിന്നു. മനസ്സ് കിടന്ന് പിടയന്നുണ്ടായിരുന്നു.

അതാ മുന്നിൽ ശോഭിനി. പിന്നാലെ കാവൽക്കാരൻ. അതിനു പിന്നിലോ? മറ്റാരെങ്കിലും?

ഇല്ല. അവർ രണ്ടാളുമാത്രമേയുള്ളൂ.

ശോഭിനിയുടെ നടത്തത്തിന് വേഗതയില്ലെന്നുണ്ടോ? ഉന്മേഷം കെട്ടു പോയപോലെയാണോ വരുന്നത്? ജയന്റെ മുമ്പിൽ കാര്യമായി യാതൊരു സ്നേഹപ്രകടനവുമില്ലല്ലോ!

ഓ, തനിക്ക് വെറുതെ തോന്നിയതായിരിക്കും. അല്ലെങ്കിൽ യാത്രാ ക്ഷീണംകൊണ്ടായിരിക്കും. കുറേദൂരം യാത്ര ചെയ്തതല്ലേ. പിന്നെ ഇത്രയും ദൂരം നടക്കുകയും!

ഹൃദയം ഒന്നു പിടച്ചു.

ശരിയാണ്. രവിയേയും എന്തിന് പ്രിയനെയും വേണ്ടത്ര ശ്രദ്ധിച്ചില്ല. മുഖത്ത് യാതൊരു പ്രസാദവും ഇല്ലാത്തപോലെ അവളുടെ മിഴികൾ മുകളിലെ ജനാലയിലാണെന്നു മനസിലായി.

ഒന്നു പിന്നോട്ടുമാറി.

തളർന്ന്, ഉന്മേഷംകെട്ടുപോയ മുഖത്തോടെ നിരുത്സാഹയായി ശോഭിനി ഒതുക്കുകൾ കയറുന്നു.

മേനോൻ താഴോട്ടിറങ്ങിപ്പോയില്ല. അന്വേഷിച്ചതുമില്ല.

കസാലയിൽ ചെന്നു വീഴുകയാണുണ്ടായത്. എല്ലാം തകർന്നിരിക്കുന്നു. തീർച്ച.

മനസ്സ് ഇടിഞ്ഞുപോയിരുന്നു.

ആറ്

ശോഭിനിയുടെ യാത്ര പരാജയപ്പെടുകയാണുണ്ടായത്. പ്രൊഫസർ മിസ്. ചെല്ലമ്മയുടെ താമസസ്ഥലം ബുദ്ധിമുട്ടു കൂടാതെ കണ്ടെത്തുകയുണ്ടായി. വളരെ സ്നേഹപൂർവം അവർ പെരുമാറുകയും ചെയ്തു. ആരോടും ഒരാവലാതിയുമില്ല. സംസാരിക്കാനും ധാരാളം സമയം കിട്ടി.

അവരോട് വളരെ സൂക്ഷ്മതയോടുകൂടി സംസാരിച്ചു. വാക്കുകൾ തെരഞ്ഞെടുത്തതുകൂടി വളരെ ശ്രദ്ധാപൂർവമായിരുന്നു. വളരെ വിദഗ്ധമായി സംസാരിച്ചുതീർക്കുകയും ചെയ്തു. ആദ്യമെല്ലാം നിരാശതോന്നിയാലും പിന്നെയും ശ്രമിക്കാതിരുന്നില്ല. അതാണ് ഒരുദിവസം വൈകിയതുതന്നെ. നീണ്ട ചിന്തകളുടെ ഫലമായി മനസ്സു മാറിയെങ്കിലോ?

അവർ ശ്രദ്ധാപൂർവം എല്ലാം കേട്ടിരുന്നു. അവസാനം ഇത്രയും

പറഞ്ഞു:

"അനിയത്തി, ദയവായി എന്നെ ഉപദ്രവിക്കരുത്."

എന്നിട്ടും ശോഭിനി പറഞ്ഞുനോക്കി.

"ഏട്ടൻ വളരെ തകർന്നിരിക്കുന്നു. വളരെ വളരെ പശ്ചാത്തപിക്കുന്നുമുണ്ട്. പ്ലീസ്........ "

പെട്ടെന്ന് അവർ എന്തോ പറയാൻ ഒരുങ്ങിയതായിരുന്നു. ഉടൻതന്നെ അത് അമർത്തുകയും ചെയ്തു. ഇത്രമാത്രം പറഞ്ഞു:

"ഈ വയസുകാലത്ത് എനിക്ക് ഒരു വിഡ്ഢിവേഷവും കെട്ടാൻ വയ്യ."

അവരുടെ മുഖത്തെ ഭാവം മാറി. ശോഭിനി ചോദിച്ചു:

"ഇത് വിഡ്ഢിവേഷമാണോ?"

"പ്ലീസ്...... എന്നെ വെറുതെവിടൂ."

ശോഭിനി ഞെട്ടിപ്പോയി. അവർ തേങ്ങിക്കരയുന്നു! എല്ലാ അണയും മുറിഞ്ഞൊഴുകുകയാണ്. തേങ്ങിക്കൊണ്ടവൾ പറഞ്ഞു:

"യു ആർ ടൂ ലേറ്റ്."

ശോഭിനി അന്നവിടെ താമസിച്ചു. ചെല്ലമ്മയുടെ കണ്ണീരാണ് അവളെ അന്നു താമസിക്കാൻ പ്രേരിപ്പിച്ചതും. ആശ തീരെ നശിച്ചില്ല എന്നു തോന്നി. പക്ഷേ, പിറ്റേന്നും ചെല്ലമ്മ തന്റെ തീരുമാനത്തിൽ ഉറച്ചുനിന്നതേയുള്ളൂ. വിചാരിച്ചാലും യാതൊരു രക്ഷയുമില്ലെന്ന് ഉറപ്പായി.

മടങ്ങുമ്പോൾ സ്റേറഷൻവരെ ചെല്ലമ്മയും വന്നു. വണ്ടി ഇളകാറായപ്പോൾ ശോഭിനിയുടെ രണ്ടു കൈയും കൂട്ടിപ്പിടിച്ചുകൊണ്ട് അവർ പറഞ്ഞു:

"പ്ലീസ് ഡോണ്ട് മിസണ്ടർസ്റ്റാൻഡ് മി. ഞാൻ വളരെ വേദനിക്കുന്നു അനിയത്തി."

ശോഭിനിയുടെ കണ്ണുകളാണ് നിറഞ്ഞത് ......

ഏട്ടനെ കാണാനോ എന്തെങ്കിലും പറയാനോ അവൾക്കു കഴിഞ്ഞില്ല. വളരെ നേരത്തിന് അവൾ മുകളിലേക്കുതന്നെ പോയില്ല. ചുവട്ടിൽത്തന്നെ കഴിച്ചുകൂട്ടി. രവി താഴത്തുവെച്ചുതന്നെ വിശദമായി എല്ലാം ചോദിച്ചു മനസിലാക്കി.

കൂടുതൽ കുഴപ്പത്തിലെത്തുകയാണുണ്ടായത് എന്ന് രണ്ടുപേർക്കും തോന്നി.

വീട് ആകെ മാറിപ്പോയി. കുട്ടികൾകൂടി അടക്കിപ്പിടിച്ചും ശ്രദ്ധിച്ചും സംസാരിക്കുന്നതുപോലെയാണ്. എല്ലാവരുടെ മുഖത്തും ഒരു മ്ലാനത. പൊട്ടിച്ചിരികൾ തീരെ നിലച്ചുപോയി.

ശോഭിനിയെ സംബന്ധിച്ച് വല്ലാത്തൊരനുഭവമായിരുന്നു അത്. പട്ടി

ണിക്കാരനെ വിളിച്ചുണർത്തി ചോറില്ലെന്നു പറഞ്ഞതുപോലെയായി. ഏട്ടൻ എല്ലാം ഒരുവിധം സഹിച്ചും മറന്നും അങ്ങനെ കഴിഞ്ഞുപോവാൻ ശ്രമിക്കുകയായിരുന്നു. അപ്പോഴാണ് തട്ടിയുണർത്തി കഥകളെല്ലാം ചോദിച്ചറിഞ്ഞത്. അവസാനം തികഞ്ഞ നിരാശയിലേക്ക്, കൂടുതൽ ആഴത്തിലേക്ക് ഏട്ടനെ തള്ളിയിടുകയും ചെയ്തു.

വലിയൊരപരാധബോധമാണ് ശോഭിനിക്കുണ്ടായത്; ഏട്ടനെ കാണുന്നതുതന്നെ അപൂർവമായിത്തീർന്നു. കണ്ടാൽത്തന്നെയും ഒഴിഞ്ഞുമാറാൻ ശ്രമിച്ചു. ഒരിക്കലും തന്റെ യാത്രയുടെ ഫലത്തെക്കുറിച്ച് ഏട്ടനോട് പറയുകയുണ്ടായില്ല. ഏട്ടൻ ഒന്നും ചോദിച്ചതുമില്ല. അല്ലാതെതന്നെ എല്ലം മനസിലാക്കി കഴിഞ്ഞിരുന്നു.

മേനോനിൽ ഈ സംഭവം ഉണ്ടാക്കിയ ആഘാതമാണ് വലിയത്. പ്രതീക്ഷിച്ചതിന് വിപരീതമായി ഒന്നും സംഭവിച്ചില്ലെങ്കിലും സംഭവിച്ചപ്പോൾ മനസ്സ് വാടിപ്പോയി. ശോഭിനി പുറപ്പെടുമ്പോൾ പ്രതീക്ഷയുണ്ടായിരുന്നില്ല. പോയിക്കഴിഞ്ഞിട്ടും പ്രതീക്ഷ തീരെയുണ്ടായിരുന്നില്ല. പക്ഷേ, അവൾ വരാൻ ഒരുദിവസം താമസിച്ചപ്പോഴോ? ശോഭിനിയാണല്ലോ പോയിരിക്കുന്നത് എന്നുമോർത്തപ്പോഴോ?

മെല്ലെ ഒരു നൂൽക്കയർ കിട്ടി. ബലമുണ്ടായിരുന്നില്ല. എന്നാലും കയറാൻ തുടങ്ങി. കയറി, മെല്ലെ വിശ്വാസംവന്ന് മുകളിലെത്തുമ്പോഴേക്കും കയർ പൊട്ടിവീണു.

അപ്രതീക്ഷിതമായി ഒന്നും സംഭവിക്കാത്ത മട്ടിൽ പെരുമാറാൻ മേനോൻ കഠിനമായി യത്നിച്ചു. ശോഭിനി മടങ്ങിവന്നതിന്റെ മൂന്നാം ദിവസം അവളെ വിളിച്ചു:

“നീ എന്താ എന്നെക്കാണുമ്പോൾ ഒഴിഞ്ഞുമാറുന്നത്?”

ശോഭിനി ഒന്നും മിണ്ടാതെ തലയും താഴ്ത്തി നിന്നതേയുള്ളു.

“നീ ഇത്രയും ദുർബലയാണെന്നു കരുതിയില്ല. നീ പോയി; ഞാൻ പറഞ്ഞതുപോലെ ചെല്ലമ്മ സമ്മതിച്ചതുമില്ല. അതിൽ നീ എന്തിനു വിഷമിക്കുന്നു?”

മേനോൻ വീണ്ടും കുട്ടികളിലേക്കു അലിഞ്ഞുചേരാൻ ശ്രമിച്ചു. അവരെ അടുത്തുവിളിച്ചും ശുണ്ഠി പിടിപ്പിച്ചുമിരുന്നു. പക്ഷേ, മറ്റൊരു സത്യം മുന്നിൽ ഉയർന്നുവരികയാണ്:

ഇവരും പോവുകയായി. ഓർത്തുനോക്കി. രണ്ടുദിവസം കഴിയുമ്പോൾ രവിയോ ശോഭിനിയോ വന്നു പറയും.

‘ഏട്ടാ, ഞങ്ങൾക്ക് പുറപ്പെടാറായി.’ എന്നിട്ടു അവർ വന്ന ബഹളത്തോടുകൂടി തിരിച്ചുപോവുകയും ചെയ്യും.

പിന്നീടോ? ഓർക്കാൻ തന്നെ സാധിക്കുന്നില്ല.

അന്നു വൈകുന്നേരം രവി ഏട്ടന്റെ മുറിയിൽ വന്നു. കുട്ടികളെല്ലാം താഴെ അമ്മയുടെ കൂടെയായിരുന്നു.

രവി സാവധാനം പറഞ്ഞു:

"ഏട്ടനോട് ഒന്നു പറയാനാണ് ഞാൻ വന്നത്."

"എന്താ?"

"ഏട്ടനൊന്നു മധുരയ്ക്കുപോണം. ശോഭിനിയും അതാണ് പറയുന്നത്. എന്നാൽ, അവർ തീർച്ചയായും ഏട്ടന്റെ കൂടെ വരും."

കുറച്ചുനേരം മേനോൻ പുറത്തേക്കു നോക്കി മിണ്ടാതിരുന്നു.

"അനിയന് വെറുതെ തോന്നുകയാണ്. ഞാൻ പോയാലും പുതുതായൊന്നും സംഭവിക്കാൻ പോവുന്നില്ല. എനിക്ക് ഒരു നേരിയ വിശ്വാസമുണ്ടായിരുന്നെങ്കിൽ അത് ശോഭിനി പോയപ്പോഴായിരുന്നു."

രവി മിണ്ടാതിരുന്നു. ഏട്ടൻ തുടർന്നു:

"അവൾ സമ്മതിച്ചിരുന്നെങ്കിലേ അത്ഭുതമുള്ളൂ അനിയാ. അത്രയും വലിയ പോറലാണ് അവളുടെ മനസിൽ ഞാൻ ഉണ്ടാക്കിയത്. എന്നിട്ടും ഒരുപക്ഷേ, അവൾ ഞാൻ വരുമെന്ന് വർഷങ്ങളോളം കാത്തിരുന്നിട്ടുണ്ടാവാം. അവസാനം ആശകെട്ടു ഇനി ഒന്നും പ്രതീക്ഷിക്കില്ലെന്നു തീരുമാനമെടുത്തിട്ടുണ്ടാവും. പിന്നെ നാം കയറിച്ചെന്നിട്ടേ?"

ശോഭിനി മെല്ലെ മുകളിലേക്കു കയറിവന്നു. അവളെ നോക്കിക്കൊണ്ട് മേനോൻ പറഞ്ഞു.

"ഇവളെ ചെല്ലമ്മ ശകാരിച്ചു വിടുകയാണുണ്ടായതെങ്കിൽ ഞാൻ അത്ഭുതപ്പെടുമായിരുന്നില്ല."

പിന്നീട് ആരും കുറേനേരത്തിന് സംസാരിച്ചില്ല. എല്ലാവരും ചിന്തയിൽ മുഴുകിപ്പോയിരുന്നു.

"എന്നാൽ ഏട്ടാ......." രവി പറയാൻ മടിച്ചു നിർത്തി.

"എന്താ പറയ്?"

മടിച്ചുമടിച്ചുകൊണ്ട് രവി പറഞ്ഞു:

"നമുക്ക് മറ്റു വല്ലതും ആലോചിച്ചാലോ? ഏട്ടനെ ഒറ്റയ്ക്കു വിടാനുള്ള വിഷമംകൊണ്ടു പറയുന്നതാണ്."

ഏട്ടന് പെട്ടെന്നുത്തരം കിട്ടിയില്ല. തലയും താഴ്ത്തി കുറച്ചുനേരം മിണ്ടാതിരുന്നു. പിന്നെ പുറത്തെവിടെയോ ദൃഷ്ടികളയച്ചുകൊണ്ട് പറഞ്ഞു:

"വേണ്ട; എനിക്കതിനു ശക്തിയില്ല."

"അതെന്താ ഏട്ടാ?"

"എന്റെ കുറ്റം കൊണ്ടാണ് ചെല്ലമ്മ ഒറ്റയ്ക്കായിപ്പോയത്. ഇപ്പോഴും ഒറ്റയ്ക്കുതന്നെ. അപ്പോൾ എനിക്ക് മറ്റൊരു വിവാഹം ചെയ്യാൻ ശക്തിയില്ല. അത് മറ്റൊരപരാധം കൂടി ചെയ്യലാവും."

ഏട്ടൻ കുറച്ചുനേരം നിശ്ശബ്ദനായിരുന്ന് വീണ്ടും തുടർന്നു.

"അല്ലെങ്കിലും മറ്റൊരു ബന്ധത്തെക്കുറിച്ച് എനിക്ക് ആലോചിക്കാൻ തന്നെ വയ്യ."

ആ സംഭാഷണം അവിടെനിന്നു. പിന്നീടാരും അതിനെക്കുറിച്ച് സംസാരിക്കുകയുണ്ടായില്ല.

രവിയുടെ ലീവ് കഴിയാറായി. അവസാനദിവസമാവുമ്പോഴേക്കും സമയം പറന്നുപോവുംപോലെയാണ് തോന്നിയത്. രണ്ടുമൂന്നു ദിവസം മദ്രാസിലും താമസിക്കാതെ പറ്റില്ല. അവസാനം, ബുധനാഴ്ച വണ്ടിക്കു പുറപ്പെടാൻ തീർച്ചയാക്കി.

ചൊവ്വാഴ്ച ശോഭിനിയും രവിയും സാധനങ്ങളിൽ ചിലത് അടുക്കി ശരിപ്പെടുത്തുകയായിരുന്നു. കുട്ടികൾ ചുറ്റുമുണ്ട്. ഏട്ടനും അവരെ സഹായിക്കാൻ അങ്ങോട്ടു കടന്നു ചെന്നു.

ശോഭിനി ഒന്നുകൂടി ഏട്ടനെ ഓർമപ്പെടുത്തി:

"പറഞ്ഞതുപോലെ ക്രിസ്തുമസിന് ഏട്ടൻ എങ്ങനെയായാലും കൽക്കത്തയ്ക്കു വരണം."

"വരാം."

"വരാമെന്നു വെറുതെ പറഞ്ഞാൽ പോര."

"ഇനി സൗകര്യം കിട്ടുമ്പോഴെല്ലാം ഞാൻ കൽക്കത്തയിൽ വരാതിരിക്കില്ല. കുട്ടികളെ കാണേണ്ടെ?"

ഏട്ടൻ ശോഭിനിയെ സഹായിച്ചു. കുട്ടികളും തങ്ങളാൽ ആവുംവിധം അച്ഛനെ സഹായിച്ചുകൊണ്ടിരുന്നു. കുറെക്കഴിഞ്ഞ് ജോലി ചെയ്തുകൊണ്ടിരിക്കുന്നതിനിടയിൽ ഏട്ടൻ പറഞ്ഞു:

"ഞാൻ മറ്റൊന്നാലോചിച്ചു."

"എന്താത്?"

ഏട്ടൻ പെട്ടെന്ന് ഉത്തരമൊന്നും പറഞ്ഞില്ല.

ശോഭിനി വീണ്ടും വീണ്ടും നിർബന്ധിച്ചപ്പോൾ ഇത്രമാത്രം പറഞ്ഞു:

"അല്ലെങ്കിൽ വേണ്ട. നിങ്ങൾക്ക് വിഷമമാവും."

ശോഭിനി ഏട്ടന്റെ മുഖത്തേക്കുതന്നെ കണ്ണിമയ്ക്കാതെ നോക്കിയിരുന്നു.

"പറഞ്ഞാലല്ലെ ഞങ്ങൾക്ക് വിഷമമോ സന്തോഷമോ എന്നറിയുക."

അവസാനം മടിച്ചുമടിച്ചു പറഞ്ഞു:

"നിങ്ങൾക്ക് വിഷമമാവില്ലെങ്കിൽ ജയൻ എന്റെ കൂടെ നിൽക്കട്ടെ. ഇംഗ്ലീഷ് മീഡിയമായതുകൊണ്ട് അവനിവിടെ പഠിക്കാനും ബുദ്ധിമുട്ടാവില്ല."

ശോഭനിയും രവിയും ഏട്ടൻ പറയുന്നത് ശ്രദ്ധാപൂർവം കേട്ടു.

എന്താണു പറയുക?

അവരുടെ ഏറ്റവും വലിയ പെറ്റാണ് ജയൻ. ആദ്യ സന്തതി! അവനെ പിരിഞ്ഞിരിക്കുക! ആലോചിക്കുന്തോറും രണ്ടുപേർക്കും വിഷമംതോന്നി. കുറേനേരത്തിന് രവിയോ ശോഭിനിയോ ഉത്തരം പറഞ്ഞില്ല. അവർക്ക് എന്തു പറയണമെന്ന് നിശ്ചയമുണ്ടായിരുന്നില്ല.

അവരുടെ മാനസികാവസ്ഥ ഏട്ടനും ലേശം മനസിലായി.

"ഞാൻ കാര്യമായി പറഞ്ഞതല്ല. വെറുതെ എന്തോ പറഞ്ഞെന്നേയുള്ളൂ. നിങ്ങൾക്ക് ജയനെ ഇവിടെനിർത്തിയാൽ വലിയ വിഷമമാവും."

സാധനങ്ങൾ അടുക്കിവയ്ക്കുന്ന തിരക്കിൽ മുഴുകിയ മട്ടിൽ ശോഭിനിയിരുന്നു; പറഞ്ഞതൊന്നും തന്നോടല്ലെന്ന രീതിയിൽ.

രംഗം നിശ്ശബ്ദമായിരുന്നു. ആരും പരസ്പരം നോക്കുന്നില്ല.

നനഞ്ഞൊരു കോഴിയെപ്പോലെ മേനോൻ അവിടെയിരുന്നു. കുറെക്കഴിഞ്ഞ് എഴുന്നേറ്റു പുറത്തേക്കു പോവുകയും ചെയ്തു.

ഏട്ടൻ പോവുന്നത് രഹസ്യമായി രവി ശ്രദ്ധിച്ചു. എന്നിട്ട് ശോഭിനിയുടെ നേരെ തിരിഞ്ഞു.

"എന്താ ശോഭിനി?"

"എന്ത്?"

"നീ ഏട്ടനോട് സമാധാനമൊന്നും പറഞ്ഞില്ലല്ലോ."

"ങും."

തലയുയർത്താതെതന്നെയാണ് അവൾ അത്രയും പറഞ്ഞത്. രവി പിന്നീട് എന്താണ് പറയേണ്ടത് എന്ന് വിഷമിക്കുകയായിരുന്നു.

"ഒന്നും പറയാതിരുന്നത് നന്നായില്ല. ഏട്ടന് വളരെ സങ്കടം തോന്നിയിരിക്കും. നീ എന്തെങ്കിലും പറയുമെന്ന് ഞാൻ കരുതി."

"പറയാമായിരുന്നില്ലേ?"

"ആര്? ഞാനോ?"

"ങാ."

"എനിക്ക് എന്തു പറയണമെന്ന് നിശ്ചയമില്ലായിരുന്നു."

ശോഭിനി അപ്പോൾമാത്രം തലയുയർത്തി രവിയെ നോക്കി.

"എനിക്കും നിശ്ചയമില്ലായിരുന്നു."

രണ്ടുപേരും അതേക്കുറിച്ചുതന്നെ ചിന്തിക്കുകയായിരുന്നു.

അവസാനം എന്തെങ്കിലും ഒന്ന് ഉറച്ചേ പറ്റൂ എന്ന് രവിക്കു തോന്നി.

രവി ജയനെ വിളിച്ചു:

"മോനോട് ഒരു കാര്യം ചോദിക്കാനുണ്ട്. മോൻ ഇവിടെ വല്യച്ഛന്റെകൂടെ നിൽക്കുന്നോ?"

കണ്ണിമയ്ക്കാതെ രവിയുടെ മുഖത്തുനോക്കി ശോഭിനിയിരുന്നു. രവി അവളുടെ ഭാവം ശ്രദ്ധിക്കുന്നില്ലെന്നു നടിച്ചു.

ജയൻ ചോദിച്ചു:

"അപ്പോൾ അച്ഛനുമമ്മയും പോവില്ലേ?"

"പോവും."

"അപ്പോൾ ഞാനൊറ്റയ്ക്കാവില്ലേ?"

"അതില്ലല്ലോ. വല്യച്ഛനുമില്ലേ? പാവം, വല്യച്ഛൻ ഒറ്റയ്ക്കല്ലേ? പിന്നെ മോനെ വല്യച്ഛന് ജീവനല്ലേ?"

ജയൻ അമ്മയെനോക്കി. അമ്മ പെട്ടിയിൽ സാധനങ്ങൾ അടുക്കി വയ്ക്കുകയാണ്.

ജയൻ ചോദിച്ചു:

"അപ്പോൾ അച്ഛനേം അമ്മേം കാണണംന്ന് തോന്ന്യാലോ?"

"അപ്പൊ മോനെ വല്യച്ഛൻ കൽക്കത്തയ്ക്കു കൊണ്ടുവരും."

"എന്നാൽ പ്രിയനും ആരതിയും ഇവിടെ നിൽക്കട്ടെ എന്റെകൂടെ."

രവിക്ക് പെട്ടെന്ന് ഒരു ഉത്തരം പറയാൻ കഴിഞ്ഞില്ല.

"അവരും ജയനോളം പോരുമ്പൊ വല്യച്ഛന്റെ കൂടെ നിൽക്കും."

ജയൻ ആകെ വിഷമത്തിലായി. വല്യച്ഛൻ നല്ല ആളാണ്. തന്നെയാണ് കൂടുതൽ ഇഷ്ടം. ചോദിക്കുന്നതൊക്കത്തരും. തല്ലില്ല. എന്നാലും........

അവൻ അമ്മയോട് എന്തോ ചോദിക്കുമ്പോഴേക്കും ശോഭിനി മുറിയിൽനിന്നും പോയിരുന്നു.

വളരെ കഴിഞ്ഞാണ് ശോഭിനി തിരിച്ചുവന്നത്. രവിയാകട്ടെ അവളുടെ നോട്ടത്തിൽനിന്നും രക്ഷകിട്ടുവാൻവേണ്ടി ജനാലയിലൂടെ പുറത്തേക്കു നോക്കി നിന്നു.

വളരെ പതിഞ്ഞ സ്വരത്തിൽ ശോഭിനി ചോദിച്ചു:

"ജയൻ അവസാനം ഇവിടെ നിൽക്കാമെന്നു പറഞ്ഞു അല്ലേ?"

"അങ്ങനെയാവട്ടെ ശോഭിനി. എനിക്ക് വിഷമമില്ലാഞ്ഞിട്ടാണോ? നാമെല്ലാം പോയാൽ പിന്നെ ഏട്ടന്റെ സ്ഥിതി നീയൊന്ന് ആലോചിച്ചു നോക്ക്."

ശോഭിനി എന്തെങ്കിലും സമാധാനം പറയുമെന്ന് രവി പ്രതീക്ഷിച്ചു. വളരെ കാത്തിട്ടും അവൾ ഒന്നും പറയുകയുണ്ടായില്ല.

"നീ എന്താ ഒന്നും മിണ്ടാത്തത്?"

അപ്പോഴും ശോഭിനി നിശ്ശബ്ദയായിരുന്നു.

"നിന്നോടാണ് ഞാൻ ചോദിച്ചത്?" കുറച്ചുറക്കേ രവി പറഞ്ഞു.

അവൾ ഒന്നും മിണ്ടാതെ തല താഴ്ത്തിയിരിക്കുകയാണ്. പെട്ടെന്ന് രവിക്ക് ദേഷ്യമാണ് തോന്നിയത്. പക്ഷേ, മനസ്സ് വളരെ വേഗം തണുക്കുകയും ചെയ്തു. അയാൾ മെല്ലെ ശോഭിനിയുടെ അരികിലേക്ക്

ചെന്നു. എന്നിട്ട് മെല്ലെ അവളുടെ മുഖം പിടിച്ചുയർത്തി.

ശോഭിനിയുടെ കണ്ണുകൾ നിറഞ്ഞു നിൽക്കുന്നു.

"ശോഭിനി!" രവി വളരെ പതുക്കെ വിളിച്ചു.

അവൾ ഏങ്ങൽ തടഞ്ഞു നിർത്താൻ വളരെ പണിപ്പെട്ടുകൊണ്ടു പറഞ്ഞു.

"കൽക്കത്തയ്ക്ക്" ഒരു ടിക്കറ്റു കൂടി കുറിച്ചോളു.

രവി അന്തംവിട്ടുപോയി. അയാൾ ശോഭിനിയുടെ കണ്ണുകളുടെ ആഴത്തോളം നോക്കി വെറുതെനിന്നു.

ശോഭിനി ഒന്നുകൂടി ഉറപ്പിച്ചു പറഞ്ഞു:

"ഞാൻ വരുന്നില്ല."

രവിക്ക് മിണ്ടാതിരിക്കാൻ കഴിഞ്ഞില്ല. അയാൾ ചൊടിച്ചുകൊണ്ടു പറഞ്ഞു.

"നീ എന്തു ഭ്രാന്താ ഈ പറയണ്. എനിക്ക് ഒരു വിഷമവുമില്ലെന്നു തോന്നും നീ പറയുന്നതു കേട്ടാൽ."

ജയനെ നിർത്തുന്ന കാര്യം എല്ലാവരും മറന്നു അല്ലെങ്കിൽ മറന്നതായി നടിച്ചു. മേനോൻ ലാഘവപൂർവം പെരുമാറാൻ വളരെയധികം ശ്രമിച്ചു.

മന്ദഹാസത്തിന്റേത് വെറും പഴകിയ, എപ്പോഴും കീറിപ്പോകാവുന്ന ഒരാവരണം മാത്രമാണെന്നും അതിനു പിറകിൽ ദുഃഖത്തിന്റെ മുഖമാണെന്നും മനസിലാക്കാൻ ഒട്ടും വിഷമമുണ്ടായിരുന്നില്ല.

എന്നാലും അങ്ങനെ ചുഴിഞ്ഞു ചിന്തിക്കാതിരിക്കാൻ രവിയും ശോഭിനിയും പ്രത്യേകം ശ്രദ്ധിക്കുകയും ചെയ്തു........

നടന്നുവന്ന വഴിയിലൂടെ ആ ചെറിയ സംഘം മടങ്ങിപ്പോവുകയാണ്. ഒരു വ്യത്യാസം പ്രകടമായിരുന്നു. വരുമ്പോൾ ശബ്ദമുഖരിതമായിരുന്നു അന്തരീക്ഷം, ഇപ്പോൾ വലിയ ഹൃദയങ്ങളെങ്കിലും നിശ്ശബ്ദമായിരുന്നു.

എന്തോ ഓർത്തുകൊണ്ട് ഒരിക്കൽ മേനോൻ മുകളിലേക്കു നോക്കി.

പടിഞ്ഞാറേ ആകാശച്ചെരുവിൽ ഒരു വെളുത്ത മേഘക്കീറുണ്ട് അലഞ്ഞുതിരിയുന്നു.

മനസ്സ് എന്ന ഭാരം

സുകുമാരൻ സംസാരിച്ചിരുന്നത് എന്നോടായിരുന്നു. അയാളെ സംസാരിപ്പിച്ചത് അന്നത്തെ തപാലിൽ കിട്ടിയ കേന്ദ്രസമിതിയുടെ അടിയന്തര സർക്കുലറായിരുന്നു.

അയാൾ സംസാരിച്ചു തുടങ്ങുന്നതിനു മുമ്പുതന്നെ പറയേണ്ടുന്ന ഉത്തരം എന്തായിരിക്കണമെന്ന് ആലോചിച്ചു തുടങ്ങി ഞാൻ. സമരമെല്ലാം അവസാനിച്ച് ഭരതവാക്യം കാത്തുകഴിയുന്ന എന്റെ അയൽക്കാരായ നെടുങ്ങാടിയും കുടുംബവും എന്റെ മനസ്സു ഭരിക്കുന്ന സന്ദർഭമായിരുന്നു അത്.

സുകുമാരൻ സൂചിപ്പിക്കുന്നതിനേക്കാൾ വലിയ പ്രശ്നം മനസിലിട്ട് സദാ തട്ടിയുരുട്ടുന്ന പ്രകൃതക്കാരനായതുകൊണ്ടാവാം അയാൾ പറഞ്ഞുതീർന്നപ്പോൾ എനിക്ക് എളുപ്പത്തിൽ ഇങ്ങനെ പറയാൻ കഴിഞ്ഞത്:

“വളരെ നന്നായി സുകുമാരൻ, നമുക്കു പണിമുടക്കുസമരം ഗംഭീരമാക്കണം.”

എന്റെ വാക്കുകളിലെ ലാഘവത്വം അയാൾ ശ്രദ്ധിച്ചു. കിട്ടിയ പാതയും കെട്ടിയ വേഷവും ശരിയെന്നു തോന്നുന്ന സുകുമാരനെപ്പോലെ വികാരംകൊണ്ടു സംസാരിക്കാൻ എനിക്കു കഴിയുന്നില്ല. സംഘടനയുടെ ജില്ലാ സെക്രട്ടറി എന്ന കനവും എന്റെ മനസിന്റെ മീതേ അമർന്നിരിക്കുന്നില്ല.

കൈ നീട്ടിയാൽ തൊടാവുന്ന അത്രയും അടുത്തിരിക്കുന്ന ഞാൻ അയാളിൽനിന്നും എത്രയോ ദൂരത്തായിരുന്നു.

അയച്ചു കിട്ടിയ കടലാസുകൾ എന്റെ അടുത്തേക്ക് നീക്കിക്കൊണ്ട്

അയാൾ പറഞ്ഞു:

"അവർക്ക് തിരുവനന്തപുരത്തോ കൊച്ചിയിലോ ഇരുന്നു തീരുമാനിക്കുകയേ വേണ്ടൂ. എത്ര പേർ തയാറുണ്ട് എന്നൊന്നും അറിയണ്ടല്ലോ."

അത് സുകുമാരൻ എന്ന വ്യക്തിയുടെ അഭിപ്രായം. ഇതേ സമയം മറ്റേതെങ്കിലും ഭാഗത്തിരുന്ന് മറ്റാരെങ്കിലും പറയുന്നുണ്ടാവും – 'ഹാവൂ ഇപ്പോഴെങ്കിലും ഇവർക്ക് നല്ല ബുദ്ധി തോന്നിയല്ലോ. സമാധാനം.'

മറ്റുള്ളവർക്കുവേണ്ടി പാടാൻ ബാധ്യതയെടുക്കേണ്ടവരുടെ ഗതി അവർ പാടുമ്പോൾ അത് നല്ലതും അതേസമയം ചീത്തയുമായി മാറുന്നു.

ഞാൻ പറഞ്ഞു:

"നമ്മുടെ മനോഭാവത്തിനനുസരിച്ച് ഒരാൾ എടുക്കുന്ന തീരുമാനം നാം തെറ്റോ ശരിയോ ആയി വിലയിരുത്തുന്നു. അതിനെക്കുറിച്ച് വാദപ്രതിവാദം നടത്തുക ഇപ്പോൾ അസ്ഥാനത്താണ്. മറ്റുള്ളവരുടെ ചുമതല ചുമക്കേണ്ടിവന്ന സ്ഥിതിക്ക് ഇനി സുകുമാരൻ കേന്ദ്ര തീരുമാനത്തിനനുസരിച്ച് പ്രവർത്തിച്ചേ ഒക്കൂ."

സുകുമാരന്റെ അസ്വാസ്ഥ്യത്തിന്റെ കാരണം പ്രധാനമായും മറ്റൊന്നായിരുന്നു. ഇരുപത്തിയഞ്ചാംതീയതിമുതൽ പണിമുടക്കുസമരമെന്ന് ഇരുപതാം തീയതി മാത്രം അറിയിച്ചാൽ വിഷമമുണ്ടാവം.

"ഇത് വൈറ്റ്കോളറിന്റെ പേടിയാണ്," ഉരുവിട്ടു മനഃപാഠമാക്കിയ വാചകങ്ങൾ പറയാൻ ശീലിച്ച ഒരു സഹപ്രവർത്തകൻ പറഞ്ഞു: "എണ്ണയിട്ട് ഒരുക്കി നിർത്തിയ യന്ത്രം പോലെയായിരിക്കണം സംഘടനകൾ. ഒരു ബട്ടണമർത്തുന്ന നിമിഷം എല്ലാം ചലിച്ചു തുടങ്ങണം."

"വളരെ ശരിയാണ്." ഞാൻ തല കുലുക്കി.

മനസെന്ന മഹാഭാരം പേറി നടക്കുന്ന പാവമാണ് മനുഷ്യൻ എന്നു ഞാൻ പറഞ്ഞില്ല. യന്ത്രത്തിന്റെ ഭാഗമായി മാറാൻ പറ്റാത്തവിധം ആകൃതി നഷ്ടപ്പെട്ടവരാണ് ചിലരെങ്കിലും എന്നും പറഞ്ഞില്ല.

സ്കൂളിൽനിന്ന് പുറത്തേക്കും അവിടെനിന്ന് അകത്തേക്കും അധ്യാപകപണിമുടക്കമെന്ന വിഷയം സഞ്ചരിച്ചു തുടങ്ങി. സുകുമാരനെ അന്വേഷിച്ചു പലരും വന്നുകൊണ്ടിരുന്നു.

ഉത്തരമാവശ്യമില്ലാത്ത അഭിപ്രായങ്ങൾക്ക് മുൻതൂക്കം കൂടിക്കൂടി വന്നു.

"സൂപ്പർവൈസറി പോസ്റ്റുകളിലേക്കുള്ള പ്രമോഷൻ സാധ്യതകൾ കണ്ടുകൊണ്ടു മാത്രമാണ് ഞാൻ സർക്കാർ ജോലിയിൽ ചേർന്നത്. ഇല്ലെങ്കിൽ വീട്ടിനടുത്ത് വല്ല പ്രൈവറ്റ് സ്കൂളിലും ട്രാൻസ്ഫറില്ലാതെ രാഷ്ട്രീയവുമായി കൂടാമായിരുന്നു. ഡയറക്ട് സെലക്ഷന്റെ പേരിൽ ഇപ്പോൾ

ആനുകൂല്യവും എടുത്തുകളയുകയാണെങ്കിലോ! ഇതിന്റെ പേരിൽ ഞാൻ സമരവും ചെയ്യും, വേണമെങ്കിൽ ജയിലിലും പോവും."

പ്രമോഷൻ കാത്തുനിൽക്കുന്ന സീനിയർ അധ്യാപകൻ രാഘവ മേനോൻ വികാരഭരിതനായി പറഞ്ഞു:

"പക്ഷേ, മേനോൻസാറെപ്പോലെ എത്ര സീനിയർ ടീച്ചേഴ്സ് സമരം ചെയ്യാനുണ്ടാവും? കൈവിരലിലെണ്ണാവുന്നവർ. വെയിലുകൊണ്ടലയാൻ ഞങ്ങളേ കാണൂ."

നാലു കൊല്ലത്തെ സർവീസ് മാത്രമുള്ള രവീന്ദ്രൻ പറഞ്ഞ അഭി പ്രായം. അതും, കേട്ടുനിന്നു.

തുടർന്നു വന്ന ദിവസങ്ങളിൽ മിക്കവരും സമരോന്മുഖരായി നിന്നു സംസാരിക്കുന്നത് കേൾക്കാൻ രസമുണ്ടായിരുന്നു. ജില്ലയിലെ സർക്കാർ ഹൈസ്കൂളുകളിൽ പകുതിയിലേറെ അധ്യാപികമാരാണ്. അവർ തണുത്ത നിലപാടാണ് എടുക്കുന്നതെന്ന് കേട്ടു. അവരെ തടയാൻ പിക്ക റ്റിങ്ങും അറസ്റ്റും വേണ്ടിവരുമെന്ന് ഉറപ്പായിക്കഴിഞ്ഞിരുന്നു.

ഒരധ്യാപിക സുകുമാരന്റെ മുഖത്തു നോക്കി ചോദിച്ചു:

"ആർക്കുവേണ്ടിയാണ് ഈ സമരം?"

ഞാനും ആ ചോദ്യം കേട്ടു.

സമരമല്ലാത്ത മറ്റു കാര്യങ്ങളെല്ലാം ആർക്കുവേണ്ടിയാണ്? എന്ന് ചോദിക്കാനാണ് തോന്നിയത്. അധ്യാപികമാരുടെയും ഏതാനും അധ്യാ പകന്മാരുടെയും നിസ്സഹകരണമനോഭാവം കണ്ട് ഉത്സാഹം കെട്ടുപോയ ചെറുപ്പക്കാരനായ ഗോപിനാഥൻ പറഞ്ഞു:

"എല്ലാവരും ഒന്നിച്ചു നിൽക്കാനില്ലെങ്കിൽ നമ്മളെന്തിന് വെറുതെ സമരം ചെയ്യണം?"

പാടാൻ തീർച്ചയാക്കിയ സ്ഥിതിക്ക് പക്കമേളത്തിനൊപ്പിച്ചു പാടാൻ നിശ്ചയിച്ച ഞാൻ ഗോപിനാഥനോട് പറഞ്ഞു:

"സംഘടന എന്നെയുംകൂടി വിശ്വസിച്ചായിരിക്കും ഇങ്ങനെയൊരു തീരുമാനമെടുത്തിരിക്കുക. അതുകൊണ്ട് ആരു വന്നാലും ഇല്ലെങ്കിലും ഞാൻ സമരം ചെയ്യാൻ ബാധ്യസ്ഥനാണ്."

"അണികൾ തയാറായില്ലെങ്കിലോ?"

ഗോപിനാഥന് ഞാൻ പറഞ്ഞത് മനസിലായില്ലെന്നു തോന്നുന്നു. "ഞാൻ സമരം ചെയ്യും എന്നേ പറയുന്നുള്ളു. അണികൾ എന്നതിന്റെ അർഥം എനിക്കറിയണമെന്നില്ലല്ലോ." സമരത്തിനെതിരായി സമർഥമായ രീതിയിൽ കരുക്കൾ നീക്കുന്ന ഒരാൾ സ്റ്റാഫ്റൂമിലുണ്ടായിരുന്നു; വാസു ദേവൻ. സന്ദർഭം കിട്ടുമ്പോഴെല്ലാം അയാൾ പറഞ്ഞുകൊണ്ടിരുന്നു:

"ഈ സമരം രാഷ്ട്രീയപ്രേരിതമാണ്."

വാസുദേവനല്ല അത് പറഞ്ഞിരുന്നതെങ്കിൽ മനസിലാക്കാമായിരുന്നു. വിപ്ലവത്തിന്റെ തീ തല്ലിക്കെടുത്തി നടക്കുന്ന ഒരു രാഷ്ട്രീയകക്ഷിയുടെ രഹസ്യപ്രവർത്തകനായ വാസുദേവൻ എവിടെനിന്നോ കിട്ടിയ നിർദേശം തുപ്പിനടന്ന് വഴിയെല്ലാം എച്ചിലാക്കുകയായിരുന്നു.

"സമരമോ തന്റെ അഭിപ്രായമോ രാഷ്ട്രീയപ്രേരിതം?" ഞാൻ ചോദിച്ചു:

"താൻ സമരം ചെയ്യുന്നില്ലെങ്കിൽ വേണ്ട, മറ്റുള്ളവരെ തണുപ്പിക്കരുത്, കേട്ടോ?"

സമരരംഗത്തെ ഒരു സന്നദ്ധഭടന്റെ മട്ടിലുള്ള എന്റെ വാക്കുകൾ എന്റെ ചെവികൾതന്നെ സ്വീകരിക്കാൻ വിസമ്മതിച്ചു നിൽക്കുന്നതുപോലെ തോന്നി.

ഇരുപത്തി മൂന്നാം തീയതി രാവിലെ ക്ലാസിലേക്കു പോവാൻ തയാറെടുത്ത് സ്റ്റാഫ്റൂമിൽ നിൽക്കുമ്പോഴാണ് സുകുമാരൻ ബദ്ധപ്പെട്ട് കടന്നുവന്നത്.

"താൻ അറ്റൻഡൻസ് മാർക്കു ചെയ്തുവോ?"

"ഉവ്വല്ലോ."

"എന്നാലും, ഒരു കാഷ്വൽ ലീവ് എഴുതിക്കൊടുക്കൂ. ജില്ലാ കമ്മിറ്റിയിലെ, വരാമെന്നേറ്റ രണ്ടുപേരേയും കാണാനില്ല. എല്ലാ സർക്കാർ ഹൈസ്കൂളുകളും നമുക്കൊന്ന് കവർ ചെയ്യണം."

എന്നുവച്ചാൽ ഓരോരുത്തരെയും കണ്ടു സമരത്തിൽ പങ്കെടുക്കാൻ നിർബന്ധിക്കുക. അങ്ങനെ അവരുടെ ഭാരംകൂടി ചുമക്കാൻ നിർബന്ധിതനാവുക!

വാസുദേവന്റെ മനോഭാവം വച്ച് സമരത്തിൽ ചേരാത്തവരോട് എന്തെങ്കിലും പറയാമെന്നല്ലാതെ മറ്റൊന്നും എനിക്കു വയ്യ. സുകുമാരന്റെ ഉത്സാഹം തണുത്തു പോവുമെന്നറിഞ്ഞിട്ടും എനിക്ക് പറയാതിരിക്കാൻ കഴിഞ്ഞില്ല:

"തനിക്ക് എന്നെ സ്വല്പമൊക്കെ അറിഞ്ഞിട്ടും അറിയില്ലെന്നു നടിക്കുകയാണ്. സമരം ചെയ്യാമെന്നല്ലാതെ മറ്റുള്ളവരെ പ്രേരിപ്പിക്കാൻ എനിക്കു വയ്യ."

സമരത്തിന് ഞാൻ നൽകുന്ന വിശദീകരണം എനിക്കുമാത്രം ബാധകമായതിനാൽ മറ്റുള്ളവരെ അതിന്റെ പേരിൽ പ്രേരിപ്പിക്കാൻ എനിക്കെന്താണവകാശം? സമരത്തെക്കുറിച്ച് എല്ലാവരെയും അറിയിക്കുക. അതിന് തന്റേതായ അർഥം കൊടുത്ത് അതിനൊപ്പിച്ചുള്ള നിലപാട് സ്വീകരിക്കുക എന്നത് ഓരോരുത്തരുടെയും വ്യക്തിപരമായ അവകാശമാണ്. അതിൽ ഞാൻ ഇടപെടാൻ ആഗ്രഹിക്കുന്നില്ല.

സുകുമാരനോട് വീണ്ടും പറഞ്ഞു:

"എവിടെ മീറ്റിങ്ങുണ്ടെങ്കിലും പ്രസംഗിക്കാൻ ആവശ്യമാണെങ്കിൽ ഞാൻ വരാം. അതിലധികം എന്നോടൊന്നും പറയരുത്."

മാർക്ക് ആന്റണിക്കും ബ്രൂട്ടസ്സിനും ഒരേപോലെ ചെവി കൊടുക്കുന്ന ആളുകളുടെ കൂട്ടമാണല്ലോ. അവിടെ വ്യക്തികളില്ലല്ലോ!

ഒന്നും മറുപടി പറയാതെ ചോക്കുകൊണ്ട് മേശപ്പുറത്ത് ചിത്രങ്ങൾ വരച്ചും മായ്ച്ചും സുകുമാരൻ ഞാൻ പറയുന്നത് കേട്ടുകൊണ്ടിരുന്നു. ഞങ്ങൾക്കിടയിൽ മൗനനിമിഷങ്ങൾ തൂങ്ങിക്കിടന്നപ്പോൾ അയാൾ പുറത്തേക്കിറങ്ങിപ്പോയി. ക്ലാസുകളിൽ ചെന്നുകഴിഞ്ഞ മറ്റു പല സുഹൃത്തുക്കളെയും അയാൾ കണ്ടു സംസാരിക്കുന്നതു കാണാതിരിക്കാൻ എനിക്കു കഴിഞ്ഞില്ല.

പുറത്തു ടാക്സി കാത്തു കിടക്കുന്നു.

ഒടുവിൽ സുകുമാരൻ ആരേയും കിട്ടാതെ ഇറങ്ങിപ്പോവുന്നതു കാണുന്ന ഞാൻ എന്നെത്തന്നെ ശപിച്ചു: എന്തു പറഞ്ഞാലും നിനക്കു നീ മാത്രമാവാൻ വയ്യല്ലോ.

സുകുമാരൻ കാറിൽ കയറി പോവാൻ തയാറാവുമ്പോഴേക്കും ഞാനും പുറപ്പെട്ടിറങ്ങി. കൃതജ്ഞത കലർന്ന പരിഭവത്തിൽ അയാൾ പറഞ്ഞു:

"നിങ്ങളെല്ലാം നിർബന്ധിച്ചിട്ടാണ് ഞാൻ സിക്രട്ടറിയായത്. ഇപ്പോൾ സഹായിക്കാൻ ആരുമില്ലാതായി."

എന്നെക്കുറിച്ചു തെറ്റിദ്ധാരണ സുകുമാരന് ഉണ്ടാവില്ലായിരിക്കാം; എന്നാലും ഞാനൊന്നു സുകുമാരന്റെ ഓർമ പുതുക്കട്ടെ.

"സുകുമാരൻ സിക്രട്ടറിയാവാൻ ഞാൻ നിർബന്ധിച്ചു എന്നാണോ? ഞാൻ ജനറൽ ബോഡിക്കുപോലും വന്നിരുന്നില്ലല്ലോ."

"ഞാൻ പൊതുവേ പറഞ്ഞു എന്നേ ഉള്ളു. തന്നെ ഉദ്ദേശിച്ചല്ല. ആളുകളുടെ നിസ്സഹകരണം കാണുമ്പോൾ ഈ സ്ഥാനം വലിച്ചെറിഞ്ഞു മിണ്ടാതിരിക്കാനാണ് തോന്നുക."

'മനുഷ്യൻ, എത്ര സുന്ദരമായ പദം' എന്നു വിശ്വസിച്ചുപോയതാണ് സുകുമാരന്റെ തെറ്റ്. മോബല്ല മനുഷ്യൻ എന്ന് അയാൾക്കറിയാൻ കാലമിനിയും കഴിയേണ്ടിവരും.

ഓടുന്ന കാറിൽ, ഒന്നും സംസാരിക്കാതെ ഇരുന്നപ്പോൾ ഞാൻ എന്നെക്കുറിച്ചു പതിവുപോലെ ഓർത്തു തുടങ്ങി.

എന്നെക്കുറിച്ച്...

ബ്രഹ്മരക്ഷസ്സ് കുളിക്കാൻ വരുന്നതും കാത്ത് കുളക്കരയിൽ തനിച്ചിരിക്കാറുള്ള എന്നെക്കുറിച്ച് –

ചെറുമൻ വേലന്റെ വേദനകണ്ട് വിപ്ലവത്തിന്റെ കാലടിശബ്ദത്തിനൊത്തു കാതോർത്തിരിക്കുന്ന എന്നെക്കുറിച്ച് –

തറവാടു പൊളിച്ചു മാറ്റുമ്പോൾ നടുമുറ്റത്തു തനിച്ചിരുന്നു തേങ്ങിയ എന്നെക്കുറിച്ച് –

എന്റെ അയലത്തു താമസിക്കുന്ന നെടുങ്ങാടിയുടെ നിസ്സഹായത പങ്കിടുന്ന....

സുകുമാരൻ എന്നെ ഉണർത്തി.

“എന്തെല്ലാം പറഞ്ഞാലും അവസാനം താൻ കൂടെ വരുമെന്ന് എനിക്കറിയാമായിരുന്നു.”

ആ പറഞ്ഞത് ശരിയായിരിക്കാം. പക്ഷേ, വ്യക്തിയുടെ ദൈന്യമാണ് സമരമല്ല എന്നെ പുറപ്പെടുവിച്ചത് എന്നു സുകുമാരൻ മനസിലാക്കുന്നുണ്ടാവുമോ?

“ഞാൻ വരുന്നു എന്നേ ഉള്ളൂ. ആരോടെങ്കിലും എന്തെങ്കിലും പറയുവാൻ എന്നെ നിർബന്ധിക്കരുത്.”

എങ്കിലും എന്റെ സാന്നിധ്യം തന്നെ എന്റെ വാക്കുകളല്ലേ? എന്റെ സ്കൂളിൽ സംസാരിക്കേണ്ടിവന്ന ഞാൻ, പോരുന്ന ദിക്കിലും സംസാരിക്കാൻ നിർബന്ധിതനാവില്ലേ?

അങ്ങനെ പൊതു ചുമടിന്റെ ഭാരം ഞാനും താങ്ങി നടക്കാൻ ബാധ്യസ്ഥനായി മാറും.

പല സ്കൂളുകളും ഞങ്ങൾ കയറിയിറങ്ങി.

വിഷപ്പാമ്പുകൾ അരിച്ചു വരുന്നതു കണ്ടതുപോലെ പലരും ഒഴിഞ്ഞുപോയി. ചിലർ ചിരിക്കാൻവേണ്ടി ചിരിച്ചു. ചിലർ ഞങ്ങളോടൊപ്പം ചെറിയ ദൂരം നടന്നു.

ഒരാൾ പറഞ്ഞു:

“നമുക്ക് സമരം ചെയ്തേ രക്ഷയുള്ളൂ.”

മറ്റൊരാൾ അതേ വാചകം തെറ്റുകൂടാതെ ഒന്നുകൂടി നീട്ടി.

“പക്ഷേ, ലേശം ധൃതിയിലായിപ്പോയി എന്നു മാത്രം.”

സുകുമാരൻ അവരോടു സംസാരിച്ചു. ധൃതിയിലല്ല കുറച്ചു സാവധാനത്തിലായിപ്പോയി എന്നവർ മനസിലാക്കുകയോ അങ്ങനെ നടിക്കുകയോ ചെയ്തു.

ഞങ്ങളുടെ സ്കൂളിൽനിന്നും മാറ്റം വാങ്ങിച്ചുപോയ ഗോപാലകൃഷ്ണൻനായരെ ഇടയ്ക്കു കാണുകയുണ്ടായി. ഞങ്ങൾ ചിരിച്ചു സംസാരിച്ചു. ഗോപാലകൃഷ്ണൻനായർ മൂളിക്കേട്ടു. സമരം എത്രയും ആവശ്യമാണെന്ന് അദ്ദേഹം വാചാലതയോടെ സംസാരിച്ചു സമർഥിക്കുകയുണ്ടായി. എന്നിട്ടു പറഞ്ഞു:

"ഇതിനുമുമ്പുള്ള എല്ലാ സമരങ്ങൾക്കും ഞാൻ മുമ്പിലുണ്ടായിരുന്നത് നിങ്ങൾക്കെല്ലാമറിയുന്നതാണല്ലോ."

എനിക്കറിയില്ലായിരുന്നെങ്കിലും ഞാനും തലയാട്ടി. അയാൾക്ക് സന്തോഷമായി.

"ഈ തവണ പ്ലീസ് എസ്ക്യൂസ് മീ. ലീവും മറ്റുമായി പോർഷനൊന്നും തീർന്നിട്ടില്ല. നാം അധ്യാപകരാണെന്നതും മറക്കാൻ പാടില്ലല്ലോ."

"തീർച്ചയായും പാടില്ല. നാം സാന്ദീപനിയുടെ പിന്മുറക്കാരാണ്."

ഗോപാലകൃഷ്ണൻനായർ ഞങ്ങൾക്ക് ചായ വരുത്തിത്തന്നു.

കണക്കു പഠിപ്പിക്കുന്ന ഗോപാലകൃഷ്ണൻനായർ ആവശ്യമായ സൂത്രങ്ങളോ സിദ്ധാന്തങ്ങളോ ക്ലാസിൽ വേണ്ടവിധം പഠിപ്പിക്കില്ലെന്നു കേട്ടിട്ടുണ്ട്. യൂനിറ്റു ടെസ്റ്റുകളിൽ മിടുക്കന്മാരായ കുട്ടികളും തോൽക്കും. അങ്ങനെ ട്യൂഷനു വരുന്നവരുടെ സംഖ്യ വർധിപ്പിച്ച് അയാൾ വിലസുന്നു. ഞാൻ ചിരിക്കുന്നതു കണ്ട് അയാൾ അന്വേഷിച്ചു.

"എന്താ വെറുതെ ചിരിക്കുന്നത്?"

"ഒന്നുമില്ല. പോർഷൻ തീർന്നിട്ടില്ലെങ്കിൽ മാഷെ ബുദ്ധിമുട്ടിക്കുന്നത് ശരിയല്ലല്ലോ എന്നോർത്തു ചിരിച്ചുപോയതാണ്."

സുകുമാരന് എന്റെ സമീപനം പിടിച്ചിട്ടുണ്ടാവില്ലെങ്കിലും ഗോപാലകൃഷ്ണൻനായർക്കു വലിയ തൃപ്തിയായി. അദ്ദേഹം പറഞ്ഞു:

"നമ്മൾ ഗ്രാജുവേറ്റ്സ് കൾച്ചേഡായതുകൊണ്ട് നിങ്ങൾക്ക് പറഞ്ഞാൽ വേഗം മനസിലാകും. പ്രൈമറിക്കാരെപ്പോലെയല്ലല്ലോ നമ്മൾ. അറുപത്തേഴിൽ വേണമെങ്കിൽ അറസ്റ്റിനുവരെ ഞാൻ തയാറായിരുന്നു. ഓർമയില്ലേ?"

"അതെനിക്കോർമയില്ലാതിരിക്കുമോ?"

"അതുകൊണ്ട് ഇക്കുറി എന്നെ ഒഴിവാക്കണം. പ്രൈമറിക്കാരോടും എന്നെ ഒഴിവാക്കിയ വിവരം ഒന്നു പറയണം."

സുകുമാരൻ എഴുന്നേറ്റു.

"അത് ഞങ്ങൾ വേണ്ടപോലെ ചെയ്യാം. അതു പോരെ?"

"മതി."

അദ്ദേഹം ഗേറ്റുവരെ ഞങ്ങളെ അനുഗമിക്കുകയും ചെയ്തു.

പൊതുപ്രവർത്തനത്തിന്റെ വെയിലിൽ മുങ്ങി പിന്നേയും കുറെ സ്കൂളുകൾ ഞങ്ങൾ കയറിയിറങ്ങി. അവസാനമായി നഗരത്തിൽനിന്നും ഏറ്റവും അകന്നു കിടക്കുന്ന മലയടിവാരത്തിലെ ഹൈസ്കൂളിലേക്ക് ഞങ്ങളുടെ കാറ് കുതിച്ചു.

അപ്പോൾ മാത്രം കയറിയിറങ്ങിയ സ്കൂളിനെക്കുറിച്ച് ഞങ്ങൾ കാറി

ലിരുന്നു സംസാരിക്കുകയാണ്. അവിടെ ആരും പണിമുടക്കില്ലെന്നാണ് എനിക്കു തോന്നിയത്. പണിമുടക്കിനെതിരായി പ്രവർത്തിക്കാൻ രാഷ്ട്രീയമായിട്ടുതന്നെ തീരുമാനിച്ചിട്ടുള്ള മൂന്നോ നാലോ അധ്യാപകർ അവിടെയുള്ളതുകൊണ്ട് പ്രത്യേകിച്ചും.

"പക്ഷേ, ഒരു ടീച്ചർ എന്തായാലും പണിമുടക്കും."

"ആര്?"

അയാൾ പണിമുടക്കിയേക്കാവുന്ന ടീച്ചറുടെ പേരു പറഞ്ഞു.

"അവർക്ക് ഇവരുടെയെല്ലാം എതിർപ്പ് വകവയ്ക്കാതെ സമരം ചെയ്യാനുള്ള ധൈര്യം കാണുമോ?" ഞാൻ ചോദിച്ചു:

"ഞാൻ പറഞ്ഞാൽ അനുസരിക്കാതിരിക്കാൻ അവർക്ക് വയ്യ."

സുകുമാരൻ ഒരു ഓർമയിൽ ഇരുന്നുകൊണ്ടു പറഞ്ഞു.

എനിക്ക് മനസിലായി. വ്യക്തിബന്ധങ്ങളുടെ ഭാരം! മനസിന്റെ ഭാരം!

സുകുമാരൻ എന്ന വ്യക്തിക്കു വേണ്ടി അവർ ഇനിയുള്ള കുറേ ദിവസങ്ങളിൽ അനുഭവിക്കാവുന്ന മനഃപ്രയാസം! എതിരാളികൾ നിറഞ്ഞു നിൽക്കുന്ന ചുറ്റുപാടിൽ ഒറ്റയ്ക്കൊരു സ്ത്രീ പൊരുതി നിൽക്കുക! അവസാനം എല്ലാം കഴിയുമ്പോൾ അവരുടെ ഇടയിലേക്കു തന്നെ കയറിപ്പോവുക! അപ്പോഴോ?

ഞങ്ങൾ അവസാനമായി എത്തേണ്ട സ്കൂളിലും ബെല്ലടിക്കുമ്പോഴെക്കും ചെന്നെത്തി. അവർ സന്തോഷപൂർവം ഞങ്ങളെ സ്വീകരിച്ചു.

"നിങ്ങൾ രണ്ടുപേരും കൂടി ഇത്ര ദൂരം വന്നു പറഞ്ഞിട്ട് ഞങ്ങൾ കേൾക്കാതിരിക്കുന്നത് ശരിയല്ലല്ലോ."

അതു ശരി. എനിക്കും സുകുമാരനും വേണ്ടി അവർ വല്ലതും ചെയ്യാം എന്ന്! എനിക്കുവേണ്ടി നിങ്ങളൊന്നും ചെയ്യേണ്ടതില്ല എന്ന് പറയാൻ തോന്നി.

"എന്തായാലും നാളെത്തന്നെ ഞങ്ങളൊരു യോഗം വിളിച്ചുകൂട്ടാം. യുക്തമായ തീരുമാനമെടുക്കാം. അതു പോരെ?"

"ധാരാളമായി. സമരം മറ്റന്നാളാണെന്ന് ഓർമയുണ്ടല്ലോ?"

വൈകുന്നേരം മടങ്ങുമ്പോൾ ആട്ടം പിഴച്ചുപോയ നടനെപ്പോലെ തളർന്നുപോയിരുന്നു സുകുമാരൻ. ഇവരൊന്നും നന്നാവില്ലെന്നും ഇവർക്കൊരിക്കലും സംഘടനാബോധമുണ്ടാവില്ലെന്നും അയാൾ വിചാരിക്കുകയാവാം.

അയാൾക്ക് ആലോചിക്കാൻ സൗകര്യം കൊടുത്തുകൊണ്ട് ഞാൻ മിണ്ടാതിരുന്നു.

"ഞാൻ സിക്രട്ടറി സ്ഥാനം രാജിവയ്ക്കുകയാണ്." നിരാശയുടെ ശബ്ദം അങ്ങനെ പുറത്തുവന്നു.

"ഇന്നത്തെ അനുഭവം കൊണ്ടായിരിക്കും സുകുമാരനിങ്ങനെ തോന്നുന്നത്. കുറേ പേർ സമരം ചെയ്യാനും തയാറാണല്ലോ. അതു പോകട്ടെ. രാജിവെച്ചാലുള്ള നേട്ടമെന്താണ്?" ഞാൻ ചോദിച്ചു.

"എനിക്ക് ബാധ്യതയൊന്നും ഏൽക്കാതെ സമരം ചെയ്തു മിണ്ടാതിരുന്നാൽ മതിയല്ലോ."

"അതുമതി. സമരം തുടങ്ങിയപ്പോൾ രാജിവച്ചിറങ്ങിയ സിക്രട്ടറിയായി മാറില്ലേ?"

സുകുമാരന് അവിടെ ഉത്തരമില്ലായിരുന്നു.

സൗകര്യമായൊരു സ്ഥലത്തെത്തിയപ്പോൾ ഞാൻ ഡ്രൈവറോട് കാർ നിർത്താൻ പറഞ്ഞു. ഞങ്ങൾ ഒരു ഷാപ്പിലേക്ക് കയറി. ആ തളർച്ചയിൽ സുകുമാരന് അത് വിശേഷിച്ച് ആവശ്യമായിരുന്നു. ഞങ്ങൾ ചിറി തുടച്ച് ഇറങ്ങി വന്നു.

കാറ് വീണ്ടും യാത്ര തുടർന്നപ്പോൾ നഷ്ടം വന്നതെല്ലാം തിരിച്ചു കിട്ടിയ ഭാവമായിരുന്നു സുകുമാരന്.

അപ്പോൾ ഞാൻ പറഞ്ഞു തുടങ്ങി:

"ഒരു കൂട്ടം ആൾക്കാർ ഒന്നായി എന്തെങ്കിലും ചെയ്യുമ്പോൾ അവിടെ ശരിയും തെറ്റും തിരയുന്നത് വിഡ്ഢിത്തമാണ്. ശരിയും തെറ്റും അറിയാൻ കഴിയാതെ പോവുന്ന നമ്മൾ വെറുതെയെന്തിന് വികാരം കൊള്ളണം? വെറും ബീഡിക്കു പകരം വല്ലപ്പോഴും കഞ്ചാവ് വലിക്കുന്നതുപോലെയല്ലേ ഈ സമരം?"

ജസ്റ്റ് എ ചെയ്ഞ്ച്.

ഇത് ശരിയുമല്ല തെറ്റുമല്ല.

രണ്ട്

പകലുറക്കത്തിന്റെ മുഖത്ത് വന്നിരിക്കുന്ന ഈച്ചയെപ്പോലെ എന്നെ സദാ അലോസരപ്പെടുത്തിക്കൊണ്ട് ഞാൻ താമസിക്കുന്ന ഈ വീടിന്റെ മറ്റേ പകുതിയിൽ അപ്പുണ്ണി നെടുങ്ങാടി ജീവിക്കുന്നു.

ഒന്നു രണ്ടു വർഷം മുമ്പ്, നെടുങ്ങാടിയെയോ അയാളുടെ കുടുംബത്തെയോ അന്വേഷിച്ചിവിടെയെത്തിയ ഒരു വഴിപോക്കനായിരുന്നില്ല ഞാൻ. പഴകിയ പൗഡറിന്റെയും വിയർപ്പിന്റെയും നാറ്റം സഹിച്ചുകൊണ്ടുള്ള നഗരത്തിലെ താവളത്തിൽനിന്നും മുക്തിതേടി ഒരുദിവസം രാവിലെ പുറപ്പെട്ടു. നഗരത്തിന്റെ കാൽക്കൽ കിടക്കുന്ന ഈ ഗ്രാമത്തിൽ ബസിറങ്ങി. വയലിലൂടെ നടന്ന്, കരിമ്പനക്കാടുകടന്ന്, പൊളിഞ്ഞു വീഴാറായ ക്ഷേത്രത്തിന്റെ വടക്കു വശത്ത് ഈ വീടുവരെ ഞാൻ നടന്നു.

വീടു മുഴുവൻ നോക്കിക്കണ്ടു. സൗകര്യങ്ങളുണ്ട്. പിന്നീട് നീട്ടി

യെടുത്തതെന്ന് തോന്നിക്കുന്ന ഒരു ചെറിയ ഭാഗമുണ്ടായിരുന്നു വീടിന്.

"അവിടെ?"

"ഒരു നെടുങ്ങാടിയുടെ കുടുംബമാണ്. അവർ മാഷെക്ക് ഒരു ബുദ്ധിമുട്ടാവില്ല."

നോക്കെത്താത്ത ദൂരത്തോളം തുറന്നു കിടക്കുന്ന പ്രദേശം. ഒരു വശത്ത് ഒരു പഴകിയ അമ്പലവും അമ്പലക്കുളവും. കാലത്തിന്റെ ഭാരം താങ്ങി നിൽക്കുന്ന ഒരു വയസ്സൻ പേരാല്. വിട്ടുവിട്ട് ദൂരെ ദൂരെ ഏതാനും വീടുകൾ.

ഞാൻ അന്വേഷിച്ചു നടന്നത് ഈ വീടായിരിക്കണം.

"മാഷ് ഇങ്ങോട്ടു വരികയാണെങ്കിൽ ഞങ്ങൾക്കും ഒരു തുണയായി." നെടുങ്ങാടിയുടെ ഭാര്യ പറഞ്ഞു.

ഞാനവരെ കൗതുകത്തോടെ നോക്കി. യൗവനത്തിന്റെ അപരാഹ്നത്തിലെത്തി നിൽക്കുന്നവർ. എന്നാലും പ്രസരിപ്പിന്റെ നാളം കെട്ടുപോയിട്ടില്ല.

ചുരം കടന്നെത്തുന്ന കാറ്റിന്റെ മുഴക്കം കേട്ട് ഒറ്റയ്ക്കു കിടക്കേണ്ട രാത്രികളിൽ അടുത്ത് ആൾപ്പെരുമാറ്റമുണ്ടാവുന്നത് നല്ലതാണെന്ന് എനിക്കും തോന്നി.

അങ്ങനെയാണ് ഞാനീ വീട്ടിലെ വാടകക്കാരനായത്.

ഞാൻ വരുന്ന കാലത്ത് നെടുങ്ങാടി, ഗ്രാമത്തിലെ ചെറിയ അങ്ങാടിയിൽ ചായക്കട നടത്തുകയാണ്. രാവിലെ വെള്ളി പൊട്ടുമ്പോൾ തല നിറയെ സാധനങ്ങളും ചുമന്ന് നെടുങ്ങാടി കടയിലേക്കു തിരിക്കും. ഉറക്കം തൂങ്ങുന്ന ഗ്രാമത്തെ ഉണർത്താതെ രാത്രി വളരെ വൈകി തിരിച്ചു വരികയും ചെയ്യും.

എന്നെപ്പോലെ മനോരാജ്യം കാണാൻ നെടുങ്ങാടിക്ക് നേരം കിട്ടാതെ പോയത് എത്ര ഭാഗ്യമായി! വയസിനനുസരിച്ച് ബുദ്ധി വളർന്നിട്ടില്ലാത്ത ഒരു മകളും മകനും സദാ പിന്തുടരുന്ന പ്രാരബ്ധമായി വീട്ടിൽ വളരുന്നുണ്ടായിരുന്നു. ഈ രണ്ടുപേരെ എന്നെങ്കിലും ആരെയെങ്കിലും ഏൽപ്പിക്കാൻ സാധിക്കുമോ എന്ന ചോദ്യം ഒരിക്കലും സ്വയം ചോദിക്കാതെ അയാൾ ചുമച്ചു തുപ്പി നടക്കുന്നു എന്നാണ് തോന്നിയത്.

എന്നോട് സംസാരിക്കാൻ വല്ലപ്പോഴും ഉമ്മറത്തെ കോലായിൽ വന്നിരിക്കാറുള്ള നെടുങ്ങാടിയുടെ ഭാര്യക്ക് വെറുതെ കളയാൻ ഒരുപാടു സമയം ഉണ്ടായിരുന്നതുകൊണ്ടായിരിക്കാം, പലപ്പോഴും ഓർമിക്കാറുണ്ടായിരുന്നു:

"എന്റെ തലേലെഴുത്ത് ഇങ്ങനെയായില്ലേ."

ഞാനവരെ സമാധാനിപ്പിക്കും:

"ഒക്കെ നേരെയാവും."

"എന്തോ."

അവരുടെ ശരീരത്തിന്റെ ഭംഗിയുള്ള വടിവുകളിലൂടെ ഒലിച്ചിറങ്ങുന്ന കണ്ണുകളോടെ ഞാനിരിക്കും. അവർ അത് കാണണമെന്ന് ഞാനാഗ്രഹിക്കും. അവരാവട്ടെ എന്റെ നോട്ടം കാണാതെ, അല്ലെങ്കിൽ കണ്ടുവെന്ന് നടിക്കാതെ എന്തെങ്കിലും ആലോചിച്ചുകൊണ്ടിരിക്കും.

ചുമച്ചുതുപ്പി നടക്കുകയും പലപ്പോഴും പനി പിടിച്ച് കൂനിക്കൂടിയിരിക്കുകയും ചെയ്യുന്ന നെടുങ്ങാടിയെ ഞാൻ സംശയത്തോടെ നോക്കിത്തുടങ്ങി. അയാളുടെ കടയിൽ വരവുകാരുടെ എണ്ണം ക്ഷയിച്ചുതുടങ്ങി. അതുകൊണ്ട് രാവിലെ കടയിലേക്കു ചുമക്കുന്ന സാധനങ്ങൾക്കും ക്ഷയം പിടിച്ചു. വെള്ളി പൊട്ടുമ്പോൾ കടയിലേക്കു തിരിക്കുമായിരുന്ന നെടുങ്ങാടി, ഉദിച്ചുപൊങ്ങുമ്പോൾ മാത്രം എഴുന്നേറ്റു.

"വല്ല മരുന്നും വാങ്ങി കഴിക്കേണ്ടേ നെടുങ്ങാടീ?"

"വേണ്ടതാണ്."

ഗ്രാമത്തിലെ ആയുർവേദ ആസ്പത്രിയിൽനിന്നും മുക്കിക്കൊടുത്ത കഷായം മാത്രം കഴിച്ച് അയാൾ കഴിഞ്ഞു. ഒരുദിവസം, ഞാൻ പ്രതീക്ഷിച്ചപോലെ നെടുങ്ങാടി കടയുംപൂട്ടിവന്ന് പായ വിരിച്ചു. പിന്നെ കട തുറന്നില്ല.

ഇത് വിധിയാണെങ്കിൽ എന്റെ വിധിയോ നെടുങ്ങാടിയുടെ വിധിയോ? ഞാൻ ചെല്ലുന്നേടമെല്ലാം വിരസമാക്കി മാറ്റാൻവേണ്ടി അദൃശ്യനായൊരാൾ എന്റെ കൂടെ സദാ നടക്കുന്നതുപോലെയാണ് എനിക്കു തോന്നിയത്. എന്റെ തൊട്ടടുത്ത് ഒരാൾ ചുമച്ചു തുപ്പി വൃത്തികേടാക്കുകയും ഒരു കുടുംബം നിത്യദാരിദ്ര്യത്തിലേക്ക് ചെന്നുവീഴുകയുമാണ്.

ഗ്രാമത്തിലെ എന്റെ ഏകാന്തതയുടെ മധുരം ചോർന്നു പോവുന്നതായിക്കണ്ട ഞാൻ വീട്ടുടമസ്ഥനോട് ഒരുദിവസം പറഞ്ഞു:

"അടുത്ത മാസത്തിനു മുമ്പ് വീടുമാറണമെന്നുണ്ടെനിക്ക്."

അദ്ദേഹത്തിന് തീരെ സമ്മതമല്ലായിരുന്നു. നാട്ടിൻപുറത്തെ ഈ കോണിൽ വാടകവീടും തിരഞ്ഞ് ആരെത്തിപ്പെടാനാണ്? എന്റെ മനസ്സ് മനസിലാക്കിയ മട്ടിൽ അയാൾ പറഞ്ഞു:

"നെടുങ്ങാടിയെ ഒഴിപ്പിക്കണമെങ്കിൽ ഞാനങ്ങനെ ചെയ്തുതരാം."

ആ ഉത്തരം ഞാൻ പ്രതീക്ഷിച്ചിരുന്നില്ല.

"അവരെ ഇപ്പോൾ ഈ സ്ഥിതിയിൽ ഒഴിപ്പിക്കുന്നത് പാപമാണ്. അതുവേണ്ട ഞാൻ ഒഴിഞ്ഞേക്കാം."

മനസിന് കടുപ്പമുള്ള ആളായിരുന്നതുകൊണ്ട് വീട്ടുടമസ്ഥന് വാക്കുകൾക്കുവേണ്ടി തപ്പി നടക്കേണ്ടി വന്നില്ല.

"പാപമാണെങ്കിലും എനിക്കെന്റെ കാര്യം നോക്കണ്ടെ?"

ഞാൻ കുഴങ്ങി.

അന്ന് സന്ധ്യ മയങ്ങുമ്പോൾ നെടുങ്ങാടിയുടെ ഭാര്യ എന്നെക്കാണാൻ വന്നു. അകത്തെ എന്റെ മുറിയിലേക്ക് അവർ ആദ്യം കടന്നു വരികയായിരുന്നു.

"എന്താ വിശേഷിച്ച്?" വായിച്ചുകൊണ്ട് കിടന്നിരുന്ന ഞാൻ എഴുന്നേറ്റു.

"മാഷ് ഇവിടെനിന്നും മാറുകയാണോ?"

കലങ്ങിയ മിഴികൾ!

"ആരു പറഞ്ഞു?"

"മാഷ് വീട്ടുകാരനോട് സംസാരിക്കുന്നതു കേട്ടതാണ്."

ഞാൻ സമാധാനം പറയാതെ മിണ്ടാതിരുന്നു.

"ദയവുചെയ്ത് മാഷ് ഇവിടെനിന്നും പോവാൻ ശ്രമിക്കരുത്. അതറിഞ്ഞാൽ ഈ സ്ഥിതിയിൽ അയാൾ ഞങ്ങളെയും ഇറക്കിവിടും. മാഷക്ക് എന്തു വേണമെങ്കിലും ഞാൻ ചെയ്യാം."

ഞാനവരെ സമാധാനിപ്പിക്കേണ്ടവനായിത്തീർന്നു. വീട് മാറാനുള്ള ശ്രമം ഉപേക്ഷിച്ചതായി ഞാനവരോട് പറഞ്ഞു.

ഒന്നും പറയാൻ വയ്യാതെ, മടങ്ങിപ്പോവാൻ വയ്യാതെ അവർ അവിടെത്തന്നെ നിന്നു കുറേനേരം.

അവരുടെ മുഖത്തുദിച്ച ഭാവവ്യത്യാസം, കണ്ണുകളിലെ തിളക്കം, ഞാനവരുടെ മുഖത്ത് നിർന്നിമേഷനായി നോക്കിയപ്പോൾ ആ കവിളുകളിൽ കണ്ട നിറമാറ്റം, മൗനനിമിഷങ്ങളുടെ പ്രവാഹം.... എന്റെ വാക്കുകൾക്ക് മറുപടിയായിക്കണ്ട കൃതജ്ഞതയുടെ മുഖം, എന്നോട് എനിക്കാവശ്യമുള്ളത് സംസാരിച്ചു കഴിഞ്ഞിരിക്കുന്നു എന്ന് എനിക്ക് തോന്നി.

ഞാനും എന്റെ മിഴികളിലൂടെ സംസാരിച്ചു കഴിഞ്ഞുവോ?

അന്ന്, മൗനം ബാക്കി നിൽക്കെ അവർ ഇറങ്ങിപ്പോയി.

അന്നുവരെയുള്ള അവരുടെ പെരുമാറ്റം ഓർമിച്ചെടുത്ത് ഞാനവ ചികഞ്ഞുനോക്കി. ശരിയായിരിക്കും.

എന്നിട്ടും ഒരാഴ്ച കഴിയേണ്ടിവന്നു ഞങ്ങൾക്ക് മനസ്സ് മലർക്കെ തുറക്കാൻ.

"ഒടുവിൽ ഇപ്പോഴേ എനിക്ക് ധൈര്യം കിട്ടിയുള്ളൂ." അവർ പറഞ്ഞു.

"പക്ഷേ," ഞാൻ ചോദിച്ചു: "നെടുങ്ങാടിക്ക് അറിഞ്ഞാൽ സുഖമാവുമോ?"

"അസുഖമൊന്നുമാവില്ല." അവർ ചിരിച്ചു.

ആ ചിരിയിൽ അലിഞ്ഞു ചേർന്നിരുന്ന ലഹരി എന്നിലേക്ക് ഒഴുകി

വീണെങ്കിലും അതിന്റെ സുഖം എന്നിൽ അടിമുടി അരിച്ചു നടന്നെങ്കിലും എന്റെ മനസ്സു പറയുന്നതായി തോന്നി.

– നീ വീടു മാറാതിരിക്കാനാവും ഇതെല്ലാം. പിന്നീട് നിന്നിൽനിന്നും സാമ്പത്തികസഹായം നേടിയെടുക്കാനും.

ആട്ടെ. എന്നാലെന്താ? എനിക്കപ്പം തിന്നാൽ മതി.

അപ്പം തിന്നാൻ തുടങ്ങിയപ്പോഴാണ് മനസിലായത് അവരിൽ എല്ലാറ്റിനുമുപരി ലഹരി നിന്ന് തിളയ്ക്കുകയാണെന്ന്.

അവർ എന്റെ മുമ്പിൽ കാലം പിറകോട്ടു മാറ്റിയിട്ട പെൺകുട്ടിയായി. തിരുവാതിര ഞാറ്റുവേലയായി. ഒളിഞ്ഞു കിടന്നിരുന്ന ആവേശത്തിന്റെ ഇത്രയും ശക്തിയേറിയ വിസ്ഫോടനം എന്നെ അത്ഭുതപ്പെടുത്തി.

ഇരുട്ടിലേക്ക് കണ്ണും തുറന്ന്, ഇവിടെ പതഞ്ഞൊഴുകുന്ന വികാരത്തിന്റെ മണം പിടിച്ച്, നിസ്സഹായതയുടെ ഭാരം താങ്ങി, അപ്പുറത്ത് നെടുങ്ങാടി ഇരുന്നു. അമ്മ എന്തു ചെയ്യുന്നുവെന്ന് അറിയാൻ വയ്യാത്ത കുട്ടികൾ വെറുതെ കിടന്നു.

ചായക്കട വിറ്റപ്പോൾ കിട്ടിയ കാശും ക്ഷയിച്ചു തുടങ്ങി. ഞാനനുഭവിക്കുന്ന സുഖത്തിന് പകരമായി അവരുടെ ആവശ്യത്തിന്റെ ഭാരം ഞാനും ചുമക്കേണ്ടി വന്നു.

അങ്ങനെ മഹോദരം താമസിക്കുന്ന വീടിനെ താങ്ങിനിർത്തുന്ന ഏകതൂണായി മാറി നെടുങ്ങാടിയുടെ ഭാര്യ. അങ്ങനെ മാസങ്ങൾ നടന്നുപോയി. ആ തൂണും അപ്രതീക്ഷിതമായി അവിശ്വസനീയമായ വിധം ഒരുദിവസം ചിതൽ കേറി പൊട്ടി വീണു!

ഒരു കുടുംബത്തിന്റെ ദുരന്തം പൂർണമാക്കാൻ ഒരു രഹസ്യ ശക്തി കരുതലോടെ കരുക്കൾ നീക്കുന്നതാണെന്ന് എനിക്കു തോന്നി.

ഒരുദിവസം നെടുങ്ങാടിയുടെ ഭാര്യ വന്നില്ല. അന്വേഷിച്ചു ചെന്ന ഞാൻ ഞെട്ടിപ്പോയി.

മലർന്നടിച്ചു കിടക്കുന്ന അവരുടെ മുമ്പിൽ ബധിരനായി ഊമയായി ഞാൻ നിന്നു. എന്റെ നേരെ നീട്ടിയ കണ്ണുകളുമായി കിടക്കുന്ന അവരുടെ ചെന്നിയിലൂടെ കണ്ണുനീർ ഒലിച്ചിറങ്ങി. ശരീരത്തിന്റെ ഒരു ഭാഗം മുഴുവൻ അനങ്ങുന്നില്ല. സംസാരിക്കാൻ ശ്രമിക്കുമ്പോൾ അർഥമില്ലാത്ത ശബ്ദക്കഷ്ണങ്ങൾ തെറിച്ചു വീണു.

നെടുങ്ങാടി അവരുടെ സമീപത്ത് കുനിഞ്ഞിരുന്ന് ഒച്ചയുണ്ടാക്കാതെ കരയുന്നു. കുട്ടികൾ കാര്യമറിയാൻ വയ്യാതെ പകച്ചു നിൽക്കുന്നു.

ഇതെന്താണ്? ഞാനുമായി ചെയ്തുകൊണ്ടിരുന്ന പാപത്തിനുള്ള ശിക്ഷയാണോ? അതോ, എനിക്ക് എന്നെ മനസിലാക്കാൻവേണ്ടി കാലം നെടുങ്ങാടികുടുംബത്തെ എന്റെ മുന്നിലിട്ട് കളിക്കുകയാണോ?

ഈശ്വരാ എന്നൊന്നും വിളിക്കാൻപോലും നിവൃത്തിയില്ലാതായ ഈ കാലത്തിന്റെ മുഖം നോക്കി മിണ്ടാതിരിക്കാനല്ലാതെ എനിക്കെന്തു ചെയ്യാനുണ്ട്?

ആയുർവേദ ചികിത്സയാണ് ഈ രോഗത്തിനുത്തമം. ഒരു കുടുംബത്തിന്റെ ഭാരത്തിനും പുറമേ അതുകൂടെ ഏറ്റെടുക്കാൻ എനിക്കെങ്ങനെ കഴിയും? ഇനി കഴിഞ്ഞാൽത്തന്നെ അവരെങ്ങനെ ജീവിക്കും? ജീവിതത്തിന് അത്രയും ത്യാഗം ആവശ്യപ്പെടുന്ന എന്തർഥമാണുള്ളത്?

ആ കുടുംബത്തിൽനിന്നും ഞാൻ വലിച്ചെടുത്തിരുന്ന ഏകസുഖവും അടങ്ങിയപ്പോൾ കറവറ്റ പശുവിനെ തീറ്റിപ്പോറ്റേണ്ടി വരുന്ന ഒരാളുടെ ഗതികേടിലായി ഞാൻ. ഒന്നു രണ്ടാഴ്ചകൾകൊണ്ട് എന്റെ മനസിന്റെ സ്വസ്ഥതയെല്ലാം വലിച്ചൂറ്റിക്കുടിക്കുന്ന അട്ടകളായി മാറിക്കഴിഞ്ഞു നെടുങ്ങാടിയും കുടുംബവും.

കളി കഴിഞ്ഞിട്ടും അരങ്ങു മുഷിച്ചു നിൽക്കുന്ന നെടുങ്ങാടി ഗ്രീൻ റൂമിലേക്കുള്ള വഴി കാണാതെ ബുദ്ധിമുട്ടുന്നതായല്ല, വഴി കണ്ടിട്ടും മടങ്ങാൻ കൂട്ടാക്കാതെ നിൽക്കുന്നതായാണ് എനിക്കു തോന്നിയത്.......

ഇതിനിടയിലാണ് അധ്യാപകരുടെ പണിമുടക്കു സമരം വന്നത്. നെടുങ്ങാടി, അനാഥത്വത്തിന്റെ ഗുരുനാഥനായ എന്റെ മനസിനെ ഭരിക്കാനും ആരംഭിച്ചതോടെ പണിമുടക്കം തെറ്റും ശരിയുമല്ലാത്ത, പ്രാധാന്യം അർഹിക്കാത്ത ഒന്നായിത്തീർന്നു എനിക്ക്. അതുകൊണ്ട് അതിൽ പങ്കുചേരുന്നത് പങ്കു ചേരാതിരിക്കുന്നതുപോലെ അപ്രധാനമാകയാൽ ഞാനും പങ്കുചേർന്ന് ഒഴുകിത്തുടങ്ങി. സ്വന്തം ഇഷ്ടത്തിനനുസരിച്ച് ധാരാളം പേർ പണി മുടക്കി. അതിലധികം പേർ മറ്റുള്ളവർക്കു വേണ്ടി പണി മുടക്കി.

പണിമുടക്കി നടക്കുമ്പോഴും എന്റെ മനസ്സു മുഴുവൻ നെടുങ്ങാടിയായിരുന്നു. അപ്പോഴാണ് ഹരിപ്പാടുനിന്നുള്ള ഒരു പത്രവാർത്ത വായിക്കാനിടയായത്. അതു വായിച്ചപ്പോൾ സുഖമോ സന്തോഷമോ എന്തെല്ലാമോ അനുഭവപ്പെട്ടു. ഞാൻ പത്രവുമെടുത്ത് നെടുങ്ങാടിയുടെ അടുത്തേക്ക് ചെന്നു. പലതും സംസാരിച്ചുകൊണ്ട് നെടുങ്ങാടിയെ ഹരിപ്പാട്ടെ സംഭവത്തിൽ എത്തിച്ചു.

ആറോളം അംഗങ്ങളുള്ള കുടുംബം. ജോലിയില്ലാതെയും ജോലി കിട്ടാതെയും അലഞ്ഞു തിരിഞ്ഞു മടുത്തു. എന്തു ചെയ്യാനും തയാറായി നിന്നുനോക്കി. വിജയിച്ചില്ല. കുട്ടികൾ കഞ്ഞി കിട്ടാതെ കരഞ്ഞു തളർന്നു. കടക്കാർ കടം കൊടുക്കാതായി. ഇരിക്കപ്പൊറുതിയും കൊടുത്തില്ല. ഒരു വാതിലും തുറന്നു കിട്ടാതായപ്പോൾ ഒരുദിവസം രാത്രി അവർ ഒന്നിച്ച് ആരുടെ മുമ്പിലും തുറക്കുന്ന വലിയ വാതിൽ തുറന്നു

തിരിച്ചുപോയി.

കഥ കേട്ട നെടുങ്ങാടി നെഞ്ചു തടവി, ശ്വാസംമുട്ടൽ ഒതുക്കാൻ ശ്രമിച്ചുകൊണ്ട് പുറത്തെ ഇളവെയിലും നോക്കിയിരുന്നു. അയാൾ ആ രംഗം കാണുകയായിരുന്നു. അയാൾ തന്നോടുതന്നെ പറഞ്ഞു:

ഗതികിട്ടാ പ്രേതങ്ങളായി എന്നും അലയാനാണ് അവരുടെ വിധി. പാവങ്ങൾ.

"എല്ലാ വഴിയുമടഞ്ഞുകഴിഞ്ഞാൽ മറ്റെന്തു ചെയ്യണമെന്നാണ് നെടുങ്ങാടി പറയുന്നത്?" ഞാൻ ചോദിച്ചു.

അതും ശരിയാണ് എന്ന് പറയാനേ അയാൾക്കു കഴിഞ്ഞുള്ളൂ.

ഞാൻ ഒന്നുകൂടി വിശദീകരിച്ചു കൊടുത്തു:

"അച്ഛനും അമ്മയും തളർന്നു. അവർ അധികം താമസിയാതെ മരിക്കും. കുട്ടികളെ ഒന്നുകൂടി അഗതികളാക്കി മടങ്ങാൻ അവരുടെ മനസ്സു സമ്മതിക്കേണ്ടേ?"

നെടുങ്ങാടി ശ്രദ്ധിച്ചു. ആരോടൊ അനാവശ്യമായുണ്ടായ അമർഷം കൊണ്ടായിരിക്കണം, ഞാൻ ഇത്രയും കൂടി പറഞ്ഞു:

"സ്വാതന്ത്ര്യത്തിന്റെ രജതജൂബിലിയല്ലേ? മരിച്ചുപോകുന്നവർക്ക് സ്വർഗ്ഗവാതിൽ തുറന്നുവയ്ക്കുന്ന പുണ്യകാലമാണ്. മരിക്കാൻ പറ്റിയ കാലം!"

നെടുങ്ങാടിയുമായി സംസാരിച്ചുകൊണ്ടിരിക്കുമ്പോഴാണ് രണ്ടുപേർ അന്വേഷിച്ചുവന്നത്. അവർ എന്നെ എങ്ങനെയെങ്കിലും തേടിപ്പിടിച്ചു കൊണ്ടുപോവാൻ വന്നവരായിരുന്നു.

"സമരം തുടങ്ങിയതോടെ തന്നെ കാണാനേ കിട്ടുന്നില്ലല്ലോ."

അവരുടെ അഭിപ്രായം കേട്ട് ഞാൻ ചിരിച്ചു. യന്ത്രത്തിന്റെ ഭാഗമായി മാറാൻവേണ്ടി ആകൃതി ശരിപ്പെടുത്തിയവരായിരുന്നു. ആ സുഹൃത്തുക്കൾ.

പോവുന്ന വഴിക്കാണ് അവർ ധൃതിപ്പെട്ടു വന്നതിന്റെ ഉദ്ദേശ്യം പറഞ്ഞത്. ഞാൻ മൂളിക്കേട്ട് അവരുടെകൂടെ നടന്നു.

ഞാൻ പാർട്ടിയുടെ ബന്ധുവാണോ? പാർട്ടിയുടെ ശത്രുവല്ലാത്തൊരാൾ ബന്ധുവാണെന്നായിരിക്കുമോ ഇവരുടെ ധാരണ? എങ്ങനെയായാലും എനിക്കായോഗത്തിൽ പങ്കെടുക്കാൻ വിശേഷിച്ചു താൽപ്പര്യമുണ്ടായിരുന്നില്ല. പലപ്പോഴുമെന്നപ്പോലെ അപ്പോഴും എന്റെ സുഹൃത്തുക്കളെ നിരുത്സാഹപ്പെടുത്താൻ കഴിയാത്തതുകൊണ്ട് ഞാൻ അവരുടെ വഴി പിടിച്ചു നടന്നു.

ചുറ്റും ഒഴുകുന്ന വേദനയുടെ കാഠിന്യം കണ്ടു സഹികെട്ട് കണ്ട

തിനെയെല്ലാം ചുട്ടുപൊള്ളിക്കാൻ ഗറില്ലയാവുകയും വിപ്ലവം ജയിച്ചവസാനിച്ചപ്പോൾ ഇനിയുള്ള ജീവിതം വയ്യാതെ ആത്മഹത്യ ചെയ്യുകയും ചെയ്ത ബുദ്ധിജീവിയായൊരു സഖാവ് എന്റെ സങ്കൽപ്പത്തിലുണ്ട്. പലപ്പോഴുമെന്നപോലെ അപ്പോഴും അജ്ഞാതനായ ആ സഖാവിന്റെ മുഖം തിരിച്ചറിയാൻ മനസിൽ തിരഞ്ഞുകൊണ്ട് ഞാൻ നടന്നു.

സമരത്തിൽ സ്വീകരിക്കേണ്ട അടവുകളെക്കുറിച്ച് ആലോചിക്കാൻ അധ്യാപക വിഭാഗത്തിൽപ്പെട്ട പാർട്ടി മെമ്പർമാരുടെയും അനുഭാവികളുടെയും ആ യോഗത്തിൽ ഇത്രയധികം പേർ സമ്മേളിക്കാനുണ്ടല്ലോ എന്നെനിക്ക് അത്ഭുതം തോന്നി. ഞാനും സുകുമാരനും ചുറ്റി നടന്നു കണ്ട മുഖങ്ങളൊന്നുമായിരുന്നില്ല. ഇവിടെ എന്റെ ഭാഗം എങ്ങനെ അഭിനയിക്കണമെന്ന് അറിയാത്തതുകൊണ്ട് ഒരു നോക്കുകുത്തിയുടെ മട്ടിൽ ഞാനിരുന്നു. എന്തെങ്കിലും എന്നെങ്കിലും ചെയ്യാൻ കഴിഞ്ഞേക്കാവുന്ന ഈ മനസുകളെ തണുപ്പിക്കാൻ എനിക്കാഗ്രഹമില്ലായിരുന്നു.

ഞാൻ കേട്ടിരുന്നു.

സമരത്തിന്റെ ഓരോ ഘട്ടത്തിലും പാർട്ടി അനുഭാവികൾ വിവിധ തലങ്ങളിൽ നേതൃത്വത്തിലുണ്ടായിരിക്കണം. പിൻനിരയിൽ, ആഴത്തിൽ പിന്തുണ നൽകിക്കൊണ്ട് പാർട്ടി കാതും കണ്ണും തുറന്ന് സദാ നിൽക്കുന്നുണ്ടാവും

(എത്ര നല്ല ചിത്രം!)

ശരി.

വിരുദ്ധരെ വലിച്ചെടുക്കാൻ കിട്ടുന്ന ഓരോ സന്ദർഭവും നാം തപ്പിപ്പിടിക്കണം.

അതും ശരി.

എന്നിട്ടോ?

സമരം കഴിയുമ്പോഴേക്കും എത്ര അധികം പേരെ പാർട്ടി ബന്ധുക്കളാക്കാൻ കഴിയുമോ അത്രയും നമ്മുടെ വിജയമാണ്.

ഇപ്പോൾ എന്റെ മനസിൽ നെടുങ്ങാടിയിരുന്ന് ചുമയ്ക്കുന്നു. അതുകൊണ്ട് ചർച്ചയുടെ ആ ഘട്ടത്തിൽവച്ച് ഞാനെന്റെ നിഗമനങ്ങളിലൂടെ പിടിച്ചു കയറി–അങ്ങനെ എല്ലാ ചതുപ്പുനിലങ്ങളിലും സമരം. എല്ലാ സമരങ്ങളിലും പാർട്ടിയുടെ സജീവമായ പങ്കാളിത്തം. അവസാനം അവസാനത്തെ ലോങ് മാർച്ച്. ആ മാർച്ചിൽ മുമ്പിൽ നടക്കുന്ന ഭടന് എന്റെ മുഖം. നെടുങ്ങാടിയെ ചികിത്സിക്കാൻ ഈ രാജ്യത്തിന് കഴിയുന്നില്ലല്ലോ എന്നു കരയുന്ന ഹിപ്പോക്രസിയുടെ മുഖത്ത് കഠാരി കുത്തിയിറക്കാൻ എനിക്കു കഴിയുന്ന അവസാനത്തെ ആ സമരത്തിന്റെ ആദ്യ ഘട്ടമാണോ ഈ അധ്യാപക പണിമുടക്കു സമരം? സംശയ തീർത്തു

തരൂ, ആരെങ്കിലും. എങ്കിൽ ഞാനും, തരുന്ന ഭാരമെല്ലാം വലിച്ചേറ്റി നടക്കാം. ലക്ഷ്യത്തിനുമപ്പുറം ആ ഗറില്ലാ സഖാവിനെപ്പോലെ ഞാനെന്തെങ്കിലും ചെയ്താലും അതുവരെ ഞാൻ കൂടെ വരാം.

പറയൂ. ഡയറക്ട് റിക്രൂട്ട്മെന്റിന് എതിരായും അതേസമയം മറ്റു ചിലർ അനുകൂലമായും നടത്തുന്ന ഈ സമരം ആ നീണ്ട യാത്രയ്ക്ക് എങ്ങനെയാണ് സഹായമാവുക? ഹെഡ്മാസ്റ്ററുടെ ഗ്രേഡ്, അസിസ്റ്റന്റ് പ്രൊഫസറുടേതിന് തുല്യമാക്കിയാൽ, അല്ലെങ്കിൽ നൂറുരൂപ എല്ലാവർക്കും വേതനവർധന കൊടുത്താൽ ലോങ് മാർച്ചിന് ഒരു നാഴികയെങ്കിലും അടുത്തെത്തുമോ?

സിദ്ധാന്തങ്ങൾ നിരത്തിവെച്ചു വ്യാഖ്യാനം നൽകിയതു മതി.....

ഇതുവരെ എന്നോടു തന്നെ സംസാരിച്ചുകൊണ്ടിരുന്ന ഞാൻ യോഗത്തിൽ സംബന്ധിച്ചിരുന്ന പാർട്ടി നേതാവിനോട് ചോദിച്ചു:

“നമുക്കിതു പാർട്ടിയുടെ നേതൃത്വത്തിലുള്ള ഒരു സമരമാണെന്ന് തുറന്നു പ്രഖ്യാപിച്ചാലെന്താ?”

“അത് ശരിയായ സമീപനമല്ല.” അദ്ദേഹം വിശദീകരിച്ചു. “ഇത് പാർട്ടിയുടെ നയങ്ങളോട് അനുകൂലിക്കുന്ന ഒരു സമരമല്ലല്ലോ. ഒരു കാഴ്ചപ്പാടിൽ പെറ്റി ബൂർഷ്വാസിയുടെ താൽപ്പര്യമാണ് ഈ സമരം. പക്ഷേ, വെള്ളത്തിലെ പരൽമീനുകളെപ്പോലെ ഇതിൽ ഊളിയിട്ട് പത്തെങ്കിൽ പത്തു കാഡറുകളെയെങ്കിലും പുതുതായി നേടണം. അതായിരിക്കണം നമ്മുടെ ലക്ഷ്യം.”

ഒന്നു നിർത്തിയിട്ട് അദ്ദേഹം തുടർന്നു:

“ഇത്തരം സമരങ്ങളെ രാഷ്ട്രീയ സമരമാക്കി മാറ്റാൻ ഇനിയും സമയമായിട്ടില്ല.”

ഈ രാജ്യത്ത് അങ്ങനെ ഒരു സമരം എന്നെങ്കിലും വന്നെത്തുമോ? നെടുങ്ങാടി മരിച്ചു വീണ്ടും ജനിച്ചു, വളർന്ന്, രോഗം പിടിച്ച് വലഞ്ഞ് മരിക്കുമ്പോഴും നാം പറയുന്നുണ്ടാവും, “ക്ഷമിക്കൂ, സമയമാവുന്നേയുള്ളൂ.”

ആരെയും കുറ്റം പറയുന്നില്ല.

ചർച്ച തുടർന്നു.

ഞാൻ കേട്ടിരുന്നു.

ഡയരക്ട് സെലക്ഷനെ അനുകൂലിക്കുന്നവരെ ആ നിലയ്ക്ക് സമീപിച്ച് സമരോന്മുഖരാക്കണം.

ശരി.

എതിരാളികളെ ആ നിലയ്ക്കും.

ആവാം.

ശമ്പളം കൂടുതൽ ലഭിക്കാനുള്ള സമരമെന്ന നിലയിൽ എല്ലാവരെയും അതിന്റെ പേരിൽ ഒന്നിച്ചു നിർത്തുകയും വേണം.

അതും സമ്മതിക്കുന്നു.

ചർച്ചകൾ ശ്രദ്ധാപൂർവം കേട്ടുകൊണ്ട് പിന്നിലുണ്ടായിരുന്ന ഒരാൾ ചോദിച്ചു:

"ഒരു സംശയമുണ്ട്."

"ചോദിക്കൂ."

"പാർട്ടി അനുഭാവികൾ സജീവമായി സമരത്തിന്റെ മുമ്പിൽ ഉണ്ടായിരിക്കണമെന്നാണല്ലോ നമ്മുടെ കാഴ്ചപ്പാട്?"

"തീർച്ചയായും അതേ."

"സമരം നിർഭാഗ്യത്തിനു പരാജയപ്പെടുന്നു എന്നു കരുതുക. അപ്പോൾ നമ്മുടെ ലക്ഷ്യത്തിനു നേരെ വിപരീതമായിരിക്കില്ലേ ഫലം?"

"മനസിലായില്ല."

"അതായത് സമരാനന്തരം പത്തു പുതിയ അനുഭാവികളെ ലഭിക്കുന്നതിനുപകരം കിട്ടിയ പത്തു പേരെയെങ്കിലും നഷ്ടപ്പെടുകയാവില്ലേ ഫലം?"

"അതുകൊണ്ട്" ആ സുഹൃത്തു തുടർന്നു: "ഈ സമരത്തിൽ പാർട്ടി സജീവമായ യാതൊരു പങ്കും എടുക്കേണ്ടെന്നാണ് എന്റെ അഭിപ്രായം. പാർട്ടി അനുഭാവികളായ അധ്യാപകർ വെറും അനുയായികളായി പ്രവർത്തിച്ചാൽ മതിയാവും."

രാഷ്ട്രീയമായി നിലവിലുള്ള കാലാവസ്ഥ അറിയുമായിരുന്ന പലരും ആ സുഹൃത്തിന്റെ അഭിപ്രായത്തെ പിന്താങ്ങി.

പാർട്ടി നേതാവ് ഓർമിപ്പിച്ചു:

"ഒരവകാശസമരവും വിജയിക്കാതിരിക്കുന്നില്ല. പൊളിഞ്ഞുപോയെന്ന് പലരും പറയുന്ന ഫ്രഞ്ച് വിപ്ലവം പരാജയമായിരുന്നുവോ? പരാജയം തന്നെ വിജയത്തിന്റെ മുന്നോടിയല്ലേ? സമരം ചെയ്യുക. പരാജയത്തിൽനിന്ന് പാഠം പഠിക്കുക. വീണ്ടും ആഞ്ഞടിക്കുക എന്നല്ലേ?"

കുറേയേറെ കേട്ടു കഴിഞ്ഞതോടെ എനിക്ക് ശ്രദ്ധ പിടിച്ചുനിർത്താൻ പറ്റാതെയായി. ഒരുകൂട്ടമാളുകൾ ഒന്നിച്ചിരുന്നു നടത്തുന്ന ആലോചനായോഗങ്ങളിൽ പലപ്പോഴും എനിക്കുണ്ടാവാറുള്ള അനുഭവം! ഞാനവിടെ ആവശ്യമില്ലെന്ന തോന്നൽ!

അവസാനമെടുക്കുന്ന തീരുമാനത്തിന് കാത്തുനിൽക്കാതെ അത്യാവശ്യമായി ഒരിടംവരെ പോവാനുണ്ടെന്നും പറഞ്ഞ് ഞാൻ സ്ഥലം വിട്ടു.

നഗരത്തിൽവച്ചു മറ്റൊരു രാഷ്ട്രീയ കക്ഷിയുടെ അനുഭാവികളിൽ കുറേ അധ്യാപകരെ കണ്ടു. അവരും മറ്റൊരു ദിക്കിൽ ചർച്ച നടത്തി മട

ങ്ങുകയായിരിക്കും. ചർച്ചയുടെ പുതിയ വെളിച്ചം അവരുടെ മുഖത്തു കണ്ടു. ഇതുപോലെ എത്ര രാഷ്ട്രീയകക്ഷികൾ എവിടെയെല്ലാം ചർച്ചകളും തീരുമാനങ്ങളുമായി കഴിയുന്നുണ്ടാവും ഇപ്പോൾ!

ഞാൻ ഒറ്റയ്ക്കു നടന്നു. ഉച്ചച്ചൂടിൽ വിയർത്തു നടന്നു. സുകുമാരന്റെ കൂടെ പ്രചാരണത്തിനു നടന്നിട്ടും, പണിമുടക്കം ആരംഭിച്ചിട്ട് ഒരാഴ്ചയിലധികം കഴിഞ്ഞിട്ടും, സമരത്തെക്കുറിച്ചുള്ള പാർട്ടിയുടെ വ്യാഖ്യാനം ശ്രദ്ധിച്ചിട്ടും ഓട്ടയുള്ള മനസിൽനിന്ന് എല്ലാം ചോർന്നുപോയ ഒരനാഥനെപ്പോലെ ഞാൻ നടന്നു.

എന്നും ചർച്ചകളും അതിന്റെ പാട്ടുകളും മാത്രം കേട്ടുകിടക്കുന്ന ഈ രാജ്യത്ത് സുഹൃത്തു തന്റെ കഥയിൽ എഴുതിയതുപോലെ, എഴ്ശ്ശന് നായരാവുക എന്നതിലപ്പുറം ഇവിടെ വിപ്ലവമില്ല.

പകലുറക്കത്തിന്റെ മുഖത്ത് വന്നിരിക്കുന്ന ഈച്ചകൾ പെരുകുന്ന ഈ രാജ്യത്ത് ലോങ് മാർച്ചിൽ ചെന്നെത്താനുള്ള പുറപ്പാടേ എന്നും ഉള്ളൂ.

മൂന്ന്

കുന്നുകയറുന്ന കാസരോഗിയെപ്പോലെയായിരുന്നു സമരം. നിന്നു കിതയ്ക്കുന്നു. കിതപ്പില്ലെന്ന ഭാവത്തിൽ നടക്കുകയും ചെയ്യുന്നു. ഈ കുന്നൊന്നു കയറിത്തീർത്താൽ മതിയെന്നായി.

തെക്കൻ വെയിലിൽ വിയർത്തൊഴുകുന്ന മുഖം ഇടയ്ക്കിടെ തുടച്ച് മുദ്രാവാക്യം വിളിക്കുന്ന, റിട്ടയർ ചെയ്യാൻ അധികം കാലമില്ലാത്ത രാമമൂസ്സത് ഒരനാഥക്കുട്ടിയെപ്പോലെ നിൽക്കുന്നത് കാണുമ്പോൾ ഞാൻ പറയും:

"ഏറിയാൽ നാലു ദിവസംകൂടി. അപ്പോഴേക്കും ഒത്തുതീർപ്പാവും."

മൂസ്സതിന്റെ മുഖം വികസിക്കും.

"അതെയല്ലേ."

കുറച്ചുനേരം മുദ്രാവാക്യം ഏറ്റു പറയാൻ അയാൾ മറന്നുപോവും. ഓർമ വന്നപോലെ പിന്നീട് പെട്ടെന്ന് തുടങ്ങും. ഏതാനും നിമിഷങ്ങൾക്കുശേഷം എന്റെ നേരെ വീണ്ടും തിരിയും.

"ആവശ്യങ്ങളൊന്നും അനുവദിക്കില്ല എന്നുറപ്പായാലും, സമരം പിൻവലിച്ചേക്കും. അല്ലേ?"

അയാൾ ആഗ്രഹിക്കുന്ന ഉത്തരം എനിക്കറിയാമായിരുന്നു. എങ്കിലും പറയേണ്ട ഉത്തരമാണ് ഞാൻ പറഞ്ഞത്:

"അത് നമുക്ക് ക്ഷീണമല്ലേ മൂസ്സതേ?"

രക്തപരിവാഹം നിന്ന ചിരി.

"അതും ശരിയാണ്."

മൂസ്സതിനോടൊപ്പം തെക്കൻ വെയിലേറ്റു തളരുന്ന മറ്റു മുഖങ്ങളിലും എന്റെ ശ്രദ്ധ തപ്പിനോക്കുന്നുണ്ടായിരുന്നു. പുതുതായി പാർട്ടിക്ക് ലഭിക്കുന്ന കാഡറുകളെവിടെയാണ്?

മൂസ്സത് തന്നെയാണോ? വീട്ടിൽ കുട്ടി കിടന്നുകരയുന്നുണ്ടാവുമല്ലോ എന്ന പരിഭ്രമത്തിനിടയിലും മുദ്രാവാക്യം വിളിച്ചു നിൽക്കുന്ന ഗോമതി ടീച്ചറാണോ? ടെർമിനസില്ലാത്ത പാതയിൽ കളിച്ചു നിൽക്കുന്ന വേഷങ്ങൾ!

ഞങ്ങളുടെ സ്കൂളിൽ മുപ്പത്തിനാലുപേരെ സമരത്തിനുണ്ടായിരുന്നുള്ളൂ. അപ്പർ പ്രൈമറി വിഭാഗത്തിലെ ഇരുപത്തിരണ്ടു പേരുൾപ്പെടെ നാൽപ്പത്തഞ്ചുപേർ സർക്കാറിന്റെ പരാധീനത കണ്ട് മനസലിഞ്ഞവരായിരുന്നു.

ചിരിച്ച് സൗമനസ്യം കാണിച്ചു ചുറ്റും നോക്കിക്കൊണ്ട് സ്കൂളിലേക്ക് മുളയുന്നവരോട് പണിമുടക്കുന്ന സഹപ്രവർത്തകർക്ക് അടച്ചു സൂക്ഷിക്കാൻ വയ്യാത്ത അമർഷത്തിന്റെ ഒരംശം എനിക്കും കിട്ടാൻ ഞാൻ ആഗ്രഹിച്ചു.

അപ്പർ പ്രൈമറി വിഭാഗക്കാർക്ക് പറഞ്ഞു നിൽക്കാൻ കാരണമുണ്ടായിരുന്നതുകൊണ്ട് അവർ ഞങ്ങളുടെ അടുത്തു വന്നു നിൽക്കുകയും കുശലാന്വേഷണം നടത്തുകയും ചെയ്യും.

"നിങ്ങളുടെ കൂടെ ഞങ്ങൾക്കും സമരം ചെയ്യണമെന്നില്ലാതെയല്ല. ഞങ്ങളുടെ സംഘടന പണിമുടക്കിൽ നിന്ന് വിട്ടുനിൽക്കുകയല്ലേ?"

"എന്തു ചെയ്യാം." ഞാൻ സഹതാപം പ്രകടിപ്പിക്കും.

പിന്നിൽനിന്ന് അമർഷത്തിന്റെ ശബ്ദം കേൾക്കും.

"സമരമെന്നു കേൾക്കുമ്പോഴേക്കും മൂക്കു വിയർക്കുന്നവർക്ക് സംഘടന എന്ന ബോഡും തൂക്കി സത്രങ്ങൾ കെട്ടിയിട്ടിരിക്കുകയാണ് ചില നേതാക്കന്മാർ. ധൈര്യം കെട്ടുപോയവരെല്ലാം അവിടെ ഒത്തുകൂടുന്നു. "

സത്യമെങ്കിലും അസത്യമായ ആ പ്രസ്താവന കേട്ട് ഞാൻ വെറുതെ ചിരിച്ചു.

നഗരത്തിന്റെ പൊയ്മുഖം കെട്ടിനടക്കേണ്ടവനായ ഞാൻ ഇയ്യിടെ ചിരിക്കുന്നത് കുറെ അധികമായിരിക്കുന്നു. ഇഷ്ടംപോലെ വരുത്താവുന്ന ചിരി ഞാനും എടുത്തണിയാൻ പഠിച്ചു കഴിഞ്ഞു.

നഗരത്തിലേഗക്ക് ബസു കാത്തു നിൽക്കുമ്പോൾത്തന്നെ ചിരിയും ആരംഭിക്കുകയായി.

സുഹൃത്തുക്കളെ കാണുന്നു.

"എന്താ വിശേഷം?"

"വമ്പൻ വിജയമാണ്. ഇവിടെ എല്ലാ പ്രൈമറി സ്കൂളുകളും പൂട്ടിക്കിടക്കുന്നു."

ചിരിക്കുന്നു.

അവർക്കു പിന്നെയുമെന്തോ പറയാനുണ്ടായിരുന്നു.

"എന്താ?"

"ഒരു വിശേഷമുണ്ടായി." പറഞ്ഞു തുടങ്ങുന്ന സുഹൃത്ത് സ്വരം താഴ്ത്തുന്നു. ചുറ്റും നോക്കുന്നു. എന്നിട്ട് തുടരുന്നു.

''നമുക്കെതിരായി നടന്നു പ്രസംഗിക്കുന്ന ഒരുത്തനില്ലേ; പ്രൈമറിക്കാരൻ. ഇന്നലെ രാത്രി നന്നായൊന്നുഴിഞ്ഞു വിട്ടിട്ടുണ്ട് ഞങ്ങൾ.''

ഞാൻ പരിഭ്രമം അഭിനയിച്ചു.

"കുഴപ്പമെന്തെങ്കിലും?"

"ഒന്നുമില്ല. ഞങ്ങളാണെന്ന് തീരെ അറിഞ്ഞിട്ടില്ല. ഞങ്ങളെ സംശയിക്കാവുന്ന സ്ഥലത്തുവെച്ചുമല്ല."

പിന്നെയും ബസുവരാൻ നേരമുണ്ടായിരുന്നു. ഞങ്ങൾ ഓരോന്നു സംസാരിച്ചുകൊണ്ടു നിന്നു. നഗരത്തിൽ പ്രവർത്തകന്മാർക്ക് ഒരു വിഷമവുമില്ലാത്ത സ്ഥിതിക്ക് ഞാൻ അവരുടെ കൂടെ നാട്ടിൻപുറത്ത് സമരപ്രചാരണത്തിനുണ്ടായാൽ നന്നെന്ന് അവർ അഭ്യർഥിച്ചു.

നാട്ടിൻപുറത്താണെങ്കിൽ മെഗാഫോണെടുത്തു. പ്രചാരണം നടത്തണം. ഒരു രാഷ്ട്രീയ പാർട്ടിയുടെ ഇലക്ഷൻ പ്രചാരണംപോലെ തെരുവുയോഗങ്ങൾ നടത്തണം. പലരെയും ഭീഷണിപ്പെടുത്തണം. അതുകൊണ്ട് ഞാനെന്നും നഗരത്തിലേക്ക് ബസു കയറുകയാണ്. അവിടെ ബീഡി വലിച്ച് മരത്തണലിലിരുന്ന്, ഇടയ്ക്ക് മുദ്രാവാക്യം വിളിച്ച്, മുഷിയുമ്പോൾ മടങ്ങാം.

ബസിലിരിക്കുമ്പോൾ അടികൊണ്ട സോമശേഖരൻ ഓർമയിലേക്കു വന്നു. ഒരുപാടു കാര്യങ്ങൾ ചെയ്തുതീർക്കേണ്ടിവന്നവനെപ്പോലെ എപ്പോഴും ബദ്ധപ്പാടു കാണിക്കുന്ന സോമശേഖരൻ. എന്നോടുതന്നെ ഒരിക്കൽ അയാൾ കയർത്തു ചാടുകയുണ്ടായി.

"ഇവിടെ ജോലിയില്ലാതെ തെണ്ടുന്നവരെ നിങ്ങൾ കാണുന്നില്ലേ?"

യജമാനനാരെന്നറിയാതെ കാവൽ നിൽക്കുന്ന പട്ടിയുടെ കുരച്ചുചാട്ടം! കേട്ടാൽ തോന്നുക ജോലിയില്ലാതെ തെണ്ടുന്നവരെ അയാൾ കാണുന്നു എന്നല്ലേ? അയാൾ കാണുന്നതും ഞാൻ കാണാതിരിക്കുന്നതും തമ്മിൽ എന്താണ് വ്യത്യാസം?

"സമ്മതിക്കുന്നു, സോമശേഖരാ, സമ്മതിക്കുന്നു. ഇവിടെ ആളു

കൾ ജോലിയില്ലാതെ തെണ്ടുന്നത് ഞാനവരെ കാണാത്തതുകൊണ്ടു മാത്രമാണ്, സംശയമില്ല. ആളുകൾക്ക് പിച്ചച്ചട്ടി കൊടുക്കുന്നതും എന്റെ കുറ്റം. സാധനങ്ങളുടെ വില കയറ്റിയതിനും ഞാനല്ലാതെ മറ്റാരുമല്ല കാരണം."

ഞാനൊന്നു നിർത്തി നാടകീയമായി തുടർന്നു:

"കാരണം ഞാനത്രയ്ക്കും ഷണ്ഡനായിപ്പോയി. മറ്റേതെങ്കിലും രാജ്യത്തായിരുന്നെങ്കിൽ....."

ഞാനവിടെ നിർത്തി. എന്റെ ശബ്ദം അറിയാതെ ഉച്ചത്തിലായിപ്പോയിരുന്നു.

സോമശേഖരൻ അന്ന് ഒന്നും പറയാതെ പോയി.

കേൾക്കാൻ ഒരാളുമില്ലാത്ത നാട്ടിൽ ഞാൻ കുറെ പറഞ്ഞു.

ബസിറങ്ങുമ്പോൾ എന്റെ സ്കൂളിനു മുമ്പിൽ ആരുമുണ്ടായിരുന്നില്ല. അതും അവസാനിപ്പിച്ചിരിക്കും എന്നു കരുതി നിൽക്കുമ്പോഴാണ് ഒരു പരിചയക്കാരനെ കണ്ടത്.

"മാഷെ കണ്ടതു നന്നായി. ദുർഗാ ഹൈസ്കൂളിന്റെ മുന്നിലേക്ക് എല്ലാവരും നീങ്ങിയിരിക്കുകയാണ്. "

നീങ്ങിയിരിക്കുകയാണ്! സാങ്കേതികപദമാണ്!

ദുർഗ, പ്രൈവറ്റ് ഹൈസ്കൂളാണ്.

"എന്തേ അങ്ങോട്ടു നീങ്ങാൻ?"

"അവിടെ കുറേ പേർ ഇന്ന് ഉള്ളിൽ കേറുന്നുണ്ടത്രേ."

അതിന്? ജില്ലയിൽ ആകെ പണിമുടക്കുന്ന ഒരൊറ്റ സ്വകാര്യ ഹൈസ്കൂളാണ് ദുർഗ. അവിടെയുള്ള അധ്യാപകർ, പണിമുടക്കുന്ന ഒരു സ്വകാര്യ അധ്യാപക സംഘടനയിലെ അംഗങ്ങളായതായിരുന്നു അവർ ചെയ്ത പാപം.

എന്തെങ്കിലും ചെയ്യേണ്ടതുകൊണ്ട് അങ്ങോട്ടു തന്നെ ചെന്നു.

ഗേറ്റിൽ തേനീച്ചകളെപ്പോലെ സമരക്കാർ പൊതിഞ്ഞു നിൽക്കുന്നു. അവിടെയുള്ളവരിൽ പത്തുപേരൊഴികെ ബാക്കിയുള്ളവരെല്ലാം ഒരാഴ്ച പണിമുടക്കി കടമചെയ്തു തീർത്ത മട്ടിൽ സമരം മതിയാക്കി കയറുകയാണ്. അവരെ തടയണം.

അതെന്തിനാണെന്ന് ചോദിക്കാൻ പറ്റിയ ആരെയും അവിടെ കണ്ടില്ല. എന്റെ ഹൈസ്കൂളിൽ പത്തു നാൽപ്പത്തിയഞ്ച് പേർ സുഖമായി കയറിയിറങ്ങുന്നു. അവരെ തടയാത്തതെന്താ? ഉത്തരവും ഞാൻ തന്നെ കണ്ടുപിടിച്ചു. അവർ പണിമുടക്കിയതേയില്ല. അപ്പോൾ അവരോടുള്ള എതിർപ്പിന്റെ വായ്ത്തല മടങ്ങിയിരിക്കും. ഇവിടെയോ? ഒരാഴ്ച പണിമുടക്കി പിന്നെക്കയറുകയാണ്. അതുകൊണ്ട് ഇവരോടുള്ള

എതിർപ്പിന് തോട്ടരക്കത്തിയുടെ മൂർച്ചയുണ്ടാവണമല്ലോ.

മനസിൽ ചിരിച്ച് മുഖം കൊണ്ട് കോപിച്ച് ഞാനും സമരക്കാരിൽ ഒരാളായി.

കയറാൻ തയാറായി നിൽക്കുന്നവരിൽ പരിചയമുള്ള ഒരു ടീച്ചർ എന്നെത്തന്നെ ശ്രദ്ധിക്കുന്നതായി കണ്ടു. കുറേ നേരമായി. അവർക്കെന്നോടെന്തോ പറയാനുണ്ടാവുമോ? സംശയം ഉറച്ചപ്പോൾ ഞാനവരുടെ അടുത്തേക്കു ചെന്നു.

"സരോജിനി ടീച്ചർ സമരം പൊളിക്കാൻ നിൽക്കുകയായിരിക്കും?"

എന്റെ ചോദ്യത്തിന്റെ കനം താങ്ങാൻ ശക്തിയില്ലാതിരുന്ന അവർ മുഖം താഴ്ത്തി.

"എന്താണെങ്കിലും പറയൂ." ഞാൻ ധൈര്യം കൊടുത്തു.

"സാറിനോട് ഒന്നു പറയാനുണ്ടായിരുന്നു."

"പറയൂ."

അവർക്ക് പറയാൻ സൗകര്യം വേണമെന്നു മനസിലായി. ഞങ്ങൾ തിരക്കിൽനിന്ന് സ്വൽപ്പം അകന്നുനിന്നു.

"എനിക്ക് സ്കൂളിൽ കടക്കണമെന്ന് ഇഷ്ടമുണ്ടായിട്ടല്ല. പ്രത്യേകിച്ച് നിങ്ങളെയെല്ലാം ധിക്കരിച്ചുകൊണ്ട്."

വിഷാദത്തിന്റെ നിഴൽ വീണ അവരുടെ മിഴികളിൽ നിസ്സഹായതയുടെ തുള്ളികൾ. അവരുടെ വാക്കുകൾ കാത്തു ഞാൻ നിന്നു.

"സാറിനറിയാത്തതൊന്നുമല്ലല്ലോ. കഴിഞ്ഞ ഒരാഴ്ചയായി വീട്ടിൽ ആളുണ്ടായിരുന്നില്ല. ഇന്നലെ സന്ധ്യക്കാണ് വന്നുകേറിയത്."

എനിക്കറിയാം. സമരമല്ല കൈമടക്കാണ് വലുതെന്നു കരുതുന്ന ആളാണ്. ഫോറസ്റ്റ് ഡിപ്പാർട്ടുമെന്റിൽ ക്ലാർക്കാണ്. കണ്ടമാനം കുടിക്കുന്നവനാണ്. കുടിച്ചു കഴിഞ്ഞാൽ സരോജിനി ടീച്ചർ എന്ന സഹധർമിണിയെ തൊഴിക്കുക എന്ന ഹോബി ശീലിച്ചവനാണ്. ആരെങ്കിലും കയറിച്ചെന്ന് ഉപദേശിച്ചാൽ വീണ്ടും തൊഴിക്കുകയും ചെയ്യുന്നവനാണ്.

രാത്രി വളരെ വൈകി അതുവഴി വല്ലപ്പോഴും മടങ്ങുമ്പോൾ പലപ്പോഴും ടീച്ചറുടെ അമർത്തിപ്പിടിച്ച തേങ്ങൽ കേട്ടിട്ടുണ്ട്. എല്ലാവരും നിസ്സഹായരായിരിക്കെ ആർക്കും ആരെയും സഹായിക്കാൻ വയ്യല്ലോ എന്ന് വിലപിക്കുന്ന മനസും താങ്ങി ഞാൻ നടക്കും.

"ഇതൊന്നു കാണൂ." അവരുടെ കവിൾ നനഞ്ഞു.

കഴുത്തിന്റെ ഒരു ഭാഗത്ത് ചോര തങ്ങിനിൽക്കുന്ന പാടുകൾ കണ്ടു. തലേന്നു രാത്രിയുടെ സമ്മാനം! സമരത്തിൽ പങ്കെടുത്തതിനുള്ള സമ്മാനം!

"ഒന്നു പറയൂ. ഞാൻ പണിമുടക്കുകയോ സ്കൂളിൽ കയറുകയോ

എന്താണ് വേണ്ടത്?"

ചോദ്യം അതല്ലായിരുന്നു.

-ഒന്നു പറയൂ ഞാൻ ജീവിക്കുകയോ ചവിട്ടേറ്റു പിടഞ്ഞു ചാവുകയോ, എന്താണ് വേണ്ടത്?

ഇതിന്റെ പേരിൽ ചവിട്ടേറ്റു പിടഞ്ഞു ചാവരുത്.

സമരം ചെയ്യാൻ വന്ന ഞാൻ പൊലീസുവാൻ ആ വഴി വരാൻ ആഗ്രഹിച്ചുപോയി.

"ടീച്ചർ വിഷമിക്കേണ്ട. പൊലീസുവാൻ വരുന്നതോടെ കടക്കാൻ പറ്റുമല്ലോ."

അത് മെയിൻ റോഡിൽനിന്നും ഉള്ളോട്ട് തള്ളിക്കിടക്കുന്ന സ്ഥലമാണെന്ന് പിന്നീടാണോർമവന്നത്. വിവരം കൊടുക്കാതെ പൊലീസ് പാർട്ടി എത്തിപ്പെടാൻ വഴിയില്ല. ഉള്ളിൽ കടക്കുവാൻ തയാറായി വന്നവർ പൊലീസിനെ വിളിച്ചു വരുത്താൻ, ധൈര്യമുള്ളവരുമല്ല.

എന്നുവെച്ചാൽ ഉച്ചവരെ അല്ലെങ്കിൽ വൈകുന്നേരം വരെ ഇതേ നിൽപ്പ്. സമരക്കാർ ഗേറ്റിലും; വിരോധികൾ പുറത്തും. വൈകുന്നേരം ഒപ്പിടാൻ കഴിയാതെ സരോജിനി ടീച്ചർ മടങ്ങും. വീട്ടിൽ കാരണം വിശദീകരിക്കാനുള്ള ശ്രമം. കലങ്ങിച്ചുവന്ന കണ്ണുകളിൽ വെറുപ്പ്, സംശയം കോപം, പിന്നീട്.......

എന്തെങ്കിലും ആരെങ്കിലും ചെയ്തേ പറ്റൂ.

സമരഭടൻ കരിങ്കാലിയുമായി മാറുന്ന ജീവിതത്തിന്റെ ഫലിതം!

സരോജിനിടീച്ചറോട് പറയേണ്ടിവന്നു:

"ആരോടും പറയരുത്, ഞാനിപ്പോൾ വരാം."

അടുത്ത തിരിവിലെ ടെലിഫോൺ ബൂത്തിലേക്ക് നടക്കുമ്പോൾ നായകനും പ്രതിനായകനുമായി ഒരേ സമയം രംഗത്തഭിനയിക്കേണ്ടിവന്ന നടന്റെ ഗതികേടിനെക്കുറിച്ചോർത്തുപോയി. ചോദിക്കുമ്പോൾ നടൻ പറയുമായിരിക്കും:

"അതിനെന്താ, നാടകമല്ലേ?"

ടെലഫോൺ ബൂത്ത് തിരിഞ്ഞുപോയ പ്രതിനായകൻ സ്വൽപ്പസമയത്തിനുശേഷം നായകന്റെ വേഷത്തിൽ തിരിച്ചുവന്ന് ഗേറ്റിലെ തേനീച്ചക്കൂട്ടത്തിൽ ഒട്ടിച്ചേർന്നു.

പൊലീസ് വണ്ടിയുടെ ശബ്ദത്തിന് കാതോർത്തു മുദ്രാവാക്യം ഏറ്റു മുഴക്കുമ്പോൾ ശങ്കരനാരായണനുണ്ട് പിന്നിൽനിന്ന് തൊട്ടുവിളിക്കുന്നു.

"ഒരു സംശയം?"

ചോദിക്കാനായി ഒരു പാടു സംശയങ്ങൾ പെറുക്കിക്കെട്ടി നടക്കുന്ന ആളാണ് ശങ്കരനാരായണൻ.

“സർക്കാരധ്യാപകർ സ്വകാര്യ സ്കൂളെന്തിനാണ് പിക്കറ്റ് ചെയ്യുന്നത്?”

സംശയം മനസിലായി. ചിരിച്ചു.

‘‘ഇവരുടെ സമരം നാം വന്ന് വിജയിപ്പിക്കുന്നത് നമുക്ക് ക്ഷീണമല്ലേ?”

സർക്കാർ സ്കൂൾ അധ്യാപകരെ അവരുടെ ആവശ്യങ്ങളുടെ പേരിൽ സമരോന്മുഖരാക്കുക സ്വകാര്യ സ്കൂളധ്യാപകരെ അവരുടെ ആവശ്യങ്ങളുടെ പേരിലും. ആവശ്യങ്ങളല്ല സമരമാണ് പ്രധാനം. ലോങ് മാർച്ചിന്റെ ആദ്യഘട്ടം.

ശങ്കരനാരായണന് ഇത്ര ഗഹനമായി മനസിലായിട്ടില്ലായിരിക്കും.

ഡയറക്ട് സിലക്ഷന് എതിരായവർ അതിന് അനുകൂലമായവരുടെ സമരം എന്തിന് പിക്കറ്റു ചെയ്ത് വിജയിപ്പിക്കണം എന്നതാവും അയാളുടെ അടുത്ത ചോദ്യം. അതു വരും മുമ്പേ ഞാനങ്ങോട്ടു പറഞ്ഞു:

“താനൊന്നു മിണ്ടാതിരിക്കുന്നുണ്ടോ? തീ കത്തുമ്പോഴാണോ കഴുക്കോലെണ്ണുന്നത്.”

അതു ശരി എന്നും പറഞ്ഞ് അറ്റുപോയ മുദ്രാവാക്യത്തിന്റെ തുമ്പിൽ അയാൾ പിടിച്ചു കയറി.

പൊലീസ് വാൻ ഇടുങ്ങിയ റോഡിലൂടെ ശ്രദ്ധാപൂർവം ഓടിവന്നു. പൊലീസ് പാർട്ടി ഇറങ്ങി വന്ന് ഞങ്ങളോട് ഗേററിൽ നിന്ന് മാറിനിൽക്കാനാവശ്യപ്പെട്ടു. ഞങ്ങൾ കൂടുതൽ ഉച്ചത്തിൽ മുദ്രാവാക്യം വിളിച്ച് അടിയുറപ്പിച്ചു നിന്നു. ഞങ്ങൾ മാറുകയില്ലെന്നുറപ്പായപ്പോൾ അവർ ഞങ്ങളെ തള്ളിമാറ്റിത്തുടങ്ങി. ചിലർ താഴെ തെറിച്ചു വീണു.

സുകുമാരൻ വഴി തടസം ചെയ്തുകൊണ്ട് ഗേറ്റിൽ കിടന്നു. അയാളെ വലിച്ചിഴച്ച് വാനിലേക്ക് കൊണ്ടുപോയി. കൊണ്ടുപോവുമ്പോൾ മറ്റുള്ളവരുടെ ഒപ്പം ഞാനും ഉച്ചത്തിൽ വിളിച്ചുകൊണ്ടിരുന്നു:

പൊലീസ് ഗുണ്ടായിസം അവസാനിപ്പിക്കണം. ശോഷിച്ച ശരീരവും വിളർത്ത മുഖവുമുള്ള സരോജിനി ടീച്ചർ നന്ദിയുള്ള കണ്ണുകൾ കൊണ്ട് എന്നെ നോക്കി തലയും താഴ്ത്തി സ്കൂളിനുള്ളിലേക്ക് കടന്നുപോയി.

പൊലീസ് നീചമായി പെരുമാറിയതിലും സുകുമാരനെ റോഡിലൂടെ വലിച്ചിഴച്ച് വാനിലേക്കെറിഞ്ഞതിലും എല്ലാവരും രോഷാകുലരായിത്തീർന്നു. ഒന്നു രണ്ടുപേർ സംഭവം റിപ്പോർട്ട് ചെയ്യാൻ പത്രമാഫീസുകളിലേക്ക് പോയി. അതിലുമപ്പുറം എന്തെങ്കിലും ചെയ്യേണ്ടതുണ്ടെന്ന് പലർക്കും അഭിപ്രായമുണ്ടായി. പെട്ടെന്നൊരാൾ വിളിച്ചു പറഞ്ഞു:

“ഛലോ പൊലീസ് സ്റ്റേഷൻ.”

"ഛലോ ഛലോ."

പിന്നെ മറ്റൊരഭിപ്രായത്തിന്നും പ്രസക്തിയില്ലാതായി.

ഞങ്ങൾ മർദകഭരണത്തിനെതിരായി വരിയൊപ്പിച്ച് ജാഥയുണ്ടാക്കി, തിരക്ക് പിടിച്ച നഗരവീഥികളിലൂടെ നീങ്ങി. അതുമിതും സംസാരിക്കുകയോ ചെയ്യുകയോ ചെയ്യുന്നതിനിടയിൽ ഞങ്ങളുടെ മുദ്രാവാക്യം ശ്രദ്ധിക്കാതെ പോവുന്ന നഗരത്തിലെ ജനങ്ങളോട് ജാഥാംഗങ്ങൾക്ക് പ്രതിഷേധമുണ്ടായിരുന്നു.

ഞാൻ മറ്റൊന്ന് ശ്രദ്ധിക്കുകയായിരുന്നു. പ്രസംഗത്തിന് സമർഥരായ നേതാക്കളാരുംതന്നെ പെട്ടെന്ന് സംഘടിപ്പിച്ച ജാഥയിലുണ്ടായിരുന്നില്ല. അവർ വന്നെത്താനും വഴിയില്ല. ആ നിലയ്ക്കു ജാഥയുടെ അവസാനം നടത്തേണ്ടിയിരിക്കുന്ന പ്രസംഗം എന്റെ ചുമലിൽ വീഴും.

പൊലീസ് സ്റ്റേഷന്റെ വലതുവശത്ത് മൈതാനത്തിന്റെ പടിഞ്ഞാറേ മൂലയിൽ ഞങ്ങൾ ചെന്നുചേർന്നു. പ്രതീക്ഷിച്ചിരുന്നപോലെ പ്രസംഗത്തിന് എന്നെ കയറ്റിവിടുകയും ചെയ്തു.

അനുസരിക്കാതിരിക്കാൻ നിവൃത്തിയില്ലാത്ത സന്ദർഭം. എന്റെ മുമ്പിലെ മുഖങ്ങളിൽ കത്തിനിൽക്കുന്ന വികാരത്തിന്റെ തോതനുസരിച്ച് പ്രസംഗിക്കാൻ ഞാൻ ബാധ്യസ്ഥനായിരുന്നു.

വെയിലുകൊണ്ടും മുദ്രാവാക്യം ഏറ്റുവിളിച്ചും നടന്നും ഞാനും ആവേശം ഒട്ടൊക്കെ ആവാഹിച്ചെടുത്തിരുന്നു. പ്രസംഗത്തിന് കയറുന്നതിനുമുമ്പ് യതീന്ദ്രൻ പറയുകയും ചെയ്തിരുന്നു:

"തന്റെ കണകുണ മാറ്റിവച്ച് ഒന്നിപ്പോഴെങ്കിലും തകർക്ക്."

സദസിനെ ഒന്നു നോക്കി. നിശ്ശബ്ദം. പൊലീസ് സ്റ്റേഷന്റെ വരാന്തയിൽ ഞങ്ങളുടെ പ്രതിയോഗികൾ പ്രസംഗം കേൾക്കാൻ നിൽക്കുന്നുണ്ട്.

അരമണിക്കൂർ ഫാസിസ്റ്റ് ഭരണത്തെക്കുറിച്ച് സംസാരിച്ചു. അരമണിക്കൂർ പൊലീസിന്റെ നരനായാട്ടിനെക്കുറിച്ചും.

മൂർച്ചയുള്ള വാക്കുകൾ തെരഞ്ഞെടുത്ത് പ്രയോഗിക്കുവാൻ ഞാൻ പ്രത്യേകം ശ്രദ്ധിച്ചിരുന്നു.

വേണ്ടവർക്കെല്ലാം സമാധാനമായി. ജാഥാംഗങ്ങൾ പലവഴി പിരിഞ്ഞുപോയി.

വൈകുന്നേരം മടങ്ങുന്നതുവരെ ഇനി ഒന്നും ചെയ്യാനില്ല. അതുകൊണ്ട് സമരസമിതിഓഫീസിലും മറ്റും കയറിയിറങ്ങി.

അങ്ങനെ മറ്റൊരു പകലിന്റെയും എരിവുതിന്നു തീർത്തു.

സമരത്തിന്റെ ഭാരം നഗരത്തിന്റെ മുതുകത്ത് ഇറക്കിവച്ച് മടങ്ങുമ്പോൾ മറ്റൊരു ഭാരം മനസിലേക്ക് അടർന്നുവീണുകഴിഞ്ഞിരുന്നു.

നാല്

പറഞ്ഞു മുഴുമിക്കാത്ത ചോദ്യങ്ങൾക്കുമാത്രം ഉത്തരം പറയുന്ന പകലിൽനിന്ന് പറഞ്ഞ് മുഴുമിച്ച ചോദ്യങ്ങൾക്ക് ഉത്തരം ആലോചിച്ചിരുന്ന രാത്രിയിലേക്ക് ഒരിക്കൽകൂടി മടങ്ങിയെത്തിയപോലെ കലങ്ങിയ നിലാവിലേക്കു നോക്കി ഞാനിരുന്നു.

എന്നിലേക്കിപ്പോൾ എന്തെല്ലാമോ ഒലിച്ചുവരുന്നതായും എന്നിൽ നിന്ന് എന്തെല്ലാമോ ഒലിച്ചു പോകുന്നതായും തോന്നുന്നു. ഈ അനുഭവത്തെ താലോലിച്ചുകൊണ്ട് ഇങ്ങനെ വെറുതെ ഇരിക്കുക എന്റെ കൂടെപ്പിറപ്പാണ്. ആരോ ചുമക്കേണ്ടിയിരുന്ന ഒരുപാടുഭാരം താങ്ങിനടന്ന് ഒടുവിൽ കനംകൊണ്ട് തൂങ്ങുന്ന മനസുമായി മടങ്ങിയെത്തേണ്ടിവരുന്ന നിമിഷങ്ങളിൽ ഒരു വലിയ ചോദ്യത്തിനു മുമ്പിൽ ഞാൻ ചൂളിപ്പോവുന്നു.

“ഇതൊക്കെ, ഈ കാണുന്നതൊക്കെ എന്തിനാണ്?”

ഈ വലിയ ചോദ്യത്തിന്റെ മുമ്പിൽ പരുങ്ങി നിൽക്കുന്ന എനിക്ക് ഞാൻ മാത്രമാണ് തുണ. ഈ വിധമൊരു ചോദ്യം അഭിമുഖീകരിക്കേണ്ടിവരുമ്പോൾ നെടുങ്ങാടി ഇങ്ങനെ ചുമച്ചും കിതച്ചും വേദനിച്ചും കിടക്കുമായിരുന്നുവോ? സരോജിനി ടീച്ചർ നിസ്സഹായതയുടെ വലയിൽ ഇങ്ങനെ കെട്ടുപിണഞ്ഞ് കിടക്കുമായിരുന്നുവോ?

എന്റെ മൗനനിമിഷങ്ങളിൽ പെട്ടെന്നാണ് ഒരു കല്ല് വന്നുവിണത്.

“മാഷ് കേട്ടില്ലേ ആ ശബ്ദം? തെക്കേ തൊടിയിൽ നിന്നല്ലേ?”

നെടുങ്ങാടിയുടെ ചോദ്യം.

കുറേ നേരമായി കേട്ടുകൊണ്ടിരുന്ന ചോദ്യത്തിന്റെ അതേ ശബ്ദമായതുകൊണ്ടായിരിക്കണം എനിക്ക് ആ നിലവിളി കേൾക്കാൻ കഴിയാതെ പോയത്. ഞാൻ ശ്രദ്ധിച്ചു. തെക്കേ തൊടിയിലെ വയസൻ മാവിന്റെ ഏതോ കൊമ്പിൽ നിന്നാണ്.

വിദൂരമായ ഒരപരിചിത ലോകത്തിൽനിന്നും രാത്രിയിലൂടെ ഒഴുകി വരുന്ന വിളി! പുറപ്പെടാനുള്ള ക്ഷണം! മരണത്തിന്റെ ഗന്ധം മണത്തറിയുന്ന കാലൻകോഴി മുന്നറിയിപ്പ് തരാൻ വരുന്നു. രാത്രിയുടെ നിറമുള്ള രൂപങ്ങൾ ജനാലയ്ക്കരികിലും പടിക്കലും കയറും കൈയിൽ തൂക്കി സമയം കാത്തിരിക്കുന്നു. ഭൂമിയിൽ കാണാൻ കഴിയുക നായ്ക്കൾക്കു മാത്രം.

ദൂരെ നിന്നും നായ്ക്കളുടെ ഓരിയിടൽ കേട്ടു.

നെടുങ്ങാടി നാമം ജപിച്ചു തുടങ്ങി.

അയാളുടെ സമീപം മലർന്നടിച്ചു കിടക്കുന്ന പാവത്തിന് ഇത് കേൾക്കാൻ കഴിയുമോ? അവരും മനസിൽ നാമം ജപിക്കുകയാവുമോ?

നെടുങ്ങാടിയോട് എന്തെങ്കിലും സംസാരിക്കുന്നത് അയാൾക്കൊരാ ശ്വാസമായിരിക്കും.

“അസുഖം എങ്ങനെയുണ്ട് നെടുങ്ങാടീ?”

“ഇന്നു കുറേ കൂടുതലാണ് മാഷേ.”

“അവർക്കോ?”

“ഒരു വ്യത്യാസവുമില്ല.”

“കുട്ടികൾ ഉറങ്ങിയോ?”

“ഉറങ്ങി”.

വല്ലതും കഴിച്ചാണോ അവർ ഉറങ്ങുന്നത് എന്നു ചോദിക്കാൻ ധൈര്യമുണ്ടായില്ല. സമരം തുടങ്ങിയ ശേഷം എന്റെ അന്വേഷണം വേണ്ട മട്ടിലൊന്നുമായിരുന്നില്ല.

ചിലപ്പോൾ തോന്നാറുണ്ട്. എവിടെയോ എന്തോ തങ്ങളെയും കാത്തിരിപ്പുണ്ടെന്ന മട്ടിൽ എന്തിനാണ് ഈ കിടപ്പ്? പുറത്തേക്കുള്ള വാതിൽ കണ്ടിട്ടും അകത്തെ പ്രാണവായുനശിച്ച മുറിയിൽ കിടന്ന് നില വിളിക്കുന്നവർ നിലവിളിക്കട്ടെ.

നിലവിളിച്ചുതീർന്ന കാലൻകോഴി എങ്ങോട്ടോ പറന്നുപോയി. ദൂരെ കുറുക്കന്മാർ ഓരിയിട്ടോടി. ചുരം കടന്നുവരുന്ന കാറ്റിൽ കരിമ്പനകൾ ഇളകിയാടിക്കരഞ്ഞു.

നഷ്ടപ്പെടുന്നതിനെല്ലാം വേണ്ടിയുള്ള പ്രകൃതിയുടെ തേങ്ങലിന്റെ അംശം എന്നിലും കിടന്ന് തേങ്ങുന്നുണ്ടായിരുന്നു.

ഈ എന്നെ, എനിക്കു തന്നെ അറിയാൻ കഴിഞ്ഞിട്ടില്ലാത്ത എന്നെ നോക്കിയാണ് രാമകൃഷ്ണൻമാസ്റ്റർ ഇന്ന് പറഞ്ഞത്.

“തന്നെക്കുറിച്ചുണ്ടായിരുന്ന എന്റെ സംശയങ്ങളെല്ലാം തീർന്നിരിക്കുന്നു.”

എന്റെ പ്രസംഗം കേട്ടുകഴിഞ്ഞശേഷമുണ്ടായ അഭിപ്രായമായിരുന്നു. ഞാൻ സമാധാനമൊന്നും പറയാതെ ചിരിക്കുകമാത്രം ചെയ്തു.

രാമകൃഷ്ണൻമാസ്റ്റർക്ക് ഇന്ന് സന്തോഷമുണ്ടാവാൻ കാരണമുണ്ടായിരുന്നു. അയാളുടെ നിർബന്ധം കൊണ്ട് ഒരു യോഗത്തിൽ സംബന്ധിക്കാൻ ഞാൻ പോയിരുന്നു. കുറേ മുമ്പാണ്. എന്തിനെയെല്ലാമോ അടിച്ചുടയ്ക്കാൻ വേണ്ടിയായിരുന്നു എന്നെ കൊണ്ടുപോയത്. ഞാൻ പക്ഷേ അവിടെ അടിച്ചുടച്ചത് എന്നെത്തന്നെയായിരുന്നു. എന്റെ സുഹൃത്തുക്കളായിരുന്ന പലരും അതുകേട്ട് തലയും താഴ്ത്തി ഇറങ്ങിപ്പോകുന്നതും ഞാൻ കണ്ടു.

അന്നത്തെ രാത്രിയും ഇതുപോലെയായിരുന്നു. ഞാൻ ചെയ്ത തെറ്റിനെ തിരിച്ചും മറിച്ചും നോക്കി ഏറെനേരമിരുന്നു. ഞാൻ എന്റെ

പ്രശ്നങ്ങളെക്കുറിച്ച് എന്തിന് അവിടെ പറയാൻ പോയി? അത് എന്റെ മാത്രം പ്രശ്നങ്ങളായിരിക്കെ, എന്തിന് പ്രചരിപ്പിക്കുന്നു? പട്ടിണിയും പാടുമായി കഴിയുന്നവർക്കുവേണ്ടി എന്തെങ്കിലും ചെയ്തേക്കാവുന്ന രാമകൃഷ്ണൻമാസ്റ്ററെയും സുഹൃത്തുക്കളെയും എന്തിന് സംശയത്തിന്റെയും നിരാശയുടെയും ചുഴിയിൽ വീഴ്ത്തണം?

അന്ന് രാത്രി തീരുമാനിച്ചതായിരുന്നു; പ്രസംഗം നിർത്തണം, ആരു വിളിച്ചാലും നിരസിക്കണം. ഒരു വലിയ യന്ത്രത്തിന്റെ ഭാഗമായി മാറാനും അങ്ങനെ മാറുന്നതിൽ സന്തോഷം കണ്ടെത്താനും കഴിയുന്നവരാണ് മനുഷ്യരിൽ മിക്കവരും. അവരുടെ വിശ്വാസത്തിൽനിന്നും അവർ കണ്ടെത്തുന്ന ചെറിയ ആനന്ദത്തിന്റെ വഴിയിൽ ഞാൻ ശകുനം മുടക്കിയാവരുത്.

പക്ഷേ, ശകുനം മുടക്കി നിൽക്കാൻ വയ്യാത്തതുകൊണ്ടായിരുന്നു പ്രസംഗത്തിനു പോവില്ലെന്ന് നിശ്ചയിച്ചിരുന്ന ഞാൻ അപൂർവമായിട്ടെങ്കിലും പ്രസംഗത്തിന്റെ ഭാരം പിന്നീടും ചുമന്നു നടന്നതും.

ഇപ്പോൾ എവിടെയെങ്കിലും ഇരുന്ന് രാമകൃഷ്ണൻ മാസ്റ്റർ ആരോടെങ്കിലും പറയുന്നുണ്ടാവും:

“അവൻ വീണ്ടും ഇങ്ങോട്ടുതന്നെ മടങ്ങിവന്നിരിക്കുന്നു.”

കേട്ടിരിക്കുന്ന ആളും അതുകേട്ട് സന്തോഷിച്ചിരിക്കാം.

“പിരിഞ്ഞു പോയപ്പോൾ മോഹിച്ചിരുന്നതൊന്നും കിട്ടിയില്ലായിരിക്കും. അവസാനം മടങ്ങിവന്നതാവും.”

രാമകൃഷ്ണൻമാസ്റ്റർക്ക് അങ്ങനെയൊരു സുഖം നൽകാൻ കഴിഞ്ഞു. ആ പ്രസംഗം നടത്തുമ്പോൾ എന്റെ മനസിൽ ഒന്നുമുണ്ടായിരുന്നില്ല എന്നയാളോട് പറഞ്ഞിരുന്നെങ്കിലോ?

ഒന്നുമുണ്ടായിരുന്നില്ല എന്ന് പറയുന്നത് വാസ്തവമാണോ?

എന്റെ പ്രസംഗം കേട്ടിട്ടും കേൾക്കാത്ത മട്ടിൽ അതുവഴി കടന്നുപോയ, കോളേജിൽ ജോലിയെടുക്കുന്ന മിസ് ഗംഗ ഉണ്ടായിരുന്നില്ലേ.

എന്നോടൊന്നിച്ച് എം എ എഴുതിയ മിസ് ഗംഗ.

ഗംഗയെപ്പോലെ എനിക്കും ക്ലാസ് കിട്ടിയിരുന്നെങ്കിൽ ഹൈസ്കൂളിൽത്തന്നെ തുടരുന്നതിനു പകരം മധ്യപ്രദേശിൽ എവിടെയെങ്കിലും പരിചിതമുഖങ്ങളിൽനിന്ന് അകന്ന് ഞാനിപ്പോൾ കഴിഞ്ഞുകൂടുകയാവില്ലേ?

ഈ ചിന്തയായിരുന്നു ആ പ്രസംഗം നടത്തുമ്പോൾ എന്റെ മനസിൽ എന്നയാളോട് പറഞ്ഞിരുന്നെങ്കിലോ?

ഡോക്ടർ മിശ്ര എന്ന എന്റെ ശക്തമായൊരു പൂർവകാലാനുഭവത്തിന്റെ മൂടി തുറക്കുകയായിരുന്നു ഇന്ന് അതു വഴി കടന്നുപോയ മിസ്

ഗംഗ ചെയ്തത്.

മൈസൂരിൽ ഞാൻ ചെലവഴിച്ച കാലത്താണ് ഡോക്ടർ മിശ്രയെ കണ്ടുമുട്ടുന്നത്. ഒരു വർഷം ഞാനും ഡോക്ടറും ഒന്നിച്ച് താമസിക്കുകയുമുണ്ടായി.

"എന്തോ എവിടെയോ എന്നെ കാത്തുനിൽക്കുന്നുണ്ടെന്ന തോന്നലാണെനിക്ക്. അതും തിരഞ്ഞുകൊണ്ട് നടക്കുകയാണ് ഞാനിന്നും." ഡോക്ടറുടെ ഈ വാക്കുകളാണ് എന്റെ താൽപ്പര്യമുണർത്തിയത്.

ജയശങ്കർ പ്രസാദിന്റെ നോവലുകളിലെ മനഃശാസ്ത്രത്തെക്കുറിച്ച് പഠനം നടത്തിയ ഡോക്ടർ മധ്യപ്രദേശിൽനിന്നും കന്നഡ പഠിക്കാൻ വന്നതായിരുന്നു. കന്നഡ പഠിക്കുന്നതിലുമുപരി തെക്കെ ഇന്ത്യ കാണാൻ താൽപ്പര്യം കാണിച്ച മിശ്ര പലതുകൊണ്ടും എന്റെ മനസിന്റെ തൊട്ടടുത്ത് നിൽക്കുന്നതായി തോന്നി.

ഒരിക്കൽ അയാൾ പറഞ്ഞു:

"നോക്കൂ, ഞാൻ ഉത്തർപ്രദേശുകാരനാണ്. അവിടെനിന്നും എന്നെ പറിച്ചെടുക്കണമെന്നുണ്ടായിരുന്നു എനിക്ക്. ജനിച്ചുവളർന്ന ചുറ്റുപാടുകളിൽനിന്നും, സൃഷ്ടിച്ചെടുക്കുന്ന ബന്ധങ്ങളിൽനിന്നും എത്രത്തോളം അകലാൻ കഴിയുന്നുവോ അത്രത്തോളം ഒരാൾക്ക് സ്വയം കാണാൻ കഴിയുന്നു. അതുകൊണ്ടാണ് ഞാൻ മധ്യപ്രദേശിലേക്ക് വന്നത്. പക്ഷേ, നമ്മുടെ വേരുകളിൽ എത്ര ചെറിയൊരംശം മാത്രമാണ് നമുക്ക് പറിച്ചുകളയാൻ സാധിക്കുന്നത്!"

ഞാൻ സത്യം കേൾക്കുകയായിരുന്നു. മങ്കാവിൽനിന്നും വന്ന പത്മനാഭൻനായരും ഇതേ രീതിയിലല്ലേ പറഞ്ഞത്. "കണ്ടുകണ്ടു താൽപ്പര്യം കെട്ട മുഖങ്ങളിൽനിന്ന് ഒരു വർഷമെങ്കിലും മോചനം കിട്ടുകയില്ലേ? അതുകൊണ്ടു വന്നു."

"ഞാനോ?"

പക്ഷേ, "നിങ്ങൾക്ക് നിങ്ങളെ മനസിലാക്കാൻ ശ്രമിക്കുന്നതിൽ കവിഞ്ഞ് ഇവിടെയൊന്നും ചെയ്യാനില്ല" എന്ന അഭിപ്രായത്തെക്കുറിച്ചായിരുന്നു എനിക്ക് സംശയം.

വർഷങ്ങൾക്ക് മുമ്പ് എന്റെ തറവാടിന് മുമ്പിൽ തലചുറ്റിവീണു മരിച്ച വേലൻ, കോയമ്പത്തൂർ മില്ല് പൂട്ടിയതുകൊണ്ട് നാട്ടിൽ ഭിക്ഷതെണ്ടിയലയുന്ന രാമൻ നമ്പീശൻ, പാട്ടം ഒന്നും കിട്ടാതെ വലയുന്ന കൽപ്പാത്തിയിലെ അനന്തനായകി അമ്മാൾ മുതലായവർക്കുവേണ്ടി ആരെങ്കിലും എന്തെങ്കിലും ചെയ്യേണ്ടേ? മധ്യപ്രദേശിലെ ഹരിജനങ്ങൾക്കുവേണ്ടി എന്തെങ്കിലും ചെയ്യേണ്ടേ?

"പക്ഷേ, എല്ലാം ചെയ്തു കഴിഞ്ഞാലും ദുഃഖം വീണ്ടും പുതിയ

വേഷംകെട്ടി വന്നെത്തും എന്നതാണ് പ്രപഞ്ചത്തിന്റെ ദുരന്തം. 'ഒരു ദിവസ'ത്തിന്റെ ദുഃഖം 'കാൻസർ വാർഡി'ന്റെ ദുഃഖം."

"യന്ത്രത്തിന്റെ ഭാഗമായി സ്വയം ആകൃതിപ്പെടുത്താൻ വയ്യാത്ത നമ്മെപ്പോലുള്ളവർക്കല്ലേ ഡോക്ടർ ആ ദുരന്തം? നമ്മെപ്പോലുള്ള അവർ എന്നും വളരെകുറച്ചല്ലേ ഉണ്ടാവൂ?"

മിശ്ര എന്റെ വാദങ്ങളെ ഖണ്ഡിച്ച് എന്നെ തോൽപ്പിക്കുന്നത് അനുഭവിക്കാൻ ആഗ്രഹിക്കുകയായിരുന്നു ഞാൻ. പക്ഷേ, മിശ്രയും എന്റെ സംശയങ്ങളിൽ വീണുവോ?

കുറച്ചു നിമിഷങ്ങൾക്കുശേഷം ഒരു പുതിയ വിഷയത്തിലേക്ക് കടക്കുന്നതുപോലെ അയാൾ ചോദിച്ചു:

"താങ്കൾ എഴുതിയ ഏറ്റവും നല്ലതെന്നു തോന്നുന്ന ഒന്നോ രണ്ടോ കഥകളുടെ ആശയം വിവരിക്കാമോ?"

ഞാൻ അപ്രകാരം ചെയ്തു. അയാൾ ശ്രദ്ധാപൂർവം കേട്ടിരുന്നു. എന്നിട്ടു പറഞ്ഞു:

"ഒരു വിപ്ലവം ഉണ്ടാവുകയാണെങ്കിൽ ഒരുപക്ഷേ, അതിന്റെ മുൻനിരയിൽ നിങ്ങളെ കണ്ടേക്കാം. എന്നാൽ വിപ്ലവാനന്തരം വളരെ വേഗം നിങ്ങൾ ജയിലിലടയ്ക്കപ്പെട്ടേക്കും."

എന്നെ നിങ്ങൾ എത്ര സൂക്ഷ്മമായി മനസിലാക്കി! പറഞ്ഞുവെച്ചതു തന്നെ ഒന്നുകൂടി ഞാൻ വിശദീകരിച്ചു:

"താങ്കൾ പറയുന്നതുപോലെ ദൈവത്തിന്റെ മരണം ജീവിതത്തെ ഒരു പഴയ കളിക്കോപ്പുപോലെ വിലകുറഞ്ഞതാക്കിത്തീർത്തു എന്നതിന് സംശയമില്ല. മരണം തേടി നടക്കുകയല്ലാതെ മറ്റൊന്നും നമുക്ക് ചെയ്യാനുമില്ല. പക്ഷേ, ജീവിതത്തിന് വലിയ അർഥം കൽപ്പിക്കുന്ന മഹാഭൂരിപക്ഷത്തിന്റെ കൂടെ നടക്കേണ്ടിവരുന്ന നമ്മൾ അതുകൊണ്ടുതന്നെ അവരുടെ ചുമടിന്റെ ഒരു ഭാരം താങ്ങി നടക്കാൻ ബാധ്യസ്ഥരാവുന്നില്ലേ?"

ഉണ്ടെന്നോ ഇല്ലെന്നോ അപ്പോഴും ഡോക്ടർ പറഞ്ഞില്ല. അയാൾ ഇത്രമാത്രം പറഞ്ഞു: "ഞാൻ നിങ്ങളുടെ സാമീപ്യം വളരെ ആഗ്രഹിക്കുന്നു."

ഞങ്ങൾ തൊട്ടുതൊട്ടു നിൽക്കുകയായിരുന്നുവെങ്കിലും ഞങ്ങളെ അകറ്റി നിർത്തുന്ന എന്തോ ഒന്നുണ്ടായിരുന്നു. അത് കണ്ടെത്താൻ കഴിയുകയില്ലെന്ന് ഞങ്ങളറിഞ്ഞു. അതുകൊണ്ടാണല്ലോ ഞങ്ങളുടെ ആകൃതിയെങ്കിലും ഒരുപോലെയാക്കി മാറ്റാൻ ഞങ്ങൾക്ക് കഴിയാതെയാവുന്നത്.

ശ്രവണബലഗോളയിൽ ഗോമടേശ്വര വിഗ്രഹത്തിന്റെ കൂറ്റൻ ഭാവമോ അത് നിർമിക്കപ്പെട്ട കാലമോ ഓർത്ത് എന്തോ അനുഭവിച്ചു

ഞാൻ നിന്നപ്പോൾ അവിടെ കണ്ടുമുട്ടിയ ജൈന സന്യാസിമാരുടെ പിന്നാലെ നൊണ്ടി നടക്കുകയായിരുന്നു ഡോക്ടറുടെ മനസ്സ്. ഇതായിരിക്കുമോ ഞങ്ങളെ അകറ്റുന്ന നേർമയായ രേഖ?

ഞങ്ങളുടെ അടുത്തു നിന്നിരുന്ന നാട്ടുകാരനായൊരു തീർഥാടകൻ പറഞ്ഞു:

“അവരൊരിക്കലും ഈ ചുറ്റുപാടിൽനിന്നും വിട്ടുപോവാറില്ല.”

ഡോക്ടർ സ്വപ്നത്തിലായിരുന്നു.

“അവരെത്ര ഭാഗ്യവാന്മാർ വിജ്ഞാനത്തിന്റെ ഒറ്റ വാതിൽ മാത്രം തുറന്നുനോക്കാൻ കഴിഞ്ഞതിനാൽ അവരുടെ വിശ്വാസത്തിന്റെ നാളം കെടാതെ നിൽക്കുന്നു.”

മടങ്ങുമ്പോഴും അയാളുടെ മനസിൽ ജൈനസന്യാസിമാരായിരുന്നു.

“ദൈവം ഒരു ഫീനിക്സ് പക്ഷിയെപ്പോലെ സ്വന്തം ചാരത്തിൽനിന്ന് പുനരവതരിക്കുമെങ്കിൽ അതിനുവേണ്ടി മറ്റൊരു ഭഗീരഥനായി യുഗം മുഴുവൻ തപസുചെയ്യാമായിരുന്നു.”

അറിവിന്റെ വാൾ മുറിച്ചുകളഞ്ഞ ചിറകുകൾക്കു വേണ്ടി പിടയുന്ന പക്ഷിയാണ് ഡോക്ടർ എന്നെനിക്ക് തോന്നി. ഞാനും അത്തരമൊരു പക്ഷിയായിരുന്നു. എന്റെ ചിറകുകൾ മുറിച്ചുകളഞ്ഞ വാൾ മറ്റേതോ ആയിരുന്നുവെന്ന് എനിക്കു തോന്നി. ഈ വാളുകളുടെ വ്യത്യാസമായിരിക്കാം ഞങ്ങളെ വിഭജിച്ചു നിർത്തുന്ന രേഖ.

പക്ഷേ, അതെത്ര നിസ്സാരമായ വ്യത്യാസമായിരുന്നു!

കോഴ്സ് കഴിഞ്ഞ് മടങ്ങുമ്പോഴേക്കും ബന്ധങ്ങളുടെ വേരുകൾ പറിച്ചുകളയാൻ കൊതിച്ചിരുന്ന ഞങ്ങൾ പുതിയ ബന്ധത്തിന്റെ വേരിറങ്ങുന്നതു കണ്ടു.

ഡോക്ടർ ആയിടയ്ക്ക് കാര്യമായി അന്വേഷിക്കുകയുണ്ടായി:

“നിങ്ങൾ എന്തുകൊണ്ട് എം എ ചെയ്യുന്നില്ല?”

ചിരിയാണ് വന്നത്.

“പലതും പോലെ അതും ചെയ്തില്ല എന്നല്ലാതെ എന്താണ് പറയുക?”

“എന്നാലൊരു കാര്യം ചെയ്യൂ. ഫിലോസഫിയിലോ ഇംഗ്ലീഷിലോ എം എ എടുക്കൂ. എന്നിട്ട് മധ്യപ്രദേശിലേക്കു വരൂ. എന്റെ കോളേജിൽ സൗകര്യമുണ്ടാക്കാം.”

നഗരത്തിൽനിന്ന് നാട്ടിൻപുറത്തേക്ക് മടങ്ങുന്നതുപോലെ അത് നന്നായിരിക്കുമെന്ന് തോന്നി.

ഡോക്ടർ തുടർന്നു:

“നിങ്ങൾ ദയവായി അങ്ങോട്ടു വരൂ. നമുക്കൊന്നിച്ച് എന്തെങ്കിലും

വർക്ക് ചെയ്യാം."

മൈസൂരിലെ കോഴ്സ് കഴിഞ്ഞ് പിരിയുമ്പോൾ ഞങ്ങൾ വീണ്ടും എന്നെങ്കിലും കണ്ടുമുട്ടും എന്ന് കരുതിയതായിരുന്നു. പക്ഷേ, ഇന്നും ആഴത്തിൽ വേരോടിപ്പോയ ഈ ഭൂമിയിൽ പറിച്ചെടുക്കാൻ വയ്യാത്ത ഒരനാഥവൃക്ഷംപോലെ ഞാൻ നിൽക്കുകയാണ്.

ഞാൻതന്നെ ഒരു സംശയമായി നിൽക്കുമ്പോൾ എന്നെക്കുറിച്ചുണ്ടായിരുന്ന സംശയമെല്ലാം തീർന്ന രാമകൃഷ്ണൻമാസ്റ്റർ എന്നിൽ നിന്നും എത്ര അകലെയാണ്!

എന്റെ പ്രസംഗത്തിന്റെ ആവേശം ആരെങ്കിലും എവിടെയെങ്കിലും ഇപ്പോൾ സൂക്ഷിച്ചുവയ്ക്കുമ്പോൾ .....

കരിമ്പനക്കാട്ടിലൂടെ കരഞ്ഞോടുന്ന കിഴക്കൻ കാറ്റിൽ ഉലർന്ന്, അപ്പുറത്ത് കിടന്നു സഞ്ചാരംകൊള്ളുന്ന നെടുങ്ങാടിയെ ശ്രദ്ധിച്ച്, എന്നോ പിരിഞ്ഞുപോയ ഡോ. മിശ്രയെ ഓർത്ത്, നാളത്തെ പകൽ എനിക്ക് നൽകിയേക്കാവുന്ന പുതിയ ബാധ്യതകൾ ചുമക്കാൻവേണ്ടി ഞാൻ ഉറങ്ങാൻ കിടന്നു.

അഞ്ച്

രാവിലെ നേരം വൈകിയാണുണർന്നത്.

സമരത്തിൽനിന്നും കിട്ടിയിരുന്ന അൽപ്പം സുഖം പോലും അതേൽപ്പിച്ച ബാധ്യതകളുടെ ഫലമായി കെട്ടുപോയിരുന്നു. ഇനി ഇതൊക്കെവസാനിക്കേണ്ടിയിരിക്കുന്നു.

കുളിക്കുമ്പോഴും ഒരുങ്ങുമ്പോഴും സമരത്തിന് ഞാൻ പോകുമോ എന്ന് എനിക്ക് നിശ്ചയമില്ലായിരുന്നു.

പോയെങ്കിൽ, എത്തിയെങ്കിൽ ആയി.

നെടുങ്ങാടിയെ കണ്ട് ചെലവിന് എന്തെങ്കിലും ഏൽപ്പിക്കണം അങ്ങോട്ടു ചെന്നു. എന്റെ കൈയിൽ അവശേഷിച്ചിരുന്ന ഇരുപത്തഞ്ച് ഉറുപ്പികയിൽ നിന്നു പതിനഞ്ചെങ്കിലും കൊടുക്കാം.

ഏറെനാളുകൾക്ക് ശേഷം ഭക്ഷണം കണ്ടെത്തിയ ചാവാളിപ്പട്ടിയുടെ ഭാവമായിരുന്നു പണം നീട്ടിയപ്പോൾ നെടുങ്ങാടിയുടെ മുഖത്ത് കണ്ടത്.

"സമരവും മറ്റുമായി മാഷടെ കൈയിൽ ഒന്നും ബാക്കിയുണ്ടാവില്ലെന്ന് അറിയാതെയല്ല. ഈ പാപിക്ക് ഇതെന്നെങ്കിലും തന്നുതീർക്കാൻ കഴിയുമോ ആവോ."

–വിട്ടം നോക്കി മലർന്നു കിടക്കുന്ന ആ സ്ത്രീ കുറേക്കാലം എനിക്കു സുഖം തന്നതല്ലേ. അതിന്റെ കടം ഞാൻ അങ്ങോട്ടു തന്നു തീർക്കുകയാണ്. മടക്കി വാങ്ങേണ്ടതല്ല.

കുറച്ചു സമയംകൂടി അവിടെ ചെലവഴിച്ച ഞാൻ പോവാനെഴുന്നേറ്റു. നെടുങ്ങാടി എന്തോ പറയാൻ ആഗ്രഹിക്കുന്നതായി തോന്നി. ബുദ്ധിമുട്ടി എഴുന്നേറ്റ് എന്റെ കൂടെ പുറത്തേക്കു വന്നു. അയാൾ അസഹ്യമായ വേദന അനുഭവിക്കുന്നുണ്ടെന്ന് മനസിലായി. മാറുഴിഞ്ഞും കിതപ്പടക്കാൻ ശ്രമിച്ചും അയാൾ പറഞ്ഞു തുടങ്ങി:

"ഇന്നലെ രാത്രി അതിന്റെ കരച്ചിൽ കേട്ടതിൽപ്പിന്നെ എന്റെ ധൈര്യവും നശിച്ചിരിക്കുന്നു. എന്നെ കൊണ്ടുപോവാനായിരിക്കും. അങ്ങനെ സംഭവിച്ചാൽപ്പിന്നെ ഇവരുടെ സ്ഥിതി എന്തായിത്തീരും?

ഇപ്പോൾ സ്ഥിതി എന്തായിരിക്കുന്നു എന്നെനിക്കു ചോദിക്കാൻ കഴിഞ്ഞില്ല. നെടുങ്ങാടി ഇനിയും സംസാരിക്കുമെന്നു തോന്നിയതുകൊണ്ട് അതുകൂടി കേൾക്കാൻ ഞാൻ കാത്തുനിന്നു.

"മാഷെക്കും ഞങ്ങളൊരു ബുദ്ധിമുട്ടായി."

അതു പറയാൻ പോകുന്നതിന്റെ മുഖവുര മാത്രം. അടുത്ത പ്രധാനപ്പെട്ട വാചകത്തിന്റെ വാക്കുകൾക്ക് വേണ്ടി അയാൾ തപ്പിത്തടയുകയാണ്. കണ്ടെത്തട്ടെ.

"മാഷ് അന്ന് പറഞ്ഞ കഥയുണ്ടല്ലോ. അത് മനസിൽ നിന്ന് പോവുന്നില്ല. അവർക്ക് ഗതി കിട്ടുമോ എന്നാണ് ഇപ്പോഴും എന്റെ സംശയം. മാഷ് കുറെ വായിച്ച ആളല്ലേ. അവർക്ക് ഗതികിട്ടുമെന്ന് മാഷക്കുറപ്പുണ്ടോ?"

"തീർച്ചയായും ഉണ്ട്." ഞാൻ ഉറപ്പിച്ചു പറഞ്ഞു. "അവർക്ക് ഗതി കിട്ടും."

അയാളുടെ ക്ഷീണിച്ച കണ്ണുകൾ എന്റെ മുഖം മുഴുവൻ മാന്തുന്നതുപോലെ എനിക്കു തോന്നി.

എന്റെ സമയമായിരിക്കുന്നു.

"ഉപനിഷത്തിൽ പറയുന്നതും മറ്റും കുറേയെല്ലാം നെടുങ്ങാടിയും കേട്ടുകാണുമല്ലോ. ഞാനൊന്നു ചോദിച്ചോട്ടെ. നമ്മുടെ ഉള്ളിലെന്താണെന്നാ നെടുങ്ങാടി ധരിച്ചു വച്ചിട്ടുള്ളത്? പറയൂ."

"ആത്മാവല്ലേ?"

"അതുതന്നെ. ഓരോ ദേഹത്തിന്നുള്ളിലും എല്ലാറ്റിനും ചൈതന്യം കൊടുത്തുകൊണ്ട് വസിക്കുന്നതാണ് ആത്മാവ്. അങ്ങനെയുള്ള ആത്മാവിന് മരണമെന്നൊന്നുണ്ടോ?"

"ഇല്ല."

"ഇല്ല, അത് ശാശ്വതമാണ്. അദ്വൈതപ്രകാരം അത് പരമാത്മാവിന്റെ അംശമാണ്. ദേഹി എന്നും വിളിക്കപ്പെടുന്ന ഇത് എഴുത്തച്ഛൻ പറഞ്ഞതുപോലെ ജീർണവസ്ത്രം കളഞ്ഞ് ഇടയ്ക്കിടെ നവവസ്ത്രം

കൊള്ളുന്നു. ഈ അവസ്ഥ പ്രപഞ്ചത്തെ സംബന്ധിച്ച് എത്ര നിസ്സാരമാണ്! ഇതിനെ മനുഷ്യൻ മരണമെന്ന് വിളിക്കുന്നു."

നെടുങ്ങാടിയുടെ കണ്ണിൽ തിളക്കത്തിന്റെ നിഴലാട്ടം. അത് ശ്രദ്ധിച്ച് ഉത്സാഹത്തോടെ ഞാൻ തുടർന്നു:

"അപ്പോൾ മരണം അപ്രധാനമാണ്. ആത്മാവിന് നാശമില്ലെന്നിരിക്കെ എങ്ങനെ മരണപ്പെട്ടാലും മരണം അപ്രധാനമല്ലാതാവുന്നില്ല. ജീർണിച്ചുപോയ ദേഹത്തിൽനിന്നും നാം മോചിപ്പിച്ചു വിടുന്നത് ഒരു പക്ഷേ, പുണ്യവുമായിരിക്കാം. അല്ലേ നെടുങ്ങാടീ?"

"മനസിലാവുന്നുണ്ട്."

"അതുകൊണ്ട് ഹരിപ്പാട്ട് ആത്മഹത്യ ചെയ്തവർ ഗതികിട്ടാ പ്രേതങ്ങളായി അലയുമെന്ന് ചില അബദ്ധധാരണകളുടെ ഫലമായി വിശ്വസിക്കുന്നത് വിഡ്ഢിത്തമല്ലേ?"

ഒന്നും പറയാതെ പുറത്തെ ഇളവെയിലും നോക്കി, ഉള്ളിൽ ഉയർന്നു പൊങ്ങിയ പൊടിപടലം അമർന്നു താഴാൻ കാത്തിരിക്കുന്ന നെടുങ്ങാടിയുടെ മനസിലെ സംശയത്തിന്റെ അവസാനതുള്ളിയും വടിച്ചു കളയണം.

"നാം മരിക്കാതിരിക്കാൻ ആരോ പറഞ്ഞു പരത്തിയ കള്ളമാണ് ഈ ഗതികിട്ടാ പ്രേതങ്ങളുടെ കഥ."

പറഞ്ഞു കഴിഞ്ഞതെല്ലാം ഉൾക്കൊള്ളാൻ നെടുങ്ങാടിക്ക് സാവകാശം വേണം. അയാളുടെ മനസിന്റെ തൊണ്ണുകൾക്കിടയിൽക്കിടന്ന് പുതിയ ആശയങ്ങൾ മെല്ലെ ചതഞ്ഞരഞ്ഞ് പാകമാവണം.

ഞാനൊരു സിഗററ്റു കൊളുത്തി പുകകൊണ്ട് വലയങ്ങൾ ഉണ്ടാക്കി വിട്ടു. അടുത്ത വാചകം തിരയുകയായിരുന്നു എന്റെ മനസ്സ്.

"നെടുങ്ങാടി ഒന്നോർത്തു നോക്കണം. നിങ്ങൾ നാളെയോ മറ്റന്നാളോ മരിച്ചേക്കാം. പിന്നെയിവർക്കാരാണൊരു തുണ?"

നെടുങ്ങാടി കൈമലർത്തി ആകാശത്തേക്ക് നോക്കി. ഒന്നും പറഞ്ഞില്ല.

"മകളെ ആരെങ്കിലും താലികെട്ടി കൊണ്ടുപോവുമോ? മകന് എന്തെങ്കിലും ജോലി ചെയ്തു സ്വന്തം കാര്യമെങ്കിലും ശ്രദ്ധിക്കാൻ പറ്റുമോ? അവരുടെ തള്ളയ്ക്കോ?"

ഒരു മറുപടിയുമില്ല.

ഇനിയും നീട്ടേണ്ടെന്ന് എനിക്കു തോന്നി.

സ്വരം താഴ്ത്തി നെടുങ്ങാടി മാത്രം കേട്ടാൽ മതിയെന്ന മട്ടിൽ ഞാൻ പറഞ്ഞു:

"വെറുതെ ഓരോന്നാലോചിച്ച് നെടുങ്ങാടി മനസ്സ് പുണ്ണാക്കരുത്.

തലയിലെഴുത്ത് ആർക്കെങ്കിലും മാറ്റാൻ പറ്റുമോ? കുറേ ഗുളികകൾ ഞാനിന്ന് തരാം. രഹസ്യമായിരിക്കട്ടെ. രാത്രി കിടക്കുമ്പോൾ നാലുപേരും അഞ്ചോ ആറോ എണ്ണം വീതം കഴിച്ചാൽ മതി. ഒന്നും അറിയാത്ത, സുഖമായ ഉറക്കം കിട്ടും. എല്ലാറ്റിൽനിന്നും മുക്തി കിട്ടുന്ന നീണ്ട ഉറക്കം."

ആ രംഗം മുന്നിൽ കാണുന്നതുപോലെ നെടുങ്ങാടി കുറേ നേരമിരുന്നു. ആ കണ്ണുകൾ മെല്ലെ മെല്ലെ നിറഞ്ഞു കവിഞ്ഞ് കവിളിലൂടെ ഒലിച്ചു. എനിക്ക് എന്നെയും നിയന്ത്രിക്കേണ്ടിവന്നു.

ഞാൻ മൗനം ഭേദിച്ചില്ല.

നെടുങ്ങാടി ഒടുവിൽ കണ്ണു തുടച്ചു.

"അതായിരിക്കാം വിധി. ആവട്ടെ മാഷ് ആ ഗുളികകൾ തരൂ."

ഒരു നല്ല കാര്യം ചെയ്തു തീർക്കുന്ന സുഖവും ബന്ധങ്ങളുടെ ലോലഭാവം സൃഷ്ടിക്കുന്ന ദുഃഖവും ഏറ്റി ഞാനെന്റെ പഴയ ചാരുകസാലയിലേക്കു മടങ്ങിവന്നു.

പകലുറക്കത്തിന്റെ മുഖത്ത് മാലിന്യം പുരട്ടുന്ന ഈച്ചകൾ ചത്തു കിടക്കുന്ന രംഗം ഞാൻ മനസിൽ കാണുന്നുണ്ടായിരുന്നു. നെടുങ്ങാടിയോട് സംസാരിക്കുമ്പോൾ അനുഭവപ്പെടുന്ന ലാഘവത്വം മെല്ലെ മെല്ലെ എന്നിൽ നിന്ന് ഒഴുകിപ്പോവുന്നതായി തോന്നി.

സംഭവം നടന്നു കഴിഞ്ഞാൽ പൊലീസിന് അറിവ് കൊടുക്കാതിരിക്കുന്നത് ഒരു വേള അബദ്ധമായേക്കും. പൊലീസ് വരികയാണെങ്കിൽ പോസ്റ്റ്മോർട്ടത്തിന് അയച്ചേക്കും. അങ്ങനെയാവുമ്പോൾ...

ഉറക്ക ഗുളികകൾ എങ്ങനെ കിട്ടി? ആരെത്തിച്ചു കൊടുത്തു?

അങ്ങനെ മരണത്തിന്റെ ഉത്തരവാദിത്വം ഒരാവശ്യവുമില്ലാതെ എന്റെ മേൽ വീഴും.

ഞാനത് നേരത്തെ ആലോചിക്കേണ്ടതായിരുന്നു. ഉറക്കഗുളികകൾ കൊടുക്കുന്നത് കുഴപ്പം ക്ഷണിച്ചുവരുത്തും.

നഗരത്തിലേക്കു പോവേണ്ടെന്ന് കരുതിയ ഞാൻ അതുകൊണ്ട് അങ്ങോട്ടുതന്നെ പുറപ്പെട്ടു. സമരസമിതി ഓഫീസിലേക്കോ മറ്റോ തിരക്കിട്ടു പോവുന്ന ചില സുഹൃത്തുക്കളെ കണ്ടപ്പോൾ നടന്നോളൂ, ഇതാ വരുന്നു എന്നും പറഞ്ഞ് മറ്റൊരു വഴി തിരിഞ്ഞു. ഉച്ചയ്ക്കുള്ള ഊണും കഴിച്ച് ആവശ്യമുള്ള ശക്തികൂടിയ വെളുത്ത പൊടിയും വേണ്ടത്ര വാങ്ങി വേഗത്തിൽ തിരിച്ചു.

താമസസ്ഥലത്തെത്തുമ്പോഴുണ്ട് അപരിചിതയായ ഒരു സ്ത്രീ മുറ്റത്തു നിൽക്കുന്നു. എന്നെ കണ്ടപ്പോൾ ചെറുതായൊന്നു ചിരിച്ച് അവൾ ഒതുങ്ങി നിന്നു.

എന്താണിവൾക്ക് വേണ്ടത്?

"എന്നെ അന്വേഷിച്ചാണോ?"

അവൾ ആണെന്നമട്ടിൽ ചെറുതായൊന്നു തലയാട്ടി.

മുപ്പതോടടുത്തു നിൽക്കുന്നവൾ.

"എനിക്കു മനസിലായില്ലല്ലോ. എവിടുന്നാണ്?"

"ഞാനിവിടെ അടുത്തു നിന്നാണ്."

"അടുത്തെന്നു വച്ചാൽ?"

അവൾ സ്ഥലപ്പേരു പറഞ്ഞു. അടുത്തു തന്നെ വീട്ടുപേരും പറഞ്ഞു. വാതിൽ തുറക്കാൻ ഭാവിച്ച ഞാൻ അവളോട് വീണ്ടും ചോദിച്ചു:

"എന്താ വേണ്ടത്?"

അവൾ ഒന്നും മിണ്ടുന്നില്ല. ഒരു ചെറിയ ചിരിയോടെ എന്നെത്തന്നെ നോക്കി നിൽക്കുകയാണ്. ഏതാനും നിമിഷം ഞാനും അവളെ ഇമപൂട്ടാതെ നോക്കിനിന്നു. ആ മുഖം താണില്ല. ചിരി മാഞ്ഞതുമില്ല.

അത്തരം സന്ദർഭങ്ങളിലെല്ലാം ഉണ്ടാവാറുള്ളതുപോലെ ദേഹം മുഴുവൻ തരിച്ചു പോയി.

ഉള്ളിൽ ചെന്ന് വസ്ത്രവും മറ്റും മാറിയ ശേഷം ഇനി എന്താണ് ചെയ്യേണ്ടതെന്നാലോചിച്ച് കുറച്ചു നേരം നിന്നു. മുഴുവൻ വിവരവും അറിയാതെ ഒന്നും വയ്യ. കഴിയുമെങ്കിൽ തട്ടിക്കളയാതെ നോക്കുകയും വേണം. ഞാൻ അവളെ വിളിച്ചു:

"ഉള്ളിലേക്കു വരൂ."

അവൾ ഉള്ളിലേക്കു വന്നു. എനിക്കഭിമുഖമായി വാതിലും ചാരി നിന്നു.

"എന്താ വിശേഷിച്ച്?" വേണമെന്നുവച്ച് സ്വരം താഴ്ത്തി ഞാൻ ചോദിച്ചു.

ഒന്നും ഒളിച്ചുവയ്ക്കാൻ വയ്യാത്ത കുട്ടിയെപ്പോലെ അവൾ പറഞ്ഞു:

"ഞാൻ നഗരത്തിൽ നാരായണൻവക്കീലിന്റെ വീട്ടിൽ ജോലിക്ക് നിൽക്കുകയായിരുന്നു. ഒരാഴ്ച മുമ്പ് എന്നെ അവിടെനിന്നും പിരിച്ചയച്ചു."

പൊലീസുകാരെ സുഹൃത്തുക്കളാക്കി നടക്കുന്ന നാരാണൻവക്കീലിനെ കേട്ടിട്ടുണ്ട്.

"എന്തേ പിരിച്ചയയ്ക്കാൻ കാരണം?"

അവൾക്ക് പറയാനൊരു മടിയുമില്ലായിരുന്നു.

വക്കീലിന്റെ വീട്ടുകാർ പ്രസവത്തിന് നാട്ടിൽ പോയതായിരുന്നു അപ്പോഴാണ് എന്നെ വിളിച്ചു നിർത്തിയത്. അവര് പ്രസവം കഴിഞ്ഞ് അടുത്തയാഴ്ച വരികയാണത്രെ."

ഞാനൊന്നു ചിരിച്ചു.

"ഇപ്പോൾ ഇവിടെ വരാനെന്താ?"

അവളും ചിരിച്ചു.

"സാറിന് ജോലിക്ക് ആളെ വേണ്ടിയിരിക്കും എന്നുകരുതി വന്നതാണ്."

ഇവളോട് ആരേ പറഞ്ഞത്? ഞാനാരോടും ജോലിക്കാളെ വേണമെന്ന് പറഞ്ഞിട്ടില്ലല്ലോ. ഇവളെങ്ങനെ ധരിച്ചുവച്ചു?

"ആരാണ് നിന്നോട് പറഞ്ഞത്?"

എന്റെ സൂക്ഷ്മമായ നോട്ടത്തിനു മുമ്പിൽ അവളുടെ മുഖം ചുവന്നു പോവുന്നതായി കണ്ടു.

"ആരും പറഞ്ഞതല്ല. നെടുങ്ങാടിയുടെ വീട്ടുകാർ ഇവിടെ നിന്നിരുന്നതായി എനിക്കറിയാം."

"അവരെ അറിയുമോ?"

"അറിയും."

നന്നായി. ആർക്കും പരിചയമില്ലാത്ത ഒരുവൾ വന്നു കയറിയതല്ലല്ലോ. അവളോട് പിന്നെയും ഞാൻ പലതും സംസാരിച്ചു. അവളുടെ പേരു മനസിലാക്കി.

"മീനാക്ഷി കുറച്ചിവിടെ ഇരിക്കൂ. ഞാനിതാ വരുന്നു."

ഞാൻ നെടുങ്ങാടിയുടെ അടുത്തേക്കു ചെന്നു. പാക്കറ്റ് കൊടുത്തു.

"ഇതു നേരത്തെ പറഞ്ഞ ഗുളികകളല്ല. അതിനേക്കാൾ നല്ല പൊടിയാണ്."

ശ്രദ്ധയോടുകൂടി പാക്കറ്റു തുറന്ന് കുറേനേരം അതിൽ നോക്കിയിരുന്ന് വീണ്ടും ശ്രദ്ധയോടെ പൊതിഞ്ഞ് തലയിണയ്ക്കിടയിൽ അത് തിരുകിവച്ചു, നെടുങ്ങാടി.

"പാപമാണെങ്കിലും അല്ലെങ്കിലും ഞങ്ങളതു ചെയ്യാം. മറ്റു മാർഗമൊന്നുമില്ലല്ലോ."

അത് എങ്ങനെയാണ് കഴിക്കേണ്ടത്, കഴിച്ചു കഴിഞ്ഞാൽ എന്തെല്ലാം ചെയ്യണം എന്നെല്ലാം ഞാൻ അയാളെ പറഞ്ഞു മനസിലാക്കി. അയാൾ അകലേയ്ക്കു നോക്കി മിണ്ടാതിരുന്നു.

എനിക്കും ചിന്തിക്കാനുണ്ടായിരുന്നു. ഇന്നുരാത്രി തന്നെ ഇവർ ഇതു കഴിക്കുകയാണെങ്കിൽ കുഴപ്പം വല്ലതും സംഭവിക്കുമോ? ഗുളികകൾക്കു പകരം എല്ലാവർക്കും ലഭിക്കാവുന്ന പൊടി ഉപയോഗിക്കുകയാണെങ്കിലും ഞാൻ സംശയിക്കപ്പെടുകയില്ലേ? സന്ദർഭത്തോടടുക്കും തോറും എന്തൊക്കെയായാലും മനസ്സ് പതറിപ്പോവുന്നു.

ഞാനിവിടെ ഇല്ലാതിരിക്കുന്ന രാത്രിയായിരിക്കും യുക്തം. ഞാൻ പറഞ്ഞു:

"ഇതു ചെയ്യുന്നത് പാപമായിരിക്കുമോ എന്നാണല്ലോ ഇപ്പോഴും

നെടുങ്ങാടിയുടെ സംശയം. എന്നാൽ, ഒരു കാര്യം ചെയ്യൂ. നാളെ ഏകാദശിയാണ്. എങ്ങനെ മരിച്ചാലും മോക്ഷം കിട്ടുന്ന പുണ്യ ദിവസം. പരീക്ഷിത്ത് മരിച്ച ദിവസം. സമാധാനത്തോടെ മരിക്കാം. അതുകൊണ്ട് നാളെയാവുന്നതാണ് നല്ലത്."

പരീക്ഷിത്ത് മഹാരാജാവ് ഏകാദശി ദിവസമാണോ മരിച്ചത്?

നെടുങ്ങാടിക്ക് ആ അഭിപ്രായം നന്നെന്നു തോന്നി. ഒരു ദിവസമെങ്കിലും നീണ്ടുകിട്ടുകയാണല്ലോ. പിന്നെയും കുറെ സമയം ഞാനവിടെ ഇരുന്നു. സൗകര്യം കിട്ടിയപ്പോൾ മീനാക്ഷിയെക്കുറിച്ച് അന്വേഷിച്ചു.

"എനിക്കറിയാം. വളരെ മുമ്പു മുതലേ അറിയാം. തരക്കേടില്ലാത്ത സ്ഥിതിയായിരുന്നു അവർക്ക്. എന്റെ ചായപ്പീടിക ആ കുടുംബത്തിന്റെ സ്ഥലത്തായിരുന്നു. ഒക്കെ നശിച്ചുപോയി. ഇന്ന് അന്യനെ ആശ്രയിച്ച് കഴിയേണ്ട ഗതിയായി. മീനാക്ഷി പാവമാണ്." നെടുങ്ങാടി പറഞ്ഞു തന്നു.

ഞാൻ മടങ്ങി വരുമ്പോഴും മീനാക്ഷി അതേപോലെ നിൽക്കുകയായിരുന്നു.

എനിക്കവളുടെ സ്ഥിതിയിൽ സഹതാപം തോന്നി. ഭാര്യയും മാതാവുമായി, യന്ത്രത്തിന്റെ ഭാഗമായി, ചെറിയ സുഖങ്ങളിൽ അർഥം കണ്ട് ജീവിക്കേണ്ടിയിരുന്നവൾ.

"എന്തേ ഇരുന്നില്ല?"

ഉത്തരം പറയാതെ നഖം കടിച്ച് ചിരിച്ചുകൊണ്ട് നിന്നതേയുള്ളൂ അവൾ. ഞാൻ വീണ്ടും നിർബന്ധിച്ചപ്പോൾ ഒരു സ്റ്റൂളിൽ ഒതുങ്ങി മാറിയിരുന്നു. ഞാൻ അവളെ ശ്രദ്ധിച്ചുകൊണ്ട്, ഇനിയെന്തു പറയണമെന്നാലോചിച്ചുകൊണ്ട് മിണ്ടാതിരുന്നു.

നാളെ രാത്രിയോടുകൂടി എനിക്കു മുമ്പിൽ വഴിമുടക്കിക്കിടക്കുന്ന ദൈന്യം മാറിപ്പോവും. പിന്നീട് കുറേ കാലത്തിനെങ്കിലും ആ ഭാഗം ഒരാളും വാടകയ്ക്കെടുക്കുകയുണ്ടാവില്ല. ഞാൻ ഇവിടെ ഒറ്റയ്ക്ക്. എന്റെ നടപടികൾ ശ്രദ്ധിക്കാനോ വിമർശിക്കാനോ അടുത്തൊന്നും ആരുമുണ്ടാവില്ല.

സുഖകരമായൊരു സങ്കൽപ്പത്തിൽ മുഴുകിപ്പോയ ഞാൻ വിളിച്ചു.

"മീനൂ."

ആ വിളിയിൽ കലർന്നിരുന്ന ലഹരി അവൾക്ക് മനസിലായിട്ടുണ്ടാവും. നിമിഷംതോറും അവളുടെ ഗതി വർധിക്കുന്ന അത്ഭുതം നുണഞ്ഞുനുണഞ്ഞ് ഞാൻ അരികെ കസാലയിൽ കിടന്നു. എന്റെ സ്നേഹം കാണിച്ചുകൊടുത്ത് അവളെ പിടിച്ചുനിർത്തുകതന്നെ വേണം. അനുഭവിക്കേണ്ടതൊന്നും അളിഞ്ഞു നാശമായിപ്പോവരുത്.

പെട്ടിയിലുണ്ടായിരുന്ന ബിസ്കറ്റു പാക്കറ്റെടുത്ത് ഞാൻ പങ്കുവച്ചു. അവൾ എന്റെ അടുത്തെത്തുന്നതായി തോന്നി.

അവളോട് പറഞ്ഞു:

"ഞാനിപ്പോൾ പണിമുടക്കിലാണ് മീനാക്ഷി. ഒരു സ്ഥിരതയുമില്ല. ഒരാഴ്ച കഴിയുമ്പോഴേക്ക് എല്ലാം ശരിപ്പെടാൻ മതി. അതുവരെ മീനാക്ഷിയെ ഇവിടെ നിർത്താൻ വയ്യാതെ പോവുന്നതിൽ സങ്കടമുണ്ട്. ഒരാഴ്ച കഴിഞ്ഞ് മീനാക്ഷി ഒന്നിതുവരെ വരൂ. എനിക്ക് മീനാക്ഷിയെ ആവശ്യമുണ്ട്."

അവൾക്ക് ഒന്നും പറയാൻ കഴിഞ്ഞില്ല. പോവുകയോ പോവാതിരിക്കുകയോ വേണ്ടത് എന്നറിയാതെ നിൽക്കുകയാണ് അവളെന്നു തോന്നി. ഒടുവിൽ അവൾ തിരിച്ചുപോവാൻ തയാറായി. അപ്പോഴാണ് ഞാനെന്തോ നഷ്ടപ്പെടുകയായിരിക്കുമോ എന്നെനിക്കു തോന്നിയത്.

അവൾ ഒരാഴ്ച കഴിഞ്ഞ് വന്നില്ലെങ്കിലോ? അതിനുമുമ്പുതന്നെ മറ്റാരെങ്കിലും റാഞ്ചിയെടുത്താലോ? നഷ്ടപ്പെട്ടുപോവരുത്. പിടിച്ചു നിർത്തണം. നിർത്തണം.

പുറത്തെ തളത്തിലെത്തിയ അവളെ ഞാൻ വിളിച്ചു.

"അല്ലെങ്കിൽ മീനാക്ഷി, ഇന്നു സന്ധ്യയോടെ ഒന്നിങ്ങോട്ടു വരുമോ?"

എന്തോ ആലോചിച്ചുകൊണ്ട് അവൾ കുറച്ചുനേരം നിൽക്കുന്നതു കണ്ടു. കുറേനേരം കഴിഞ്ഞാണ് പറഞ്ഞത്.

"വരാം."

"ഇന്നു രാത്രി എനിക്കു വല്ലതും ഒരുക്കിത്തരണം. പിന്നെ.... നാളെ രാവിലെ മടങ്ങിപ്പോയാൽ പോരേ?"

അവൾക്കു സമ്മതമായിരുന്നു.

"അതുകൊണ്ടു വിഷമമൊന്നുമില്ലല്ലോ മീനു?"

മീനു എന്ന വിളി പുഷ്പംപോലെ അവളിൽ വീണു.

"സാറിന് വിഷമമില്ലെങ്കിൽ എനിക്കുമില്ല."

അവൾ സന്ധ്യയോടെ തിരിച്ചു വന്നു. കുളിച്ചൊരുങ്ങി വന്നുകയറിയ അവളെ നോക്കിയപ്പോൾ സന്ധ്യയെപ്പോലെ സുന്ദരിയാണ് അവളെന്ന് എനിക്കു തോന്നി. നാരായണൻവക്കീലിന്റെ വീട്ടിൽനിന്നും ഒരാഴ്ച മുമ്പ് തിരിച്ചുവരുമ്പോൾ എങ്ങനെ അവൾ നഗരത്തിന്റെ ശ്രദ്ധയിൽ നിന്നും രക്ഷപ്പെട്ടു എന്നാണ് ഞാനത്ഭുതപ്പെട്ടുപോയത്.

എന്റെ മിഴികളുടെ തീക്ഷ്ണതയറിഞ്ഞുകൊണ്ട് അവളിരുന്നു. കൈവിരലുകൾ ഞൊടിച്ചു പൊട്ടിച്ചുകൊണ്ടിരിക്കുന്ന അവളോട് ഞാൻ ആവശ്യപ്പെട്ടു:

"എന്തെങ്കിലും പറയൂ മീനു?"

അപ്പോൾ മാത്രമാണ് അവൾ മുഖമുയർത്തിയത്. ആ മിഴികൾ നിറഞ്ഞു നിൽക്കുന്നു!

"എന്തേ, എന്തു പറ്റി?

പറയൂ മീനു, എന്തു പറ്റി?"

എന്തോ പറയാനുള്ളത് പറയാൻ വയ്യാതെ അവൾ വിഷമിക്കുകയാണെന്ന് ഞാൻ സംശയിച്ചു. എന്തായിരിക്കും? ഞാൻ വീണ്ടും വീണ്ടും നിർബന്ധിച്ചു.

"സാറിനെ എനിക്കിഷ്ടമാവില്ലെന്നാണ് വരുമ്പോൾ ഞാൻ കരുതിയത്?"

അതിന്? ഞാൻ അന്ധാളിച്ചു.

"സന്ധ്യക്ക് ഇങ്ങോട്ടു വരുമ്പോഴും എന്തു ചെയ്യണമെന്ന് ഞാൻ ആലോചിക്കുകയായിരുന്നു."

മുഴുവൻ പറഞ്ഞുതീരട്ടെ.

"ഞാൻ ഇപ്പോൾ പോട്ടെ" ഒടുവിൽ അതും പറഞ്ഞ് അവൾ എഴുന്നേറ്റു.

"എന്താ കാര്യമെന്ന് പറയൂ. മീനൂ പറയൂ."

"ഇപ്പോൾ പോട്ടെ. ഞാൻ വരാം. രണ്ടുദിവസം കഴിഞ്ഞ് വരാം."

അന്തംവിട്ടു നിൽക്കുന്ന എന്നോട് അവൾ വീണ്ടും പറഞ്ഞു:

"എന്നെ വിശ്വസിക്കൂ; ഞാൻ പിന്നീടു വരാം."

"എന്താണെങ്കിലും പറഞ്ഞിട്ടുപോവൂ."

പക്ഷേ, അവൾ പറഞ്ഞില്ല. രണ്ടു ദിവസം കഴിഞ്ഞ് വരുമ്പോൾ പറയാമെന്ന് മാത്രം പറഞ്ഞ് അവൾ പോയി. അവൾ നടന്നകലുന്നത് അന്ധാളിപ്പോടെ നോക്കി ഞാൻ നിന്നു.

എന്താണവൾക്കു പറയാനുണ്ടായിരുന്നത്? എന്തിനാണവളുടെ കണ്ണു നിറഞ്ഞത്? അവൾ എന്നെ സമർത്ഥമായി കളിപ്പിക്കുകയാണോ? രണ്ടുദിവസം കഴിഞ്ഞ് അവൾ വരുമോ?

എന്തോ രഹസ്യമുണ്ട്.

നഷ്ടം അനുഭവിക്കുന്ന മനസുമായി, അർഥം മനസിലാവാത്ത ഒരു ദുഃഖഗാനം നൽകുന്ന വികാരവുമായി ഞാൻ ഉറക്കം വരാതെ കിടന്നു. അവൾ വന്നേക്കും വന്നേക്കും എന്ന് ആരോ ഉള്ളിലിരുന്ന് സമാധാനിപ്പിക്കുന്നുമുണ്ടായിരുന്നു.

മയക്കം എന്നെ മൂടാൻ തുടങ്ങിയ രാത്രിയുടെ അകന്ന നിമിഷങ്ങളിൽ എപ്പോഴോ ഞാൻ ഞെട്ടിയുണർന്നു.

പുറത്ത് കാൽപ്പെരുമാറ്റം കേൾക്കുന്നതുപോലെ. അടക്കിപ്പിടിച്ച സംസാരം കേൾക്കുന്നതുപോലെ.

എന്തോ പുറത്ത് നടക്കുന്നതായി തോന്നി. എന്തു ചെയ്യണമെന്നു

തീരുമാനിക്കാൻ കഴിയുമ്പോഴേക്കും തുറന്നിട്ട ജനാലയിലൂടെ ശക്തിയേറിയ ടോർച്ചിന്റെ പ്രകാശം എന്റെ ദേഹത്തും കിടക്കയിലും വന്നു വീണു.

ഞാൻ കാര്യം മനസിലാവാതെ അന്തംവിട്ടു കിടന്നു.

ഒന്നോ രണ്ടോ നിമിഷം അങ്ങനെ കഴിഞ്ഞുപോയി. വാതിൽക്കൽ മുട്ട്! ശക്തിയായ മുട്ട്! മലർന്നു കിടക്കുന്ന എന്റെ മേൽ അപ്പോഴും വെളിച്ചം!

എന്തെങ്കിലും ചെയ്യണം.

ഞെട്ടിയുണരുന്നതായി നടിച്ച ഞാൻ വിളിച്ചു ചോദിച്ചു.

"ആരാണ് പുറത്ത്?"

വീണ്ടും വാതിൽക്കൽ ശക്തിയേറിയ മുട്ടുമാത്രം. എഴുന്നേറ്റ് വാതിലിനടുത്തേക്കു ചെന്നു. വിളിച്ചു പറഞ്ഞു:

"ആരാണെന്ന് പറയാതെ ഞാൻ വാതിൽ തുറക്കില്ല."

പുറത്തുനിന്നും മറുപടിയുണ്ടായി.

"പൊലീസാണ്. വാതിൽ തുറക്കണം."

ആയിരിക്കുമോ? അതോ മറ്റു വല്ലവരും വാതിൽ തുറുന്നുകിട്ടാൻ വേണ്ടി പറയുന്നതായിരിക്കുമോ?

ആലോചിച്ചു നിൽക്കാതെ എന്തെങ്കിലും ചെയ്തേ പറ്റൂ. രണ്ടും കൽപ്പിച്ച് ഞാൻ വാതിൽ തുറന്നു.

പൊലീസുകാർ തന്നെയായിരുന്നു. സബ്ഇൻസ്പെക്ടറും പാർട്ടിനുമാണ്. സമ്മതത്തിനു കാത്തു നിൽക്കാതെ അവർ അകത്തു കടന്നു.

എന്റെ പ്രസംഗത്തിന്റെ പ്രതിധ്വനിയായിരിക്കണം. എന്നെ പിടിച്ചു കൊണ്ടു പോവാനായിരിക്കും.

ഇൻസ്പെക്ടർ ചുറ്റും കണ്ണോടിച്ചുകൊണ്ട് ചോദിച്ചു:

"നിങ്ങളുടെ കൂടെ ഇവിടെ വേറെയാരാണുള്ളത്?"

"ഞാനൊറ്റയ്ക്കാണ് താമസം."

"അതെനിക്കറിയാം. ഇന്ന് കൂടെ ആരാണുള്ളതെന്നാണ് ചോദിച്ചത്?"

ചോദ്യം മനസിലാവാതെ ഞാൻ നിന്നു.

ജനാലയിലൂടെ ടോർച്ചടിച്ചു നിന്നിരുന്ന പൊലീസുകാരനായിരിക്കണം ഇൻസ്പെക്ടറോട് പറഞ്ഞു: "ഉള്ളിൽ ആരുമില്ലെന്നു തോന്നുന്നു സാർ."

ഇൻസ്പെക്ടറുടെ മുഖം വാടുന്നതുപോലെ തോന്നി. എന്നെയല്ലാ അറസ്റ്റ് ചെയ്യപ്പെടേണ്ട മറ്റാരെയോ അന്വേഷിച്ചാണ് അവർ വന്നതെന്ന് തോന്നുന്നു. അടുക്കളയിലും തളത്തിലും മുറിയിലുമെല്ലാം സംശയം തീരാതെ അവർ തിരിഞ്ഞു. നിരാശനായി മടങ്ങാൻ തുടങ്ങുമ്പോൾ

ഇൻസ്പെക്ടർ പറഞ്ഞു:

"ക്ഷമിക്കണം. ഞങ്ങൾ മറ്റൊരാളെ അന്വേഷിച്ചു വന്നതായിരുന്നു. അന്വേഷിക്കപ്പെടുന്ന ആൾ ഇങ്ങോട്ടു വന്നിട്ടുള്ളതായി ചിലർ ഞങ്ങളെ തെറ്റിദ്ധരിപ്പിച്ചതാണ്. ബുദ്ധിമുട്ടിച്ചതിനു ക്ഷമിക്കണം."

അവർ പോയിക്കഴിഞ്ഞിട്ടും ഞാൻ അന്ധാളിച്ചുപോയി. അവർ അന്വേഷിച്ചു വന്നത് മീനാക്ഷിയെയായിരിക്കുമോ? അവൾക്ക് ഈ വിവരം നേരത്തെ അറിയാമായിരുന്നുവോ? അതുകൊണ്ടായിരിക്കുമോ അവൾ രാത്രി ഇവിടെ തങ്ങാതെ കടന്നു കളഞ്ഞത്?

രഹസ്യങ്ങളുടെ ചുഴിയിൽ വീണ് ഒന്നും മനസിലാവാതെ നിൽക്കുമ്പോൾ അപ്പുറത്തുനിന്നും നെടുങ്ങാടിയുടെ ക്ഷീണിച്ച സ്വരം കേട്ടു:

"വന്നവർ മടങ്ങിപ്പോയോ മാഷേ?"

നെടുങ്ങാടി എല്ലാം കേട്ടു കിടക്കുകയായിരുന്നുവോ?

"അവർ പോയി." ഞാൻ പറഞ്ഞു.

കുറച്ചു നേരത്തെ മൗനത്തിനുശേഷം നെടുങ്ങാടി പറഞ്ഞു:

"ഞാൻ അപ്പോഴും പറഞ്ഞില്ലേ മീനാക്ഷി നല്ലവളാണെന്ന്."

എനിക്കു മനസിലായില്ല.

"നെടുങ്ങാടി എന്താണ് പറയുന്നത്?"

"അവൾക്ക് അത് മാഷോട് പറയാൻ നന്നെ വിഷമമുണ്ടായിരുന്നു. ഇന്ന് രാത്രി മാഷടെ കൂടെ കഴിയണമെന്ന് ചട്ടംകെട്ടി പൊലീസ് അവളെ അയച്ചതായിരുന്നു; പാവം."

ഞാൻ ഞെട്ടിപ്പോയി.

ഒന്നു രണ്ടു നിമിഷം കഴിയേണ്ടി വന്നു എനിക്കു കാര്യം മനസിലാവാൻ. രഹസ്യങ്ങളുടെ ചുരുൾ ഓരോന്നായി അഴിഞ്ഞു വീണു. വ്യഭിചാരക്കുറ്റത്തിന് എന്നെ......

എന്റെ പ്രസംഗത്തിന് തിരിച്ചടി നൽകാൻ വേണ്ടി.....

മീനാക്ഷീ......

എന്റെ കണ്ണുനിറഞ്ഞു.

ആറ്

രാവിലെ എഴുന്നേൽക്കുമ്പോൾ നെടുങ്ങാടിയും സമരവും മറ്റു പലതുമായി കലങ്ങി നിൽക്കുന്ന മനസിൽ ആകസ്മികതയുടെ സൗമനസ്യംപോലെ മറ്റൊരു മുഖം ഞാൻ കണ്ടു.

പൊലീസെറിഞ്ഞ വിദഗ്ധമായ വലയിൽനിന്നും പുറത്തു ചാടാൻ കഴിഞ്ഞതിനാൽ നഗരത്തിലെ അധ്യാപകന് ഇനിയും മാന്യതയുടെ മറ നഷ്ടപ്പെടാതെ നടക്കാം.

മീനാക്ഷീ, നീ ഇനിയും വന്നെത്താനുള്ള രണ്ടു ദിവസങ്ങളെ ഞാൻ

വേഗം ചവുട്ടിത്തള്ളട്ടെ.

ഏകാദശിയാണ്.

നഗരത്തിലേക്ക് യാത്ര തിരിക്കും മുമ്പ് നെടുങ്ങാടിയെ ചെന്നുകണ്ടു. രാത്രിയാക്കാൻ വേണ്ടി അവിടെയെവിടെയോ അയവെട്ടിക്കിടക്കുന്ന മരണത്തിന്റെ നാറ്റം വരുന്നതുപോലെ തോന്നി. പതിവിനു വിപരീതമായി, അങ്ങോട്ട് ചെല്ലുന്തോറും നിമിഷങ്ങളുടെ കനം കൂടിക്കൂടി വന്നു.

നെടുങ്ങാടിയുടെ ഇടറുന്ന വാക്കുകൾ:

"മാഷ് സന്ധ്യക്കു മുമ്പെങ്കിലും വരുമല്ലോ?"

അവസാനത്തെ ചോദ്യത്തിന്റെ തീവ്രത ചുമന്നു നിൽക്കുന്ന വാക്കുകൾ. ഞാൻ സ്വയം ചോദിച്ചു – വരുമോ?

"മിക്കവാറും വരാം നെടുങ്ങാടീ. സമരമായതുകൊണ്ട് ഒന്നും ഉറപ്പിച്ചുപറയാൻ വയ്യ."

വരണേ, വരണേ എന്ന് യാചിക്കുന്ന നെടുങ്ങാടിയുടെ കണ്ണുകളിൽനിന്ന് രക്ഷകിട്ടാൻവേണ്ടി അയാളുടെ ഭാര്യയുടെ അരികിൽ ചെന്നു നിന്നു. അവർക്ക് കാര്യം മനസിലായിട്ടോ എന്തോ അവരുടെ കണ്ണുകൾ നിറഞ്ഞൊഴുകി. നെടുങ്ങാടിയുടെ നോട്ടം ഒരു പ്രേതത്തെപ്പോലെ എന്നെ പിന്തുടർന്നുകൊണ്ടേയിരുന്നു. അപ്പോൾ മാത്രം ഉറക്കമുണർന്ന് കിടക്കുന്ന കുട്ടികളോടും ആദ്യമായി ഞാൻ യാത്ര പറഞ്ഞു.

നിങ്ങളെല്ലാം മുമ്പേ നടന്നേക്കൂ. അധികം താമസിയാതെ ഞാനും ഒപ്പമെത്താം.

ആ അന്തരീക്ഷത്തിന്റെ മുറുക്കത്തിൽനിന്നും രക്ഷപ്പെടാൻവേണ്ടി പിന്നീടവിടെ നിൽക്കാതെ പുറത്തിറങ്ങുമ്പോൾ പിന്നിൽ നിന്ന് — "മാഷേ" തനുത്ത, തളർന്ന വിളി.

— നെടുങ്ങാടിയായിരുന്നു.

"ഇനി ഒരുപക്ഷേ, മാഷക്ക് ഇന്ന് വന്നെത്താൻ കഴിഞ്ഞില്ലെങ്കിൽ നമുക്ക്, പിന്നീട് ... പിന്നീടെപ്പെഴെങ്കിലും...."

അയാൾക്ക് മുഴുമിക്കാൻ സാധിച്ചില്ല. എന്റെ കണ്ണു തുളുമ്പി.

എന്റെ പെരുമാറ്റത്തിൽനിന്നും ഞാൻ വൈകുന്നേരം മടങ്ങിയേക്കില്ലെന്ന് അയാൾ ഊഹിച്ചറിഞ്ഞു.

മറ്റൊന്നും പറയാനും കേൾക്കാനും നിൽക്കാതെ ഞാൻ വേഗം പുറത്തുകടന്നു. മരണം മുഖത്തോടുമുഖം വന്നുനിൽക്കുമ്പോൾ നോക്കി നിൽക്കാൻ വയ്യ.

മറ്റൊരു നെടുങ്ങാടിയെപ്പോലെ വടിയൂന്നി കുന്നുകയറുന്ന സമരത്തിന്റെ വരണ്ടു വീണു മുറിഞ്ഞ മുഖം കാണാൻ ഞാൻ നഗരത്തിലേക്കു ചെന്നു.

മറ്റൊരു പകൽ എവിടെനിന്നെങ്കിലും ആരംഭിക്കേണ്ടിയിരുന്നതി

നാൽ സുകുമാരന്റെ താമസസ്ഥലത്തേക്കു ചെന്നു.

"രണ്ടുദിവസമായി വരാൻ സാധിച്ചില്ല സുകുമാരൻ. മറ്റു തിരക്കുകളുണ്ടായിരുന്നു. സമരമെങ്ങനെയുണ്ട്?"

അയാൾ സമാധാനമൊന്നും പറഞ്ഞില്ല.

എനിക്കുണ്ടായിരുന്നൊരു കത്ത് സുകുമാരൻ തന്നു. സമരത്തിനു തൊട്ടു മുമ്പ് കോഴിക്കോടു നിന്നും പത്മനാഭൻനായർ എഴുതിയ കത്തായിരുന്നു. സ്കൂൾ മേൽവിലാസക്കാരനെയും കാത്തു കിടന്നിരുന്ന ആ കവർ ആരോ എത്തിച്ചു കൊടുത്തതായിരുന്നു.

"ഇപ്പോൾ ഞാൻ ഹൈസ്കൂളിന്റെ ചാർജിലാണ്. അതുകൊണ്ട് കൂടുതൽ വലിയ ഭവിഷ്യത്ത് പ്രതീക്ഷിച്ചുകൊണ്ട് സമരത്തിനിറങ്ങുകയാണ്. എല്ലാം സമരം കഴിഞ്ഞെഴുതാം. .. പിന്നെ, ഡോക്ടർ മിശ്രയുടെ മേൽവിലാസം ഒരുപാട് തിരഞ്ഞു. കാണാനില്ല."

സുകുമാരൻ സെൽഫ് ബെയിലിൽ ഇറങ്ങിയതും, ഞാൻ പ്രസംഗിച്ചതും, പ്രൊബേഷൻ കഴിയാത്ത ഒരാൾക്ക് പിരിച്ചുവിടൽ നോട്ടീസ് കിട്ടിയപ്പോൾ അയാളുടെ ബാധ്യതയേൽക്കാൻ ധൈര്യമില്ലാതിരുന്നതുകൊണ്ട് സ്കൂളിൽ കയറി ഒപ്പിടാൻ സ്വകാര്യമായി ഉപദേശിച്ചതും, എന്റെ വീട്ടിൽ രാത്രി പൊലീസ് വന്നതും അതുപോലെ മറ്റു പലതും ഞങ്ങൾ സംസാരിച്ചു.

അവനവൻ ചെയ്ത ചെറിയ ചെറിയ കാര്യങ്ങളുടെ വിവരണം, കേട്ട കഥകളുടെ പുനരാവർത്തനം അങ്ങനെ എന്തെല്ലാം കൂടിയാണ് സമരം!

സമരം ചെയ്യുന്നവർക്ക് എന്തെങ്കിലും ചെയ്യേണ്ടിയിരുന്നതിനാൽ അപ്പോഴും ദുർഗാ ഹൈസ്കൂളിന്റെ മുമ്പിൽ സമരം പൊരിഞ്ഞു നടന്നു. ആ ഹൈസ്കൂൾ പൂട്ടാത്തതാണ് സമരം നീണ്ടുപോകാനുള്ള ഒരേ ഒരു കാരണമെന്നാണ് കണ്ടാൽ തോന്നുക.

സംസ്ഥാനത്തിന്റെ ചുമതല മുഴുവൻ സ്വന്തം തോളിൽ ചുമന്നു നടക്കേണ്ടി വന്ന ഒന്നുരണ്ടധ്യാപികമാർ സമരത്തിനെതിരായി ഉദ്യോഗസ്ഥകളുടെ ഹോസ്റ്റലുകളിൽ കയറിയിറങ്ങി.

വാഗ്ദാനങ്ങളുടെ നീണ്ട പട്ടികയും സമ്പാദിച്ചു നടക്കുന്ന സമരം ചെയ്യാത്തവർ ചെറിയ ചെറിയ ജാഥകൾ നടത്തുകയും വലിയ വലിയ ഫോട്ടോകൾ പത്രങ്ങളിൽ വരുത്തുകയും ചെയ്തു.

വലിയ പ്രസ്താവനകൾ ഇറക്കിവിടുന്ന അഖില കേരളസംഘടനാ നേതാക്കൾ പലരും പുതുതായി അരങ്ങേറ്റം നടത്തി.

ഹരിഹരയ്യർ അറസ്റ്റ് ചെയ്യപ്പെട്ടു! വിവരം സുകുമാരൻ പറയുന്നതുവരെ ഞാൻ അറിഞ്ഞിരുന്നില്ല. കളിപറയുകയാണോ എന്നുകൂടി എനിക്കു തോന്നി.

"ജാമ്യത്തിലിറങ്ങാൻ കഴിഞ്ഞിട്ടില്ല; ഇനിയും."

"ഇന്നു ജാമ്യം ശരിപ്പെടുമായിരിക്കും."

സമരത്തിന്റെ മറ്റൊരു മുഖം കാണിക്കുന്ന ഹരിഹരയ്യർ! ചെയ്യുന്ന ഏതു കാര്യത്തിലും ആത്മാർഥത പുലർത്തുന്ന ആൾ.

ഞങ്ങളുടെ ആദ്യത്തെ ആലോചനായോഗം.

"തെറ്റാണോ, ശരിയാണോ, രാഷ്ട്രീയ പ്രേരിതമാണോ എന്നൊന്നും എനിക്കറിയില്ല." ഹരിഹരയ്യർ പ്രഖ്യാപിച്ചു. "സംഘടനയുടെ തീരുമാന പ്രകാരം ഞാൻ പണിമുടക്കും."

സദസിലൊരാൾ ചോദിച്ചു;

"ജോലി തെറിച്ചാലോ?"

ഉടൻ ഉത്തരവും കിട്ടി:

"ചിലപ്പോൾ തെറിച്ചുപോയെന്നും വരും. അപ്പോൾ അഗ്രഹാരങ്ങളിൽ ഞാനും കുട്ടികളും ഭിക്ഷതെണ്ടും."

ഹരിഹരയ്യർ ആവേശംകൊണ്ട് എന്തെങ്കിലും പറയുന്ന പ്രകൃതമല്ല.

ഭാര്യയും ആറു കുട്ടികളുമുള്ള കുടുംബമാണ് ഹരിഹരയ്യരുടേത്. രോഗം ആ കുടുംബത്തിൽ ഇറങ്ങിപ്പോകാത്ത അതിഥിയെപ്പോലെ ചടഞ്ഞു കൂടിയിരിക്കുകയാണ്. അതുകൊണ്ടെല്ലാം എന്നും തിരക്കാണ് അയ്യർക്ക്. എന്നിട്ടും എട്ടുമണിക്കു മുമ്പായി സമരപ്രചാരണത്തിനു ഹരിഹരയ്യർ എത്തും; ഉച്ചവരെ വെയിലുകൊണ്ടലയും.

"ദിവസവും സ്വാമി ഇങ്ങനെ വന്നു ബുദ്ധിമുട്ടണമെന്നില്ല. ആസ്പത്രിയിൽ കുട്ടികളുടെ അടുത്ത് ഇരുന്നോളൂ."

ഹരിഹരയ്യർ കേൾക്കില്ല.

"ഇന്നലെ ഞങ്ങളെല്ലാം സ്കൂൾ ഗെയിറ്റിൽ നിൽക്കുകയായിരുന്നു." സുകുമാരൻ വിവരിച്ചു. "പൊലീസ് വന്നപ്പോഴാണറിയുന്നത്, നിശ്ചയിച്ചവരാരും തന്നെ പിക്കറ്റു ചെയ്യാൻ എത്തിച്ചേർന്നിരുന്നില്ല. അപ്പോഴാണ് ഞങ്ങൾക്കെന്തെങ്കിലും ചെയ്യാൻ കഴിയുന്നതിനുമുമ്പ് ഞങ്ങളെയെല്ലാം തള്ളി മാറ്റി ഹരിഹരയ്യർ ഗെയിറ്റിലെത്തി കിടന്നത്."

പഴയ കുട രണ്ടു കൈകൊണ്ടും മാറത്തമർത്തിപ്പിടിച്ച് അയ്യർ ഗെയിറ്റിൽ മലർന്നു കിടക്കുന്ന രംഗം എനിക്ക് മനസിൽ കാണാൻ കഴിഞ്ഞിരുന്നു.

റിട്ടയർമെന്റിന്റെ അടുത്തെത്തി നിൽക്കുന്ന മറ്റൊരു മനുഷ്യൻ! അയാളെ പൊലീസ് പിടിച്ചുകൊണ്ടു പോവുന്നതു കണ്ടിട്ടും മനസിളകാതെ സ്കൂളിലേക്ക് മുളയുന്നതുവരോടുള്ള അമർഷത്തിന്റെ ഒരു തുള്ളിയെങ്കിലും എന്റെ ഉള്ളിലും വന്നു വീഴാൻ ഞാൻ കൊതിച്ചു. അയ്യരോടുള്ള സഹതാപമല്ലാതെ മറ്റൊന്നും അവിടെ ഉണ്ടായിരുന്നില്ല.

ഹരിഹരയ്യരടക്കം ഇത്രയും ചെയ്തിട്ടും ഞാൻ ഒരു ചതിയനെ

പ്പോലെ ഒളിഞ്ഞുകളിക്കുകയാണല്ലോ എന്നെനിക്ക് തോന്നി. ഒരു ബാധ്യതയും ഏറ്റിട്ടില്ലെങ്കിലും ഈ ബഹളത്തിലൂടെ കടന്നുപോവേണ്ടിവരുമ്പോൾ നാം പലതിനും ബാധ്യതപ്പെട്ടവരായി മാറുന്നില്ലേ?

ഞങ്ങൾ വീണ്ടും ദുർഗാ ഹൈസ്കൂളിനു മുമ്പിൽ.

ആവശ്യങ്ങൾ എല്ലാവരും മറന്നുപോയെങ്കിലും സമരം പിക്കറ്റിങ് എന്ന പ്രഹസനത്തിലൂടെ അവിടെ തുടർന്നു വരുന്നു.

അവസാനത്തെ കൊട്ടിക്കലാശംപോലെ അഞ്ചോ ആറോ അധ്യാപികമാരുൾപ്പെടുന്ന ഒരു സംഘം പിക്കറ്റിങ്ങിന് തയാറായി നിൽക്കുന്നു.

തിരക്കിന്റെ ഒരംശമായി നിൽക്കുന്ന അവർക്ക് സമരമെന്നത് അമൂർത്തമായൊരാശയമേ ആവുന്നുള്ളൂ. എല്ലാം കഴിഞ്ഞ് മടങ്ങുമ്പോഴാണ് എന്റെ ചോദ്യം അവരിൽ പലരും കേൾക്കുക.

ഇതൊക്കെ എന്തിനാണ്?

"സമരകാലത്തെ ശമ്പളമെങ്കിലും തരാമെന്നു പറഞ്ഞാൽ സമരം തീരുമല്ലേ?"

ഞാൻ തിരിഞ്ഞുനോക്കി. രാമൻ മൂസ്സത്! അയാളോട് എന്തെങ്കിലും പറയാനുള്ള വിഷമംകൊണ്ട് അപ്പുക്കുട്ടന്റെ അടുത്തേക്ക് മാറിനിന്നു.

"അറസ്റ്റ് വരിക്കുന്നുണ്ടോ അപ്പുക്കുട്ടൻ?"

അപ്പുക്കുട്ടൻ എന്നെ നോക്കി ഒന്നു കണ്ണിറുക്കി.

"നമ്മുടെ ആള് ഇന്ന് അറസ്റ്റു വരിക്കുന്നു. എനിക്ക് പിന്നെ പിന്നോക്കം മാറാൻ വയ്യല്ലോ."

അപ്പുക്കുട്ടന്റെ ആളെ മനസിലായി.

അങ്ങനെ, അറസ്റ്റ് വരിക്കൽ എന്ന രംഗത്തിന്റെ കർട്ടനുയരുമ്പോൾ ഞാനും നടന്മാരിലൊരാളായി നിൽക്കുന്നുണ്ടായിരുന്നു. അപ്പുക്കുട്ടനെപോലെയാണ് ഞാനും എന്നെനിക്ക് തോന്നി. തന്റെ ആൾക്കുവേണ്ടി അപ്പുക്കുട്ടൻ അറസ്റ്റിന് കാത്തുനിൽക്കുമ്പോൾ നെടുങ്ങാടിക്കും ഹരിഹരയ്യർക്കും വേണ്ടി ഞാനും നിൽക്കുന്നു!

ഞാനും അറസ്റ്റ് ചെയ്യപ്പെട്ടു വാനിലേക്ക് കയറുമ്പോൾ, കഥയറിയാത്ത കുട്ടിയെപ്പോലെ വായ പകുതി തുറന്ന് മൂസ്സത് എന്നെ നോക്കി നിൽക്കുന്നത് ഞാൻ കണ്ടു.

പൊലീസ് സഹായത്തോടെ സ്കൂളിലേക്ക് കയറുന്നവരുടെ ഇടയിൽ എന്തോ ചെറിയ ബഹളമുണ്ടായി. വാനിലിരുന്ന് നോക്കിയാൽ കാണാമായിരുന്നു. സരോജിനി ടീച്ചർ തല ചുറ്റി വീണിരിക്കുന്നു! ഒന്നുരണ്ടധ്യാപികമാർ അവരെ സ്കൂൾ വരാന്തയിലേക്ക് എടുത്തുകൊണ്ടു പോകുന്നതു കണ്ടു.

പൊലീസ് സ്റ്റേഷനിലേക്ക് തിരിക്കുമ്പോൾ ഹരിഹരയ്യർക്കുണ്ടായതുപോലെ ഒന്നോ അതിലധികമോ ദിവസം എനിക്കും ജാമ്യം കിട്ടരുതേ എന്നായിരുന്നു എന്റെ മനസിൽ. നെടുങ്ങാടി കുടുംബം മരിക്കുന്ന രാത്രി

റിമാന്റിൽ കഴിയുന്നു എന്നതിനു പുറമേ സമരത്തിന്നു വേണ്ടി സഹിക്കേണ്ടിവരുന്ന ത്യാഗത്തിന്റെ ശക്തി കൂടുകയും ചെയ്യുമല്ലോ.

എന്റെ അടുത്തിരുന്ന പൗലോസിന്റെ പ്രാർഥന മറിച്ചായിരുന്നു. എങ്ങനെയെങ്കിലും ഇന്നു തന്നെ പുറത്തിറങ്ങണം. വൈകുന്നേരത്തെ ഒരു രസികൻ പാർട്ടി അയാൾക്ക് മിസ്സ് ചെയ്യാൻ വയ്യ.

“നാം പാവപ്പെട്ട അധ്യാപകർ. സാക്ഷാൽ സ്കോച്ച് സ്വന്തമായി വാങ്ങിക്കഴിക്കാൻ പറ്റുമോ?”

ഈ പൗലോസിന് അറസ്റ്റെന്ന ഈ അബദ്ധം എങ്ങനെ പറ്റിയെന്ന് ഞാൻ അത്ഭുതപ്പെടുകയായിരുന്നു.

“അബദ്ധമൊന്നും പറ്റിയിട്ടില്ല സുഹൃത്തേ, സമരത്തിന്റെ ഗതി കാണുമ്പോൾ അറസ്റ്റിന് നിന്നുകൊടുക്കാതെ പറ്റില്ലെന്നായി. ഞാൻ പ്രേരിപ്പിച്ചു സമരത്തിനിറക്കിയവരെ ഒടുവിൽ അഭിമുഖീകരിക്കേണ്ടിവരുമ്പോൾ ഈ ത്യാഗത്തിന്റെ ചിഹ്നമെങ്കിലും എന്നിലുണ്ടാവട്ടെ.”

പൗലോസ്, താനെത്ര ശരിയാണ്!

അപ്പുക്കുട്ടൻ തന്റെ ആൾക്ക് അഭിമുഖമായിത്തന്നെ വാനിൽ സ്ഥലം സമ്പാദിച്ച് അറസ്റ്റിനെയും മധുരമായൊരുനുഭവമാക്കി മാറ്റുകയായിരുന്നു. പിന്നീടവർ നടത്തിയേക്കാവുന്ന കന്യാകുമാരി യാത്രയെ ലഹരി പിടിപ്പിക്കാൻ അവർക്ക് ഈ അനുഭവം മതിയാവും.

എന്റെ താമസസ്ഥലം പരിശോധിക്കാൻ വന്ന സബ് ഇൻസ്പെക്ടറെ പൊലീസ് സ്റ്റേഷനിൽവച്ച് കണ്ടപ്പോൾ രാത്രി കണ്ട അതേ വിളർത്ത ചിരി അയാളുടെ മുഖത്തുണ്ടായി. എന്നെ കോടതിയിൽ ഹാജരാക്കാൻ അയാൾ കൽപ്പിച്ചുകൂട്ടി താമസിപ്പിക്കുമെന്ന് ഞാൻ ആശ്വസിച്ചു. അറസ്റ്റ് ചെയ്യപ്പെട്ട ഞങ്ങളെല്ലാവരും പൊലീസ് സ്റ്റേഷനു മുൻവശം മാവിൻചോട്ടിൽ തമാശ പറഞ്ഞു കൂടി. അതങ്ങനെ നീണ്ടുനിന്നില്ല. എല്ലാവരെയും ഒരു മണിക്കു മുമ്പുതന്നെ കോടതിയിലേക്ക് അയച്ചു.

എന്നെ തടഞ്ഞുവച്ചില്ല!

എന്നെ ഇന്നു തന്നെ വിടുകയാണെങ്കിൽ എന്തു ചെയ്യണമെന്നായി ആലോചന. ജാമ്യത്തിലോ മറ്റോ എന്തെങ്കിലും ക്രമക്കേടുണ്ടാവുന്നില്ലെങ്കിൽ കഴിയുന്ന വേഗം ജാമ്യമനുവദിച്ചു വിടുകയാണ്. വന്നുപെട്ട ക്രമക്കേടുകൾ ഇനിയുമാവർത്തിക്കപ്പെടാതിരിക്കാൻ ശ്രദ്ധിച്ചുകൊണ്ട് കടലാസുകൾ തയാറാക്കുവാൻ കോടതിയിൽത്തന്നെ ജോലിയുള്ള സസ്പെന്റ് ചെയ്യപ്പെട്ടവർ ഉണ്ടായിരിക്കെ എന്റെ കടലാസിലെങ്ങനെ ക്രമക്കേടു വരാൻ?

കോടതിയിൽവച്ച് ഞാൻ വഹാബിനെ കണ്ടു. പൊലീസുകാരുടെ അകമ്പടിയോടെ, ഇന്നേക്കുവച്ച അയാളുടെ കേസിനു വന്നതാണ്. നാലു ദിവസമായി വഹാബ് അറസ്റ്റ് ചെയ്യപ്പെട്ടിട്ട്. പണിക്ക് കയറുന്ന മൂന്ന്

എൻ ജി ഒ മാരെ പരസ്യമായടിച്ചു. ഒരു ഓഫീസറെ ബലമായി ഓഫീസിൽ നിന്നും പുറത്താക്കി. ഒടുവിൽ കോടതിയോട് അപമര്യാദ കാണിക്കുകയും ചെയ്തു. ഇനിയും ജാമ്യം അനുവദിച്ചിട്ടില്ല.

വഹാബ് പോയിക്കഴിഞ്ഞപ്പോൾ പൗലോസ് പറഞ്ഞു:

“അയാളുടെ ബാപ്പയ്ക്ക് നല്ല ബിസിനസാണ്. വയസായി. അതുകൊണ്ട് വഹാബെന്തായാലും ജോലി വിടുകയാണ്. അതിന് മുമ്പൊന്ന് ഹീറോ ആയതായിരിക്കും. ബിസിനസിന് അത് ഗുണമല്ലേ?”

പൗലോസിന്റെ ഈ അഭിപ്രായം പാപമാണെന്ന് എനിക്ക് തോന്നി. ഹരിഹരയ്യരെപ്പോലെ സമരത്തിന്റെ ആത്മാർഥമായ മറ്റൊരു മുഖമാണ് വഹാബെന്നാണ് എനിക്കെപ്പോഴും തോന്നിയിട്ടുള്ളത്.

എന്തോ?

പരസ്പരവിരുദ്ധങ്ങളായ മനോഭാവങ്ങളോടെ സമരം ചെയ്യുന്ന ഞങ്ങൾ ഇവിടെ എത്രയോ അടുത്തു നിൽക്കുന്നു. സമരമെന്ന വലിയ വൃക്ഷത്തിന്റെ ചുവട്ടിൽ വിയർപ്പ് മാറ്റാൻ വന്നെത്തിയപോലെ. പക്ഷേ, ഞങ്ങൾ പരസ്പരം അറിയാൻ വയ്യാത്ത വിധം എത്രയോ അകലത്താണ്.

ഞാൻ അറസ്റ്റ് ചെയ്യപ്പെട്ടെന്ന് കേൾക്കുമ്പോൾ ഹരിഹരയ്യർ എന്നെക്കുറിച്ച് മനസിലാക്കുന്നത് എത്ര തെറ്റായിട്ടായിരിക്കും!

സ്വന്തം ജാമ്യത്തിന്മേൽ എന്നെയും രണ്ടു മണിക്ക് മുമ്പേ കോടതിയുടെ പുറത്തേക്കെറിഞ്ഞു. തിളയ്ക്കുന്ന പാതയിലൂടെ, സമരത്തെ സംബന്ധിച്ച് അവസാനമായി വേണ്ടതും ചെയ്തുതീർത്തു എന്ന വിശ്വാസത്തോടെ ഞാനും നടന്നു.

എന്നെ ആർക്കും അറിയാൻ വയ്യാത്ത മറ്റാരെയും പോലെ എനിക്കും അറിയാൻ വയ്യല്ലോ.

ഹോട്ടലിൽ നിന്ന് ഊണു കഴിച്ചു. സുധാകരനുണ്ണിയെ ചെന്ന് കണ്ട് കുറച്ചു പണം കടം വാങ്ങി. വൈകുന്നേരമാക്കാൻ വേണ്ടി ഒരു സിനിമ കണ്ടു. സന്ധ്യക്ക് ലേശം കഴിച്ചു.

സമരസമിതി ഓഫീസിൽ ചെന്നു കയറി. അവിടെ എല്ലാ ചെവികളും തിരുവനന്തപുരത്തെ കൂടിയാലോചനായോഗം വരെ നീണ്ടു നിൽക്കുകയാണ്.

അവിടെ മൂസ്സതും കുത്തിയിരിക്കുന്നതു കണ്ടു.

രാത്രി.

സമരസമിതി ഓഫീസിലെ കാറ്റു കേറാത്ത മുറിയിൽ മൂട്ടകൾ അരിച്ചു നടക്കുന്ന പായയിൽ ഞാൻ മലർന്നു കിടക്കുകയാണ്.

നെടുങ്ങാടിയും കുടുംബവും സഞ്ചാരംകൊണ്ട് നിലവിളി കൂട്ടുന്ന ഈ ഏകാദശി രാത്രിയിൽ ഈ മൂട്ടകടിയെങ്കിലും ഞാൻ അനുഭവിക്കട്ടെ.

എത്രത്തോളമെന്നറിയാതെ

അവൻ സ്റ്റാലിൻ. ജോസഫ് സ്റ്റാലിൻ. അമ്പലത്തിൽ കഴകവും പിന്നെ ലേശം കൃഷിയും കൂട്ടത്തിൽ സ്വൽപ്പം പൊതുപ്രവർത്തനവുമായി കാലം കഴിക്കുന്ന കൃഷ്ണപ്പിഷാരടിയുടെ മകൻ ജോസഫ് സ്റ്റാലിൻ.

കോണകവാല് കാണുമ്മട്ട് വള്ളി ട്രൗസറിട്ട് അമ്പലപ്പറമ്പിലും മുക്കൂറ്റിക്കുന്നിലും കളിച്ചും ചിരിച്ചും വളരേണ്ടവൻ. അമ്പതുകളുടെ ആരംഭത്തിലാണ് അവൻ ഭൂമി കണ്ടത്.

ഖദർധാരികളെന്താ ഇങ്ങനെ ആയിപ്പോവുന്നത് ദൈവമേ, എന്നു പിഷാരടി ആധികൊള്ളാൻ തുടങ്ങിയ കാലം.

കുഞ്ഞിക്കാവു പിഷാരസ്യാർക്കു സന്തോഷം നിൽക്കുന്നേയില്ല. ഉണ്ണിയെ തൊട്ടും തടവിയും പിന്നെ തടവിയും തൊട്ടും ഒരുനാൾ അവർ കൊതിപറഞ്ഞു.

"ഗുരുവായൂരുവച്ചായിക്കൂടേ ഉണ്ണിയുടെ ചോറൂണ്?"

ഉണ്ണി കടിഞ്ഞൂൽക്കനി. കുടുംബത്തിലേക്ക് ആശ്വാസം കൊണ്ടുവന്നവൻ. ഗുരുവായൂരപ്പന്റെ അനുഗ്രഹമാണു പിഷാരടിയും കൊതിച്ചത്.

പിഷാരസ്യാർ കുറച്ചുകഴിഞ്ഞു മറ്റൊരു കൊതി പറഞ്ഞു.

"ചോറൂണും പേരിടലും ഒന്നിച്ചാവാം. ഉണ്ണിക്കണ്ണൻ എന്നായ്ക്കൂടേ പേര്? എന്റെ വല്യമ്മാവന്റെ പേരും ഇബടത്തെ അച്ഛന്റെ പേരും ഓർമ ല്ല്യേ. അതുതന്നെ ഉണ്ണിക്കുമാവട്ടെ എന്നാണ് എന്റെ മോഹം. അതോ വേറെ വല്ല പേരും മനസിലുണ്ടോ ആവോ?"

പിഷാരടിയുടെ മനസ്സിൽ മറ്റൊരു കണ്ണനായിരുന്നു. ഒരു കൗരവപ്പ

ടയെ ഒന്നാകെ ബർലിൻ കൊട്ടാരം വരെ തിരിച്ചോടിച്ച കണ്ണൻ. ഒരു രാജ്യത്തിന്റെ കാണപ്പെട്ട ദൈവം. ദയാവാരിധി!

അദ്ദേഹത്തെക്കുറിച്ചുള്ള കഥയും പാട്ടും പാട്ടും കഥയും ആലിൻചോട് എന്നു പേരുവീണിരിക്കുന്ന ഈ ദേശത്തുപോലും കേൾക്കുന്നു.

പിഷാരടി പറഞ്ഞു:

"ഉണ്ണിക്ക് ഇടുന്ന പേരിന്റെ കാര്യത്തിൽ എനിക്ക് ഒരു നിർബന്ധമുണ്ട്. കുഞ്ഞിക്കാവ് മനസിലാക്കിയിട്ടുണ്ടോ എന്ന് എനിക്ക് നിശ്ചല്യ. കൃഷ്ണന്റെയും സാക്ഷാൽ രാമന്റെയും ഗുണം നിറഞ്ഞ ഒരു ഭഗവാൻ ഇന്നുണ്ട്. അദ്ദേഹത്തിന്റെ പേരാവട്ടെ ഉണ്ണിക്ക്."

ഈ കാലത്തും സ്വന്തമായി നൂൽനൂറ്റ് ഖദർ ധരിക്കുന്ന ആളാണ് കൃഷ്ണപ്പിഷാരടി. അകത്തേത്തറ ശബരി ആശ്രമത്തിൽ ഗാന്ധിജിയെ കണ്ട ദിവസം മുതൽ തുടങ്ങിയതാണ്. പക്ഷേ, പൊതുപ്രവർത്തനം ഇടതു പക്ഷത്തേക്കു ചാഞ്ഞു കഴിഞ്ഞിരുന്നു. നെറ്റിയിൽ നീട്ടിവലിച്ചു ചന്ദനം കുറിയിട്ട് ഒരു തുളസിയിലയോ പൂവോ മുടിയിൽ തിരുകി പിഷാരടി വർഗസമരത്തെപ്പറ്റിയും തൊഴിലാളിവർഗ സർവാധിപത്യത്തെക്കുറിച്ചും മൂളിക്കേട്ടു. റഷ്യയിൽ സ്റ്റാലിൻ ഉണ്ടാക്കുന്ന മഹിമയിൽ ആദരവുകൊണ്ടു.

സൗമ്യവും സനാതനവുമായ ഒരു മനസായിരുന്നു പിഷാരടിക്ക്. അതിനാൽ ഒരിറ്റു കണ്ണീരോ ഒരു വിതുമ്പലോ കണ്ടുനിൽക്കാൻ അയാൾക്കു വയ്യായിരുന്നു. ഉണ്ണാനും ഉടുക്കാനും എല്ലാവർക്കും കൊടുക്കണേ എന്ന് അയാൾ എപ്പോഴും ദൈവത്തോടു പ്രാർഥിച്ചു.

തിരുക്കോട്ട് മനയ്ക്കലെ ഒന്നാം തമ്പുരാൻ പിഷാരടിയുടെ തീരുമാനം കേട്ടു ബലേ, ഭേഷ് പറഞ്ഞു. പിന്നെ നേരിൽ കണ്ടപ്പോൾ ഇങ്ങനെ കൂട്ടിച്ചേർത്തു –

"അതേയ് കൃഷ്ണാ, ഒന്നാന്തരമായി. ഇങ്ങനെയൊക്കെ ഒരു മാറ്റം നമ്മളല്ലെങ്കിൽ പിന്നെ ആരാ ണ്ടാക്കാൻ! മാധവൻ, ശങ്കരൻ, മീനാക്ഷി, കാമാക്ഷി എന്നൊക്കെ കേട്ടുകേട്ട് മടുത്തേയ്. അസ്സലായി."

തമ്പുരാൻ മകൾക്ക് ഇട്ടപേര് സോയ എന്നാണ്. ആദ്യം കേട്ടപ്പോൾ മനസിലായില്യ.

"മനസിലാവില്യ എന്നറിയാം" തമ്പുരാൻ ചിരിച്ചു. "റഷ്യേലെ ഒരു ജഗജില്ല്യാർന്നു. സോയ. മഹാകേമി."

തമ്പുരാൻ; ഉണ്ണിയുടെ പേരു നിശ്ചയിച്ചതുകേട്ടു കൃഷ്ണപ്പിഷാരടിയെ അഭിനന്ദിക്കാനായി വന്നതായിരുന്നില്ല. പാർട്ടിക്കാരുടെകൂടെ ഒരു അത്യാവശ്യം സംസാരിക്കാൻ വന്നതായിരുന്നു.

"എന്താ വിശേഷിച്ച്?"

"ഒരു വിശേഷോണ്ട്."

പിന്നെ പറയാൻ ബാധ്യതപ്പെട്ട ആൾ, അസീസ് വിശേഷം പറഞ്ഞു.

"മദിരാശി നിയമസഭാ തിരഞ്ഞെടുപ്പായിരുന്നു വിശേഷം. ആന്ധ്രാ ഭാഗത്തുനിന്നു പ്രകാശവും കൂട്ടരും ജയിച്ചുവരും. മലബാറിൽ കേളപ്പന്റെ കിസാൻ മസ്ദൂർ പ്രജാപാർട്ടിയും നമ്മളും യോജിപ്പിലാണ്. മധുരയിലും തൃശിനാപ്പള്ളിയിലും കോയമ്പത്തൂരും നമ്മൾ മുന്നിലാണ്. ഭരണം കിട്ടുമോ എന്നു സംശയം വേണ്ട."

അസീസിന്റെ വിശദീകരണം കേട്ടു പിഷാരടിക്കു സന്തോഷമായി.

"ദൈവാനുഗ്രഹംകൊണ്ട് അങ്ങനെതന്നെ സംഭവിക്കട്ടെ, അസീസേ."

വന്നവരെല്ലാം ഹൃദ്യമായി ചിരിച്ചു. അസീസ് ആ ചിരിയിൽ പങ്കുകൊണ്ട് തുടർന്നു –

"ഈ നിയോജകമണ്ഡലത്തിൽ നമ്മുടെ സ്ഥാനാർഥിയായി പിഷാരടി മത്സരിക്കണം. ജില്ലാകമ്മിറ്റി അങ്ങനെയാണ് നിശ്ചയിച്ചിരിക്കുന്നത്. വേണ്ടതുചെയ്യാൻ എന്നെ ചുമതലപ്പെടുത്തിയിട്ടുമുണ്ട്."

പിഷാരടി ഏതാനും നേരം അന്തംവിട്ടിരുന്നു. പിന്നെ ചിരിച്ചു. മുറ്റത്തേക്കിറങ്ങി മുറുക്കാൻചണ്ടി തൊടിയിലേക്കു തുപ്പി തിരിച്ചു വന്നു. വീണ്ടും ചിരിതന്നെ.

"ഞാനോ സ്ഥാനാർഥി? എനിക്ക് അതിനെന്താ രണ്ടു കൊമ്പുണ്ടോ?"

"ഉവ്വ്, കൊമ്പുണ്ട്" എന്നു പറഞ്ഞതു തമ്പുരാനായിരുന്നു.

"നല്ലോണം ആലോചിച്ചിട്ടാണ് ഇങ്ങോട്ടു വന്നത്. നമുക്ക് ജയിച്ചേ പറ്റൂ. ജയിച്ചു കേറാൻ നമ്പൂരി, അമ്പലവാസി, നായര് തുടങ്ങ്യോരടെ കുറെ വോട്ടുംകൂടി വേണ്ടീരും."

'അതിന്? അതിനു ഞാനോ' എന്നു പിഷാരടി വിഷമിച്ചു. ഒരു ആലോചനയ്ക്കുശേഷം പറഞ്ഞു:

"തമ്പുരാൻ, അവരടെ വോട്ട് കിട്ടാനാണെങ്കില് എന്നെക്കാൾ യോഗ്യൻ തമ്പുരാനല്ലേ?"

"അല്ല, നല്ലോണം ആലോചിച്ചാണു പറയുന്നത്. എനിക്കു തമ്പുരാൻ എന്നൊരു ഭാരോണ്ട്. ഒരു ബൂർഷ്വാസിയാണ് ഓരോ തമ്പുരാനും. നേടുന്നതിനെക്കാൾ എത്രയോ വോട്ട് ബൂർഷ്വാസി നഷ്ടപ്പെടുത്തും."

നിയമസഭയിലെ മെമ്പറാവുക വലിയ പ്രമാണിത്തം തന്നെ. ആൾ പെട്ടെന്ന് വലുതാവും. പൈസ ഇഷ്ടംപോലെ കിട്ടും. പോകുന്നിടത്തെല്ലാം കസാലയും ആദരവും കിട്ടും.

കൃഷ്ണപ്പിഷാരടി പറഞ്ഞു: "ഞാൻ ജയിലിൽ പോയിട്ടില്ല. പൊലീ

സിന്റെ അടി കൊണ്ടിട്ടില്ല. തടിക്ക് തട്ടാത്തവിധം ചില പൊതുകാര്യങ്ങൾ ചെയ്യുന്നുവെന്നേയുള്ളൂ. അതുകൊണ്ട് എനിക്ക് നിങ്ങളുടെ താൽപ്പര്യം സ്വീകരിക്കാൻ വിഷമോണ്ട്."

"മനസിലായില്ല."

"മനസിലാക്കിത്തരാം. അടീം ഇടിയുമേറ്റ് ഇവിടെ ചെലര് സദാ പാർട്ടി എന്നു പറഞ്ഞ് നടക്ക്ണ്ണ്ട് അവരിൽ ഒന്നാമനാണ് ഈ വലിയ സ്ഥാനത്തിന് അർഹൻ. ആ ഒന്നാമൻ എന്റെ നോട്ടത്തിൽ അസീസ് തന്നെ. അസീസിനെ സ്ഥാനാർഥിയാക്കുക പൊതുപ്രവർത്തനത്തിലെ ഒരു മര്യാദ മാത്രമാണ്. ഞാൻ മര്യാദക്കേട് കാട്ടില്ല. എന്താ തമ്പുരാൻ, അസീസ് നിന്നാൽ നമുക്ക് ചത്തു പണിയെടുക്കാം. നായരും നമ്പൂരീം നായടീംന്ന് ചേരിതിരിച്ച് നാം കാണണ്ട."

തന്റെ നിലപാടിൽനിന്നും പിഷാരടി മാറിയതേയില്ല. പിന്നെ എല്ലാവരും പോയപ്പോൾ താൻ താനായിത്തീർന്നപ്പോൾ പിഷാരടി തന്നോടു തന്നെ ഇങ്ങനെ സംസാരിച്ചു –

ജയിലിൽപോയി പൊലീസിന്റെ അടികൊണ്ടു എന്നെല്ലാം വയ്ക്കുക. എന്നാലും ഞാൻ സ്ഥാനാർഥിയാവുന്നതു നന്നോ? ജയിച്ചു പോയാൽ എനിക്കുണ്ടാകുന്ന വരുമാനം, അംഗീകാരം എന്നിവ എനിക്കർഹതപ്പെട്ടതാവുമോ? എന്നെ ജയിപ്പിച്ചവർക്കല്ലേ അത് ചെല്ലേണ്ടത്? വരുമാനമെല്ലാം അവർക്കുവേണ്ടി ചെലവാക്കാമെന്നുവയ്ക്കുക. പ്രമാണിത്തവും അംഗീകാരവുമോ? അതെങ്ങനെ അവർക്ക് വീതിച്ചു നൽകും?

വേണ്ട, ഒന്നും വേണ്ട. അസീസ് തന്നെ പോവട്ടെ. അയാൾ ഈ പ്രദേശത്തിനുവേണ്ടി എന്തെങ്കിലും ചെയ്യാതിരിക്കില്ല. പിറ്റേന്നു ബുധനാഴ്ച ഉണ്ണിയുടെ അമ്മാവൻ നാരായണപ്പിഷാരടിയെയും കൂട്ടി അവർ ഗുരുവായൂർക്ക് പോയി. അമ്മാവനാണല്ലോ മരുമകനെ പേരിട്ട് വിളിക്കേണ്ടത്. പേരിട്ട് ഉച്ചരിക്കേണ്ട വിധം യാത്രാമധ്യേ അമ്മാവന് പഠിപ്പിച്ചു കൊടുത്തു. പേരിടൽകർമത്തിനു സാക്ഷി നിന്ന തിരുമേനി നാക്കില വെച്ചു നിവേദ്യം പകരുന്നതിനിടയ്ക്ക് ചോദിച്ചു:

"എന്താ പേര്?"

പേരു പറഞ്ഞപ്പോൾ തിരുമേനിക്ക് വേഗം പിടികിട്ടി. അദ്ദേഹത്തിന്റെ മുഖത്ത് തൃപ്തി കണ്ടു. അനുഭാവിയാവാം.

അദ്ദേഹം നിവേദ്യത്തിന്റെ തീർഥം തളിച്ച് ശുദ്ധിവരുത്തി പറഞ്ഞു:

"ഇനി ഗുരുവായൂരപ്പനെ മനസിൽ ധ്യാനിച്ച്, പേര് കുട്ടിയുടെ ചെവിയിൽ മന്ത്രിച്ചോളൂ."

അമ്മാവൻ ഉണ്ണിയുടെ ചെവിയിൽ ശുദ്ധിയോടെ മൂന്നുവട്ടം മന്ത്രിച്ചു:

"ജോസഫ് സ്റ്റാലിൻ."

രണ്ട്

കീഴേടത്തു വാസുദേവനും സ്റ്റാലിനും വാതിലിൽ മുട്ടി മത്തായി മുതലാളിയെ വിളിക്കണം. രണ്ടുപേർക്കും മുഖംമൂടിയുണ്ട്. നല്ല നിലാവുള്ള രാത്രിയാണ് തെരഞ്ഞെടുത്തിട്ടുള്ളത്. വാതിൽ തുറക്കുന്ന ശബ്ദം കേട്ടാൽ വാസുദേവനും സ്റ്റാലിനും ഇരുട്ടിലേക്കു മാറണം. ഇടുക്കിക്കാരനായ ചെല്ലപ്പൻപിള്ള ചിരിച്ചുകൊണ്ട് മത്തായി മുതലാളിയെ, ഒരു ഇടപാടിനെക്കുറിച്ച് സംസാരിക്കാൻ മുറ്റത്തേക്കു വിളിക്കും. ചെല്ലപ്പൻപിള്ളയെ മുതലാളി മുമ്പു കണ്ടിട്ടേയില്ല. മുതലാളിക്ക് എന്തെങ്കിലും സംശയം തോന്നാൻ വഴിയുണ്ട്. മുറ്റത്തേക്കു മുതലാളി ഇറങ്ങുന്നില്ലെങ്കിൽ വലിച്ചിറക്കണം. അതിനു പിള്ളയ്ക്കു വാസുദേവന്റെയും സ്റ്റാലിന്റെയും സഹായം തക്കസമയത്തു കിട്ടണം. മുറ്റത്തെത്തിയാൽ മത്തായിയുടെ തലവെട്ടുക മുഖംമൂടിയിട്ട വേറെ രണ്ടുപേർ. തലവെട്ടി അരമതിലിൽ കാണാൻ പാകത്തിൽ വയ്ക്കുമ്പോഴേക്കും പുറംചുമരിലും മതിലിലും വിപ്ലവസന്ദേശങ്ങൾ പതിക്കാൻ മൂന്നുപേർ വേറെയുണ്ട്. വീട്ടിനുള്ളിലുള്ളവരെ ഒതുക്കിനിർത്താൻ ആറുപേർ ആദ്യം തന്നെ അകത്തു കടന്നിട്ടുണ്ട്.

ഇതാണ് ഓപ്പറേഷൻ കൊക്കാട്.

ഓപ്പറേഷന്റെ സർവാധിപതി സെബാസ്റ്റ്യൻ. പുറം ഗേറ്റിൽ, അകത്തും പുറത്തും ശ്രദ്ധിച്ച് കൈയിൽ വിസിലുമായി സെബാസ്റ്റ്യൻ നിൽക്കും.

ഇരുപതോളം രാത്രികളിൽ ഒന്നിച്ചിരുന്ന് സംസാരിച്ചാണ് കൊക്കാടിന് അവസാനരൂപം നൽകിയത്.

മത്തായി മുതലാളിയുടെ കുറ്റം എന്താണെന്ന് ഇടയ്ക്ക് സ്റ്റാലിൻ ചോദിക്കുന്നുണ്ടായിരുന്നു. ഉത്തരം കിട്ടിയിട്ടും സംശയം ബാക്കിയാവുന്നു.

ഈ കുറ്റങ്ങൾ എല്ലാം മുതലാളിമാരും ചെയ്യുന്നതല്ലേ?

അതേ, എല്ലാവർക്കും ഒരു പാഠമാവാൻ വേണ്ടി നാം ഒരാളെ ശിക്ഷിക്കുന്നു.

സ്റ്റാലിൻ പിന്നെ ഒന്നും പറഞ്ഞില്ല. ഒരു സംശയവുമില്ലാത്തവരാണ് സംഘത്തിൽ ഏറിയപേരും. താനും അതുപോലെ ആയിരുന്നെങ്കിൽ എത്ര എളുപ്പമായിരുന്നു.

മുതലാളിയുടെ വീട്, വീട്ടിലേക്കുള്ള വഴി, പരിസരം, കത്തി കഴുകാനുള്ള കാവുകുളം എന്നിവ സംഘാംഗങ്ങൾ കണ്ടു പഠിച്ചു. മുട്ടുകാട്ടിൽവച്ച് രണ്ടു പ്രാവശ്യം പൂർണ റിഹേഴ്സലും നടന്നു. സംഭവം

നടത്തേണ്ട ദിവസം രാത്രി എട്ടുമണിയോടെ എല്ലാവരും എവിടെ സമ്മേളിക്കണമെന്നു നിശ്ചയിച്ച് ക്യാംപ് തൽക്കാലം നിർത്തിവച്ചു. ഇത്തരം ഓപ്പറേഷനുകളുടെ പ്രസക്തിയെക്കുറിച്ച് പഠിപ്പിക്കാനായി വന്നെത്തിയ ബംഗാളി തിരിച്ചു പോവുകയും ചെയ്തു.

സ്റ്റാലിൻ, കോളേജ് ഹോസ്റ്റലിലേക്ക് മടങ്ങി. അവൻ മുറിയിൽ ഒറ്റയ്ക്കിരുന്ന് ദൈവത്തോട് സംശയം ചോദിച്ചു തുടങ്ങി.

ഇതെല്ലാം ശരിയാണോ ദൈവമേ?

കോളേജ് യൂണിയൻ തെരഞ്ഞെടുപ്പിൽ തോറ്റുപോയി എന്നറിയുമ്പോൾ അവൻ രഹസ്യക്യാംപിലായിരുന്നു. ഇരുന്നൂറും മുന്നൂറും വോട്ടുകൾ വ്യത്യാസത്തിൽ അവന്റെ ചേരിയിൽ മത്സരിച്ചവരെല്ലാം ജയിച്ചപ്പോൾ സ്റ്റാലിൻ മാത്രമാണ് നൂറോളം വോട്ടിന് തോറ്റത്.

നിന്റെ തോൽവിക്ക് കാരണം നിന്റെ പേരായിപ്പോയി, സ്റ്റാലിൻ.

സുഹൃത്തുക്കൾ സഹതപിക്കുന്നത് അവന് തീരെ ഇഷ്ടമായില്ല. ഈ സഹതാപം പൊതിഞ്ഞുകൂട്ടി നിങ്ങളുടെ മനസിൽത്തന്നെ സൂക്ഷിച്ചാൽ മതി എന്നൊന്നും അവൻ പറഞ്ഞില്ല. ഒരു മാസം മുമ്പ് നിങ്ങളെല്ലാം കൂടി ഇതല്ലല്ലോ പറഞ്ഞത് എന്ന് അവൻ അവരെ ഓർമിച്ചതുമില്ല.

മറക്കലോ മറന്നുവെന്നു നടിക്കലോ ആണല്ലോ പൊതുപ്രവർത്തനത്തിന് ഏറെ സൗകര്യം.

മുറിയിലിരുന്ന് ദൈവവിചാരം നടത്തുന്ന സമയത്താണ് അന്ന് കൂട്ടത്തോടെ അവർ മുറിയിലേക്ക് വന്നത്.

"ഞങ്ങൾ ഒരു കാര്യം പറയാൻ വന്നതാണ്. പറഞ്ഞുകഴിയുമ്പോൾ താൻ സമ്മതിക്കണം." എന്നായിരുന്നു അവരുടെ മുഖവുര.

"പറയൂ, കാര്യം കേൾക്കട്ടെ."

അവരുടെ ആവശ്യം യൂണിയൻ ചെയർമാൻ സ്ഥാനത്തിന് സ്റ്റാലിൻ മത്സരിക്കണമെന്നായിരുന്നു. ആവശ്യം കേട്ട് അവൻ വെറുതെ ചിരിച്ചു. നിങ്ങൾക്ക് ആളെ തെറ്റിപ്പോയിട്ടില്ലല്ലോ എന്ന് ചോദിക്കുകയും ചെയ്തു.

ഇരുപതിലേറെ വർഷം മുമ്പ് ഇങ്ങനെയൊരാവശ്യവുമായി വന്ന സംഘത്തോട് അച്ഛൻ പറഞ്ഞത് അവന് ഒരു പഴംപുരാണംപോലെ കേട്ടറിവുണ്ടായിരുന്നു.

"എന്നെ മത്സരിപ്പിക്കുന്നതിൽ നിങ്ങൾ കാണുന്ന പ്ലസ് പോയിന്റ് എന്താണ്?"

"സ്റ്റാലിൻ എന്ന പേരുതന്നെ. അതിന് ഒരു മുഴക്കമുണ്ട്."

നിങ്ങൾ എന്തോ പറഞ്ഞുകൊള്ളുക. പക്ഷേ, അതാണെനിക്കുള്ള മൈനസ് പോയിന്റ് എന്നു ഞാൻ അറിഞ്ഞുകഴിഞ്ഞിരിക്കുന്നു

എന്നൊന്നും അവൻ അവരോട് പറഞ്ഞില്ല.

തനിക്ക് പറ്റാത്ത ഒരു പേരും ചുമന്നാണു താൻ നടക്കുന്നതെന്ന് അവൻ തിരിച്ചറിഞ്ഞിരുന്നു. ആ പേരുകൊണ്ട് കളിച്ചു പരിഹാസ്യനാവാൻ അവൻ തയാറില്ലായിരുന്നു.

സ്റ്റാലിന്റെ കടുത്ത നിലപാടുമൂലം കൂട്ടുകാർ നിരാശരായാണ് മടങ്ങിയത്.

അവർ മടങ്ങിയതിന്റെ പിറ്റേന്ന് സെബാസ്റ്റ്യന്റെ വീട്ടിൽ ഒരു സ്റ്റഡിക്ലാസ് ഉണ്ടായിരുന്നു. അയാൾ സ്റ്റാലിനോട് സ്വകാര്യം പറഞ്ഞു:

“ഞാൻ വിവരംകേട്ടു. നിരസിക്കരുത്. മത്സരിച്ചാൽ ജയിച്ചേക്കും.”

സ്റ്റാലിന് അപ്പോഴും തൃപ്തിതോന്നിയില്ല.

“നോ, സ്റ്റാലിൻ അങ്ങനെ വിചാരിക്കേണ്ട. ഇത് നല്ല സന്ദർഭമാണ്. നാം ഇപ്പോൾ ഇങ്ങോട്ടു മനം മാറിയിട്ടുണ്ടെന്ന് അവരാരും അറിഞ്ഞിട്ടില്ല. സ്വന്തം ഇഷ്ടാനിഷ്ടങ്ങൾക്ക് നീ ആവശ്യത്തിലേറെ സ്ഥാനം കൊടുക്കുന്നു എന്നതാണ് നിന്റെ പാളിച്ച. അതു സ്വയം തിരുത്തിക്കൊണ്ടുവരണം. നീ യൂണിയൻ ചെയർമാൻ ആയാൽ നമുക്ക് കോളേജിൽ പല കോൺടാക്ടുകളുമുണ്ടാക്കാൻ കഴിയും. അത് നമ്മുടെ പ്രസ്ഥാനത്തിനാവശ്യമാണ്.”

സ്റ്റാലിൻ മത്സരത്തിനിറങ്ങി, ഒരു കാര്യം അവൻ പ്രത്യേകമായി അനുനായികളെ ഓർമപ്പെടുത്തിയിരുന്നു. എന്റെ പേര് പൊക്കിപ്പിടിച്ച് വോട്ട് ചോദിക്കരുത്. അത് മലിനപ്പെട്ട ഒരു പേരാണ്.

പറഞ്ഞിട്ടെന്താ, പേരുകൊണ്ടുള്ള കളിതന്നെ നടന്നു.

ഫാസിസത്തിന്റെ മൂക്കും മുലയും ചെത്തി യുദ്ധം ചെയ്ത് യുദ്ധം ജയിച്ച്, നീതി നടപ്പാക്കിയ സ്റ്റാലിൻ ഇതാ നമ്മെ നയിക്കാൻ വരുന്നു.

അങ്ങനെ ചുമരെഴുത്തും വിളിച്ചറിയിക്കലുമുണ്ടായി. മുന്നണിയിൽ ആശയകുഴപ്പമുണ്ടാക്കാൻ എതിരാളികൾ പറ്റിച്ച പണിയായിരുന്നു അത് എന്ന് ഒരു ശ്രുതി പരന്നു. നീരസപ്പെട്ടുപോയ സ്റ്റാലിനെ സാന്ത്വനിപ്പിക്കാൻ അബദ്ധം പറ്റിപ്പോയ സ്വന്തം അനുയായികൾ തന്നെയാണ് ആ ശ്രുതി പരത്തിയതെന്നും കേട്ടു.

ഈ പേരിനെ ഞാൻ തന്നെ വെറുക്കുന്നുവെന്നു നിങ്ങൾക്ക് അറിഞ്ഞുകൂടെ? സ്റ്റാലിൻ കൂട്ടുകാരോടു പറഞ്ഞു. ഒരു ഭരണകൂടത്തിന്റെ മുഖം ഭീകരമാക്കിമാറ്റിയ മനുഷ്യനായിരുന്നു അയാൾ.

സ്റ്റാലിനെ വാഴ്ത്തുന്ന പോസ്റ്ററുകൾ കണ്ട് എതിരാളികൾക്ക് ചൂടുവന്നു. അവരും പേരെടുത്തു കളിച്ചു. അത് ഇങ്ങനെയായിരുന്നു.

കോളേജ് ഗേറ്റിൽ അവർ പത്തുമുപ്പതുപേർ കാത്തുനിൽക്കും. സ്റ്റാലിൻ ഗേറ്റ് കടന്നു കോളേജിനുള്ളിലേക്കു ചെല്ലുന്നു. കാത്തുനിന്ന

വർ 'അയ്യോ സ്റ്റാലിൻ വരുന്നേ, നമ്മെ പിടിച്ചു തിന്നാൻ വരുന്നേ, ഓടിയൊളിച്ചോളണേ' എന്നു കരഞ്ഞും പേടി അഭിനയിച്ചും അവനു മുമ്പിലോ പിന്നിലോ ക്യാംപസ് മുഴുവൻ ചുറ്റിനടന്നു. ഈ പ്രകടനം നല്ലപോലെ ഏശി.

സ്വന്തം ക്ലാസിലെ സ്മാർട്ടായ പെൺകുട്ടി സ്റ്റാലിനോട് പറഞ്ഞു:

"എന്റെ വോട്ട് തരാം. പക്ഷേ, പെൺകുട്ടികളുടെ ഇടയിൽ ഞാൻ ഒന്നും ചെയ്യില്ല. ഒരു നാട്ടിൽ മുഴുവൻ തന്നിഷ്ടവും താന്തോന്നിത്തവും കാണിച്ച ആൾ. ഒരു പ്രസ്ഥാനത്തിനു കിട്ടേണ്ടിയിരുന്ന സൗമ്യമായ മുഖത്തെ മുഴുവൻ വികൃതപ്പെടുത്തിയ ആൾ. തന്റെ ശത്രു? ആ പേരു തന്നെ. പാവമായ താൻ ആ പേരുകൊണ്ടു മലിനപ്പെടുന്നു."

ഒരു സന്ദർഭത്തിൽ സെബാസ്റ്റ്യൻ തന്നെ പറഞ്ഞിരുന്നു – ഈ പേര് നമ്മുടെ ചുറ്റുപാടിന് തീരെ യോജിക്കാതെ പോയി. എന്തേ നിന്റെ അച്ഛന് പറ്റിയത്?

.... ഇപ്പോഴാവട്ടെ തന്റെ മുറിയിൽ ഇങ്ങനെ ഒറ്റയ്ക്കു കിടന്ന് എന്റെ ദൈവമേ എന്ന് ആശ്വാസം നേടുമ്പോൾ തെരഞ്ഞെടുപ്പുഫലമോ തന്നെ ത്തന്നെ നോക്കി കൊഞ്ഞനം കുത്തുന്ന സ്വന്തം പേരോ ആയിരുന്നില്ല സ്റ്റാലിന്റെ സ്വാസ്ഥ്യം കെടുത്തിയത്. അത് ഓപ്പറേഷൻ കൊക്കാട് ആയിരുന്നു.

അവൻ തന്നോടുതന്നെ സംസാരിച്ചുകൊണ്ട് കുറേനേരമിരുന്നു.

നിനക്കു പേടിപ്പെടുത്തുന്ന ഒരു പേരു മാത്രമല്ലേയുള്ളൂ. ആ മീശ പോലുമില്ലല്ലോ. മുഖംമൂടിയിട്ട് കാലിടറാതെ നിന്ന് നിനക്ക് മത്തായി മുതലാളിയെ വിളിച്ചുണർത്താൻ കഴിയുമോ? എന്തുകൊണ്ടാണു നീ എല്ലാ ഏടാകൂടങ്ങളിലും ഇങ്ങനെ ചെന്നു ചാടുന്നത്?

ക്യാംപിലെ ആദ്യനാളുകളിലെ ആവേശം ക്രമേണ അവനിൽ ആറി ത്തീരുകയായിരുന്നു. ബംഗാളിലെ സഖാവു പറഞ്ഞത് ഒന്നും മനസി ലായില്ല. അയാൾക്കുതന്നെ ആ പറയുന്നതെല്ലാം മനസിലായിരുന്നോ എന്നു സംശയമാണ്.

ഈ ഓപ്പറേഷനിൽ മനുഷ്യത്വം തീണ്ടാത്ത ഒരു ചതിവില്ലേ? ആപൽക്കരമായ ഒരു എടുത്തുചാട്ടമില്ലേ?

ഞാൻ ഇവരിൽപെടുന്നവനാണോ?

കഴിഞ്ഞ വർഷം ഗോവയിലേക്കു യാത്ര ചെയ്യുകയായിരുന്നു. ആരുടെ കൂട്ടുമില്ലാതെ ഒറ്റയ്ക്ക്. സ്വയം സംസാരിച്ചുകൊണ്ട് ഒറ്റയ്ക്കു നടക്കുക ഒരു ഇഷ്ടമാണ് ഇപ്പോഴും. തൊട്ടടുത്തിരുന്ന ഒരു മധ്യവയസ്ക ഇടയ്ക്കു കയറി ചോദിച്ചു:

"ഗോവ കാണാനാണോ?"

"അതേ."

"ഒറ്റയ്ക്കാണോ?"

"അതേ."

അപരിചിത; മുഖത്തും കൈവണ്ണയിലും നോക്കിയിരിക്കുന്നു. കുറച്ചുകഴിഞ്ഞു സ്വകാര്യംപോലെ പറഞ്ഞു.

"വിരോധമില്ലെങ്കിൽ ഞാൻ നിന്നെ സഹായിക്കാം."

പിന്നെയും ഒരു മണിക്കൂർ നീണ്ടുപോയ യാത്രയിൽ അവൻ ഒന്നും പറഞ്ഞില്ല. ബസ് എവിടെയോ നിർത്തി.

അവരുടെ കൂടെ അവനും ഇറങ്ങി. അവർ എന്താണ് ഇങ്ങനെ എന്ന് അത്ഭുതപ്പെടുംനേരം, അടഞ്ഞുകിടന്ന ഒരു ചെറിയ വീടിന്റെ മുറ്റത്തെത്തി. ഒന്നു ചിരിച്ചുകൊണ്ടു കൈയിൽ കരുതിയിരുന്ന താക്കോലുകൊണ്ടു വീടു തുറന്നു.

രണ്ടു മണിക്കൂർ കഴിഞ്ഞു ഗോവയിലേക്കു യാത്ര തുടരാൻവേണ്ടി അവൻ ബസ് കാത്തുനിൽക്കുമ്പോൾ അപരിചിത ചോദിച്ചു:

"ഞാൻ കൂടെ വരണോ?"

"വേണമെന്നില്ല."

"അതുതന്നെയാണു നല്ലത്. ഒറ്റയ്ക്കു നടക്കുക. നീ യുവത്വത്തിൽ എത്തിനിൽക്കുന്നേയുള്ളൂ. ഏകാന്തമായ യാത്രകളിൽ ഇതുപോലെ അതുമിതും വീണുകിട്ടിയെന്നുവരും. അതെല്ലാം നല്ല അനുഭവങ്ങളായിരിക്കും. ജീവിതമെന്നാൽ ഇത്രയൊക്കെയേയുള്ളൂ."

അങ്ങനെ പരസ്പരം പേരുകൂടി അറിയാതെ അവർ രണ്ടുപേരും പിരിഞ്ഞു..... ഞാൻ ഇങ്ങനെയൊക്കയല്ലേ എന്ന് ആലോചിച്ചുകൊണ്ടു സ്റ്റാലിൻ വെറുതെ ഇരുന്നു നേരം കളഞ്ഞു.

മൂന്ന്

കിളിവാതിൽക്കൽ ഒരു ജീവിതത്തളിര്. വിതുമ്പുന്നത് അവൻ കണ്ടു.

അവൻ എന്നാൽ കരുണൻ. കരുണൻ എന്ന ചെറുപ്പക്കാരൻ. അവനും ആലിൻചോട് ദേശത്തെ സന്തതി.

ഒരു സഖാവിനെ ചെന്നുകണ്ടു ചില കാര്യങ്ങൾ ധരിപ്പിക്കാനായി സെബാസ്റ്റ്യൻ അവനെ കോയമ്പത്തൂർക്ക് അയച്ചതായിരുന്നു. ചെന്നെത്തേണ്ട സ്ഥലം തേടി ഒരു വഴിയിലൂടെ പോവുമ്പോഴാണ് അനാഥം പോലെ ഒരു വിളി വന്നത്.

വഴിയോരത്തെ ഒരു പഴയ വീടിന്റെ താഴത്തെ നിലയിലെ കിളിവാതിലിലൂടെ അവൾ നോക്കുന്നു.

പേരുകെട്ടുപോയ ഒരു തെരുവാണെന്നു പുറപ്പെട്ടിറങ്ങുമ്പോൾ തന്നെ കരുണൻ കേട്ടിരുന്നു. ദുർമരണങ്ങളെ ഏറ്റുവാങ്ങുക. പലപ്പോഴും തെരുവു തന്നെ. ഇടംവലം തിരിഞ്ഞുനോക്കാതെ തെരുവിലൂടെ അവൻ നടക്കുകയായിരുന്നു.

ഏട്ടാ, എന്ന് അടുപ്പിച്ചുള്ള രണ്ടു വിളിയാണ് കരുണന്റെ ശ്രദ്ധ വലതുവശത്തേക്കു തിരിച്ചത്.

ഒരു വെളുത്ത പെൺകുട്ടി. അവൾ തലയാട്ടി അവനെ വിളിക്കുകയാണ്.

ആപത്തുള്ള പ്രദേശം; അതിനാൽ അനാവശ്യമായി അവിടെ നിന്നു പോവരുത് എന്നെല്ലാം മുന്നറിയിപ്പു കിട്ടിയിട്ടുണ്ട്. എന്നാലും മനുഷ്യനല്ലേ? ഏട്ടാ എന്നു വിളിച്ചത് എന്തോ പറ്റിയ ഒരു പെൺകുട്ടിയല്ലേ? ആ കുട്ടിക്ക് എന്തോ പറയണമെന്നുണ്ട്. അതു കേൾക്കാൻ നിൽക്കാത്തവൻ എന്തു പൊതു പ്രവർത്തകനാണ്? വ്യക്തിദൈന്യത്തിൽ മനസ്സ് വേവുന്നവനേ ഒരു നല്ല സഖാവാകാൻ കഴിയൂ എന്ന് ബാലസുബ്രഹ്മണ്യൻ പറയാറുണ്ടായിരുന്നു.

കരുണൻ കിളിവാതിലിനടുത്തുചെന്നു. ആരെങ്കിലും എന്നെ ശ്രദ്ധിക്കുന്നെങ്കിൽ ശ്രദ്ധിച്ചോട്ടെ എന്ന് അവൻ ധൈര്യംകൊണ്ടു.

അവളുടെ ചുണ്ടു വിറയ്ക്കുന്നു. കണ്ണു നനയുന്നു.

"എന്താ നിന്റെ പേര്?"

"വൽസല."

പിന്നെ കരുണന് വല്ലതും ചോദിക്കാൻ കഴിയുമ്പോഴേക്ക് 'പോവൂ' എന്ന് അവൾ ആംഗ്യം കാണിച്ചു പിന്മാറി.

ആ പിന്മാറ്റം ഏതോ ദുരിതത്തിലേക്കാണെന്നു കരുണനറിഞ്ഞു ഒന്നിനും വയ്യാതെ, എല്ലാം അനുഭവിച്ചുതീർക്കുന്ന ഈ ദുരിതംപോലെ ഏതു മനുഷ്യദുരിതമാണുള്ളത്?

കരുണൻ മനംകലങ്ങി നടന്നു. കുറെ നടന്നു കഴിഞ്ഞപ്പോൾ ആ സന്ദർഭത്തിൽനിന്നും ഒന്നും പറ്റാതെ എനിക്കു തലയൂരാൻ കഴിഞ്ഞല്ലോ എന്ന് അവൻ ആശ്വസിച്ചു.

കാണാൻ ചെന്ന സഖാവിനോടു കരുണൻ ഔപചാരികം പറഞ്ഞു തീർത്തശേഷം അപേക്ഷിച്ചു.

"ആ ഇടവഴിയിലെ പച്ചയടിച്ച പഴയവീട്ടിൽ ഒരു പെൺകുട്ടി കുടുങ്ങിപ്പോയിട്ടുണ്ടെന്നു തോന്നുന്നു. അവൾ രക്ഷയ്ക്കു യാചിക്കുന്നു. അവളെ രക്ഷപ്പെടുത്താൻ സഖാവ് വിചാരിച്ചാൽ പറ്റുമോ?"

അയാൾക്ക് ആ പറഞ്ഞത് ഏശിയതേയില്ല.

"ആവശ്യമില്ലാത്ത കാര്യങ്ങളിൽ വെറുതെ കൈയിടരുത്. നീ

തിരിച്ചു പോരുമ്പോൾ വേണമെങ്കിൽ ഒന്ന് അവിടെ കയറിക്കോ. അതിലധികമൊന്നും വേണ്ട. ഇതിനേക്കാൾ വലിയ കാര്യങ്ങൾ ചെയ്തു തീർക്കാൻ നമുക്കുണ്ട്."

മടങ്ങുമ്പോൾ യാത്രയിലുടനീളം കരുണൻ അസ്വസ്ഥനായിരുന്നു. ഇത് ആവശ്യമില്ലാത്ത കാര്യമാണോ? കൃഷ്ണപ്പിഷാരടി പറയുമ്പോലെ വ്യക്തിയുടെ സ്വകാര്യദൈന്യം കാണാത്ത പൊതുപ്രവർത്തനത്തിനു നീരോട്ടമുണ്ടാവുമോ?

സെബാസ്റ്റ്യനോടും കരുണൻ, കോയമ്പത്തൂർ അനുഭവത്തെക്കുറിച്ച് സംസാരിക്കാതിരുന്നില്ല.

"നാം മനുഷ്യന്റെ ദുഃഖം മാറ്റാൻ ഇറങ്ങിത്തിരിച്ചവർ. ഇവിടെ, എന്തെങ്കിലുമൊക്കെ ചെയ്യാൻ നാം ബാധ്യസ്ഥരല്ലേ?"

"അതാണല്ലോ കരുണാ, നാം ചെയ്തുകൊണ്ടിരിക്കുന്നത്."

"ആ പെൺകുട്ടിയെ ഉടനെ രക്ഷപ്പെടുത്തുക എന്നാണു ഞാൻ ഉദ്ദേശിച്ചത്."

സെബാസ്റ്റ്യൻ ചിരിക്കുകയാണ്.

"നോക്ക് കരുണാ, ചോദിക്കുമ്പോൾ നീ തെറ്റിദ്ധരിക്കരുത്. നിനക്ക് ആ പെൺകുട്ടിയുമായി വല്ല പഴയ പരിചയവുമുണ്ടോ?"

കരുണന് ആ ചോദ്യം ഇഷ്ടപ്പെട്ടതേയില്ല. അവനത് തുറന്നുപറയുകയും ചെയ്തു.

"അയലത്തെ വീട്ടിലെ ദുഃഖം കണ്ടു സഹികെട്ടാണ് ഞാൻ നിങ്ങളുടെ കൂടെ വന്നത്. ആ പെൺകുട്ടിയുടെ യാചനയിൽ പീഡിതരുടെ ദൈന്യം മുഴുവൻ ഞാൻ കാണുന്നു. അതു കാണാൻ കണ്ണില്ലാത്ത പൊതു പ്രവർത്തനം എനിക്ക് അംഗീകരിക്കാൻ ബുദ്ധിമുട്ടുണ്ട്."

"എനിക്കു നിന്റെ മനസ്സ് നല്ലപോലെ വായിക്കാനറിയുന്നു കരുണാ– ഒരു സാത്വികഭാവത്തിൽ സ്റ്റാലിൻ പറഞ്ഞു: "ഇതൊന്നും നമ്മുടെ കൂട്ടുകാർക്ക് അറിയില്ല. അനുകമ്പയിൽനിന്നും മുളപൊട്ടി വരുന്ന പൊതുപ്രവർത്തനം അവരിൽ പലർക്കും അന്യമാണ്."

ഭരിക്കുന്ന കക്ഷിയിൽപെട്ട ചില സുഹൃത്തുക്കളോടും കരുണൻ പറഞ്ഞുനോക്കി. അലക്കിത്തേച്ച ഖദറിട്ടു നടക്കുന്ന അവർക്കു ഭരിക്കാൻ മാത്രമേ നേരമുള്ളൂ. അവർ കരുണന്റെ വിവരണം കേട്ടു മൂക്കത്തു വിരൽവച്ചു.

"നീ എവിടെയാ കരുണാ ജീവിക്കുന്നത്? നീ അപ്പുറത്താണെങ്കിലും നമ്മളൊക്കെ ചങ്ങാതികളാണല്ലോ എന്നുവച്ചു പറയുകയാണ്. അവൾ എവിടെയോ ചെന്നു തുലയട്ടെ. ഈ സഹതാപവും മറ്റും മാറ്റിവച്ചു നിനക്കു ഞങ്ങളെപ്പോലെ നാലു കാശുണ്ടാക്കാൻ നോക്കിക്കൂടേ?"

അവൻ അവരിൽനിന്നും പിൻവാങ്ങി. രാത്രി ഉറങ്ങാൻ കിടക്കുമ്പോൾ അവൻ സ്റ്റാലിനെയും വെറുപ്പോടെ ഓർത്തുപോയി. അവനും ഒരു ഉപദേശിയെപ്പോലെയാണു സംസാരിച്ചത്. നടക്ക് കരുണാ, ഞാൻ കൂടെ വരാം എന്നല്ല അവൻ പറഞ്ഞത്.

കിളിവാതിലിലൂടെ കണ്ട കണ്ണുകൾ രാത്രിയിൽ അവന്റെ ഉറക്കം കെടുത്തുന്നു. കണ്ടവരെല്ലാം വന്ന് അവളെ ഉപയോഗിച്ചു വശം കെടുത്തുന്നതും ഇടയ്ക്കിടെ അവളുടെ ബോധം കെടുന്നതും കരുണൻ സ്വപ്നം കണ്ടു. എട്ടും പൊട്ടും തിരിയാത്ത ഈ പെണ്ണിനെ ആര് എവിടുന്നു തട്ടിയെടുത്തുകൊണ്ടുവന്നു?

“ഈ സെബാസ്റ്റ്യനും ആ ബംഗാളിയും എല്ലാം കൂടി വലിയ തത്വങ്ങൾ പറഞ്ഞ് നമ്മെ എവിടെയാണ് എത്തിക്കുക സ്റ്റാലിൻ?”

“നോക്ക് കരുണാ, നീ ഈ രഹസ്യസംഘടനയിലെ അംഗമാണ് ഒതുക്കിപ്പിടിച്ച്, പതുക്കെമാത്രം സംസാരിക്കുക നമ്മുടെ ശീലമായിരിക്കണം. വെറുതെ അതുമിതും വിളിച്ചു പറയരുത്. അവരുടെ ചെവിയിൽ വല്ലതുമെത്തിയാൽ നിന്റെ സ്ഥിതി എന്താവുമെന്നു നിരീച്ചിട്ടുണ്ടോ? ബാലസുബ്രഹ്മണ്യന്റെ ഗതി ഓർമയില്ലേ?”

കരുണൻ വെറുതെ ഇരുന്നു. അവൻ ഗാഢമായി എന്തെല്ലാമോ ആലോചിക്കുകയായിരുന്നു. അത്, എപ്പോഴും കളിച്ചും ചിരിച്ചും നടന്നിരുന്ന ബാലസുബ്രഹ്മണ്യത്തിനെക്കുറിച്ചായിരിക്കും. അല്ലെങ്കിൽ വത്സലയെക്കുറിച്ചുതന്നെയാവാം.

കരുണൻ, സ്റ്റാലിന്റെ മുമ്പിൽ സങ്കടപ്പെട്ടു.

“ഞാൻ വന്നുപെട്ട വഴി പാളിപ്പോയി സ്റ്റാലിൻ. മറ്റേതോ വഴിയിലായിരിക്കാം ഞാൻ ചെന്നുപെടേണ്ടിയിരുന്നത്.”

ആരോടും അനുവാദം ചോദിക്കാതെ ഒരുനാൾ കരുണൻ കോയമ്പത്തൂർക്ക് വണ്ടി കയറി. ആരോടും അനുവാദം ചോദിച്ചില്ലെങ്കിലും സ്റ്റാലിനോട് അവൻ പറഞ്ഞിരുന്നു.

“എന്തോ വരട്ടെ. ഞാൻ പോകുന്നു സ്റ്റാലിൻ. ആ പെൺകുട്ടിയെ കാണണം. അവൾ അനുഭവിക്കുന്ന പീഡനം ശമിപ്പിക്കാൻ ശ്രമിക്കും. പരാജയപ്പെട്ടാൽ പിന്നെ ഒന്നേ വഴിയുള്ളൂ. അവളുടെ പീഡനം മുഴുവൻ ഏറ്റെടുക്കണം. എന്നിട്ട് ഞാൻ പീഡനം കൊള്ളാം.”

ഇവൻ ആത്മീയമായ ഒരു അവസ്ഥയിലേക്ക് ചാഞ്ഞുപോയോ എന്ന് സ്റ്റാലിൻ സംശയിച്ചു.

പത്തുദിവസം കഴിഞ്ഞ് ഒരു രാത്രിയിൽ ഒരു ഒളിവുജീവിയെപ്പോലെ കരുണൻ തിരിച്ചുവന്നു. അങ്ങനെവന്നത് എല്ലാ നിലയ്ക്കും നന്നായി. കരുണനെ വിശ്വസിക്കാൻ കൊള്ളാത്തവൻ എന്ന് സെബാസ്റ്റ്യൻ ആക്ഷേ

പിച്ചു. ഇനിയവനെ കണ്ടുമുട്ടിയാൽ അറയിലിട്ടു പൂട്ടണമെന്ന് ബംഗാളി തീർത്തുപറഞ്ഞിരുന്നു.

"അവളെ കണ്ടുമുട്ടിയില്ല സ്റ്റാലിൻ. എത്തിയ ദിവസവും പിറ്റേന്നും പല പ്രാവശ്യം ഞാൻ ആ കിളിവാതിൽക്കൽ ചെന്നുനോക്കി. കാണാനേ പറ്റിയില്ല. ചോദിക്കാമെന്നു വച്ചാൽ ഒരാളെയും ആ കിളിവാതിലിനു പുറ കിൽ കണ്ടതുമില്ല. ഒരിക്കൽ കറുത്തു തടിച്ചൊരു തമിഴൻ എന്നെ വന്നു പിടികൂടി. ഞാൻ ഇങ്ങോട്ടായി വന്നതാണെന്ന് അവനോട് പറഞ്ഞു. കൈയിൽ പൈസയുണ്ട്; പരിചയം പോരാത്തതുകൊണ്ട് പുറത്തുനിന്നു പോയതാണ്."

ആ തമിഴൻ എന്നെയും കൊണ്ട് വീടിന്റെ പൂമുഖം കയറി. അവിടെ കണ്ട സ്ത്രീയോട് ഞാനെന്റെ പരിചയക്കുറവിനെക്കുറിച്ചു സംസാരിച്ചു. അതുകൊണ്ട് പത്തുപതിനഞ്ചുവയസായ ഒരു വെളുത്ത പെണ്ണിനെ മതി എന്നു പറഞ്ഞു.

പക്ഷേ, എനിക്കു കിട്ടിയതു വത്സലയെയായിരുന്നില്ല. ആവശ്യപ്പെട്ട പ്രകാരം കിട്ടിയത് ഒരു മലയാളിതന്നെ. ഞാൻ അവളോടു പതുക്കെ സൗമ്യമായി ചോദിച്ചു.

"വൽസല എന്ന ഒരുവൾ ഉണ്ടായിരുന്നില്ലേ ഇവിടെ? എനിക്കു നല്ല പോലെ പരിചയമുള്ളവളായിരുന്നു. അവൾ എവിടെ?"

അവൾക്ക് അറിഞ്ഞുകൂടായിരുന്നു. അഥവാ അറിഞ്ഞുകൂടെന്ന് അവൾ നടിച്ചു.

പിന്നെയും ഞാൻ കടുപ്പിച്ചു ചോദിച്ചപ്പോൾ അവളുടെ മുഖമിരു ണ്ടു. കണ്ണുനിറഞ്ഞു. അവൾ ചുണ്ടു കടിച്ചുപിടിച്ചു.

അവൾ ഭീതിയോടെ ചോദിച്ചു:

"നിങ്ങളെന്നെ ചതിക്ക്വോ?"

"എന്തിന്, നിന്നെപ്പോലെ ഒരുവളെ ചതിക്കണം?"

പറയാതെവയ്യെന്നായപ്പോൾ അവൾ വഴങ്ങി.

വൽസലയ്ക്ക് ചാട്ടകൊണ്ട് അടി കിട്ടിയതും സഹിക്കാതെ മോങ്ങു മ്പോൾ അവളുടെ വായിൽ തുണി തിരുകിയതും പിന്നെ രണ്ട് മൂന്നു പേർ ചേർന്ന് നൂൽബന്ധമില്ലാത്ത അവളുടേ ദേഹം വലിച്ചുകൊണ്ട് പോയതും ഒന്നും എന്നോട് ചോദിക്കരുത്. പറയാൻ തുടങ്ങിയാ എനിക്ക് കരച്ചിൽ വരും. വൽസല ചത്തിട്ടില്ല.

പിന്നെ അവൾ അമർന്നു കരഞ്ഞു. കരഞ്ഞുകൊണ്ടു പറഞ്ഞു:

"എന്റേ പേര് ചോദിച്ചില്ലല്ലോ."

"ശരിയാണ്, ചോദിച്ചില്ല. അതൊരു വീഴ്ച തന്നെ."

"വേണ്ട, ചോദിക്കണ്ട. ഞാൻ വെളുത്തിട്ടല്ലല്ലോ. എന്നാലും ഇതൊന്നു കാണൂ."

അവളുടെ തുടയ്ക്കിടയിൽ പൊള്ളിച്ചിരിക്കുന്നു. ഒരു മുലക്കണ്ണ് പഴുത്തിരിക്കുന്നു.

"ഇതെല്ലാം എന്താണ്?"

"ഓരോരുത്തന്റെ തമാശ. സിഗററ്റ് കൊളുത്തിപ്പിടിച്ചുള്ള കളികൾ."

പിന്നെയും അവൾ പരിഭവപ്പെട്ടു.

"ചോദിച്ചില്ലെങ്കിലും എന്റെ വയസ്സ് കേൾക്കണ്ടേ? പതിനേഴ്. പത്താം ക്ലാസിൽ അഞ്ഞൂറ്റിമുപ്പത്തിനാലു മാർക്ക്. ടി ടി സിക്ക് അപേക്ഷിച്ച് ഇരിക്കുമ്പോ......."

"പറയൂ."

അവൾ പറഞ്ഞില്ല. കരഞ്ഞു. രക്ഷിക്കാനെത്തിയ ഒരു ഏട്ടന്റെ മുമ്പിലാണ് എന്ന തോന്നലിൽ അവൾ കരഞ്ഞു....

"മനസിനെ ഇത്രയും അസ്വസ്ഥമാക്കരുത് എന്നു സ്റ്റാലിൻ, നിനക്കു പറയാം. അതൊന്നും കണ്ടവനല്ലല്ലോ നീ. നിനക്കു വളരെ എളുപ്പം പറയാം. സെബാസ്റ്റ്യനാവട്ടെ ആനക്കാര്യത്തിനു മുമ്പിൽ ഇതു ചേന ക്കാര്യം. പക്ഷേ, വൽസലയും ഇപ്പോൾ ഇരുനിറക്കാരി ഒരു പെൺകുട്ടിയും എന്റെ സഹായം വന്നെത്തുമെന്നു കരുതി കഴിയുന്നുണ്ടാവാം."

"ഞാൻ നിസ്സഹായനാണു സ്റ്റാലിൻ... നീയടക്കം ആരും എന്റെ കൂടെ വരാനില്ല. എന്നാലും ഞാൻ പോവാതിരിക്കില്ല. അവരുടെ പീഡാനുഭവങ്ങൾ സ്വയം അനുഭവിക്കുകയാണ് എന്റെ ധർമം എന്ന് തോന്നുന്നു. എനിക്കു സത്യം തെളിഞ്ഞുവന്നിരിക്കുന്നു. അനങ്ങാപ്പാറപോലെ ഇരിക്കാനുള്ള കഴിവാണ് ഈ നാടിന്റെ സത്യം. എന്തു കണ്ടാലും കേട്ടാലും കുലുങ്ങാത്ത നിർവാണാവസ്ഥ. ഈ അവസ്ഥ എന്നും നമ്മെ ആനക്കാര്യത്തെക്കുറിച്ചേ ചിന്തിപ്പിക്കൂ. ചിന്തിപ്പിച്ചു ചിന്തിപ്പിച്ച് എല്ലാം ചിന്തയിൽ ഒതുക്കുന്നു."

പിന്നെ, പിരിഞ്ഞുപോവുന്നതിനുമുമ്പേ കരുണൻ പറഞ്ഞു:

"സ്റ്റാലിൻ, നീ എന്റെ അടുത്ത സുഹൃത്താണെന്നൊന്നും ഞാൻ പറയുന്നില്ല. ആരോടെങ്കിലും പറഞ്ഞുപോവാൻ ഇപ്പോൾ നീയേ ഉള്ളൂ എന്നതുകൊണ്ടു പറയുകയാണ്. നിന്റെ പേരും പ്രകൃതിയും പോലെ വിരുദ്ധമാണ് ഈ നാടിന്റെ മട്ടും. ഞാൻ നേരത്തെ പറഞ്ഞതുതന്നെ. അതുകൊണ്ടു ഭാരതം എന്റെ നാടാണ് എന്നു സ്കൂൾ കുട്ടികളെപ്പോലെ പ്രാർഥനകൊള്ളാൻ ഞാൻ നേരം കളയുന്നില്ല. നാളെ ഞാൻ കോയമ്പത്തൂർക്കു പോവുകയാണെന്നു നിശ്ചയിച്ചു. എന്റെ ചെറിയ ഓപ്പറേഷൻ കൊക്കാട്. അവിടെ പച്ചയടിച്ച വീട് ഉൾപ്പെടുന്ന പൊലീസ് സ്റ്റേഷനിൽ കയറി ഞാൻ നീതി യാചിക്കും. ഉറക്കെ യാചിക്കും. അവർ എന്റെ കൂടെ ഇറങ്ങിവന്ന് ആ പെൺകുട്ടികളെ രക്ഷപ്പെടുത്തുന്നില്ലെങ്കിൽ ഞാൻ

പൊലീസ്സ്റ്റേഷനിൽ അക്രമം കാട്ടും. വരുംവരായ്കകൾ മറക്കും. ഈ ദുരിതങ്ങൾക്കു സാക്ഷിനിൽക്കാൻ മാത്രമാണ് എങ്കിൽ എനിക്കെന്തിനാ ഈ ഭൂമി? അവരുടെ പീഡാനുഭവങ്ങൾ ഏറ്റുവാങ്ങുകയെങ്കിലും ചെയ്യട്ടെ.”

കരുണൻ ഇറങ്ങിപ്പോവുമ്പോൾ എനിക്കൊന്നും പറയാനുണ്ടായിരുന്നില്ല. അവനു കൊടുക്കാൻ ഒരു സാന്ത്വനവും എനിക്കില്ലായിരുന്നു.

മൂന്നാഴ്ച കഴിഞ്ഞിട്ടും കരുണന്റെ ഒരു വിവരവും കേട്ടില്ല. മനസ്സ് ഒരു സുഹൃത്തിനു വേണ്ടി വേവലാതിപ്പെട്ടു. അപ്പോഴാണ് ഇങ്ങനെ കേട്ടത്–

അവിടെ ഒരു പൊലീസ് സ്റ്റേഷനിൽ രണ്ടാഴ്ചമുമ്പ് ഒരാൾ ചെന്നു ബഹളംവെച്ചെന്നും പിന്നെ അയാളുടെ നിലവിളി കേട്ടെന്നും, മൂന്നുനാലു ദിവസങ്ങളോളം അയാൾ പീഡിപ്പിക്കപ്പെട്ടിരിക്കാമെന്നും ഒരു തമിഴ് പത്രത്തിൽ ഒരു അപ്രധാന വാർത്ത കണ്ടതായി കരുണൻ നേരത്തെ കാണാൻ പോയിരുന്ന സഖാവു പറയുകയുണ്ടായി.

“പിന്നെ വല്ലതും കേട്ടുവോ?”

“ഇനി എന്തു കേൾക്കാൻ? പീഡനത്തിന്റെ അന്ത്യത്തിൽ വല്ല ഓടയിലേക്കും വലിച്ചെറിഞ്ഞിട്ടുണ്ടാവും.”

സഖാവ്, ഇതു പറഞ്ഞത് ഒരു തമാശ പറയുമ്പോലെയായിരുന്നു. അയാളുടെ ഈ മനോഭാവം സ്റ്റാലിനെ ചൊടിപ്പിച്ചു.

അതേയതെ. ഇത്തരം കടുംകൈകൾ മോസ്കോയിൽ നടക്കുമ്പോൾ പട്ടാളവേഷമണിഞ്ഞ സ്റ്റാലിനും ചിരിക്കുമായിരുന്നു എന്നു കേട്ടിട്ടുണ്ട്.

സെബാസ്റ്റ്യന്റെ പ്രതികരണവും നന്നായില്ല. അയാൾ വിസ്തരിച്ചു കേട്ടതേയുള്ളൂ. ഒന്നും അഭിപ്രായം പറഞ്ഞില്ല.

സ്റ്റാലിൻ സമാധാനിച്ചു.

നന്നായി കരുണൻ. നീ തിരിച്ചുവന്നിരുന്നെങ്കിൽ ബാലസുബ്രഹ്മണ്യന്റെ ഗതിയാകുമായിരുന്നു.

നാല്

ആയിരത്തി തൊള്ളായിരത്തി എഴുപത്തിനാലിലെ തണുപ്പു തൂങ്ങിനിൽക്കുന്ന ഒരു രാത്രി. ആലിൻചോട് ദേശം മരണംപോലെ കിടന്നു.

സ്റ്റാലിന്റെ സങ്കടം മുഴുവൻ സെബാസ്റ്റ്യൻ കേട്ടുകഴിഞ്ഞിരുന്നു. മുനിഞ്ഞു കത്തുന്ന ഒരു മുട്ടവിളക്കും അതിനു ചുറ്റും ചീർത്തുനിൽക്കുന്ന ഇരുട്ടും. വെളിച്ചത്തിനും ഇരുട്ടിനുമിടയിലിരുന്ന് കുറച്ചു സംസാരിക്കുകയും ഏറെ ചിന്തിച്ചുപോവുകയും ചെയ്യുന്ന രണ്ടു മനുഷ്യരും, വീട്ടിലെ ഒരു ഇടുങ്ങിയ മുറിയിൽനിന്ന് ഉയരുന്ന നേർത്തൊരു കൂർക്കം

വലിയും എല്ലാം ചേർന്നു വല്ലാത്തൊരു വല്ലായ്മ ആ രാത്രിക്കുണ്ടായിരുന്നു.

സുഹൃത്തിന്റെ സങ്കടങ്ങൾ സെബാസ്റ്റ്യനെ ഏറെയൊന്നും സ്പർശിച്ചില്ല. സന്ദർഭങ്ങൾ അടുക്കാറായി എന്നു വരുമ്പോൾ ഏറെപ്പേരും ഇങ്ങനെതന്നെ. ചൈനയിലെ മഹായാത്രയിൽ കുറേ ചെല്ലുമ്പോഴേക്കും മുമ്പിൽ നടന്ന പലരും മാവോവിന് ഒപ്പമുണ്ടായിരുന്നില്ല.

"നോക്ക് സ്റ്റാലിൻ, നമ്മുടെ എല്ലാ പ്രവർത്തനങ്ങളും അതീവ രഹസ്യമായേ പറ്റൂ എന്നു നിനക്ക് അറിയാതെയല്ലല്ലോ. അവയ്ക്ക് അടിമുടി ആ സ്വഭാവമല്ലേ പറ്റൂ. നാലു സ്റ്റഡി ക്ലാസിലും നീ പങ്കെടുത്തിരുന്നു. മറ്റു പലരെയുംകാൾ ആവേശത്തോടെ സംസാരിച്ചിരുന്നതും നീയാണെന്നു ഞങ്ങൾക്കറിയാം. വാക്കുകളിൽ വേണ്ടാത്ത ആവേശം നിറയ്ക്കുന്നവർ ദുർബലരും. പിന്നീടു പ്രസ്ഥാനത്തെ പഴിപറഞ്ഞു വഴിതിരിഞ്ഞു നടക്കുന്നവരുമായിത്തീരുമെന്നു ഷെഗുവേര സഖാക്കൾക്കു മുന്നറിയിപ്പു കൊടുക്കാറുണ്ടായിരുന്നു. അതു നീ തന്നെയല്ലേ ചിലരെ സൂചിപ്പിച്ചു പറഞ്ഞിരുന്നത്. എന്നിട്ട് നിനക്കുതന്നെ എന്തുപറ്റി? ഈ മനം മാറ്റം ഒരാഴ്ച മുമ്പേ ഉണ്ടാകാമായിരുന്നില്ലേ? ഗ്രൂപ്പിനുള്ളിലെ പിന്നെയും വിശ്വസ്തരായ ഗ്രൂപ്പിന്റെ അവസാനവട്ട ഇരിപ്പായിരുന്നു ഞായറാഴ്ച രാത്രി നടന്നതെന്നു നിനക്കു നല്ലപോലെ അറിയാമായിരുന്നല്ലോ. അതിനുമുമ്പെങ്കിലും പിൻവലിയാമായിരുന്നില്ലേ? ദിസ് ഈസ് കൊയറ്റ് ബാഡ്, സ്റ്റാലിൻ."

പിന്നെ ഏറനേരത്തിനു രാത്രിയുടെ മൗനം മാത്രം. നാട്ടുനായ്ക്കളുടെ കുരപോലും ശമിച്ചിരിക്കുന്നു. അടുക്കളപ്പണി കഴിഞ്ഞു ലക്ഷ്മി ഉറങ്ങാൻ പോയിട്ടു നേരം ശ്ശിയായി. അവളുടെ നേർത്ത കൂർക്കംവലി മൗനത്തിന്റെ ശ്രുതിപോലെ തോന്നിച്ചു.

"അങ്ങനെ എന്നെക്കുറിച്ചു ധരിച്ചുപോവരുത് സെബാസ്റ്റ്യൻ. എന്റെ മനസ്സ് അങ്ങനെയൊക്കെ ആയിപ്പോയി. അത് എന്നെ ഓരോന്നു ചെയ്യിക്കുകയാണ്. ചിലപ്പോൾ മുൻപിൻ നോക്കാത്തവിധം ഞാൻ ആവേശം കൊള്ളുന്നു. ലേശം കഴിയുമ്പോൾ എല്ലാം ആറിപ്പോവുന്നു. നിന്നോടുള്ള പരിചയവും ആ പരിചയത്തിനു കിട്ടിയ മിനുപ്പും ഇല്ലായിരുന്നെങ്കിൽ ഞാൻ അച്ഛന്റെ കൂടെ നിൽക്കുമായിരുന്നു. അച്ഛന്റെ പ്രവർത്തനരീതിക്ക് ഒരു തണുപ്പുണ്ടെന്നു തോന്നിത്തുടങ്ങിയത് ഇങ്ങോട്ടു വന്നപ്പോഴായിരുന്നു. ഞാനും നിങ്ങളെപ്പോലെ ഒരു നീതിക്കും മാറ്റത്തിനും ആഗ്രഹിക്കുന്നു. എന്തെങ്കിലും ശക്തിയോടെ ചെയ്യേണ്ട കാലമാണിതെന്നും അറിയുന്നു. അതുകൊണ്ടാണല്ലോ സ്റ്റഡിക്ലാസിനും ഓപ്പറേഷൻ വിചാരത്തിനും വന്നത്. പക്ഷേ..."

ഇനി എങ്ങനെയാണു പറഞ്ഞുനിർത്തേണ്ടത് എന്ന് അറിയാതെ സ്റ്റാലിൻ കുഴങ്ങി. പേടികൊണ്ട് എന്നു പറഞ്ഞുകൂടാ. ഒരു പൊട്ടധൈര്യം അവന് എപ്പോഴുമുണ്ട്. കീഴേടത്തു വാസുദേവനോടൊപ്പം നിന്നു മത്തായി മുതലാളിയെ വിളിച്ചുണർത്താനോ വേണ്ടിവന്നാൽ അയാളെ മുറ്റത്തേക്കു വലിച്ചുകൊണ്ടുവരാനോ പേടിയൊന്നുമില്ല. വാസുദേവനെപ്പോലെ മനുഷ്യപ്പറ്റില്ലാത്ത പലരുമാണല്ലോ നീതിനിർവഹണത്തിനു വന്നിട്ടുള്ളത് എന്ന് അവനു തോന്നാതെയുമിരുന്നില്ല.

"സെബാസ്റ്റ്യൻ, കരുണനെ ഓർത്ത് ഒന്നു കരയുകപോലും ചെയ്യാൻ മനസില്ലാതെപോയവരാണു നമ്മിൽ ചിലരെങ്കിലും നമുക്ക്..."

പെട്ടെന്നു സ്വബോധം കിട്ടിയപോലെ സ്റ്റാലിൻ നിർത്തി. ഒരു അബദ്ധം പറ്റിയതുപോലെയായി മുഖം.

സെബാസ്റ്റ്യനു ശരിക്കും ദേഷ്യം വന്നു. ഇത്തരം ചർച്ചകൾക്കുള്ള സന്ദർഭമായിരുന്നില്ല അത്.

"നോക്ക് സ്റ്റാലിൻ, നീ പറഞ്ഞുവന്നതു ഞാൻ പൂർത്തിയാക്കാം. കരുണനുവേണ്ടി കരയുകപോലും ചെയ്യാൻ മനസില്ലാത്ത നമുക്ക് എന്തു നീതിയാണ് ഇവിടെ ഉണ്ടാക്കാൻ കഴിയുക എന്നല്ലേ? നീ പറഞ്ഞതിന്റെ ഗൗരവം നിനക്കു മനസിലായോ എന്ന് അറിയില്ല. ഒരു ഓപ്പറേഷനു തയാറെടുത്തു നിൽക്കുന്ന പ്രസ്ഥാനത്തെയാണ് ഉള്ളിലിരുന്നുകൊണ്ട് നീ അപഹസിക്കുന്നത് എന്ന് ഓർക്കുക. നിനക്ക് ഇത്രയായിട്ടും നമ്മുടെ പ്രവർത്തനശൈലിയുടെ പ്രാഥമികംപോലും മനസിലായിട്ടില്ല. ഞാൻ അറിഞ്ഞതു പോവട്ടെ. സംഘത്തിലെ മറ്റാരെങ്കിലും ഇതു കേട്ടിരുന്നെങ്കിൽ എന്താവുമെന്നു നിനക്ക് ഊഹിക്കാമല്ലോ."

സ്റ്റാലിൻ നഖം കടിച്ചുകൊണ്ടിരുന്നു.

"നിന്നോട് എല്ലാം പറയാമല്ലോ എന്ന വിശ്വാസത്തിൽ പറഞ്ഞുപോയതാണു ഞാൻ. എന്റെ സംശയം ഇപ്പോഴും ബാക്കിനിൽക്കുന്നു. ചൂടാവരുത്. നമ്മുടെ ഈ ഓപ്പറേഷനെക്കാൾ വലിയൊരു കാര്യമല്ലേ കരുണൻ ചെയ്തത്?"

കരുണൻ എന്ന പരാമർശം വീണ്ടും സെബാസ്റ്റ്യനെ ചൊടിപ്പിച്ചു.

"കരുണൻ ഒന്നും ചെയ്യാതെ തിരിച്ചുപോയി. ഇതു തന്ത്രപൂർവം കൈകഴുകലാണ്; ഒന്നും ചെയ്യാൻ വയ്യാത്ത ഒരുവന്റെ തന്ത്രം. അല്ലെങ്കിൽ അവനു ഭ്രാന്തായിരിക്കണം."

"മത്തായി മുതലാളിയെ കൊല്ലുന്നതും മറ്റൊരു ഭ്രാന്തല്ലേ? അഥവാ തന്ത്രപൂർവം കൈകഴുകലല്ലേ? ചെയ്യേണ്ടതു ചെയ്യാതെ മറ്റെന്തെങ്കിലും ചെയ്തു തൃപ്തിപ്പെടുന്ന തന്ത്രം?"

"അല്ലേ അല്ല സ്റ്റാലിൻ. സ്റ്റഡിക്ലാസിൽ നീ ഉറക്കം തൂങ്ങിയിരിക്ക

ണം. ഇതു കേൾക്ക്. മത്തായിമുതലാളിയെ നാം കൊല്ലുന്നു. അയാളുടെ പീഡനം സഹിച്ചവരെല്ലാം അതറിയുമ്പോൾ മനസുകൊണ്ടെങ്കിലും നമ്മെ അനുമോദിക്കുന്നു. ദുരിതം പേറുന്നവരും പീഡനം അനുഭവിക്കുന്നവരുമായ മറ്റുള്ളവർക്കും ഇതോടെ നമ്മിൽ വിശ്വാസമുണ്ടാവുന്നു, ആവേശവും. എന്തെങ്കിലും ചെയ്യാൻവേണ്ടി അരയും തലയും മുറുക്കിയർഎന്ന് അവർ നമ്മെ അറിയുന്നു. ഒരുനാൾ അവർക്കും മോചനമുണ്ടാക്കാൻ നാം എത്തിച്ചേരുമെന്ന് അവർ കരുതുന്നു. ഇതുപോലെ പത്തിരുപത് ഓപ്പറേഷൻ കഴിയുമ്പോഴേക്കും നാം പാവങ്ങളുടെ മുഴുവൻ ആദരവും നേടിക്കഴിഞ്ഞിരിക്കും. ഈ ആദരവ് ആയുധമാക്കി നാം അധികാരം പിടിച്ചെടുക്കും."

ഒട്ടു നിർത്തി, വന്നെത്തുന്ന ആ മോചനദിനത്തെ മനസിൽ കണ്ടുകൊണ്ട് സെബാസ്റ്റ്യൻ തുടർന്നു:

"ഏതോ ഒരു പെണ്ണിന്റെ കണ്ണീരു കണ്ടപ്പോൾ കരുണൻ മുൻപിൻ നോക്കാതെ എടുത്തുചാടി. തനി സെന്റിമെന്റൽ എന്നു വിളിക്കാവുന്ന ഡ്രാമ കാണിച്ചതാണോ മഹത്തായ കാര്യം? നാം എല്ലാ പെണ്ണുങ്ങളുടെ കണ്ണീരും തുടച്ചുമാറ്റാൻ മുതിർന്നവരാണ്."

ഒരു എത്തും പിടിയും കിട്ടാതെ നേരം തീർന്നുകൊണ്ടിരുന്നു.

ഇതിനിടയിൽ ലക്ഷ്മി എഴുന്നേറ്റുവന്നു. ഉറക്കം മുറിഞ്ഞതിന്റെ അസൗകര്യം അവളുടെ മുഖത്ത് ഉണ്ടായിരുന്നു. അവൾ സെബാസ്റ്റ്യനോട് ചോദിച്ചു:

"ഞാൻ വന്നതു നിങ്ങളുടെ കാര്യവിചാരത്തിനു തടസമാവുമോ?"

സെബാസ്റ്റ്യൻ ഒന്നു ചിരിച്ചതേയുള്ളു. ആ ചിരി രണ്ടുവിധത്തിലും വ്യാഖ്യാനിക്കാവുന്നതാണ്.

ലക്ഷ്മി അതു ശ്രദ്ധിച്ചില്ല. അവൾ പറയാൻ തുടങ്ങി.

"സെബാസ്റ്റ്യൻ, പേടിപ്പെടുത്താൻ പറ്റിയ ഒരു പേരു മാത്രമല്ലേ ഇവനുള്ളൂ. അതിലപ്പുറം എന്തു ധൈര്യമാണു സ്റ്റാലിനുള്ളത്? ഞാൻ ഇടയ്ക്കു നിങ്ങളുടെ വർത്തമാനം കേൾക്കുന്നുണ്ടായിരുന്നു. നിങ്ങളുടെ ഓപ്പറേഷനെക്കുറിച്ചും കുറച്ചൊക്കെ അറിഞ്ഞിട്ടുണ്ട്. അതിന് ഈ സ്റ്റാലിൻ പറ്റുമെന്നാണോ കരുതുന്നത്? പ്ലീസ്, അവനെ ഒഴിവാക്ക്. നിന്റെയും കൂട്ടരുടെയും ഗുണത്തിനുവേണ്ടിയാണു പറയുന്നത്."

പെട്ടെന്ന് ഒരു പ്രതികരണവും ഇല്ലെന്നുകണ്ടപ്പോൾ ലക്ഷ്മി തുടർന്നു:

"അച്ഛനും അമ്മയും ഉൾപ്പെടെ ബന്ധത്തിലുള്ള എല്ലാവരെയും ഇട്ടെറിഞ്ഞാണു ഞാൻ നിന്റെ കൂടെ ഇറങ്ങിവന്നത്. ഓപ്പറേഷൻ കഴിയുമ്പോൾ നീയും കൂട്ടരും ഒളിവിൽ. പൊലീസ് എന്നെ വെറുതെ

വിടുമോ? രാത്രികളിൽ ഇവിടെ ഒറ്റയ്ക്കു കഴിയാൻ അവരെന്നെ അനുവദിക്കുമെന്നു തോന്നുന്നുണ്ടോ? അതുകൊണ്ട് എനിക്കു കാവലായി പേരിലെങ്കിലും സ്റ്റാലിനായ ഇവനെങ്കിലും ഇവിടെ ഉണ്ടാവട്ടെ."

ഈ വശം സെബാസ്റ്റ്യന്റെ മനസിൽ എത്താതെയല്ല. അവൻ വിഷമത്തോടെ അതു മറക്കാൻ ശ്രമിക്കുകയായിരുന്നു. ലക്ഷ്മിയുടെ വാക്കുകൾ ഇപ്പോൾ അവന് അസൗകര്യമുണ്ടാക്കുകയാണ്. ആ അവസ്ഥയിൽ അവൻ ലക്ഷ്മിയോട് ചോദിച്ചു:

"നീ പറഞ്ഞതു മനസിലാവാതെയല്ല. പക്ഷേ, സംഭവം നടക്കുന്നതിന്റെ തൊട്ടുമുമ്പ് ഇവൻ പിന്മാറുകയല്ലേ? അതായതു ബാലസുബ്രഹ്മണ്യന്റെ ഗതി ഇവൻ സ്വയം വരുത്തിവയ്ക്കുക എന്നു സാരം. ഞാൻ പോട്ടെ, മറ്റു സഖാക്കൾ ഇവനെ വെറുതെ വിടുമെന്നു തോന്നുന്നുണ്ടോ?"

ലക്ഷ്മി ഇതിലൊന്നും ഒരു ബുദ്ധിമുട്ടും കണ്ടില്ല.

"അതിനല്ലേ സെബാസ്റ്റ്യൻ, നീ മറ്റു സഖാക്കളെ പറഞ്ഞു മനസിലാക്കണം. ഇവനില്ലെങ്കിലും ഓപ്പറേഷൻ നടക്കാതിരിക്കില്ല. പിന്നെ, സഖാക്കളെ ബോധ്യപ്പെടുത്താൻ നിനക്കു ന്യായമായ ഒരു കാരണമുണ്ടല്ലോ. ബന്ധുക്കളാരും തിരിഞ്ഞുനോക്കാനില്ലാത്ത ഒരുവളുടെ കാവലിനു സ്റ്റാലിനെ ഇരുത്തേണ്ടിവന്നു എന്നതുതന്നെ. അതു സത്യവുമാണ്."

ഈ വാക്കുകൾ സെബാസ്റ്റ്യനെ സ്പർശിച്ചു. അവൻ സ്റ്റാലിനെ ഓർമപ്പെടുത്തി.

"എന്നാലും, എപ്പോഴും നീ സൂക്ഷിക്കണം. എന്നെപ്പോലെ നിന്നെ അറിയുന്നവരല്ലല്ലോ മറ്റു സഖാക്കൾ."

ലക്ഷ്മി മനസിൽ പറഞ്ഞു:

സ്റ്റാലിൻ വിളിക്കുന്ന ദൈവംതന്നെ ശരണം എന്നു തോന്നുന്നു. ഏതോ മലമറിക്കാനാണു പുറപ്പാട് എന്നാണ് ഇവരുടെ വിചാരം.

വരാൻ പോവുന്ന ആപത്തുക്കളെക്കുറിച്ചോർത്ത്. എന്തുകൊണ്ടോ ലക്ഷ്മി വേവലാതികൊണ്ടില്ല.

അഞ്ച്

ഓപ്പറേഷൻ കൊക്കാടിൽനിന്നു മോചിതനായതോടെ സ്റ്റാലിന് ഒരു സമാധാനം കിട്ടി. അവൻ ആലിൻചോട് ദേശത്തേക്ക് ഒന്നു പോയി. അച്ഛനെ കണ്ടിട്ടു മാസങ്ങൾ കഴിഞ്ഞിരിക്കുന്നു.

അച്ഛനു വല്ലാത്ത ക്ഷീണമുണ്ടായിരുന്നു. ശരീരത്തേക്കാൾ മനസിനായിരിക്കണം. പൂമുഖത്ത് ആരാ വന്നിട്ടുള്ളത് എന്നറിയാൻ ചെറിയമ്മ സ്റ്റാലിനെ നോക്കി. ഒന്നു സൗഹൃദം നടിച്ച് അകത്തേക്കു പോവുകയും

ചെയ്തു. പോകുന്നപോക്കിൽ അവർ ചോദിച്ചു:

"കാപ്പി വച്ചാലോ?"

സ്റ്റാലിന് ആ ചോദ്യം അത്ര രുചിച്ചില്ല. അമ്മയാണെങ്കിൽ കാപ്പി വച്ചു കഴിഞ്ഞിരിക്കും. അകത്തേക്കു വിളിച്ചും കഴിഞ്ഞിരിക്കും.

"ചെറിയമ്മ ഇണങ്ങിപ്പോവുന്നില്ലേ?"

അച്ഛൻ ആ ചോദ്യം കേൾക്കാത്തപോലെ ഇരുന്നു. അമ്മ മരിച്ചു രണ്ടുവർഷം കഴിഞ്ഞപ്പോൾ സ്റ്റാലിൻ വീണ്ടും വീണ്ടും പറഞ്ഞാണ് അച്ഛൻ ഒരു കല്യാണം കഴിച്ചത്. അച്ഛന് ഒരു തണലും കൊടുക്കാൻ തനിക്കു പറ്റിയെന്നു വരില്ല. അപ്പോൾ ഒരു തണലുതേടിയതായിരുന്നു.

കൃഷ്ണപ്പിഷാരടി, മകന്റെ വരവും പിഷാരസ്യാരുടെ പെരുമാറ്റവും അനുഭവിച്ച് മനോരാജ്യം കൊണ്ടു. മനോരാജ്യത്തിലിരുന്നു പിഷാരടി പറഞ്ഞു:

"ഇത്ര വലിയ അബദ്ധം എനിക്കു വേറെ പറ്റിയിട്ടുണ്ടാവില്ല. അവിടെ പോയുംവന്നുമിരുന്നവർ പറഞ്ഞുപറഞ്ഞാണ് സ്റ്റാലിൻ ദൈവതുല്യൻ എന്നു ധരിച്ചുവശായത്. അന്നും എതിരായി എന്തെല്ലാമോ പറഞ്ഞിരുന്നതു കേൾക്കാതെയല്ല. കേട്ടതെല്ലാം ശത്രുക്കൾ പറഞ്ഞു പരത്തുന്നതാണെന്നല്ലേ വിശ്വസിച്ചത്. കഷ്ടം തന്നെ പറയണ്ടു. ഇത്ര നാണക്കേടു പറ്റാനില്ല. ഈ പേര് നിനക്കു വല്ലാത്ത ബുദ്ധിമുട്ടുണ്ടാക്കുന്നുണ്ടെന്ന് എനിക്കറിയാം."

സ്റ്റാലിൻ ഒന്നും പറഞ്ഞില്ല. അച്ഛൻ തുടർന്നു:

"ഈ പേര് ഒന്നു മാറ്റുന്നതാവും നല്ലത് എന്ന് എനിക്കു തോന്നുന്നു. നിനക്കും തോന്നുന്നുണ്ടാവും."

അപ്പോഴും സ്റ്റാലിൻ ഒന്നും പറഞ്ഞില്ല.

"അതല്ല ഉണ്ണീ, ഈ പേര് മാറ്റ്ന്നെ വേണം. സൗമ്യമായ ഒരു പേര്, ആലിൻചോടിന് പറ്റിയ ഒരു പേര്. അന്നു സ്റ്റാലിൻ എന്നു നിനക്കു പേരിടുമ്പോൾ എനിക്കു മനസുനിറയെ കൃഷ്ണനും രാമനുമായിരുന്നു. കൃഷ്ണനു ചില കുസൃതികളെങ്കിലുമുണ്ട്. രാമനോ? സൗമ്യൻ, സത്യവാൻ, സ്റ്റാലിൻ എന്ന പേര് രാമൻ എന്നാക്കി മാറ്റിയതായി ഗസറ്റിൽ വരുത്തണം. പിന്നെ ഒന്നു രണ്ടു പേപ്പറിൽ വിജ്ഞാപനം ചെയ്താൽ മതിയാവും. കുറച്ചു വൈകിപ്പോയി എന്ന ഒരു കുറവേ ഉള്ളൂ."

സ്റ്റാലിൻ സമ്മതിച്ചു.

പിന്നെയും അവർ വർത്തമാനം പറഞ്ഞുകൊണ്ടിരുന്നു. നാട്ടിലെ സ്ഥിതിഗതികളിൽ പിഷാരടി പരിതപിച്ചു. ഒന്നും ശരിയായ വഴിക്കല്ല നീങ്ങുന്നത് എന്നു വിഷാദിക്കെത്തന്നെ അയാൾ സ്വയം ചോദിക്കുന്നുണ്ടായിരുന്നു.

എനിക്കു വയസാവുന്നതുകൊണ്ടു തോന്നുകയാവുമോ?

അങ്ങനെ നാട്ടുവർത്തമാനം പറഞ്ഞും മൗനം കൊണ്ടും അവർ തിരുക്കോട്ട് ഒന്നാം തമ്പുരാന്റെ കാര്യത്തിലെത്തി.

"ഒന്നും പറഞ്ഞിട്ടു കാര്യമില്ല, ഉണ്ണീ. അദ്ദേഹത്തെക്കുറിച്ചാലോചിക്കുമ്പോ ഞാൻ മഹാഭാഗ്യവാനല്ലേ. സ്വതേ അധികമൊന്നും ഇല്ലായിരുന്ന മനയായിരുന്നു. ഉള്ളതുതന്നെ പൊതുപ്രവർത്തനം എന്നും പറഞ്ഞു കളഞ്ഞുകുളിച്ചു. കൃഷിയെല്ലാം ശങ്കരമൂത്താന്റെ കൈയിലായിരുന്നു. എല്ലാം കുടിയാനുപോയി."

സ്റ്റാലിൻ കേട്ടതും കണ്ടതും ഓർക്കുകയായിരുന്നു.

ശങ്കരമൂത്താൻ മനയ്ക്കൽ എത്തിക്കേണ്ട പാട്ടം എന്നും മുടക്കും. അല്ലെങ്കിൽ ഒഴികഴിവു പറയും. കുടിയാൻ പാട്ടം അടച്ചുതീർക്കാൻ ഒന്ന് അശ്രദ്ധ കാണിച്ചാൽ മറ്റു മനക്കാർ ഭൂമി ഒഴിപ്പിച്ചെടുക്കുമായിരുന്നു. പക്ഷേ, തിരുക്കോട്ടെ ഒന്നാം തമ്പുരാൻ കമ്യൂണിസ്റ്റായി. അപ്പോൾ എങ്ങനെയാണ് പാട്ടബാക്കിക്കു കുടിയാനെ ഒഴിപ്പിക്കുക? ശങ്കരമൂത്താൻ ഈ തഞ്ചം നന്നെ ഉപയോഗപ്പെടുത്തി. അയാളും കമ്യൂണിസ്റ്റായി. അവസാനം കൃഷിഭൂമി കുടിയാനു ചേർന്നപ്പോൾ ഒന്നാം തമ്പുരാൻ മൂത്താനോടൊപ്പം ആഹ്ലാദജാഥയിൽ ഇങ്കിലാബ് വിളിച്ചു നടക്കുകയാണുണ്ടായത്.

കണ്ടം മാത്രമല്ല കണ്ടത്തോടൊപ്പമുണ്ടായിരുന്ന പള്ള്യാലും പറമ്പും എല്ലാം ശങ്കരമൂത്താന്റേതായി.

കൃഷ്ണപ്പിഷാരടി മകനെ ഓർമപ്പെടുത്തി.

"എത്രയോ കണ്ണീരു തുടച്ചുകളഞ്ഞ ഈ മാറ്റത്തെ നാം ചെറുതായിക്കാണരുത്, ഉണ്ണീ. പക്ഷേ, ഒന്നാം തമ്പുരാന്റെ കാര്യം വ്യത്യസ്തമായിരുന്നു. ശങ്കരമൂത്താൻ കണ്ടറിഞ്ഞു വല്ലതും തിരിച്ചേൽപ്പിക്കേണ്ടതായിരുന്നു."

"പാർട്ടി മൂത്താനോടു പറഞ്ഞിരുന്നു എന്നാണല്ലോ ഞാൻ കേട്ടിരുന്നത്."

"ശരിയാണ്. എന്നിട്ടെന്താ? അന്നയാൾ പാർട്ടിയോടു തട്ടിക്കയറി. ജന്മിക്കുവേണ്ടി വാദിക്കുകയാണെന്ന് പഴിപറഞ്ഞു. പാർട്ടി വിടുകയും ചെയ്തു. തത്വത്തിൽ പാർട്ടിക്കൊന്നും ചെയ്യാനും സാധ്യമല്ലായിരുന്നു. ഇതും നീ കേട്ടുകാണുമല്ലോ."

"അസീസും മറ്റും തമ്പുരാനെ കാണും സഹായിക്കും ചെയ്യുന്നുണ്ടല്ലോ."

"അസീസിന് ഇപ്പോൾ വലിയ തിരക്കാണ് ഉണ്ണീ. വലിയ വലിയ എത്രനെത്ര കാര്യങ്ങൾ അന്വേഷിക്കാൻ കിടക്കുന്നു."

അടുക്കളത്തളത്തിൽ അമ്മ വിളമ്പിത്തരുമ്പോൾ ഉണ്ടായിരുന്ന

സ്വാസ്ഥ്യം സ്റ്റാലിന് ഇപ്പോൾ കിട്ടിയില്ല. അമ്മ എന്ന ഓർമകൊണ്ടാവും. അവിയലും അരച്ചുകലക്കിയുമുണ്ടായിരുന്നു. മാങ്ങാപ്പഴംകൊണ്ടുള്ള കൂട്ടാൻ ഉണ്ണിക്കു ജീവനാണ് എന്ന് അച്ഛൻ അടുക്കളയിലേക്കു നേരത്തെ തന്നെ വിളിച്ചുപറഞ്ഞിരുന്നു. പഴുത്ത മാങ്ങ തൊടി മുഴുവൻ വീണു കിടക്കുന്നുമുണ്ട്.

അച്ഛൻ പറഞ്ഞതു ചെറിയമ്മ കേട്ടുകാണില്ലേ?

മാങ്ങാകൂട്ടാൻ കാണുന്നില്ലല്ലോ എന്ന് അച്ഛൻ തിരക്കിയതുമില്ല.

ഊണുകഴിഞ്ഞു പൂമുഖത്തേക്കു പോവുമ്പോൾ അച്ഛൻ അമ്മയെ ഓർക്കുകയാണ് എന്നു മനസിലായി.

തിരിച്ചു കോളേജ് ഹോസ്റ്റലിലേക്കു പോവുന്നതിനുമുമ്പ് സ്റ്റാലിൻ തിരുക്കോട്ട് മനയ്ക്കൽ ഒന്നു കയറി. വലിയ വീട്ടിൽ രണ്ടുപേർ മാത്രം. ഒന്നാം തമ്പുരാനും ആത്തേമ്മാരും.

തമ്പുരാൻ ചിരിച്ചു. ചിരിയിൽ പഴയ പ്രസാദമില്ലാതെപോയതിൽ സ്റ്റാലിൻ അത്ഭുതപ്പെട്ടില്ല.

അദ്ദേഹത്തിന്റെ വലത്തേ കാലിൽ മന്ത് കേറിയിരിക്കുന്നു. അച്ഛൻ ഈ കാര്യം പറയുകയുണ്ടായില്ല. എന്തിനാണ് ഈശ്വരാ ഈ പരീക്ഷ എന്നു സ്റ്റാലിൻ വെറുതെ ഖേദിച്ചു.

തമ്പുരാൻ ഇരിക്കുന്ന കസാലയ്ക്കു പിന്നിൽ ചുമരിൽ സ്റ്റാലിന്റെയും എ കെ ജിയുടെയും പടങ്ങൾ തൂങ്ങുന്നു. വർത്തമാനം പറഞ്ഞിരിക്കുമ്പോൾ ആത്തേമ്മാര് പുറത്തുവന്നു. സ്റ്റാലിനെ തുറിച്ചുനോക്കിക്കൊണ്ട് അവർ നിന്നു.

“ഇത് ആരാ മനസിലായോ?”

തമ്പുരാന്റെ ചോദ്യത്തിനു മറുപടിയൊന്നും ഉണ്ടായില്ല. തമ്പുരാൻ വിഷമിക്കുന്നു.

“ഇത് കൃഷ്ണന്റെ മകനാ. ഷാരത്തെ കൃഷ്ണപ്പിഷാരടീടെ.”

ഭിത്തിയിലെ പടത്തിലേക്കു തലതിരിച്ചു കൈചൂണ്ടി തമ്പുരാൻ പറഞ്ഞുകൊടുത്തു.

“സ്റ്റാലിൻന്നാ ഇയാളടേം പേര്. ഓർമല്യേ? നമ്മുടെ സോയയെപ്പോലെ ഒരു പേരാ.”

തമ്പുരാൻ വിസ്തരിച്ചു പറഞ്ഞിട്ടും ആത്തേമ്മാരടെ മുഖത്ത് ഒരു ഭാവഭേദവും ഉണ്ടായില്ല. അവർ ഒന്നും പറയാതെ മുറ്റത്തിറങ്ങി എന്തോ ജപിച്ചുകൊണ്ടു നടക്കുന്നതു കണ്ടു.

സ്റ്റാലിൻ തമ്പുരാനോടു ചോദിച്ചു:

“നമുക്കു ശങ്കരമൂത്താനെ ഒന്നു ചെന്നു കണ്ടാലോ?”

“എന്തിനാ? മനസിലായില്ല്യ.”

“എന്തെങ്കിലും സഹായം ചെയ്യാൻ അയാൾക്ക് ബാധ്യതയല്ല, ധർമ

മില്ലേ? മനയ്ക്കലെ കുടിയാനായിട്ടാണല്ലോ അയാൾ ഇങ്ങനെയൊക്ക യായത്?"

തമ്പുരാന് ആ വാദം സ്വീകാര്യമായില്ലെന്നു തോന്നി.

"സ്റ്റാലിൻ, നീ പറയുന്നത് ശരിയാണെന്നു പറഞ്ഞുകൂടാ. കാലാകാലമായി കൃഷി നടത്തുന്നതാരോ അവർക്കവകാശപ്പെട്ടതാണു നിലങ്ങൾ എന്നല്ലേ നമ്മുടെ സിദ്ധാന്തം? നമ്മൾ എന്നു പറയുമ്പോൾ പാർട്ടിയുടെ എന്നാണ് ഞാൻ ഉദ്ദേശിച്ചത്. സ്റ്റാലിൻ ഇപ്പോൾ എവിടെ നിൽക്കുന്നു എന്ന് എനിക്കറിയില്ല. ഞാൻ ഇപ്പോഴും പാർട്ടിയിലുണ്ട്. ശങ്കരമൂത്താന് എന്നെ സഹായിക്കാൻ ധാർമികമായി ഒരു ബാധ്യതയുമില്ല. അതുകൊണ്ട് അയാളുടെ സഹായത്തിന് ആവശ്യപ്പെടുന്നതു താത്വികമായി ശരിയല്ല. പാർട്ടിവിരുദ്ധമാണത്."

പിന്നെ എനിക്ക് ഒന്നും പറയാനുണ്ടായിരുന്നില്ല. ഖദറിട്ടു കാറിൽ ഓടിനടക്കുന്ന ശങ്കരമൂത്താൻ ചെന്നുകണ്ടാലും എന്തെങ്കിലും ചെയ്യുമോ എന്നു സംശയമാണ്. സെബാസ്റ്റ്യനും കൂട്ടുകാർക്കുമാവട്ടെ ഇതൊന്നും പറഞ്ഞാൽ മനസിലാവുകയുമില്ല.

തിരിച്ചുപോരാൻ സ്റ്റാലിൻ എഴുന്നേറ്റപ്പോൾ തമ്പുരാന്റെ ഒരു മനോരാജ്യം മുറിഞ്ഞു. അദ്ദേഹം ഒരു ആത്മഗതംപോലെ പറഞ്ഞു:

"ഒന്നും നാം വിചാരിച്ചപോലെ നടക്കുകയില്ല എന്നു തോന്നുകയാണു സ്റ്റാലിൻ. ചിലപ്പോൾ ശരിയും തെറ്റും വേർതിരിക്കാൻ വയ്യാതെ നാം അന്ധാളിച്ചുപോവുകയും ചെയ്യുന്നു. ദുരൂഹമായ എന്തോ ഒന്ന് എല്ലാറ്റിനെയും സ്പർശിച്ചു പോവുന്നു എന്ന് തനിക്ക് തോന്നിയിട്ടുണ്ടോ വല്ലപ്പോഴും. നീ നിന്നെ കാണാൻ ശ്രമിക്കുകയാണു വേണ്ടതെന്നു പറഞ്ഞു കേൾക്കാറുണ്ട്. ആ പറയുന്നതു കപടമാവാം."

പിന്നെ പടിപ്പുര വരെ അദ്ദേഹം സ്റ്റാലിനെ അനുഗമിച്ചു. പടിപ്പുരയുടെ ഒരു ഭാഗം ചിതലുതിന്ന് താഴോട്ട് അമർന്നിരിക്കുന്നു.

അത് അവൻ ശ്രദ്ധിക്കുന്നുണ്ടെന്ന് അദ്ദേഹത്തിന് മനസിലായി.

"ഇതുപോലെ ഞങ്ങളും ദ്രവിച്ചുതീരുകയാണ് സ്റ്റാലിൻ. എപ്പോഴും അമരാം. ശ്രീദേവിക്കു മനോരോഗമെന്ന ആശ്വാസമെങ്കിലും ദൈവം നൽകി. എനിക്കോ?"

അന്നേരം സ്റ്റാലിന്റെ കണ്ണുനിറഞ്ഞു. ഒന്നും പറയാൻ വയ്യാതെ, ഒന്നും പറയാതെ ഒരു സ്വൈരക്കേടുപോലെ അവൻ ഇറങ്ങി നടന്നു.

ആറ്

സെബാസ്റ്റ്യൻ പോയിരുന്നു. ഇനി എന്നെ അന്വേഷിക്കരുത്. എപ്പോഴെങ്കിലും വന്നെത്തിയാൽ ആയി എന്നു ലക്ഷ്മിയോടു പറഞ്ഞുവച്ചിരിക്കുന്നു.

"പൊലീസ് വന്നേക്കും. ചിലപ്പോൾ നിന്നെ പിടിച്ചുകൊണ്ടു പോയേക്കും. സ്റ്റേഷനിലിട്ടു ചതച്ചേക്കും. അപ്പോഴും ഞാൻ എവിടെയാണെന്നറിയില്ല എന്നേ പറയാവൂ. നിനക്ക് അറിയില്ലതാനും."

സെബാസ്റ്റ്യൻ പറയുന്നതെല്ലാം ലക്ഷ്മി അനുസരണത്തോടെ കേട്ടുനിന്നു. പുരുഷന്മാരെല്ലാം ഇങ്ങനെ തൻകാര്യം നോക്കുന്നവരാണല്ലോ എന്നാണ് അപ്പോൾ അവളുടെ ചിന്ത പോയത്. അവൾ സ്വയം പറഞ്ഞു;

'ഞാൻ എന്തോ ആയിക്കോട്ടെ അല്ലേ. എന്തോ വലിയ കാര്യം ചെയ്യുമ്പോലെയാണ് ഇവരുടെ ഭാവവും പെരുമാറ്റവും.'

സ്റ്റാലിൻ വന്നെത്തിയപ്പോൾ അവൾ ഓർമപ്പെടുത്തി:

"സെബാസ്റ്റ്യൻ പോയിരിക്കുന്നു. എന്റെ ശുപാർശയുടെ ഫലമായി നിന്നെ ഒഴിവാക്കുകയും ചെയ്തിട്ടുണ്ട്. അതിനാൽ നീയാണ് അവൻ തിരിച്ചെത്തുംവരെ എന്റെ കാവല്. വേണ്ടപ്പെട്ട എല്ലാവരെയും ധിക്കരിച്ചാണ് ഞാൻ ഇവന്റെകൂടെ ഇറങ്ങിവന്നത് എന്ന ഒരു വിചാരം വേണ്ടേ? അന്നു പെൺകുട്ടികളുടെ ഫ്രാക്ഷനിൽ ക്ലാസ് എടുക്കാൻ രഹസ്യമായി വന്നിരുന്ന സെബാസ്റ്റ്യനും ഈ സെബാസ്റ്റ്യനും എത്രയോ അകന്നു നിൽക്കുന്ന രണ്ടുപേരെപ്പോലെ."

ഇനിയും നാലുദിവസം കഴിഞ്ഞിട്ടാണ് ആ രാത്രിയുടെ പിറവി. ഹോസ്റ്റലിൽനിന്നു സ്റ്റാലിൻ സെബാസ്റ്റ്യന്റെ ചെറിയ വീട്ടിലേക്കു താമസം മാറ്റി. അവൻ ഒരു ഇരുത്തം വന്ന ആളെപ്പോലെ ലക്ഷ്മിയെ ഉപദേശിച്ചു:

"എന്നക്കാൾ പ്രായവും ലോകപരിചയവും നിനക്ക് ഏറും എന്ന് അറിയാതെയല്ല. എന്നാലും പറയുകയാണു ലക്ഷ്മീ. ചീത്തയായതൊന്നും നീ ഇപ്പോൾ സെബാസ്റ്റ്യനെക്കുറിച്ച് ചിന്തിക്കരുത്. പറ്റുമെങ്കിൽ അവന്റെ രക്ഷയ്ക്ക് നീ ഈശ്വരനെ വിളിച്ചു പ്രാർഥിക്ക്. ഈശ്വരൻ ഉണ്ടോ ഇല്ല്യോ എന്നതല്ല മുഖ്യം. ഈശ്വരാ എന്നു വിളിച്ചു വല്ലതും പറയുമ്പോൾ ഒരു സമാധാനം തോന്നും."

ലക്ഷ്മി വെറുതെ കേട്ടു നിന്നു.

മൂന്നാം ദിവസം രാത്രി ഏതോ സന്ദർഭത്തിൽ സ്റ്റാലിൻ ഒന്നു ഞെട്ടി ഉണർന്നു. ആരോ തന്നിലേക്ക് ചാഞ്ഞ് അരികെ കിടക്കുന്നു. ആദ്യം ഒന്ന് അമ്പരക്കുകയാണ് ചെയ്തത്. പിന്നെ തന്റെ കൈകൊണ്ടു തടവി നോക്കി തിട്ടം വരുത്തി. വളരെ ശാന്തമായി ചോദിച്ചു:

"ലക്ഷ്മിയല്ലേ?"

തന്റെ മാറിലൂടെ അയഞ്ഞുകിടന്നിരുന്ന കൈ അവൻ മാറ്റിയില്ല. മാറിന്റെ ഇടതുവശത്തു വീഴുന്ന ചൂടുള്ള ശ്വാസവും അവൻ തടഞ്ഞില്ല. ഒരു രക്ഷകനിലേക്കു ചാഞ്ഞ് അവൾ കിടക്കുകയാണ്.

പിന്നെയും കുറച്ചു കഴിഞ്ഞപ്പോൾ തന്റെ മാറിൽ കണ്ണീരിന്റെ

സ്പർശമുണ്ടല്ലോ എന്ന് അവൻ അറിഞ്ഞു. അവൻ ഒന്നും തടയാൻ പോയില്ല. അപ്പോഴും അതേ നിലയിൽ മലർന്നു കിടന്നിരുന്ന സ്റ്റാലിൻ ചോദിച്ചു:

"എന്താ ലക്ഷ്മീ? പിടിച്ചുനിൽക്കാൻ പറ്റുന്നില്ലേ? നാളെയാണല്ലോ സംഭവം. നാം. ഇവിടെയിരുന്നു ശുദ്ധമായി പ്രാർഥിക്കേണ്ട സമയമല്ലേ?"

"എനിക്കു പേടിതോന്നുന്നു സ്റ്റാലിൻ. മറ്റിടങ്ങളിൽ സംഭവിച്ചതെന്താണെന്ന് ഞാൻ കേട്ടിട്ടുണ്ട്. സംഭവം കഴിഞ്ഞ് അധികം വൈകാതെ പൊലീസ് എന്നെ പിടിച്ചുകൊണ്ടു പോവാതിരിക്കില്ല. നമ്മുടെ ഒരു ഓപ്പറേഷനും കരുതുംപോലെ രഹസ്യമാവുകയില്ല. എന്നെ പിടിച്ചുകൊണ്ടു പോവുമ്പോൾ കണ്ടുനിൽക്കാനല്ലാതെ നിനക്ക് എന്തു ചെയ്യാൻ പറ്റും? പിന്നീടുള്ള രംഗങ്ങൾ ഞാൻ മനസിൽ കാണുകയാണ്. അവരെന്നെ കൊല്ലണമെന്നില്ല. അറിയുന്നതെല്ലാം പറഞ്ഞുകഴിഞ്ഞാലും കൊല്ലില്ല. എന്റെ ദേഹത്തു ബ്ലേഡുകൊണ്ട് ചെറുതായി വരഞ്ഞ് അതിൽ മുളകുപൊടി തേച്ചും നഖത്തിനടിയിൽ സൂചി കടത്തിയും കട്ടുറുമ്പുകളെ അളുക്കു തുറന്ന് രഹസ്യഭാഗത്ത് അമർത്തിവച്ചും എന്നെ പീഡിപ്പിക്കുന്നതു സ്വപ്നത്തിൽ കണ്ടാണ് ഞാൻ ഞെട്ടിയുണർന്നത്. ഉണരുമ്പോൾ ഞാൻ നിലവിളിക്കുകയോ മറ്റോ ചെയ്തതായി നീ കേട്ടോ സ്റ്റാലിൻ?"

ലക്ഷ്മിയുടെ വാക്കുകൾ അവനെ വല്ലാതെ വിഷമിപ്പിച്ചു. ഇതെല്ലാം ചിലപ്പോൾ തനിക്കും സംഭവിക്കാമല്ലോ എന്ന് അവൻ ചിന്തിച്ചുപോയി.

സ്റ്റാലിന്റെ മൗനം അവളെ വീണ്ടും വിഷമിപ്പിച്ചു.

ഈ സന്ദർഭത്തിൽ നീ എന്തെങ്കിലും പറഞ്ഞുകൊണ്ടിരിക്ക് സ്റ്റാലിൻ എന്ന് അപേക്ഷിച്ചുകൊണ്ട് അവൾ വീണ്ടും അവനിലേക്കു ചാഞ്ഞു.

"പ്ലീസ്, എന്നെപ്പോലെ നീയും പേടിച്ചു പോവരുതേ. അതുകൂടിയായാൽ എനിക്കു താങ്ങാൻ പറ്റിയെന്നുവരില്ല."

രണ്ടുപേരും രണ്ടവസ്ഥയിൽ അങ്ങനെ കുറേനേരം കിടന്നു. ഇങ്ങനെ ഒരു ജീവിതത്തിലേക്കു തിരിയുകയായിരുന്നു ഉദ്ദേശ്യമെങ്കിൽ സെബാസ്റ്റ്യൻ എന്നെ വിളിച്ചുകൊണ്ടുവരാൻ പാടില്ലായിരുന്നു – ലക്ഷ്മി ചിന്തിച്ചു. എല്ലാം നേരത്തെ തെളിച്ചു പറയേണ്ടതായിരുന്നു. ഇപ്പോൾ ചെയ്തത് എന്നെ തീരെ അവഗണിക്കുന്ന ഒന്നായിപ്പോയി.

സ്റ്റാലിന്റെ മാറിലേക്കു കൈ ഇട്ട് അവൾ ഒന്നുകൂടി ചേർന്നു കിടന്നു.

"ആദ്യം കാണുമ്പോൾ സ്റ്റാലിനെന്നെ പേര് നിനക്ക് യോജിക്കുന്നേയില്ലല്ലോ എന്ന് എനിക്കു തോന്നാതിരുന്നില്ല. സത്യം പറഞ്ഞാൽ നിന്റെ പേരും നീയും പരസ്പരം മാറിനിൽക്കുന്നു എന്നു തോന്നി. ഒരു അറപ്പ് തോന്നി എന്നു പറയാമോ? നിശ്ചയമില്ല. ക്രമേണ ആ മനോഭാവം മാറിവന്നു. നീ സ്റ്റാലിൻ ആയിരിക്കണമേ എന്ന് ആഗ്രഹിച്ചുതുടങ്ങി. സ്റ്റാലിന്റെ

ബലം, മനസിന്റെ വീണ്ടുവിചാരമില്ലാത്ത കരുത്ത്, സ്വാർഥം എല്ലാം നിനക്കുണ്ടാവണേ എന്നു പ്രാർഥിച്ചു. എനിക്ക് അങ്ങനെ ഒരു തുണ വേണ്ടിയിരിക്കുന്നു. സെബാസ്റ്റ്യന്റെ കൂടെ കഴിയാൻ തുടങ്ങിയതോടെ എനിക്ക് ഈ തിരിച്ചറിവുകിട്ടി. ഒരുപക്ഷേ, നീ എനിക്ക് എന്നും തുണയായിരിക്കേണ്ടിവന്നേക്കും."

ഒരു സമസ്യയിലേക്കെന്നപോലെ, സ്റ്റാലിൻ ലക്ഷ്മിയുടെ വശത്തേക്കു ചെരിഞ്ഞു. കൈ അവളുടെ ദേഹത്തിലൂടെ ഇട്ടു. അവനിലേക്കു ചൂട് പതുക്കെപ്പതുക്കെ കയറുന്നു. ലക്ഷ്മിക്കു കിട്ടാത്തതെന്തോ വേണ്ടിയിരിക്കുന്നു എന്നവൻ അറിയുന്നു. എന്താണു ലക്ഷ്മീ നിനക്കു വേണ്ടത് എന്നവൻ മനസിൽ ചോദിച്ചുകൊണ്ടേയിരുന്നു. സെബാസ്റ്റ്യനു തരാൻ പറ്റാതെപോയ സ്നേഹത്തിന്റെ ഏതു വശമാണു നീ എന്നോട് ആവശ്യപ്പെടുന്നത്?

ലക്ഷ്മി ഒരു സ്വപ്നത്തിലെന്നപോലെ അയഞ്ഞുകിടന്നു. ഗോവയിൽ കണ്ടുമുട്ടിയ അപരിചിത അവന്റെ ഓർമയിൽ വന്നു. അതുപോലെയല്ല. ലക്ഷ്മിക്ക് ഒരു രക്ഷയുടെ മഹാബലം വേണ്ടിയിരിക്കുന്നു.

ക്രമേണ ലക്ഷ്മിയുടെ അയവു മാറുന്നതായി തോന്നി. ശരിതെറ്റുകളുടെ അപ്പുറത്തു സനാതനമായ ഒരു ശരിയുണ്ട്. ആ ശരിയിലേക്ക് രണ്ടുപേരും നീങ്ങുകയായിരുന്നു.

അവൻ ചോദിച്ചു:

"നോക്ക് ലക്ഷ്മീ, ഇങ്ങനെയൊക്കയല്ലേ നിന്റെ സങ്കൽപ്പത്തിലെ സ്റ്റാലിൻ?"

കുറേനേരംവരെ അവൾ ഒന്നും പറഞ്ഞില്ല. പിന്നെ ഒരു സന്ദർഭത്തിൽ പെട്ടെന്ന് അവൾ വാചാലയായി.

"അതേ സ്റ്റാലിൻ, അതെ. അതേ, അതേ."

പിന്നെ, കുറേക്കഴിഞ്ഞ് എഴുന്നേറ്റു ലക്ഷ്മി വിളക്കു കൊളുത്തി അവൾ സ്റ്റാലിനെത്തന്നെ നോക്കിക്കൊണ്ടു കുറേനേരം വെറുതെ ഇരുന്നു. അങ്ങനെ ഇരിക്കവേ അവൾ ചുണ്ടു കടിച്ചു. അവൾ വിതുമ്പിത്തുടങ്ങി. കണ്ണുനിറഞ്ഞു കവിഞ്ഞു.

"നമ്മൾ ഇന്ന് ഇങ്ങനെ ചെയ്യാൻ പാടില്ലായിരുന്നു. അല്ലേ സ്റ്റാലിൻ?"

അവൾ കരഞ്ഞുകൊള്ളട്ടെ എന്നു സ്റ്റാലിൻ ആഗ്രഹിച്ചു. എല്ലാ വിഷമവും കരഞ്ഞുതീരട്ടെ.

"നമ്മൾ ഇവിടെ ഇങ്ങനെയിരിക്കെ സെബാസ്റ്റ്യൻ എവിടെയായിരിക്കും?"

രാവിലെ അവൾ പറഞ്ഞു:

"ഇന്നു രാത്രി അതു നടക്കും. നാളെയോ മറ്റന്നാളോ എന്നെത്തിര

ഞ്ഞു പൊലീസ് വന്നേക്കും. സ്റ്റാലിൻ, ഞാനൊരു സൂത്രം പറയാം. ഇന്നു വൈകുന്നേരംമുതൽ നാളെ രാവിലെവരെ നീ നിന്റെ സഹപാഠിയില്ലേ, എന്താ പേര് സദാനന്ദനോ, അവന്റെ വീട്ടിൽ താമസിക്ക്."

സ്റ്റാലിന് അവൾ പറഞ്ഞതിന്റെ പൊരുൾ കിട്ടിയില്ല.

"കഷ്ടം, നീ ഇപ്പോഴും ഒരു ബുദ്ദൂസാണല്ലോ. സദാനന്ദന്റെ അച്ഛൻ ഡി വൈ എസ് പി അല്ലേ? ഇനി ഞാൻ പറഞ്ഞത് എന്തിനാണെന്നു ചിന്തിക്ക്. ഓപ്പറേഷനിൽ നീ ഉണ്ടായിരുന്നില്ല എന്നതിന് ഒരു തെളിവ് കൈയിലിരിക്കട്ടെ."

"അപ്പോൾ ലക്ഷ്മി?"

"എന്റെ കാര്യം വിട്. ഇന്നു രാത്രി ഒരു പൊലീസും എന്നെ തെരഞ്ഞുവരില്ല. നമ്മുടെ പൊലീസല്ലേ? എല്ലാ ചെവിയിലും എത്തി, നാളെ വൈകുന്നേരത്തോടെയല്ലാതെ അവരുടെ ചെവിയിൽ വിവരമെത്തില്ല."

ശരിയാണ്. ലക്ഷ്മിക്കു ധൈര്യംകൊടുത്ത്, പിറ്റേന്ന് ഉച്ചയ്ക്കുമുമ്പേ വന്നെത്താമെന്നു വാക്കു കൊടുത്തു ഹോസ്റ്റലിലേക്കു തിരിക്കുമ്പോൾ സ്റ്റാലിന്റെ മനസ്സ് ആകെ കലങ്ങിമറിഞ്ഞിരുന്നു.

ഒരു നാൾകൊണ്ടു താൻ മറ്റാരോ ആയിക്കഴിഞ്ഞിരിക്കുന്നു.

എന്തിനാണു സെബാസ്റ്റ്യൻ ഇങ്ങനെ ലക്ഷ്മിയെ ഇറക്കിക്കൊണ്ടു വന്നത്? താൻ ബലഹീനനാണെന്ന് അവനു നേരത്തെ അറിയാമായിരുന്നില്ലേ?

ലക്ഷ്മി പറഞ്ഞ രഹസ്യം കേട്ടു സ്റ്റാലിൻ അന്തംവിട്ടുപോയി.

പൊതുരംഗത്തും ഷണ്ഡനാവുക എന്നതായിരിക്കുമോ സെബാസ്റ്റ്യന്റെ വിധി?

ഏഴ്

ദൈവം സംഘത്തിനു കൂട്ടുനിന്നില്ല.

ഓപ്പറേഷൻ കൊക്കാട് അമ്പേ പൊളിഞ്ഞു. ആരുടെയും തെറ്റുകൊണ്ടല്ല. ആരും ഒറ്റിക്കൊടുത്തിട്ടുമല്ല.

മത്തായിമുതലാളിയെ മുറ്റത്തേക്കു വലിച്ചിട്ടുകഴിഞ്ഞിരുന്നു.

ചെല്ലപ്പൻപിള്ള വെട്ടാൻ തയാറെടുക്കുകയും ചെയ്തു. അകത്തുണ്ടായിരുന്ന മൂന്നു വേലക്കാരെ തൂണിനോടു ചേർത്തു കെട്ടുകയും ചെയ്തു. പെണ്ണുങ്ങളെയും കുട്ടികളെയും മുഖംമൂടികൾ കത്തി നീട്ടി പേടിപ്പിച്ചു നിർത്തുകയും ചെയ്തു.

പക്ഷേ, ചെറുമക്കോളനിയിൽ തലവൻചെറുമനു വിഷം തീണ്ടിയത് ഏകദേശം ഇതേ സമയത്ത്. അയാളെ പട്ടണത്തിലെ ആശുപത്രിയിലെത്തിക്കാൻ ഇനി കാറേ ഗതിയുള്ളൂ. മത്തായിമുതലാളി ഒഴിവുകഴിവു

പറയുമെന്ന് അറിയാതെയല്ല. എന്നാലും ചോദിക്കുകതന്നെ. ഉടനെ എന്തെങ്കിലും ചെയ്തേതീരു. പത്തുമുപ്പതു ചെറുമക്കൾ മത്തായിമുതലാളിയെ കാണാൻ ഓടിവന്നതു തക്കസമയത്ത്.

സംഘക്കാർ പതറിപ്പോയി.

ഒന്നോ രണ്ടോ പേർക്കേ ഓടി രക്ഷപ്പെടാൻ പറ്റിയുള്ളൂ. സെബാസ്റ്റ്യനടക്കം ബാക്കി എല്ലാവരും പിടിയിൽ വീണു.

വിവരം ഉച്ചയോടെ അങ്ങാടിപ്പാട്ടായി. പൊടിപ്പും തൊങ്ങലും വച്ചു പൊലിപ്പിച്ച കഥ എത്രത്തോളം സത്യമാണ് എന്ന് അറിയാൻ വഴിയില്ലായിരുന്നു.

എന്നാലും ലക്ഷ്മി ദൈവത്തിനു നന്ദി പറഞ്ഞു. ഇനി പൊലീസുകാരെ പേടിച്ചുകൊണ്ടു കഴിയേണ്ടല്ലോ എന്നു വിവരം കൊണ്ടുവന്ന സ്റ്റാലിനോട് അവൾ ആശ്വാസം ചൊല്ലി.

വൈകുന്നേരത്തോടെ വേറൊരു വിവരം വന്നെത്തി. മത്തായിമുതലാളി ആരെയും പൊലീസിൽ ഏൽപ്പിച്ചിട്ടില്ല. പൊലീസിൽ പരാതി കൊടുത്തുമില്ല.

ന്നിട്ട്?

മുതലാളിയുടെ റബർ എസ്റ്റേറ്റിന്റെ ഉള്ളിലുള്ള ഒരു കെട്ടിടത്തിലേക്ക് എല്ലാവരെയും കൊണ്ടുപോയിരിക്കുകയാണ്. മുതലാളി പത്തിരുപത് പേരെയും അങ്ങോട്ടയച്ചിട്ടുണ്ട്.

അങ്ങനെയാണോ? എന്നാൽ, ഇനി ഒന്നിന്റെയും തരിപോലും കാണാൻ ബാക്കിയാവില്ല.

അതല്ല കേട്ടത്. എല്ലാവരുടെയും തരി കാണും. പത്തുദിവസം കഴിയുമെന്നുമാത്രം.

എന്നാൽ നമ്മൾ പൊലീസിൽ ഒരു പരാതി കൊടുത്താലോ? കാണാതായവരെ അന്വേഷിച്ചു കണ്ടെത്തണമെന്ന് അപേക്ഷിച്ച്.

വെറുതെ വയ്യാവേലി വലിച്ചിടണ്ട. അവർ എപ്പോഴെങ്കിലും തിരിച്ചു വരികയെങ്കിലും ചെയ്യട്ടെ.

നാട്ടുവർത്തമാനങ്ങൾ അങ്ങനെ പോയി.

ലക്ഷ്മി ചോദിച്ചു:

“നമുക്ക് എന്തെങ്കിലും ചെയ്യാൻ പറ്റുമോ സ്റ്റാലിൻ?”

ഇത് ഒരു തരത്തിൽ എല്ലാവർക്കും ഭാഗ്യമായി എന്നേ പറയേണ്ടൂ. എന്തെങ്കിലുമൊക്കെ അവർക്ക് അനുഭവിക്കേണ്ടിവന്നേക്കും. എന്നാലും സെബാസ്റ്റ്യനും കൂട്ടരും തിരിച്ചു വരാതിരിക്കില്ലല്ലോ. ഇപ്പോൾ നമ്മൾ എന്തെങ്കിലും ചെയ്തിട്ട് ഒരു കാര്യവുമുണ്ടാവില്ല.

ലക്ഷ്മി പിന്നീടു ഭക്ഷണം കഴിച്ചുകൊണ്ടിരിക്കുമ്പോൾ പറഞ്ഞു:

"ഇതെല്ലാം അർഥമില്ലാത്ത എടുത്തുചാട്ടങ്ങളായാണു സ്റ്റാലിൻ. ജനങ്ങളുടെ സമ്മതമുണ്ടെങ്കിലേ ഇതെല്ലാം വിജയിക്കൂ. ഞാൻ ഒരായിരം തവണ സെബാസ്റ്റ്യനോട് വഴക്കടിച്ചിട്ടുണ്ട്. നീണ്ടുപോവുന്ന അതിസാഹസികത്വം മനുഷ്യപ്രകൃതത്തിനു യോജിക്കുന്നതല്ല. വല്ല ക്രിമിനൽ സ്വഭാവമുള്ളവരേ എന്നും അതിസാഹസികത്വത്തിൽ ഉറച്ചുനിൽക്കൂ. ക്രിമിനലുകളെവച്ചു നമുക്ക് എന്തു മാറ്റമുണ്ടാക്കാൻ കഴിയും?"

സ്റ്റാലിൻ അവളെ സമാധാനിപ്പിച്ചു:

"ഇപ്പോൾ ഇത്തരം വർത്തമാനമേ വേണ്ട. സമാധാനമായിരിക്കൂ. സെബാസ്റ്റ്യൻ വരട്ടെ."

അന്നുരാത്രി അവർ അടുത്തടുത്തു കിടന്നു. ഒരു ഘട്ടത്തിൽ ലക്ഷ്മി ചോദിച്ചു:

"നമുക്ക് ഒന്നിച്ചു കഴിയാം സ്റ്റാലിൻ. ഞാൻ സെബാസ്റ്റ്യനോട് സമ്മതം വാങ്ങാം. എന്നോടു കാണിച്ച കുറ്റത്തിന് അവൻ പശ്ചാത്തപിക്കുന്നുണ്ടാവാം."

സ്റ്റാലിൻ അതിനു സമാധാനമൊന്നും പറയുന്നില്ലെന്നു കണ്ടപ്പോൾ ലക്ഷ്മി ചോദിച്ചു:

"നിനക്കെന്തുപറ്റി?"

"ഒന്നും പറ്റിയിട്ടല്ല. എന്താണു മറുപടി ചൊല്ലേണ്ടത് എന്ന് അറിയാതെയാണ്. ശരിതെറ്റുകൾക്കിടയിൽ ഒരു മറുപടി അത്ര എളുപ്പമല്ലല്ലോ."

അവൻ ഒരു ചിന്തയിലേക്കു വഴുതിവീണു.

ഇപ്പോൾ ഇങ്ങനെ ഒരു അഭിപ്രായം ചോദിക്കേണ്ടിയിരുന്നില്ല എന്നു ലക്ഷ്മിക്കു ബോധ്യമായി. അവൾ പറഞ്ഞു:

"ഓരോന്നു കരുതി വിഷമിക്കേണ്ട നീ. ഇപ്പോൾ ഒന്നും പറയുകയും വേണ്ട. നമുക്ക് ഒരു സമയം നഷ്ടമാക്കേണ്ട."

സ്റ്റാലിന് ഒരു സംശയമുണ്ടായിരുന്നു. ഇങ്ങനെ –

ചിലപ്പോൾ സെബാസ്റ്റ്യന് ഒരു ആശ്വാസംപോലെ നിന്നെ വേണ്ടിവന്നേക്കും. അവനും ആരുമില്ലാതായല്ലോ.

പത്താംദിവസം സെബാസ്റ്റ്യൻ തിരിച്ചെത്തി. അവൻ വല്ലാതെ അവശനായിരുന്നു. മുഖത്തും മാറിലും മുതുകിലും വലിയ പാടുകൾ ഉണങ്ങാതെ കിടക്കുന്നു. അവൻ വരുന്നതു കണ്ടുനിൽക്കുകയല്ലാതെ കുറേനേരത്തിനു ലക്ഷ്മിക്കോ സ്റ്റാലിനോ ഒന്നും പറയാനോ ചോദിക്കാനോ കഴിഞ്ഞില്ല.

സെബാസ്റ്റ്യൻ പതുക്കെ പറഞ്ഞു:

"നിർഭാഗ്യംകൊണ്ട് എല്ലാം പാളിപ്പോയി."

അപ്പോൾ ലക്ഷ്മി ചോദിച്ചു:

"തെറ്റിദ്ധരിക്കരുത്. ഈ പാളിപ്പോയത് ഒരുതരത്തിൽ ഭാഗ്യമായി എന്നു പറഞ്ഞുകൂടേ?"

സെബാസ്റ്റ്യന്റെ മുഖം ഗൗരവപ്പെട്ടതേയുള്ളൂ. അവൻ സമാധാന മൊന്നും പറഞ്ഞില്ല.

സ്റ്റാലിനാവട്ടെ മനസിലെ വളവുതിരിവുകൾ അപ്പോൾ തെളിഞ്ഞു വരുന്നുണ്ടായിരുന്നു.

എട്ട്

കാലത്തിനു നിൽക്കാൻ വയ്യല്ലോ.

ഇപ്പോൾ സ്റ്റാലിനു നാൽപ്പതു കഴിഞ്ഞു. അവനു ജോലിയൊന്നു മായില്ല. സ്റ്റാലിൻ എന്ന പേര് അതിന് ഒരു കാരണമായിരുന്നു.

അവന്റെ പേര് രാമൻ എന്നായിക്കഴിഞ്ഞിരുന്നു. ആ സംതൃപ്തിയി ലാണ് അച്ഛൻ മരിച്ചത്. അച്ഛന് അവസാനകാലത്ത് വലിയ ദുഃഖമുണ്ടാ യിരുന്നു. ചെറിയമ്മയെ വല്ലാതെ സഹിക്കേണ്ടിവന്നു. അച്ഛൻ മുനിയെ പ്പോലെ കഴിഞ്ഞു. മകനോടുപോലും പരാതിപ്പെട്ടില്ല.

ഒരുനാൾ അച്ഛൻ ചോദിച്ചു:

"നിനക്കു സ്വന്തം കാലിൽ നിൽക്കാൻ ധൈര്യമുണ്ടോ ഉണ്ണീ?"

"എന്താ അച്ഛൻ അങ്ങനെ ചോദിച്ചത്?"

"ഒരു കാര്യോണ്ട്. നിനക്കു സ്വന്തം കാലിൽ നിൽക്കാമെന്നു ധൈര്യ മുണ്ടെങ്കിൽ ഞാൻ എന്റെ വീടും നിലവും നിന്റെ ചെറ്യേമയ്ക്കു കൊടു ത്താലോ എന്ന് ആലോചിക്കുകയാണ്. അവിടെ ഷാരത്ത് ഒന്നൂല്ല്യാന്നു തോന്നുന്നു. മറ്റൊന്നും നമ്മൾ ചിന്തിക്കേണ്ടതില്ല്യ. എന്റെ ഭാര്യയുടെ സ്ഥാനത്ത് ഇത്രയുംനാൾ അവർ ഇരുന്നല്ലോ."

സ്റ്റാലിന് മറ്റൊരു അഭിപ്രായം ഉണ്ടായിരുന്നില്ല.

പിന്നെ ഒരു ദിവസം ലക്ഷ്മി പറഞ്ഞു:

"അന്നു ഞാൻ ഒരു കാര്യം ചോദിച്ചു. ഓർമയുണ്ടല്ലോ. ആ ചോദ്യം ഞാൻ പിൻവലിക്കുകയാണ്. സന്തോഷത്തോടെ ഒന്നുമല്ല. ജീവിതം അങ്ങനെയൊക്കെയാണ് സ്റ്റാലിൻ, അല്ല രാമൻ."

സെബാസ്റ്റ്യൻ ഇപ്പോൾ മത്തായിമുതലാളിയുടെ എസ്റ്റേറ്റ് മാനേജ രാണ്. തൊഴിലാളികളെ കണ്ണുരുട്ടിയും മറ്റും മെരുക്കിനിർത്തുന്നുണ്ട്. മാനേജർക്ക് എസ്റ്റേറ്റിൽ താമസിക്കാൻ ഒരു ബംഗ്ലാവുണ്ട്.

അങ്ങോട്ടു താമസം മാറ്റുംനേരം ലക്ഷ്മി ഓർമപ്പെടുത്തി.

"വല്ലപ്പോഴും സ്റ്റാലിൻ അങ്ങോട്ടു വരുമെങ്കിൽ എനിക്കു സന്തോ ഷമായിരിക്കും. ഒന്നുരണ്ടു ദിവസം കൂടാൻ തക്കവിധം വരണം."

തന്നോടു യാത്രപിരിഞ്ഞു പോവുന്ന ആരോടും സ്റ്റാലിന് ഈവിധം പരാതി പറഞ്ഞില്ല–

എന്റെ പേര് രാമൻ എന്നായത് ഏറെ കുഴപ്പമായിരിക്കുന്നു. ഇപ്പോൾ ഞാൻ രാമാനുമല്ലാതായി. സ്റ്റാലിനുമല്ലാതായി. രാമൻ എന്ന സ്റ്റാലിനാണ്. ഇന്നലെ അഞ്ചാറുപേർ വഴിയിൽ എന്നെ തടഞ്ഞുനിർത്തി.

താനെന്താ രാമനാമത്തെ അപമാനിക്കുകയാണോ? രാമനെന്ന സ്റ്റാലിൻ എന്നു വിളിപ്പിച്ചു നീ ശ്രീരാമദേവനെ അവഹേളിക്കുകയല്ലേ? ഇതു നല്ലതല്ല.

സ്റ്റാലിൻ അവരെ ബോധ്യപ്പെടുത്താൻ ശ്രമിക്കാതിരുന്നില്ല.

"അയ്യോ കൂട്ടരെ, ഞാൻ ഇതിൽ നിരപരാധിയാണ്. തിരിച്ചറിയാനാണ് ആദ്യം ചിലർ അങ്ങനെ വിളിച്ചത്. ഇപ്പോൾ അത് എന്റെ മേൽ വീണു കഴിഞ്ഞു. നിങ്ങളന്നെ പറയൂ; ഇതു കഴുകിക്കളയാൻ ഒക്കില്ലല്ലോ."

ഒന്നും ബോധ്യപ്പെടാത്തവരായിരുന്നു അവർ.

"ഞങ്ങൾക്കൊന്നും പറയാനില്ല. നീ രാമനാമം മലിനപ്പെടുത്തുകയാണ്. ഇതു നിർത്തുന്നില്ലെങ്കിൽ ഞങ്ങൾക്ക് എന്തെങ്കിലും ചെയ്യേണ്ടി വന്നേക്കും."

"എന്നാൽ നിങ്ങൾക്ക് എന്തെങ്കിലും ചെയ്യുകതന്നെ വേണ്ടിവരും. ഞാനെന്തു ചെയ്യട്ടെ? നിങ്ങളെപ്പോലുള്ളവരല്ലേ എന്നെ ആ പേരു വിളിക്കുമ്പോൾ ശ്രദ്ധിക്കേണ്ടത്."

കുറച്ചുകഴിഞ്ഞ് അവൻ മറ്റൊരു സൂത്രം അവർക്കു പറഞ്ഞുകൊടുത്തു:

"എന്നെയല്ല, എന്റെ പേര് ഈ വിധത്തിൽ വിളിക്കുന്നവരെ നിങ്ങൾ എന്തെങ്കിലും ചെയ്യൂ. അങ്ങനെ ആരും എന്നെ ഒന്നും വിളിക്കാതിരിക്കട്ടെ. വിളിക്കാതെ വിളിക്കാതെ എനിക്കു പേരേ ഇല്ലാതാവട്ടെ."

അവൻ പറഞ്ഞു മുഴുമിക്കുന്നതുവരെ അവർ നിന്നില്ല.

സ്റ്റാലിൻ വെറുതെ ചിരിച്ചു. താൻ സ്റ്റാലിനായിപ്പോയി. രാമനാവാൻ ഇനി സാധ്യമേയല്ല.

പേര് ഇങ്ങനെയെല്ലാമായി എന്ന് അറിയാൻ അച്ഛൻ ഉണ്ടാവാതെ പോയതു നന്നായി.

എല്ലാ പരിചയക്കാരിൽനിന്നും ഒറ്റപ്പെടാൻ സ്റ്റാലിൻ ആഗ്രഹിച്ചു. ആരും തന്നെ തിരിച്ചറിയാത്ത എവിടെയെങ്കിലും വെറും രാമനായി അമ്പും വില്ലുമെടുക്കാത്ത വെറും രാമനായി കഴിയാൻ സ്റ്റാലിൻ ആഗ്രഹിച്ചു.

പാലക്കാട്ടുവച്ച് ഏതോ പരിചയക്കാരൻ ചോദിച്ചു:

"എങ്ങോട്ടാ യാത്ര?"

"ഏയ്, ദാ അത്രത്തോളം."

പിന്നെ മധുരയിൽവച്ചു കണ്ടുമുട്ടിയ പരിചയക്കാരനോടും പറഞ്ഞു:

"ദാ, അത്രത്തോളം."

പിന്നെ ഹരിദ്വാറിൽ കണ്ട പരിചയക്കാരനോടും പറഞ്ഞു:

"അത്രത്തോളം."

എത്രത്തോളം എന്നറിയാത്ത ആ യാത്രയിൽ ആശ്വാസം കാണാൻ സ്റ്റാലിൻ ശ്രമിക്കുകയായിരുന്നു.

തനിക്കു പേരേ ഇല്ലാതാവുന്ന ഒരു ദിക്കോളമെത്താൻ അയാൾ നടന്നുകൊണ്ടേയിരുന്നു.

തന്നിഷ്ടത്തിന്റെ വഴിത്തപ്പുകൾ

വടക്കുമുറിയാണ് നമ്മുടെ കഥയുടെ ബീജം എന്ന് ജിഷ്ണു ഒരു കഥ പറച്ചിലിനു തുടക്കമിട്ടു. വടക്കുമുറി ഈ അംശത്തിലെ ഒരു ചെറിയ ദേശം മാത്രം. എനിക്കും നിനക്കും ബന്ധമുള്ള ദേശമാണ് അത് എന്ന് ജിഷ്ണു പറഞ്ഞപ്പോൾ സുധയ്ക്ക് അതെങ്ങനെ എന്ന് അറിയില്ലായിരുന്നു.

സുധയ്ക്കു മനസിലായില്ല അല്ലേ. പറഞ്ഞുതരാം. വടക്കുമുറി ദേശത്താണ് വിശ്വൻ ജനിച്ചത്. സുധ വിശ്വനെ കാണുമ്പോഴും പിന്നെ കല്യാണം കഴിക്കുമ്പോഴും അയാൾ വടക്കുമുറിക്ക് പുറത്തായിരുന്നു. പക്ഷേ, വിശ്വന്റെ ജനനത്തിനു മുൻപുള്ള കഥയിൽനിന്നാണു ഞാൻ തുടങ്ങുന്നത്.

വടക്കുമുറി ദേശത്തിന്റെ കിഴക്കേടത്ത് ഒരു തേക്കിൻകാട് ഉണ്ടായിരുന്നു. കേട്ടറിവാണ്. മറ്റൊരുദേശത്ത് പിന്നെയും വർഷങ്ങൾ കഴിഞ്ഞാണു ഞാൻ ജനിക്കുന്നത് എന്നും ജിഷ്ണു പറഞ്ഞുവച്ചു.

തേക്കിൻകാടിന്റെ തെക്കേ അതിരിൽ ഒരുദിവസം ഒരു ചുവന്ന കൊടി പറക്കുന്നു. നാൽപ്പതിലാണ്. ആരാണു കൊടു നാട്ടിയത് എന്നു നിശ്ചയമില്ല. വടക്കുമുറിയിലേക്ക് അന്നേവരെ ഒരു കോൺഗ്രസുകാരൻ പോലും കടന്നുവന്നിട്ടില്ല. ഗാന്ധിജിയെക്കുറിച്ചു കേട്ടിട്ടുണ്ടെന്നല്ലാതെ അംശത്തിന്റെ ഒരു കഷണംപോലെ കിടക്കുന്ന വടക്കുമുറിയിലേക്ക് ഒരു പുത്തൻകാറ്റും അതുവരെ കടന്നുവന്നിരുന്നില്ല. അതുകൊണ്ട് ആ കൊടിക്ക് അവിടെ ശത്രുക്കൾ ഇല്ലായിരുന്നു. ചുവന്ന കൊടി ആരും പറിച്ചുകളഞ്ഞില്ല; രണ്ടു പകലും രണ്ടു രാവും. മൂന്നാം നാൾ

അതേപോലുള്ള അഞ്ചെട്ടു കൊടികൾ ദേശത്തിന്റെ പല ഭാഗങ്ങളിൽ പ്രത്യക്ഷപ്പെട്ടു. വല്ല കുട്ടിച്ചാത്തന്റെയും മായമാവും എന്ന് ആശ്വസിക്കാൻ വടക്കുമുറിക്കാർ മനസാ ശ്രമിച്ചുനോക്കി. പറ്റുന്നില്ല എന്ന് അവർ മനസിലാക്കി.

നാലാംപക്കം ഒരപരിചിതൻ വൈകുന്നേരം ആൽത്തറയിലെ സദാിലേക്കു കയറിവന്നു. കാവുപറമ്പിലെ ഭീമനാലിന്റെ കീഴിൽ ഇരിക്കുക ഒരു അനുഭവമാണ് എന്നും. ആലിൻമോളിലെ നൂറായിരം ഇലകൾ കാലഹരണമാർന്ന ഒരു ശബ്ദത്തിൽ സദാ തെമ്പും. ആ തെമ്പിലേക്കാണ് മറ്റൊരു തെമ്പുപോലെ അപരിചിതൻ കടന്നുവന്നത്.

വടക്കുമുറിയിൽ ഏറിയാൽ എഴുപത്തഞ്ചു വീട് കാണും. അതിരിട്ടു വകഞ്ഞു തിരിച്ചിട്ടപോലെയാണ് വടക്കുമുറി. അഞ്ചെട്ടു നമ്പൂരി കുടുംബം. പതിനഞ്ചോളം അമ്പലവാസി കുടുംബം. മുപ്പത്തിയൊന്ന് നായർ കുടുംബം. അതിൽ വെളുത്തേടനും വെളക്കത്രോനും പെടും. പിന്നെ കുറച്ചു മൂത്താൻ കുടുംബക്കാരും. മൂത്താന്മാരിൽ ചിലരെ ഗുപ്തന്മാർ എന്നു വിളിച്ചുവന്നു. അവരെ പ്രമാണിത്തംകൊണ്ട് ഗുപ്തന്മാരെന്നു വിളിച്ചുവരുന്നു എന്നു പറയാനും പറ്റില്ല. അവരാരും അത്ര വലിയ പ്രമാണിമാരായിരുന്നില്ല. അവരെന്നല്ല വടക്കുമുറിയിലെ നമ്പൂരാരും ചെറിയ ജന്മിമാരോ ശാന്തിചെയ്തു ജീവിക്കുന്നവരോ ആയിരുന്നു. അതുകൊണ്ട് വടക്കുമുറിക്കാരുടെ ആൽത്തറയോഗം എന്നു പറഞ്ഞാൽ അത് വടക്കുമുറിയുടെ മുഴുവൻ യോഗമായിരുന്നു. എല്ലാവരും പങ്കെടുത്തു എന്നു വരില്ല. പക്ഷേ, യോഗം വിധിച്ചത് എല്ലാവരും സ്വീകരിക്കും.

അത്തരം ഒരു യോഗത്തിലേക്കാണ് അപരിചിതൻ കടന്നുവന്നത്. ആൽത്തറയിലും താഴത്തെ തണലിലും ഇരിക്കുന്നവരെ അയാൾ പന്തിയല്ലാത്ത മട്ടിൽ കുറച്ചുനേരം ശ്രദ്ധിക്കുന്നതു കണ്ടു. യോഗത്തിലുള്ള ആരെയോ അയാൾ ഭയക്കുന്നതുപോലെ തോന്നും.

ആരാ? എന്താ വേണ്ട് എന്ന് കൃഷ്ണൻനായർ എല്ലാവരുടെയും പ്രതിനിധിയെപ്പോലെ ചോദിച്ചു.

ഈ കൂട്ടത്തിൽ ഈ പ്രദേശത്തുകാരല്ലാത്ത ആരും ഇല്ലല്ലോ എന്ന് അപരിചിതൻ സ്വരം താഴ്ത്തി നാലുപാടും വീക്ഷിച്ചുകൊണ്ട് അന്വേഷിച്ചു.

പുറമേനിന്ന് ഒരാളും ഇവിടെയില്ല. ആ പേടി വേണ്ട–രാമൻ നമ്പൂതിരിക്ക് അപരിചിതൻ പറയുന്നതു കേൾക്കാൻ ഉത്സാഹമായി. അദ്ദേഹം എന്തിനും ഏതിനും ഉത്സാഹിയായിരുന്നു.

വടക്കുമുറിക്കാർ എപ്പോഴും ഒറ്റക്കെട്ടാണ് എന്നു കേട്ടിട്ടുണ്ട്. ആ

ധൈര്യത്തിലാണു ഞാൻ ആൽത്തറയോഗത്തിലേക്കുതന്നെ വന്നത്. ഒന്നോ രണ്ടോ പേരെ രഹസ്യമായി കണ്ട് കാര്യം സംസാരിക്കുകയേ ചെയ്യാവൂ എന്നാണ് പാർട്ടി പറഞ്ഞിട്ടുള്ളത്. പക്ഷേ, എന്നു സംഭാഷണം തുടരുന്നതിനിടയിൽ പെട്ടെന്ന് അപരിചിതന്റെ ശബ്ദമടഞ്ഞു.

ദൂരേക്കു നോട്ടമോടി. പെട്ടെന്നയാൾ എഴുന്നേറ്റു. ധൃതിയിൽ ഇത്രത്തോളം പറഞ്ഞു:

“പൊലീസുകാരാണ് വരുന്നത്. കൊടികൾ പാറിച്ചത് ആരെന്നറിയാനാവും. ബ്രിട്ടീഷ് പൊലീസല്ലെ? എന്താ ചെയ്യ്വാന്നറിയില്ല. പോരാത്തതിന് യുദ്ധത്തിന്റെ വേവലാതിയും. ഞാൻ വേഗം സ്ഥലംവിടുകയാണ്. ഞാൻ വന്ന വിവരം പറഞ്ഞു പോകരുതേ:”

അപരിചിതൻ മറ്റൊരു വഴിക്കു നടക്കുകയോ ഓടുകയോ എന്ന് നിശ്ചയിക്കാൻ പറ്റാത്ത ധൃതിയിൽ പോയിമറഞ്ഞു.

ആ കാലത്തിന്റെ കേട്ടറിവുകൾ ഇപ്പോഴും ജിഷ്ണുവിനു രസം പകരുന്നു. വർഷങ്ങൾക്കുശേഷം ജിഷ്ണുവിനോട് വിസ്തരിച്ച് ആ കഥകളെല്ലാം പറഞ്ഞത് കൃഷ്ണൻനായരായിരുന്നു. അതു പാർട്ടി പിളർന്നതിന്റെ രണ്ടാം വർഷമായിരുന്നു.

വടക്കുമുറിയുടെ കഥ വിശ്വനിലെത്താനായിരുന്നു സുധയ്ക്കു ധൃതി. ജിഷ്ണുവിന്റെ അടുത്തേക്ക് ഒന്നുകൂടി ചേർന്നിരുന്നു സുധ തിരക്കി :

“എന്റെ വിശ്വം കഥയിൽ പ്രത്യക്ഷപ്പെടാറായോ?”

അപരിചിതൻ തിരിച്ചറിഞ്ഞതു പൊലീസുകാർതന്നെ. അവർ അഞ്ചുപേരുണ്ടായിരുന്നു. ബ്രിട്ടീഷ് ചക്രവർത്തിയെ പരിഹസിക്കാൻ ഈ മുറിയിൽ ധൈര്യം കാട്ടിയവൻ ആര് എന്നറിയാനായിരുന്നു അവർ വന്നത്. പൊലീസുകാരെ പുല്ലുപോലെ കണക്കാക്കിയിരിക്കുന്നു ഈ കൊടി നാട്ടിയവർ.

“ഞങ്ങൾക്ക് ഒരു വസ്തുവും അറിയില്ല” എന്ന് രുദ്രൻ പൊലീസുകാരോടു പറഞ്ഞു.

ഞങ്ങൾ കളവ് പറയാറില്ല. കൊടി നാട്ടിയെങ്കിൽ നാട്ടി എന്നു പറയാൻ മടി കാട്ടില്ല. രുദ്രൻ പറഞ്ഞതാ സത്യം എന്ന് രാമൻനമ്പൂതിരി വികാരഭരിതനായി പറഞ്ഞു:

താൻ സത്യം പറയെടോ എന്ന് ഒരു പൊലീസുകാരൻ ഒട്ടും മര്യാദയില്ലാതെ രാമൻനമ്പൂതിരിയോട് തട്ടിക്കയറിയപ്പോഴാണ് അദ്ദേഹം വികാരപ്പെട്ട് അത്രയും പറഞ്ഞത്.

കൃഷ്ണൻനായർ ഇങ്ങനെ ഇടപെട്ടു:

‘‘ഈ കൊടികൾക്ക് ഇത്രത്തോളം വീര്യമുണ്ടെന്ന് ഞങ്ങൾ അറിഞ്ഞില്ല. അറിഞ്ഞത് നന്നായി. ഞങ്ങളിവിടെ നേരേ വാ നേരേ പോ

മട്ടിൽ കഴിഞ്ഞു പോരുന്നവരാണ്. ആ കാണുന്ന കാവിൽ ഞങ്ങളുടെ അമ്മ സാക്ഷിയിരിക്കുന്നു. അമ്മയെ സാക്ഷിനിർത്തിയേ ഞങ്ങൾ എന്തും ചെയ്യൂ. ചെയ്തത് നാലാളു കേൾക്കെ വിളിച്ചുപറയാനും ഞങ്ങൾ മടിക്കില്ല."

പെട്ടെന്ന് കൃഷ്ണൻനായർ വാക്കുകൾ നിർത്തിയത് തന്റെ പ്രസംഗം നിർത്തെടോ എന്ന് ഒരു പൊലീസുകാരൻ ആക്രോശിച്ച പ്പോഴാണ്.

ആൽത്തറയിലും താഴത്തും അപ്പോൾ ഉണ്ടായിരുന്നവരെയെല്ലാം പൊലീസുകാർ ഒരു വരിയായി നടത്തിച്ചു. എന്താണ് അവരുടെ ഭാവം എന്ന് നിശ്ചയമില്ലായിരുന്നു. മുൻപിൽ രാമൻ നമ്പൂതിരിയെ ബലമായി പിടിച്ചുനിർത്തിയതിൽ എല്ലാവരിലും അമർഷം തികലുന്നുണ്ടായിരുന്നു. പാറുന്ന ഒരു കൊടിയുടെ അടുത്തെത്തിയപ്പോൾ പൊലീസ് ഹാൾട്ട് പറഞ്ഞു. എന്നിട്ട് രാമൻനമ്പൂതിരിയോട്:

"ആ കൊടിക്കാല് പൊഴക്കിയെടുക്കടോ?"

നമ്പൂതിരിയെക്കാൾ എത്രയോ ചെറുപ്പമായിരുന്നു ആ പൊലീസു കാരന്.

നമ്പൂതിരി കമാന്നൊരക്ഷരം പറയാതെ നിന്നു.

തന്നോടാ പറഞ്ഞത് – കാത് കേൾക്കില്ലേ? എന്ന് ഒരു പൊലീസു കാരൻ നമ്പൂതിരിക്കു നേരെ ലാത്തിയുയർത്തിയപ്പോൾ കൃഷ്ണൻ നായർ ഇടയിൽ ചാടിവീണു.

"അദ്ദേഹത്തെ തൊടരുത്. ഞാൻ കൊടിക്കാലു പൊഴക്കാം."

വടക്കുമുറിയിലെ പല ഭാഗങ്ങളിലായി കുഴിച്ചിട്ടിരിക്കുന്ന കൊടികൾ പൊലീസ് കൽപ്പിച്ചപ്രകാരം കൃഷ്ണൻനായരും രുദ്രനും മറ്റുള്ളവരും പൊഴക്കി മാറ്റി. തീ കൂട്ടി കൊടികൾ കത്തിച്ചു ചാമ്പലാക്കിയശേഷമേ പൊലീസുകാർ സ്ഥലംവിട്ടുള്ളൂ.

ഗോപാലമൂത്താൻ എന്നൊരാൾ കത്തിച്ചാമ്പലായ കൊടിയുടെ ബാക്കി വാരിയെടുത്തു. കൈയിലെ ആ ബാക്കിയോട് അവിടെ നിന്നവരെല്ലാം അരുമപ്പെട്ടു.

കഥ ഇത്രത്തോളമായപ്പോൾ സുധ ത്രില്ലടിച്ചു. അവൾ എപ്പോഴും അങ്ങനെയാണ്. വീണ്ടുവിചാരമില്ലാതെ ആവേശംകൊള്ളും. ആവേശ ത്തിനു പിന്നാലെ വരുംവരായ്ക നോക്കാതെ പടി ഇറങ്ങിപ്പോവും.

"ഇനി നമുക്ക് കുറച്ചുനേരം മിണ്ടാതിരിക്കാം. അല്ലെങ്കിൽ മറ്റെന്തെങ്കിലും സംസാരിച്ചുകൊണ്ടിരിക്കാം" – സുധ പറഞ്ഞു:

മറ്റെന്താണു സംസാരിക്കുക എന്നു നിശ്ചയമില്ലായിരുന്നു. അത് സ്വയം വരുന്നതാണ്. വരുത്തിയാൽ വരുന്നതാണ്.

ജിഷ്ണുവിന്റെ തോളിൽ വലതുകൈ ചുറ്റിയാണ് സുധ ഇരിക്കുന്നത്. ഇങ്ങനെ നീ ഇരിക്കരുത്, വല്ലവരും പെട്ടെന്നു കടന്നു വന്നാൽ എന്തു വിചാരിക്കും എന്നെല്ലാം അവളോടു പറയാറുള്ളതാണ്. അവളുടെ വലതുമാറിടം തന്റെ ഇടതുവശത്തു മുതുകിൽ അമർന്നിട്ടുള്ളത് ജിഷ്ണു അറിഞ്ഞു. അപ്പോൾ അവന്റെ നിനവുകൾ ചെയ്തുകൂട്ടിയ അരുതായ്മകളിലേക്കു തിരിഞ്ഞു. 'ഛെ' എന്നു പറഞ്ഞുകൊണ്ട് തല രണ്ടുവശത്തേക്കും തിരിക്കുകയും പതിവുപോലെ ശക്തിയിൽ ശ്വാസം വിടുകയും ചെയ്തു.

പെട്ടെന്ന് സുധയ്ക്കു ജിഷ്ണുവിന്റെ ഭാവമാറ്റം പിടികിട്ടി. ഇപ്പോൾ ജിഷ്ണു ഓർമിച്ചുപോയത് അമ്മ കേട്ടിരിക്കെ മുൻപ് അച്ഛനോട് പറഞ്ഞുപോയ വാക്കുകളല്ലേ എന്ന് അവൾ ചോദിക്കുകയും ചെയ്തു.

ആണോ? ആയിരിക്കാം എന്ന് ജിഷ്ണു ആ സംഭവം ഒന്നുകൂടി ഓർമിച്ചുനോക്കി. അന്ന് അവൻ സുധയോട് ഇതേവിധമാണ് പറഞ്ഞത്:

മകന്റെ കടമയെക്കുറിച്ച് ഒരിക്കൽ അച്ഛൻ എന്നെ ഉപദേശിച്ചു. ഇടയ്ക്കിടെ അച്ഛന്റെ നീണ്ട ഉപദേശങ്ങൾ ഉണ്ടാവാറുണ്ട്. അച്ഛനു വേണ്ടി എന്തെല്ലാം ഒരു മകൻ ചെയ്യണമെന്ന് അക്കമിട്ട് അച്ഛൻ പറയുകയാണ്. പന്ത്രണ്ടാമത്തെ കടമ പറഞ്ഞുതീരുമ്പോഴേക്കും എനിക്കു സഹികെട്ടു. അച്ഛനോടും അമ്മയോടും കുട്ടിക്കാലംമുതലേ എനിക്കുണ്ടായിരുന്ന വെറുപ്പ് അടക്കി നിർത്താനായില്ല. പുറത്തുചാടുകതന്നെ ചെയ്തു. എന്റെ സമ്മതം ചോദിച്ചാണോ രണ്ടുംകൂടി എന്നെ ഉണ്ടാക്കിയത്? അല്ലല്ലോ എന്നു ഞാൻ ഒച്ചയുയർത്തിക്കൊണ്ടുതന്നെ ചോദിച്ചു. അപ്പോ ഞാൻ ഈ നശിച്ച ജീവിതവുംകൊണ്ട് തോന്നിയപോലെ നടക്കും. എനിക്കാരോടും കടമയില്ല. ഒന്നിനോടും വേണ്ടാത്ത മമതയുമില്ല എന്നെല്ലാം പറഞ്ഞു ഞാൻ ഇറങ്ങിപ്പോരികയും ചെയ്തു.

ജിഷ്ണു പറഞ്ഞത് സുധ കേട്ടുകൊണ്ടിരുന്നു. അവന്റെ ഈ നിലപാട് അവൾ ഏതാണ്ട് മനസിലാക്കാൻ തുടങ്ങിയ കാലമായിരുന്നു അത്.

സുധയെ തന്നിൽനിന്ന് അടർത്തിയെടുത്തു നേരെ മുന്നിൽ മുഖാമുഖം നിർത്തി. അവളുടെ ഇറുകിയ ജീൻസും ഇറുകിയ ബനിയനും ദേഹവടിവ് ശരിക്കും കാണിച്ചുതരുന്നു. പിന്നിൽനിന്നും അതു കണ്ടുകണ്ട് സഹിക്കാതെയാവണം ഒരു പാവം ചെറുപ്പക്കാരൻ അവളുടെ പിൻഭാഗത്ത് ഒരിക്കൽ പിടിച്ചത്. അത് ഒരു യാത്രയിലായിരുന്നു. അന്യമായ ഒരു സ്ഥലം, ഭാഷ. സുധ പെട്ടെന്നു തിരിഞ്ഞ് അവന്റെ കൈ കടന്നുപിടിച്ചു സൗമ്യമായി ചിരിച്ച് ഇംഗ്ലീഷിൽ പറഞ്ഞു: "വാ, നമുക്ക് എന്റെ മുറിയിലേക്കും പോകാം." ചെറുപ്പക്കാരൻ വിരണ്ടുപോയി. വേഗം

കൈ കുടഞ്ഞുമാറ്റി അവൻ സ്ഥലം വിട്ടു.

ഈ നോട്ടത്തിനെന്താ അവസാനമില്ലേ എന്നവൾ ചോദിക്കുമ്പോഴും ജിഷ്ണു അതേ നിലയിൽത്തന്നെ.

ഈ ജീവിതമെന്നത്, ദൈവമുണ്ടായിരുന്നെങ്കിൽ അയാൾ കാണിച്ച അവിവേകമാണ് എന്നെങ്കിലും പറയാമായിരുന്നു സുധേ. ഈ അവിവേകത്തെ സാധൂകരിക്കാനുള്ള ശ്രമങ്ങളെ ഇവിടെ നമുക്കു ചെയ്യാനുള്ളൂ. ആ ചെയ്തിയുടെ ഒന്നാംഘട്ടമാണ് നിന്റെ ഈ നിൽപ്പും എന്റെ ഈ നോട്ടവും.

ജിഷ്ണു അവളുടെ ജീൻസിന്റെ കുടുക്കിൽ കൈവച്ചു. എന്താ ഭാവം എന്ന അവളുടെ ചോദ്യം ഉത്തരം വേണ്ടാത്ത ഒരു ചോദ്യമായിരുന്നു.

പിന്നെ അവർ കുറച്ചുനേരം മനുഷ്യജന്മത്തിന്റെ ആന്തരം അന്വേഷിക്കാൻ തുടങ്ങി.

രണ്ട്

തല മുഴുവൻ കഷണ്ടി കയറി. മാറത്തെ രോമം നരയ്ക്കാനും തുടങ്ങി. എന്നാലും ആൾ ബലവാൻതന്നെ. ജീൻസിന്റെ കുടുക്ക് ഇടുന്നതിനിടയ്ക്ക് സുധ തന്റെ തൃപ്തി ജിഷ്ണുവെ അറിയിച്ചു.

രണ്ടാം ലോകയുദ്ധം ആരംഭിച്ച കാലമായിരുന്നു അത് എന്ന് ജിഷ്ണു വടക്കുമുറിയുടെ കഥ തുടർന്നു. അവന്റെ മനസ്സ് ആ കാലത്തായതിനാൽ സുധ പറഞ്ഞതു ശ്രദ്ധിച്ചതുമില്ല.

കമ്യൂണിസ്റ്റുകാർ യുദ്ധത്തെ അനുകൂലിക്കുന്ന തീരുമാനമെടുത്തു കഴിഞ്ഞിരുന്നില്ല അന്ന്. പൊലീസും പട്ടാളവും ബ്രിട്ടന്റെ ശത്രുക്കളെ പരതി നടക്കുന്ന കാലം. അങ്ങനെയാണു കേട്ടറിഞ്ഞ് അവർ വടക്കുമുറിയിലെത്തുന്നത്.

പക്ഷേ, വടക്കുമുറിക്ക് അത് ആദ്യാനുഭവം. രാമൻനമ്പൂതിരിയെ അന്നുവരെ ഒരാൾ എടോ, പോടോ എന്നു വിളിച്ചിട്ടില്ല. എന്തെങ്കിലും ചെയ്യാൻ കൽപ്പിച്ചിട്ടില്ല. വടക്കുമുറി ആകെ പരവശപ്പെട്ടു.

അതുകൊണ്ടാണ് അപരിചിതൻ വീണ്ടും ആൽത്തറയ്ക്കൽ പ്രത്യക്ഷപ്പെട്ടപ്പോൾ അയാളെ ഒരു ചിരപരിചിതനെപ്പോലെ വടക്കുമുറിക്കാർ സ്വീകരിച്ചത്.

“എന്താച്ചാ പറഞ്ഞോളൂ. ഞങ്ങൾ കേൾക്കാൻ തയ്യാർ.” എന്ന് ഗോപാലമൂത്താൻ പറഞ്ഞത് എല്ലാവരും ശരിവെച്ചു. വന്ന ആൾ റഷ്യയെക്കുറിച്ചു പറഞ്ഞുകൊണ്ടാണ് തുടങ്ങിയത്. ഭൗതികവാദം,

വർഗസമരം, തൊഴിലാളി സർവാധിപത്യം എന്നിങ്ങനെ ഒരുപാടു കാര്യങ്ങൾ അയാൾ പറഞ്ഞു. പിന്നെയും പറഞ്ഞു. കാര്യമായൊന്നും മനസിലായില്ലെങ്കിലും അയാൾ പറഞ്ഞ ഓരോ കാര്യവും വടക്കുമുറിക്കാർ തലയാട്ടി സമ്മതിച്ചു. വന്ന ആൾ തിരിച്ചുപോയി.

രാമൻനമ്പൂതിരി പഞ്ചാംഗം നോക്കി നല്ല ദിവസം നിശ്ചയിച്ചു. എല്ലാവരോടുംകൂടി ഒരു വട്ടംകൂടി ഇങ്ങനെ ചോദിച്ചു. സമ്മതമില്ലാ ത്തവർ ആരെങ്കിലുമുണ്ടോ?"

"ഇല്ല, ഇല്ല" എന്ന് എല്ലാവരും പറഞ്ഞു. എല്ലാവരും പറഞ്ഞു എന്ന് കൃഷ്ണൻനായർ നോക്കിക്കണ്ടു.

പറഞ്ഞ ദിവസം രാഹുകാലത്തിനുമുമ്പ് എല്ലാവരും അമ്പല മുറ്റത്തുകൂടി. അമ്പലക്കുളത്തിൽ മുങ്ങിക്കുളിച്ചു. ഭഗോതിയുടെ മുമ്പിൽനിന്നു പ്രാർഥിച്ചു സമ്മതം വാങ്ങി. എന്നിട്ട് ഇങ്ങനെ പ്രതിജ്ഞ യെടുത്തു:

"ഞാൻ എന്റെ കുടുംബാംഗങ്ങളോടൊപ്പം, ഭഗോതിയെ സാക്ഷി നിർത്തി, ഇന്നുമുതൽ കമ്യൂണിസ്റ്റായിരിക്കുന്നു."

രാമൻനമ്പൂതിരിയായിരുന്നു പ്രതിജ്ഞ ചൊല്ലിക്കൊടുത്തത്. ഓരോരുത്തരായി വടക്കുമുറിയിലെ ഇരുപതുകഴിഞ്ഞ ആണുങ്ങൾ മുഴുവൻ പ്രതിജ്ഞയെടുത്തു.

അപ്പോഴേക്കും അപരിചിതൻ എല്ലാവരുടെയും സഖാവ് ആയിക്കഴിഞ്ഞിരുന്നു. സഖാവ് കുട്ടേട്ടൻ. സഖാവും ഈ രംഗത്തിനു സാക്ഷ്യം വഹിക്കാൻ എത്തിയിരുന്നു. ഇങ്ങനെയാണ് ഞങ്ങൾ കമ്യൂണിസ്റ്റാവാൻ പോവുന്നത് എന്ന് വടക്കുമുറിക്കാർ പറഞ്ഞതു കേട്ടപ്പോൾ സഖാവ് വാ പൊളിച്ചു പോയി. പിന്നെ എന്തോ പറഞ്ഞു മനസിലാക്കാൻ ആഞ്ഞു. ഒരു വീണ്ടുവിചാരത്തിൽ പറയാൻ ആഞ്ഞത് പറയേണ്ടെന്നും വച്ചു.

വടക്കുമുറിക്കാരുടെ ദൗർബല്യമായിരുന്നു കാവും കാവിലമ്മയും. കളംപാട്ടും താലപ്പൊലിയും കുമ്മാട്ടിയും പിന്നെ കാവുപറമ്പിലെ വെടിക്കെട്ടും ഇല്ലാത്ത വടക്കുമുറിയില്ല. വടക്കുമുറിയിൽ പെട്ടുപോയാൽ താൻ പോലും കാവിലമ്മയെ ധ്യാനിച്ചുതുടങ്ങും എന്നു സഖാവിനു തോന്നിപ്പോയി. അതുകൊണ്ട് അയാൾ മൗനംകൊണ്ടു.

കാവിലെ ശാന്തിക്കാരനും കഴോക്കാരനും പ്രതിജ്ഞ ചൊല്ലിയ വരിൽ ഉണ്ടായിരുന്നു. വെളിച്ചപ്പാടും.

സുധ ഇടയ്ക്ക് ഒരു കുസൃതി ചോദിച്ചു: "കോമരം കമ്യൂണിസ്റ്റാ യാൽ ഭഗോതി കോമരത്തിൽ ആവേശിക്ക്യോ?"

"ആവേശിക്കാതെന്താ? അക്കാലത്തു ഭഗോതിയടക്കം വടക്കു

മുറിയിലെ സർവ ചരാചരങ്ങളും കമ്യൂണിസ്റ്റായിരുന്നു. അതുകൊണ്ട് സ്റ്റഡി ക്ലാസെടുക്കാൻ വരുന്നവരും സൗകര്യപൂർവം ഈശ്വരനെയും മതത്തെയും ക്ലാസുകളിൽനിന്ന് ഒഴിവാക്കി."

പാർട്ടിയോടുള്ള കലശലായ ഭക്തിമൂലം ഒന്നാം സ്വാതന്ത്ര്യദിവസം ഒരു ത്രിവർണപതാകയും വടക്കുമുറിയിൽ ഉയർന്നില്ല. ഇന്ത്യൻ ബൂർഷ്വാസിയും ബ്രിട്ടീഷ് സർക്കാരും തമ്മിലുള്ള ഒരു ഒത്തുകളി മാത്രമായിരുന്നു ആഗസ്ത് പതിനഞ്ച് എന്ന് അവർക്ക് നന്നായി അറിയാമായിരുന്നു. അന്നത്തെ ആ സാവകാശത്തിലേക്കാണ് വിശ്വൻ ജനിച്ചു വീണത് എന്നു സുധേ നീ അറിയുക.

ഇപ്പോൾ വിശ്വനെക്കുറിച്ചു കേൾക്കാനായി സുധയ്ക്കു താൽപ്പര്യം, അവൾ പറഞ്ഞു: "വിശ്വനെക്കുറിച്ച് എനിക്കറിയാത്ത വല്ലതും പറയൂ. നിങ്ങൾ ആദ്യം കണ്ടുമുട്ടിയതോ മറ്റോ ആവട്ടെ."

അങ്ങനെയെങ്കിൽ അങ്ങനെ എന്നു പറഞ്ഞ് ഏതാനും നിമിഷം ജിഷ്ണു ചിന്തിച്ചുകൊണ്ടിരുന്നു. കുറച്ചുനേരത്തിനുശേഷം ഞാൻ മറ്റൊരു കഥയിൽനിന്നു തുടങ്ങാം എന്നു പറഞ്ഞ് ജിഷ്ണു ഇങ്ങനെ തുടങ്ങുകയുമുണ്ടായി:

"എന്റെ സ്വന്തം അനുഭവമാണു പറയാൻ പോവുന്നത്. വല്ലാത്തൊര നുഭവം. എനിക്കു പതിനഞ്ചു വയസേ ആയിട്ടുള്ളൂ. മുത്തശ്ശി മരിച്ചതിന്റെ പിണ്ഡ അടിയന്തിരമായിരുന്നു. വീട്ടിൽ ധാരാളം ബന്ധുക്കൾ തലേന്നുതന്നെ എത്തിയിരുന്നു. എനിക്കു ബഹളം പിടിക്കില്ലെന്ന് സുധയ്ക്കു അറിയാവുന്നതല്ലേ. അതുകൊണ്ടു ഞാൻ തട്ടിൻപുറത്തു കിടക്കാമെന്നുവച്ചു. അവിടെ നിവർന്നു നിന്നാൽ മേൽപ്പുരയിൽ തല മുട്ടും. എന്തെങ്കിലും കൊണ്ടിടാനല്ലാതെ അവിടെ ആരും കിടക്കാറില്ല. ഞാൻ പായവിരിച്ചു കിടന്നു. എപ്പോഴോ ഞാൻ ഞെട്ടിയുണർന്നു. ആരോ എന്നോടു ചേർന്നു കിടക്കുന്നതായി തോന്നി. അയ്യോ എന്നു നിലവിളിക്കാൻ ഭാവിച്ചതും വായ അടച്ചുപിടിച്ച് ചെവിയിൽ ശബ്ദമുണ്ടാക്കല്ലേ ജിഷ്ണു– ഇതു ഞാനല്ലേ; ജിഷ്ണൂന്റെ ഞാൻ എന്ന് ആരോ മന്ത്രിക്കുന്നതു കേട്ടു. ആരെന്നു തിരിച്ചറിയുന്നില്ല. ആരാ, ആരാ എന്ന എന്റെ ചോദ്യത്തിന് ഒന്നു മിണ്ടാതിരി ജിഷ്ണു എന്നു ശാസന കേട്ടു. പിന്നെ ഞാൻ ഒന്നും ചോദിക്കുകയോ പറയുകയോ ചെയ്തില്ല. ഞാൻ രസപ്പെടുകയായിരുന്നു. അയ്യോ, ഈശ്വരാ എന്നു ഞാൻ സന്തോഷപ്പെട്ടു. സന്തോഷം ഇരട്ടിച്ചിരട്ടിച്ചു ഞാനെന്തോ ശബ്ദമിട്ടു. കുറെക്കഴിഞ്ഞ് അവർ ചോദിച്ചു:

"ഇഷ്ടായോ കുട്ടാ."

"നൂറുവട്ടം."

എനിക്ക് അവരെ കാണാൻ ആർത്തിയായി. വല്ലാത്തൊരാർത്തി.

"പക്ഷേ, അത് കുട്ടനറിയണ്ട. ഇപ്പൊ നടന്നതൊന്നും കുട്ടൻ ആരോടും പറയും വേണ്ട."

വർത്തമാനത്തിന്റെ രീതിയിൽനിന്നു ഞാൻ ആളെ തിരിച്ചറിയാൻ ശ്രമിച്ചുനോക്കി. പറ്റുന്നില്ല.

അവർ എഴുന്നേറ്റു പോവുകയും ചെയ്തു. കോണിപ്പടികളിൽ രണ്ടെണ്ണം ഇളകിയതാണെന്നുപോലും അവർക്കറിയാമെന്നു തോന്നുന്നു. ഈ വീടുമായി ഇത്രയും പരിചയമുള്ള ആരാണ് ഇത്രയും വലിയ അനുഭവം എനിക്കു നൽകിയത്? ചില ഊഹങ്ങളിൽ ഞാൻ പതറിപ്പോയി. ഛേ, അതാവില്ല തീർച്ച എന്നു മനസിനെ സമാധാനിപ്പിച്ചു.

എല്ലാ മുഖങ്ങളിലും പിറ്റേന്നു ഞാൻ സൂക്ഷിച്ചുനോക്കി. ഒരു തെളിവും കിട്ടുന്നില്ല. ഞാൻ തട്ടിൻപുറത്തേക്കു വലിഞ്ഞത് ആരുടെയെല്ലാം ശ്രദ്ധയിൽപ്പെട്ടിരിക്കാമെന്ന് ഓർത്തുനോക്കി. പറ്റുന്നില്ല.

അടിയന്തിരം കഴിഞ്ഞു തിരിച്ചുപോകുന്നവരിൽ ഒരു ചെറിയമ്മായി "ജിഷ്ണൂ, അങ്ങോട്ടും വരാൻ ഇനിയെങ്കിലും അമാന്തിക്കരുതേ" എന്നു പറഞ്ഞപ്പോൾ ഞാൻ തുറിച്ചുനോക്കി. ഇല്ല സുധേ, ഒരു പതറിപ്പും ആ മുഖത്തു കണ്ടില്ല. പിന്നെ കുട്ടാ എന്നല്ല വിളിച്ചത്. പക്ഷേ, ഇനിയെങ്കിലും എന്ന പറച്ചിലിൽ വലിയ ധ്വനിയില്ലേ? ആവോ.

സുധ കുറച്ചുനേരം ജിഷ്ണു പറഞ്ഞു തീർത്ത കഥയിൽ കലർന്നു. അവൾക്കു നല്ല രസപ്പാടുണ്ടായിരുന്നു. ജീവിതത്തിൽ ഇതൊക്കെയാണെനുഭവങ്ങൾ എന്ന് അവൾ രണ്ടോ മൂന്നോ തവണ പറയുന്നുണ്ടായിരുന്നു.

"പിന്നെ ചെറിയമ്മായിയുടെ അവിടെ പോയിരുന്നുവോ?"

"പോയിരുന്നു. ഒരമാന്തപ്പെടലവുമില്ലാതെ പോയി. രണ്ടും മൂന്നും ദിവസം കൂടുകയും ചെയ്തിട്ടുണ്ട്. പക്ഷേ, ഒന്നുമുണ്ടായില്ല. എന്റെ ധാരണ തെറ്റിയിരിക്കാമെന്നാണു പിന്നീടു തോന്നിയത്."

പാബ്ലോ നെരൂദയ്ക്ക് ഇപ്രകാരമൊരനുഭവമുണ്ടായതായി സുധ ഓർമിച്ചു. പ്രായം അതുതന്നെ. നാട്ടിൻപുറത്തു ഗോതമ്പുവയലുകൾ കൊയ്യുന്നതു കാണാൻ പോയതാണ്. കൊയ്ത്തുകാരെല്ലാവരും രാത്രി ഭക്ഷണം കഴിഞ്ഞു വെളിമ്പ്രദേശത്ത് ഉറങ്ങാൻകിടന്നു. ഇളം പ്രായമുള്ള നെരൂദയും അവരുടെകൂടെ ഉറങ്ങാൻ കിടന്നിരുന്നു. അപ്പോഴായിരുന്നു സംഭവം.

പിന്നെ സുധ കുറച്ചുസമയം തന്നിൽത്തന്നെ ഇരുന്നു. അവൾ എന്തോ ഓർത്തു ചിരിക്കുന്നുണ്ടായിരുന്നു. പിന്നീട് ഉണർന്നത് ഇങ്ങനെ പറയാൻ: "അല്ലേ, ജിഷ്ണൂ ഇങ്ങനെ തലതിരിഞ്ഞുപോവുന്ന

അനുഭവങ്ങളുണ്ടാവുന്നത് എത്ര രസമായിരിക്കും, അല്ലേ? എനിക്ക് അങ്ങനെയൊക്കെയാണ് ഇഷ്ടം. സ്വതേ തലതിരിഞ്ഞ ഒരു അവസ്ഥയായിട്ടാണു ജീവിതത്തെ ഞാൻ കാണുന്നത്. അതിനെ ഒന്നുകൂടി തലതിരിക്കാൻ സന്ദർഭങ്ങളുണ്ടായാൽ ജീവിതം ധന്യമായി. ..... ഞാൻ വിശ്വനെ ആദ്യമായി കാണുമ്പോൾ ഓർത്തത് നെരൂദയുടെ നേരത്തെ സൂചിപ്പിച്ച അനുഭവമായിരുന്നു. ജയിലിറങ്ങിവന്ന പുള്ളിയെ ഉറക്കത്തിൽ ആളെ അറിയിക്കാതെ ഒന്നു പ്രാപിക്കുക."

"എന്നിട്ടോ? അങ്ങനെ വല്ലതും ഉണ്ടായോ?"

"ഉണ്ടായില്ലെന്നേ. സൗകര്യം കിട്ടിയതേയില്ല."

ജിഷ്ണു പ്രതികരിച്ചില്ല. ഇതിലെന്തു പ്രതികരിക്കാൻ എന്നായിരുന്നു.

വിശ്വൻ ഒരു വിശേഷവുമില്ലാതെ വളർന്നു. വടക്കുമുറിയിൽ എല്ലാം അങ്ങനെയായിരുന്നു. എല്ലാവരും കമ്യൂണിസ്റ്റായി വളരണം എന്നേ നിർബന്ധമുള്ളൂ. എന്താ കമ്യൂണിസം എന്ന് അവിടെ ആരും ചോദിച്ചില്ല. വിശദീകരണം കേൾക്കാൻ താൽപ്പര്യപ്പെട്ടതുമില്ല. ജാഥയിൽ പോവുക, മുദ്രാവാക്യം ആവുന്ന ഉച്ചത്തിൽ വിളിക്കുക, ഒളിവിൽ പോയ സഖാക്കൾക്ക് ഒളിവുസങ്കേതം കണ്ടുപിടിക്കുക, അവർക്കു കാവൽ നിൽക്കുക, ഫണ്ടു പിരിക്കുക തുടങ്ങിയ കാര്യങ്ങൾ ചെയ്താൽ കമ്യൂണിസ്റ്റായി. അതിന് എതിരു നിൽക്കുന്നവരോടു യാതൊരു കൂട്ടുകെട്ടും പാടില്ല. വടക്കുമുറിയിലെ സഖാക്കൾ പുകവലിച്ചില്ല. കള്ളു കുടിച്ചില്ല. കാവിൽ സ്ഥിരമായി പോവാതിരുന്നില്ല. കൂത്തും കുമ്മാട്ടിയും മറ്റും മുൻനിന്നു സംഘടിപ്പിച്ചു. വരഞ്ഞു കുറിയിട്ട് ജാഥയിൽ സംബന്ധിച്ചു.

പാർട്ടി രണ്ടായി പിളരുമ്പോഴേക്ക് വിശ്വൻ കാര്യപ്രാപ്തിയുള്ള വനായി. കമ്യൂണിസം എന്നാൽ എന്ത് എന്ന് അന്വേഷിക്കാൻ തുടങ്ങിയതോടെ വടക്കുമുറിയിൽ ഒറ്റപ്പെടാൻ തുടങ്ങി. അറുപത്തെട്ടു കാലത്തു കാവുപറമ്പിലെ ആൽത്തറയിൽ കയറിനിന്നു ഭഗോതിയെ നിഷേധിച്ചു. ഇടതുസമരങ്ങളെ വഴിതെറ്റിക്കുന്ന ദുർമന്ത്രവാദിനിയാണ് ഭഗോതി എന്നു പറഞ്ഞു.

കമ്യൂണിസത്തിലും ഭഗോതിയിലും ഒരുപോലെ വിശ്വസിക്കുന്ന വടക്കുമുറിക്കാർക്ക് ഇതൊന്നും സഹിച്ചില്ല. അവർ വിശ്വനെ ഒറ്റപ്പെടുത്തി. അവന്റെ വീട്ടിലേക്കു രാത്രികളിൽ ആരോ തുരുതുരെ കല്ലെറിഞ്ഞു. മുഖംമൂടികൾ വീട്ടിൽ കയറി വിശ്വനെ അടിച്ചു പരുക്കേൽപ്പിച്ചു. കാവിലമ്മയെ അനുസരിക്കാത്തവനു വടക്കുമുറിയിൽ വീടില്ല എന്നു മുറിക്കാർ പ്രഖ്യാപിച്ചു.

"വിശ്വാ, കാവിലമ്മയെ എനിക്കുവേണ്ടിയെങ്കിലും ചെന്നു തൊഴു

തൂടെ? കുമ്മാട്ടിക്കു നാട്ടുകാരുടെകൂടെ നിന്നൂടെ?" – അമ്മ പറഞ്ഞു നോക്കി.

അമ്മയുടെ കമ്യൂണിസം എനിക്കു വേണ്ടമ്മേ എന്നവൻ അറുത്തുമുറിച്ചു നിന്നു.

ഒരുദിവസം വടക്കുമുറിയിലെ യുവാക്കളുടെ ക്രോധിക്കുന്ന ജാഥ പൊതുവഴിയിലൂടെയും ഇടവഴികളിലൂടെയും നടന്ന് ഈവിധം പ്രഖ്യാപിച്ചു: നക്സലൈറ്റിനെ പിടിച്ചു പടികടത്തുക. പടിയടച്ചു പിണ്ഡം വയ്ക്കുക.

താൻ കാരണം അമ്മയ്ക്കും അച്ഛനും ഊരുവിലക്ക് അനുഭവിക്കേണ്ടിവരും എന്നായപ്പോൾ വിശ്വൻ മുറിവിട്ട് അജ്ഞാതമായ ഒരു താവളത്തിലേക്ക് പോയി. എങ്ങനെയായാലും അച്ഛനെയും അമ്മയെയും തനിക്ക് ഉപേക്ഷിക്കേണ്ടിവരും. അതിനു പറ്റിയ ഒരു സന്ദർഭമാണ് ഇത് എന്ന് വിശ്വൻ സമാധാനിക്കുകയും ചെയ്തു.

പാവം എന്റെ വിശ്വൻ എന്ന് അമ്മ തേങ്ങുന്നത്, അവൻ അവരുടെ സമാധാനത്തിനുവേണ്ടി വടക്കുമുറി ഉപേക്ഷിക്കുകയാണ് എന്നു പറഞ്ഞു പടിയിറങ്ങുമ്പോഴാണ്. അച്ഛൻ സ്വയം നിയന്ത്രിക്കാൻ പാടുപെടുന്നതും അവൻ കണ്ടു. നന്നായി എന്ന് വിശ്വൻ സ്വന്തം ഉള്ളിലേക്കു പറഞ്ഞു. ഒരു സഹതാപപാത്രമായിട്ടാണല്ലോ തന്നെ ഇവർ കാണുന്നത്. അത് അങ്ങനതന്നെയിരിക്കട്ടെ.

എന്നാൽ, വടക്കുമുറിയുടെ അതിരു കടക്കുമ്പോൾ തിരിഞ്ഞുനിന്ന് അവൻ ഇങ്ങനെ പറഞ്ഞുവത്രേ:

"വരട്ടെ, ഒരുദിവസം ഞാൻ ഈ കാവിനു തീ കൊളുത്തു." തീ കെടുത്താൻ വരുന്നവരെ ഓരോരുത്തരെയായി കുത്തിവീഴ്ത്തും. ങ്ഹും.

മൂന്ന്

വിശ്വനു മൂന്നുവയസായ കാലത്താണു ഞാൻ ഈ ഭൂമിയിലേക്ക് എന്റെ സമ്മതമില്ലാതെ വരുന്നത്. സുധയ്ക്ക് അപ്പോൾ പറയാമോ ഞാൻ ജനിച്ച വർഷം.

1950.

ഗൗരവപ്പെട്ട കാര്യങ്ങൾ തിരിച്ചറിയാൻ ഞാൻ തുടങ്ങുമ്പോൾ പാർട്ടി പിളർപ്പിന്റെ വക്കിലെത്തിയിരുന്നു എന്ന് ജിഷ്ണു ഓർമിച്ചു. വടക്കുമുറിയെക്കുറിച്ച് അവൻ ഒരുപാടു കാര്യങ്ങൾ കേട്ടിരുന്നു. പതിനേഴാമത്തെ വയസിൽ ഒരുദിവസം ജിഷ്ണു ആദ്യമായി വടക്കുമുറിയുടെ മണ്ണിൽ ചവിട്ടി. പാർട്ടിയിലെ പിളർപ്പ് വടക്കുമുറിയെ

എങ്ങനെ ബാധിച്ചു എന്നറിയാനുംകൂടിയായിരുന്നു അവൻ പോയത്. വടക്കുമുറിയുടെ താത്വികാചാര്യൻ കൃഷ്ണൻനായരായിരുന്നു. എന്നു വച്ചാൽ വടക്കുമുറി ചേരുംവിധം പാർട്ടി ലൈനിന് ഒരു മുഖം നൽകാൻ കഴിയുക കൃഷ്ണൻനായർക്കായിരുന്നു.

പാവപ്പെട്ടവനുവേണ്ടി പ്രവർത്തിക്കുകയാണു പാർട്ടി ചെയ്യേണ്ടത്. അതുകൊണ്ട് കൃഷിഭൂമി കർഷകനു കൈമാറുന്നതോടൊപ്പം കർഷക തൊഴിലാളിയുടെ നന്മയും ഞങ്ങൾ നോക്കുന്നു. ബീഡിതൊഴിലാളിയെ പിരിച്ചു വിടുന്ന മുതലാളിയെ ഞങ്ങൾ വെള്ളം കുടിപ്പിക്കുന്നു- കൃഷ്ണൻനായർ പറഞ്ഞുകൊണ്ടിരുന്നു.

ഈ പ്രശ്നമൊന്നും വടക്കുമുറിയിൽ വരുന്നില്ല. കാവിലമ്മയെ തള്ളിക്കളയാത്ത ഒരു പാർട്ടി ലൈനാണു ഞങ്ങൾക്ക്. ഞങ്ങളെ ഐക്യപ്പെടുത്തുന്ന ശക്തിയാണ് ഭഗോതി. ഭഗോതിയെ മുൻനിർത്തിയുള്ള ഞങ്ങളുടെ പ്രവർത്തനശൈലിക്കു മുകളിൽനിന്ന് മൗനാനുവാദമുണ്ട്.

ജിഷ്ണു: "താങ്കൾ ഈശ്വരനിൽ വിശ്വസിക്കുന്നുണ്ടോ?"

കൃഷ്ണൻനായർ: "തീർച്ചയായും."

ഈശ്വരനിൽ വിശ്വസിക്കുന്ന ഒരാൾക്കു നല്ല കമ്യൂണിസ്റ്റാവാൻ കഴിയുമോ? വൈരുധ്യാധിഷ്ഠിത ഭൗതികവാദത്തിൽ ഈശ്വരനെ നിഷേധിക്കുന്ന ഒരു വശമില്ലേ? ധ്വനിയെങ്കിലും. മനുഷ്യന്റെ പൂർണ കഴിവിൽ മാർക്സിസം വിശ്വസിക്കുമ്പോൾ, ഈശ്വരനു സ്ഥാനചലനം സംഭവിക്കുമല്ലോ.

ജിഷ്ണുവിന്റെ സംശയങ്ങൾ കേട്ട് കൃഷ്ണൻനായർ അന്ധാളിച്ചു പോയി. ഇത്രയൊന്നും നായർ ചിന്തിച്ചിട്ടില്ല. ചിന്തിക്കണമെന്നു തോന്നിയിട്ടുമില്ല.

കൃഷ്ണൻനായർ ഇങ്ങനെ പറഞ്ഞു:

"വരട്ടുതത്വവാദം എന്നു ഞാൻ കേട്ടിട്ടുണ്ട്. അതിന് അടിമയായാൽ പാർട്ടിക്കാരന്റെ പ്രവർത്തനം തികച്ചും യാന്ത്രികമായിപ്പോവുമെന്നും കേട്ടിട്ടുണ്ട്. എനിക്ക് ഇത്രയൊക്കെ വിവരമേയുള്ളൂ. പലരും അങ്ങനെ പറയുന്നുണ്ടെങ്കിലും ഞാൻ താത്വികാചാര്യനല്ല. പാവങ്ങളോട് എനിക്കു സഹതാപമുണ്ട്. ദുഃഖം കണ്ടുനിൽക്കാൻ എനിക്കു വയ്യ. കൈയിലുള്ളതു വീതിച്ചു കൊടുക്കാനും മടിയില്ല."

കൃഷ്ണൻനായരുടെ വാക്കുകളിൽ ആത്മാർഥതയുടെ സ്പന്ദം ജിഷ്ണു അറിഞ്ഞു. കഷ്ടപ്പെടുന്നവനുവേണ്ടി മരിക്കാൻവരെ സന്നദ്ധനാവുക. ഒരു ത്യാഗിയെപ്പോലെ ജീവിക്കാൻ കഴിയുക. ഒരു കമ്യൂണിസ്റ്റുകാരൻ ഇത്രയേ അറിയേണ്ടൂ. വർഗസമരംന്നൊക്കെ കേട്ടിട്ടുണ്ട്. എന്താന്നു ക്ലാസെടുക്കുന്നവനും നല്ല നിശ്ചയമില്ല എന്നാണ്

എനിക്കു തോന്നിയിട്ടുള്ളത്.

ഒരു നാടൻ ആത്മാർഥതയുടെ സ്വരമായിരുന്നു കൃഷ്ണൻ നായരിൽനിന്നു കേട്ടത്. കൃഷ്ണൻനായർ തുടർന്നു:

ഒന്നാമത്തെ കമ്യൂണിസ്റ്റ് മന്ത്രിസഭ വരുന്നതിനുമുൻപാണ്. കൃഷിഭൂമി കർഷകന് എന്നു മുദ്രാവാക്യം വിളിച്ച് ഇടയ്ക്കെല്ലാം ജാഥ നടത്തലും മീറ്റിങ്ങുകൾ കൂടുകയും പതിവായിരുന്നു. വടക്കുമുറിയിൽ നിന്നു മിക്കവാറും ആണുങ്ങൾ അത്തരം ജാഥകൾക്കു പോവും. അത്യാവശ്യമാണെങ്കിൽ ഞങ്ങളുടെ പെണ്ണുങ്ങളും ഇറങ്ങും. ഞാൻ ഒറ്റയാനാണെന്നു കൂട്ടിക്കോളൂ. ഒരുദിവസം അങ്ങനെയുള്ള ഒരു മീറ്റിങ്ങിൽ പങ്കെടുത്തു മടങ്ങുമ്പോൾ രാമൻ നമ്പൂതിരിയോട് ഒരു കാരണവർ ഇങ്ങനെ ചോദിച്ചു:

"ഇബ്ട്ന്ന് കൃഷിഭൂമി കർഷകനു വീതിച്ചുകൊടുത്തോ?"

കാരണവർ മീറ്റിങ് കേൾക്കാൻ എവിടെനിന്നോ വന്ന ആളായിരുന്നു. ഒരപരിചിതൻ. പാർട്ടിയോട് അനുഭാവമുള്ളപോലെ തോന്നി. രാമൻനമ്പൂതിരി കുറച്ചുനേരം ആ കാരണവരെ നോക്കിനിന്നു.

ഇത്തരം ജാഥകൾക്കോ മീറ്റിങ്ങിനോ പോകുമ്പോഴും മുദ്രാവാക്യം വിളിക്കുമ്പോഴുമെല്ലാം കാരണവരുടെ ഈ ചോദ്യം തന്റേതന്നെ ഉള്ള് തന്നോടു തന്നെ ചോദിക്കുന്നതായി രാമൻനമ്പൂതിരി അനുഭവിച്ചറിഞ്ഞിരുന്നു. ഈ മുദ്രാവാക്യം വിളിക്കാൻ താൻ അർഹനാണോ?

ആകെ നാലു കുടിയാന്മാരാണ് രാമൻനമ്പൂതിരിക്ക് ഉണ്ടായിരുന്നത്. നിശ്ചയിച്ചുകൊടുത്ത പാട്ടം അവർ കൃത്യമായി ഇല്ലത്ത് എത്തിച്ചാൽ കുടുംബത്തിന്റെ ഊണും മേഞ്ചെലവും ഒപ്പിച്ചുകൊണ്ടു പോകാമെന്നേയുള്ളൂ. പലപ്പോഴും അവർക്കു കൃത്യമായി പാട്ടം വടിക്കാൻ പറ്റാറില്ല. ഇല്ലത്തു ബുദ്ധിമുട്ടാവുമെങ്കിലും രാമൻനമ്പൂതിരി കുടിയാന്മാരോട് വിരോധമൊന്നും കാണിച്ചതേയില്ല. അങ്ങനെയല്ല പറയേണ്ടത്. അവരോട് അദ്ദേഹത്തിനു വിരോധം തോന്നിയതേയില്ല എന്നാണ്.

കാരണവർ ചോദിച്ചതു മനസിൽ ദഹിക്കാതെ കിടന്നതുകൊണ്ട് നമ്പൂതിരിക്കു രണ്ടുമൂന്നു ദിവസം ഉറങ്ങാൻ കഴിഞ്ഞില്ല. കാരണവർ ചോദിച്ചതു ശരിയല്ലേ?

തന്റെ പ്രശ്നം കുടുംബത്തിൽ അവതരിപ്പിച്ചു. ആത്തേമ്മാര് ഒന്നും പറഞ്ഞില്ല. ആരും ഒന്നും പറഞ്ഞില്ല. എന്താണു പറയുക എന്നാണ് എല്ലാവർക്കും. കുടിയാന്മാർക്കു നിലം എഴുതിക്കൊടുക്കുന്നതു ധർമംതന്നെ. പിന്നെ എങ്ങനെ കഴിഞ്ഞുകൂടും. ദൈവം ഓരോ വഴി കാട്ടില്ലേ എന്നു പറഞ്ഞു സമാധാനിച്ചാൽ അടുക്കളയിൽ തീ പുകയോ?

അകത്തുള്ളോർക്കും രാത്രി ഉറക്കം വരാതായി.

ഒരാഴ്ച കഴിഞ്ഞപ്പോൾ എല്ലാ മനസുകളും ശാന്തമായി. ശരിയായതുചെയ്യാനുള്ള ധൈര്യം കിട്ടി.

രാമൻനമ്പൂതിരി കുടിയാന്മാരെ വിളിച്ചുവരുത്തി. അവരെല്ലാം വടക്കു മുറിക്കു പുറത്തായിരുന്നു. എല്ലാവരെയും കോലായിലേക്കു കയറ്റി ഇരുത്തി സംഭാരം കുടിക്കാൻ കൊടുത്തു. എന്നിട്ടു പറഞ്ഞു:

"ഇനിമുതൽ നിങ്ങൾ ഇവിടെ പാട്ടം വടിക്കേണ്ട."

കുടിയാന്മാർക്ക് രാമൻനമ്പൂതിരിയുടെ ഇംഗിതം പിടികിട്ടിയില്ല.

"ഞങ്ങൾ പിന്നെ എവിടെയാണു പാട്ടം വടിക്കേണ്ടത്?"

"എവിടേം വേണ്ട."

"പിന്നെ?"

"നിങ്ങൾക്ക് എന്റെ നിലങ്ങൾ ഞാൻ വെറുതെ തന്നിരിക്കുന്നു. ഇനി അവയുടെ കൈവശാവകാശം നിങ്ങൾക്കുതന്നെ. ഉടനെ ഒരുദിവസം രജിസ്ട്രാഫീസിൽ പോവാം."

കൃഷ്ണൻനായർ നാടകീയത കലർത്തി പറഞ്ഞതെല്ലാം ജിഷ്ണു വിസ്മയത്തോടെ കേട്ടു. വിവരമറിഞ്ഞ് രുദ്രനും ഗോപാലമൂത്താനും അതേ വിധം ചെയ്തതും കൃഷ്ണൻനായർ പറഞ്ഞു.

എനിക്കു പാട്ടകുടിയാന്മാർ ഉണ്ടായിരുന്നില്ല. അതുകൊണ്ട് അവരെപ്പോലെ ഒന്നും ചെയ്യാൻ കഴിഞ്ഞില്ല എന്നു പറഞ്ഞുകൊണ്ട് കൃഷ്ണൻനായർ തുടർന്നു. "ഞാൻ കുറേശ്ശെ കള്ള് കുടിച്ചിരുന്നു. അതുനിർത്തി. ഒന്നു രണ്ടുവീട്ടിൽ സ്വകാര്യമുണ്ടായിരുന്നു. അതും നിർത്തി."

'എനിക്ക് ഇങ്ങനെയൊന്നും ആവാൻ പറ്റില്ലല്ലോ' എന്ന് ജിഷ്ണു മനസിൽ പറഞ്ഞു. എന്നാലും കൃഷ്ണൻനായരുടെ വാക്കുകൾക്കു വേണ്ടി അവൻ കാത്തിരുന്നു.

"പക്ഷേ, ജിഷ്ണൂ, ഞങ്ങൾക്ക് ഇപ്പോ ഇവിടെ ഒരു പ്രശ്നം ഉണ്ട്. വിശ്വൻ. അയാൾ കാവിലമ്മയെ തള്ളി സംസാരിക്കുന്നു. ഞങ്ങളുടെ പ്രവർത്തനശൈലിയെ പരിഹസിക്കുന്നു. ഒരു കാര്യം പറയാം. നന്നെങ്കിൽ ഞങ്ങൾ നന്ന്. ചീത്തപ്പെട്ടാൽ ഞങ്ങളെപ്പോലെ ചീത്ത വേറെ ഉണ്ടാവില്ല. സഹിഷ്ണുത ബൂർഷ്വാസിയുടെ സൂത്രവാക്കാണ്. ജിഷ്ണു കാണുന്നുണ്ടെങ്കിൽ വിശ്വനോട് ഈ സംഗതി പറഞ്ഞോളൂ."

വിശ്വനോട് ജിഷ്ണു പറഞ്ഞു: "ഈശ്വരൻ എന്നൊരാൾ ഇല്ലാതായല്ലോ എന്നതാണ് എന്റെ ദുഃഖം. ഈശ്വരൻ ഉണ്ടായിരുന്നെങ്കിൽ എത്ര നന്നായിരുന്നു. ഈ ജന്മത്തിന് ഒരു അർഥമെങ്കിലും കിട്ടുമല്ലോ. ഇപ്പോഴോ? സദാ മരണത്തിലേക്കു യാത്രചെയ്തുകൊണ്ടിരിക്കുന്ന ഈ ജന്മത്തിന് ഒരു പ്രസ്ക്തിയുമില്ലാതായി."

വിശ്വൻ ജിഷ്ണുവിനോട് തീരെ യോജിച്ചില്ല:

മനുഷ്യജീവിതത്തിനു ഗൗരവം ഏറിയത് ഈശ്വരൻ ഇല്ലെന്നു വന്നപ്പോഴാണ്. ഇവിടെ സൃഷ്ടിക്കുന്നതും സംഹരിക്കുന്നതും നമ്മളായി എന്നത് ഈ ജന്മത്തിനു പ്രസക്തി കൂട്ടുന്നു..

വടക്കുമുറി വിട്ട് പോവേണ്ടിവന്നതിന്റെ തലേ വർഷമാണ് വിശ്വനെ ജിഷ്ണു കാണുന്നത്. കമ്യൂണിസത്തിൽ തനിക്കൊന്ന് ഉറച്ചുനിൽക്കാൻ പറ്റുമോ എന്ന് അറിയാനുംകൂടിയായിരുന്നു ജിഷ്ണു വിശ്വനെ കാണാൻ പോയത്.

വിശ്വൻ പറഞ്ഞു:

"അഹിംസ ബൂർഷ്വാസിയുടെ ജാഡയാണ്. സൃഷ്ടിക്കുമുമ്പ് സംഹാരം നടക്കണം. നടന്നേതീരൂ സംഹാരം ചിലപ്പോൾ ക്രൂരവുമാവാം."

പിന്നെയും വളരെയേറെ വിശ്വൻ സംസാരിച്ചു. ദയാവായ്പില്ലാത്ത വാക്കുകളായി അവ ജിഷ്ണുവിനു തോന്നി. തിരിച്ചുപോരുമ്പോൾ കൂടുതൽ ഭീരുവും ചാഞ്ചാട്ടക്കാരനുമായിത്തീർന്നിരിക്കുന്നു താൻ എന്ന് ജിഷ്ണുവിനു തോന്നി.

"ഞാൻ ഒരു ബൊഹീമിയനാണ് സുധേ. വഴിതെറ്റി നടക്കുന്ന ഒരു പ്രകൃതമാണ് എന്റേത്."

"ഞാനും അങ്ങനെയാണല്ലോ." സുധ പറഞ്ഞു. "എന്നിട്ടും ഞാനൊരു കമ്യൂണിസ്റ്റാണ്. കൃഷ്ണൻനായരുടെ മുഖംപോലെ വിശ്വന്റെ മുഖവും ആ പ്രസ്ഥാനത്തിനുണ്ടല്ലോ. അപ്പോൾ ഇങ്ങനെയുള്ള എന്റെ മുഖവും അതിനു നന്നായി ചേരും. ഒറ്റയ്ക്ക് ഒറ്റയ്ക്ക് ഇടതുപക്ഷ പ്രസ്ഥാനമാവുകയാണ് നല്ലതെന്ന് എനിക്കു തോന്നുന്നു. 1967 ൽ ഫ്രാൻസിൽഡിഗോളിനെതിരായ വിദ്യാർഥികളുടെ വല്ലാത്തൊരു പ്രസ്ഥാനം ഉണ്ടായിയെന്നു കേട്ടിട്ടുണ്ട്. ജിഷ്ണുവിന് അറിയുമായിരിക്കും. അക്കാലത്ത് അവിടത്തെ കോളേജ് പെൺകുട്ടികൾ ഷെഗുവേരയുടെ ചിത്രകാർഡ് മാറിൽ തൂക്കിയോ പോക്കറ്റിൽ സൂക്ഷിച്ചോ ആണത്രേ നടന്നിരുന്നത്. അവരുടെ കൂടെ ഞാൻ ഉണ്ടായില്ലല്ലോ എന്നാണ് എന്റെ നിരാശ. പിന്നെയും ഏഴുവർഷം കഴിഞ്ഞേ എനിക്കു ഭൂമിയിൽ വരാൻ സാധിച്ചുള്ളൂ. അവരുടേത് കുത്തഴിഞ്ഞ ജീവിതവും ഇടതുപക്ഷ രാഷ്ട്രീയവുമായിരുന്നത്രേ. ഓരോരുത്തരും ഒറ്റയ്ക്കൊറ്റയ്ക്ക്, ഓരോ ദ്വീപ്. ഒന്നിച്ചു കൂടുമ്പോൾ ഒരു രോഷാകുലമായ സംഘവും."

"ജിഷ്ണു തട്ടിൻപുറത്തുവച്ചുണ്ടായ ഒരു അനുഭവം പറഞ്ഞുവല്ലോ. അത് ജിഷ്ണുവിന്റെ മനോഭാവത്തിൽ വല്ല മാറ്റവും വരുത്തിയോ?"

തീർച്ചയായും. അത്തരം അനുഭവങ്ങൾ വീണ്ടും വീണ്ടുമുണ്ടായി

ക്കാണാൻ ആഗ്രഹിച്ചുതുടങ്ങി. ഹൈസ്കൂൾ ക്ലാസുകളിൽ ഇരിക്കുമ്പോൾ അധ്യാപികയെ തുറിച്ചുനോക്കി. കോളേജിൽ റിട്ടയർ ചെയ്യാറായ ഒരു അധ്യാപിക ഇങ്ങനെ തുറിച്ചുനോക്കുന്നതു മര്യാദകേടാണ് എന്നു സ്വകാര്യമായി വിളിച്ച് ഉപദേശിച്ചു. പിന്നെ ഒരുദിവസം വീട്ടിലേക്ക് എന്നെ കൊണ്ടുപോവുകയും ചെയ്തു. ആരും അറിയരുത് എന്നു മുന്നറിയിപ്പു തന്നുകൊണ്ട്. അവർ അവിവാഹിതയായിരുന്നു. അവരാണ് ബൊഹീമിയൻ എന്ന വാക്കിന്റെ അർഥം പറഞ്ഞുതന്നത്. അവർക്ക് അത്തരം ജീവിതത്തിലായിരുന്നു വിശ്വാസം. അതുകൊണ്ട് വിവാഹം വേണ്ടെന്നു വച്ചു. ഞാൻ പലപ്പോഴും അവരുടെ താമസസ്ഥലത്തു ചെന്നു. അഞ്ചെട്ടു മാസത്തോളം. പലതും പഠിപ്പിച്ചുതന്നു. അപ്പോഴേക്കും കോളേജിൽ അറിയാൻ തുടങ്ങി. ഇതാണു നാട്ടിന്റെ സ്വഭാവം. അന്യരുടെ സ്വകാര്യത്തിലേക്കു സദാ എത്തിനോക്കുക. എന്നിട്ടു പൊലയാട്ട് പ്രചരിപ്പിക്കുക. എന്നിങ്ങനെയായിരുന്നു പ്രൊഫസർ പൊട്ടിത്തെറിച്ചത്. പറയുന്നവരുടെ ഭാവം അവർ സത്യവാന്മാരോ സാവിത്രികളോ ആണെന്നാണ്. ലോകത്തിൽ ജിഷ്ണൂ, നമ്മുടെ നാടുപോലെ കാപട്യം നിറഞ്ഞ ഒരു നാടില്ല – പ്രൊഫസർ അതു പറയുമ്പോൾ കരച്ചിലിന്റെ വക്കത്തെത്തിയിരുന്നു.

പിന്നെ അവർ കുന്നൂര് ഒരു ബംഗ്ലാവ് വാങ്ങി അവിടെ ഒറ്റയ്ക്കു താമസിച്ചുതുടങ്ങി. ഞാൻ വല്ലപ്പോഴും അവിടെ പോവുമായിരുന്നു. അവരാണ് എന്നെ ഇടതുപക്ഷക്കാരനാക്കിയതിൽ ഒരാൾ. നാലുവർഷം മുൻപ് അവർ ആ ബംഗ്ലാവിൽ ഒരു രാത്രി മരിച്ചു. സാധാരണ മരണമായിരുന്നു. രണ്ടുദിവസം കഴിഞ്ഞ് ദുർമരണംകൊണ്ടാണ് സമീപവാസികൾ അറിഞ്ഞത്. ഈശ്വരവിശ്വാസം തീരെയില്ലാതിരുന്ന അവർ മരിക്കുംമുമ്പ് ആ ബംഗ്ലാവ് ഒരു സന്യാസാശ്രമത്തിന് എഴുതിവച്ചിരുന്നു–പിന്നെ കുറേനേരത്തേക്ക് ജിഷ്ണു ഓർമയിലിരുന്നു.

“എന്തൊക്കെയായലും നമ്മൾ സ്വാർഥികളാണ് സുധേ. നമ്മുടെ സുഖമാണ് നമുക്ക് പ്രധാനം. വിദ്യാർഥിസംഘക്കാർ എന്നെ ഉപദേശിക്കാൻ വരുമ്പോൾ അനുസരണം നടിച്ചു കേട്ടിരിക്കും. പിന്നെ സ്വന്തം വഴി തുടരുകയും ചെയ്യും. അച്ചടക്കം നമുക്ക് വിധിച്ചിട്ടില്ലാ സുധേ. നമ്മുടെ ഈ ബന്ധം തന്നെ നോക്കൂ. നിന്റെ അച്ഛനാവാനുള്ള പ്രായമുണ്ട് എനിക്ക്. പക്ഷേ, നമ്മുടെ കൂട്ടിപ്പിടിത്തത്തിൽ പ്രായത്തിന്റെ വ്യത്യാസമേ ഇല്ലല്ലോ. നീ എന്റെ ചുമലിൽ കൈയിട്ട് എന്നെ നീ എന്നു വിളിക്കുന്നു.”

ജിഷ്ണുവിന്റെ വാക്കുകൾ കേട്ട് സുധ ഉറക്കെ ചിരിച്ചു: “ജിഷ്ണൂ, എന്താ ഇതൊക്കെ ഇങ്ങനെ? നാം കാടുകയറിപ്പോവുന്നുണ്ടോ?”

“സുധേ, നീ ഇപ്പോഴും എന്നെപ്പോലെ സംശയാലുതന്നെ. ഇത്തരം

സ്വകാര്യകാര്യങ്ങളിലല്ല, പൊതുകാര്യങ്ങളിലാണ് എന്റെ സംശയങ്ങൾ. നിനക്കാവട്ടെ, സ്വകാര്യകാര്യങ്ങളിലാണ് വേവലാതി. അഥവാ സംശയങ്ങൾ. സ്വകാര്യകാര്യങ്ങളിൽ എന്തിനു വേവലാതിയടിക്കുന്നു സുധേ. അതു തികച്ചും സ്വകാര്യമല്ലേ?"

"സുധേ, നമ്മളെത്രയോ പിന്നിൽ നിൽക്കുന്നവരാണ്." ജിഷ്ണു തുടർന്നു കൊണ്ടിരുന്നു. ഒരു പ്രസിദ്ധമായ എഴുത്തുകാരനോട് കോട്ടയത്തുവച്ചു ഞാൻ ചോദിച്ചു:

"എങ്ങോട്ടാ?"

അതു രാവിലെ പത്തുമണിക്കായിരുന്നു.

അയാൾ ചിരിച്ചുകൊണ്ടു പറഞ്ഞു.

''ഞാൻ ബാറിലേക്കാണ്. മൂന്നു പെഗ്ഗ് വല്ലതു കഴിക്കണം. വരുന്നോ?"

ഞാൻ ഇല്ലെന്നു പറഞ്ഞു എന്ന് ജിഷ്ണു സുധയോട്. എന്റെ മുഖംമൂടി ഇനിയും അഴിഞ്ഞുവീണിട്ടില്ലെന്നു തോന്നുന്നു.

നമുക്ക് സുധേ, ഇപ്പോഴും പരസ്യജീവിതവും രഹസ്യജീവിതവും രണ്ടു തന്നെ. അത് ഒന്നാക്കാൻ കഴിയുന്നില്ല. പക്ഷേ, ജോൺ എബ്രഹാമിനെ നോക്കൂ. മനസിലായില്ലേ ജോൺ എബ്രഹാമിനെ. *അഗ്രഹാരത്തിലെ കഴുത* എന്ന സിനിമയെടുത്ത ആളെ? ജോൺ സ്വകാര്യജീവിതത്തെ പരസ്യജീവിതവുമായി സമന്വയിപ്പിച്ചു.

ഇ എം എസിനെ നോക്കൂ. പരസ്യജീവിതമായിരുന്നു അദ്ദേഹത്തിനു മുഖ്യം. പരസ്യജീവിതത്തെ അദ്ദേഹം സ്വകാര്യജീവിതത്തോടു സമന്വയിപ്പിച്ച ആളായിരുന്നു.

ആ വ്യക്തിത്വത്തിനു മുൻപിൽ തലകുനിക്കുന്ന നാം തലയുയർത്തി എഴുന്നേറ്റ് ജോൺ എബ്രഹാമിന്റെ പാത പിന്തുടരുന്നു.

എവിടെയും ശരിയില്ലെന്നുണ്ടോ?

ശാശ്വതമായ ഒരു ശരിയില്ല. അത് എപ്പോഴും ആപേക്ഷികമാണ്.

ജോൺ എബ്രഹാമിന് അദ്ദേഹത്തിന്റെ ജീവിതം ശരിയായിരുന്നു. അദ്ദേഹം എല്ലാം പരസ്യപ്പെടുത്തി ജീവിച്ചു. നമ്മളോ?

ശരിയെന്നു കരുതുന്ന സ്വകാര്യജീവിതം പരസ്യപ്പെടുത്താൻ പേടിക്കുന്നു.

നാല്

എല്ലാ സ്വകാര്യതൃഷ്ണകളും ഉള്ളിലൊതുക്കി നടന്ന ആളായിരുന്നു വിശ്വൻ. യൗവനം തിളയ്ക്കുന്ന കാലത്ത് ഒരു പരസ്യജീവിതമേ

ഉണ്ടായിരുന്നുള്ളൂ. ഒളിവിലും തെളിവിലും ആ ജീവിതം തന്നെ.

ഒരു പൊലീസ് സ്റ്റേഷനിലെ രണ്ടു പൊലീസുകാരെ വെട്ടിക്കൊന്നു തോക്കു കടത്തിയ കേസിൽ വിശ്വൻ പിടികൊടുക്കാതെ ഒളിവിലായിരുന്നു. അവന്റെ അച്ഛനും അമ്മയും മരിച്ചത് ആ കാലത്തായിരുന്നു. അതുകൊണ്ട് അവിടെ പോവാതെ കഴിഞ്ഞു.

സുധേ അക്കാലത്ത് ഒരു സംഭവമുണ്ടായി, ജിഷ്ണു പറഞ്ഞു. എനിക്കുണ്ടായ അനുഭവം എന്നു പറഞ്ഞാണ് ജിഷ്ണു തുടങ്ങിയത്: "എന്റെ വീടിനുപുറകിൽ പാണസമുദായത്തിൽപ്പെട്ടവരാണു താമസിച്ചിരുന്നത്. അവരിൽ പലരും വന്ന് എന്നോടു കടം ചോദിക്കാറുണ്ട്. കടമൊന്നും അവർ തിരിച്ചുതരാറില്ല. പിന്നെയും വന്നു ചോദിക്കും. പലപ്പോഴും ഞാൻ കൊടുക്കും. ചിലപ്പോൾ ഒന്നും കൊടുക്കാതെ തിരിച്ചയയ്ക്കുകയും ചെയ്യും."

മായാണ്ടി അവിടെ ഏറ്റവും പ്രായം കൂടിയ ആളായിരുന്നു. ഒരു ദിവസം ആയിരം ഉറുപ്പിക ചോദിച്ചുവന്നപ്പോൾ എനിക്കു കലിവന്നു സുധേ. ഞാൻ ചോദിച്ചു:

"മായാണ്ടി എനിക്കു ഇതുവരെയായി എത്ര തരാനുണ്ട്. അറിയ്യോ?"

"അറിയാം."

"അതു തന്നിട്ട് ഇനി ചോദിച്ചാൽ മതി."

"അങ്ങനെ പറയരുത്. മകള് ആസ്പത്രീലാണ്. വേദനകൊണ്ടു പുളയുകയാണ്. വയറ് കീറി നോക്കണംന്ന്. എനിക്ക് ഇബ്ടന്ന് അല്ലാതെ ആരാ ഉള്ളത്."

അന്നേരം ജിഷ്ണു വേറൊരു ടെൻഷനിലായിരുന്നു. ശരിക്കും ഒരു ടെൻഷനിൽ. അത് സുധേ വേറൊരു ദിവസം പറയാം.

മായാണ്ടി ഒന്നും കിട്ടാതെ തിരിച്ചുപോയി. അന്നു രാത്രി മായാണ്ടിയുടെ മകൾ വേദനയിൽ കിടന്നു കിടന്നു മരിച്ചുപോയത്രേ. പിറ്റേന്നു കുഴിയൂരിൽനിന്നു നിലവിളി കേട്ടപ്പോഴാണ് സംഗതി അറിയുന്നത്. ഞാൻ ചെയ്തതു ശരിയായില്ല എന്ന് അപ്പോൾ തോന്നി. വേലിക്കൽ ചെന്നു ഞാൻ മായാണ്ടിയെ വിളിച്ചു. ഇതാ ഇതു വാങ്ങൂ എന്ന്. ആയിരം ഉറുപ്പിക നീട്ടി. മായാണ്ടി വാങ്ങിയില്ല. എന്നെപ്പോലെ പാവങ്ങളോടു കരുണയുള്ള ഒരാൾ തലേന്ന് ഒന്നും കൊടുക്കാതെ തിരിച്ചയച്ചല്ലോ എന്ന് മായാണ്ടി പലരോടും പരിഭവം പറഞ്ഞു എന്ന് ജിഷ്ണു അറിഞ്ഞതും രണ്ടുദിവസം കഴിഞ്ഞാണ്. പണം വാങ്ങാതെ തിരിച്ചുപോയ മായാണ്ടി അന്നുരാത്രി എന്റെ മുറ്റത്തുള്ള മാവിൻകൊമ്പിൽ തൂങ്ങിമരിച്ചു.

അത് ജിഷ്ണുവെ വല്ലാതെ ഉലച്ചു. തൊണ്ണൂറോളം വയസായിരുന്നു മായാണ്ടിക്ക്. ജീവിതം എന്ന് മായാണ്ടിയോട് ദയ തീരെയില്ലാതെയേ

പെരുമാറിയുള്ളൂ. ആകെ ദയവുകാട്ടിയതു വല്ലപ്പോഴും ജിഷ്ണുവായിരുന്നു.

പൊലീസിന്റെ കുടുക്കിൽനിന്നും വലിയ ബുദ്ധിമുട്ടില്ലാതെ സ്വതന്ത്രനായ ദിവസം രാത്രി ഇരുട്ടിൽനിന്ന് വിശ്വൻ കയറിവന്നത് ഗൗരവത്തിലായിരുന്നു സുധേ. ആ രംഗം ജിഷ്ണു ഇങ്ങനെ പറഞ്ഞു: ഞാനിപ്പോൾ വടക്കു മുറിയിൽ ചെന്ന് ഗോപാലമൂത്താന്റെ മകൻ നാരായണനെ തലവെട്ടി താഴത്തിട്ടു വരുന്ന വഴിയാണ് എന്നു പറഞ്ഞുകൊണ്ടാണ് വിശ്വൻ കയറിവന്നത്. അപ്പോഴും അവന്റെ കൈയിൽ കത്തിയുണ്ടായിരുന്നു.

എന്തിനാ നീ ആ കടുംകൈ കാട്ടിയത് വിശ്വാ എന്ന് ഞാൻ ചോദിച്ചതിനു വടക്കുമുറിയിൽ ചെന്ന് അന്വേഷിക്കാനാണ് അവൻ എന്നോട് പറഞ്ഞത്.

ഞാൻ അതിനെക്കുറിച്ചു നിനക്ക് ഒരു വിശദീകരണം നൽകാനല്ല ഇപ്പോൾ വന്നത്. മായാണ്ടിയോടു നീ എന്താണു കാണിച്ചത് എന്നറിയാനാണ്.

ജിഷ്ണു ഉണ്ടായ കാര്യങ്ങളെല്ലാം വിശ്വനോടു പറഞ്ഞു. ഞാൻ പണം കൊടുക്കാതിരുന്നതു തെറ്റായിപ്പോയി എന്ന് അന്നേരം തോന്നിയില്ല. ഇപ്പോൾ കഷ്ടമായി എന്നു തോന്നുന്നു.

ജിഷ്ണു പറഞ്ഞത് വിശ്വൻ ശരിവച്ചില്ല.

"മകള് ആസ്പത്രിയിൽ സഞ്ചാരംകൊള്ളുകയാണെന്ന് മായാണ്ടി പറഞ്ഞില്ലേ?"

"പറഞ്ഞു. എന്നാൽ, പണം കിട്ടാൻ ഇങ്ങനെ കാര്യങ്ങൾ പെരുപ്പിച്ചു പറയാറുണ്ട് മായാണ്ടി. എത്രയോ തവണ. എന്നിട്ടും ഞാൻ കടം കൊടുത്തതുമാണ്. ഒന്നും മടക്കിത്തന്നില്ല."

"ജീവിതത്തിലെ പ്രാരാബ്ധങ്ങൾ അവരെക്കൊണ്ടു പൊളി പറയിപ്പിക്കുന്നു എന്നു നാം മനസിലാക്കണം. ജിഷ്ണു മായാണ്ടി പറഞ്ഞതിൽ സത്യമുണ്ടോ എന്ന് അന്വേഷിച്ചില്ലല്ലോ."

"അതുണ്ടായില്ല."

"എന്തുകൊണ്ട്? പാവങ്ങളോടു സഹാനുഭൂതിയുണ്ടായിരുന്നെങ്കിൽ അങ്ങനെ ചെയ്യുമായിരുന്നു. നമ്മിൽ പലരും സഹാനുഭൂതി നടിക്കുന്നവരാണ്. ജിഷ്ണുവും അതിൽപ്പെടുന്നു എന്നു പറയാൻ മടിയില്ല."

പിന്നെ യാത്രപറഞ്ഞ് ഇരുട്ടിലേക്കിറങ്ങും മുമ്പേ അവൻ ആഗമനോദ്ദേശ്യം പറഞ്ഞു:

"എന്തായാലും മായാണ്ടിക്കു കൊടുക്കാത്ത പണമുണ്ടല്ലോ." അത് എനിക്കു തരണം. അത്യാവശ്യമാണ്."

പണവും വാങ്ങി വിശ്വൻ ഇരുട്ടിലേക്കിറങ്ങി. ഇരുട്ടിൽനിന്ന് ഇങ്ങനെ പറയുകയും ചെയ്തു.

"ഭാഗ്യമുണ്ടെങ്കിൽ വീണ്ടും കാണാം."

ഭാഗ്യം വിശ്വന്റെ നിഘണ്ടുവിലും ഉണ്ടല്ലോ എന്ന് ജിഷ്ണു ഓർത്തു.

വടക്കുമുറിയിലെ കുഞ്ഞിമാളു ഒരു പതിനഞ്ചു വയസുകാരി. ആ കുട്ടിയെ പറഞ്ഞു പാട്ടിലാക്കി മൂന്നുതവണ നട്ടുച്ചനേരത്തു കാവിലെ തിടപ്പള്ളിയിൽ കൊണ്ടുപോയി നാരായണൻ അനുഭവിച്ചുവത്രേ. തീണ്ടാരി തെറ്റിയിട്ടും ഒരു തവണകൂടി അങ്ങോട്ടു കൊണ്ടുപോയി. കുഞ്ഞിമാളുവിനു കുളിതെറ്റിയതു നാലാൾ അറിഞ്ഞതോടെ വടക്കുമുറിക്കു പരിഭ്രമമായി. ഗർഭം അലസിപ്പിച്ചുകളയാനുള്ള സന്ദർഭവും കഴിഞ്ഞു. അവളുടെ അച്ഛന്റെ അടിയും കുത്തും സഹിക്കാതായപ്പോൾ അവൾ നാരായണന്റെ പേരു പറഞ്ഞു. നിനക്കു ഞാനുണ്ട് എന്നു പറഞ്ഞ് വിശ്വസിപ്പിച്ചാണത്രേ നാരായണൻ അവളെ പാട്ടിലാക്കിയത്. നിന്നെ ഞാൻ സമയം വരുമ്പോൾ എന്റെ വീട്ടിലേക്കു കൊണ്ടുപോവും എന്നും നാരായണൻ വാക്കുകൊടുത്തിരുന്നുവത്രേ.

ഇപ്പോൾ കുഞ്ഞിമാളുവിനെ കൂട്ടിക്കൊണ്ടുപോവാൻ സമയമായിരിക്കുന്നു. ഇനി എന്താ താമസം എന്നറിയാൻ കുഞ്ഞിമാളുവിന്റെ അച്ഛനും കൂടെ നാലഞ്ചുപേരും ഗോപാലമൂത്താന്റെ വീട്ടിലെത്തി.

കാവിലമ്മയാണേ എനിക്ക് ഒന്നുമറിയില്ല എന്ന് നാരായണൻ സത്യമിട്ടു. ഞാനെന്താ അത്രയ്ക്കു ദുഷ്ടനാണോ എന്നവൻ ഗദ്ഗദത്തോടെ ചോദിച്ചു. നട്ടുച്ചയ്ക്കു കാവിലമ്മയുടെ പരിവാരങ്ങള് ചുറ്റി നടക്കുന്ന സമയത്തു തിടപ്പള്ളിയിൽ കേറാൻതന്നെ മനുഷ്യന്മാര് പേടിക്കും. അങ്ങനെയിരിക്കെ ഇത്തരം ഒരു കാര്യം ചെയ്യാൻ എനിക്കു ധൈര്യമുണ്ടാവ്വോ?

നാരാണന്റെ പറയലും ഭാവവും കണ്ടു, വന്നവരും വല്ലാതായി. പെണ്ണു മഹാകേമിതന്നെ എന്നവർ കരുതുകയും ചെയ്തു.

കുഞ്ഞിമാളുവിന്റെ അച്ഛൻ തിരികെച്ചെന്നു മകളെ പൊതിരെ തല്ലി. മുറ്റം വരെ വലിച്ചിഴച്ചു. ഒരുമ്പെട്ടോളെ പോയി തൊലഞ്ഞൂടെ നിനക്ക് എന്ന് ആക്ഷേപിച്ചു. ഒരു മുറിയിലിട്ട് അവളെ പൂട്ടി.

മൂന്നാംനാൾ രാത്രി വിശ്വൻ കുഞ്ഞിമാളുവിന്റെ വീട്ടിൽ വന്നുകയറി. ഊശാന്തമറ്റ രാത്രി. അവൻ മുഖംമൂടി വലിച്ചൂരി കുഞ്ഞിമാളുവിന്റെ അച്ഛനോടു പറഞ്ഞു. "എന്നെ മനസിലായോ? നിങ്ങൾ വടക്കുമുറിയിൽ നിന്ന് ആട്ടിവിട്ട വിശ്വൻ."

കുഞ്ഞിമാളുവിന്റെ അച്ഛനുമമ്മയും പേടിച്ചുവിറച്ച് വിശ്വന്റെ

മുൻപിൽനിന്നു. വിശ്വനെക്കുറിച്ചു പൊടിപ്പും തൊങ്ങലും വച്ച കഥകൾ കേട്ടുകഴിഞ്ഞ കാലമായിരുന്നു അത്. അവൻ വളരെ ഗൗരവത്തിൽ പറഞ്ഞു:

"എവിടെ കുഞ്ഞിമാളൂ. എനിക്കവളെ കാണണം."

കുഞ്ഞിമാളുവിന്റെ അച്ഛൻ മുറി തുറന്ന് കുഞ്ഞിമാളുവിനെ ഇറക്കി വിശ്വന്റെ മുൻപിൽ നിർത്തി.

"നീ പറഞ്ഞതൊക്കെ ഞാൻ അന്വേഷിച്ചറിഞ്ഞു. നിന്നെ ചീത്തയാക്കിയത് അവൻ തന്നെയാണോ. ആ നാരായണൻ?"

"അതെ." എന്ന് അവൾ സത്യം ചെയ്തു.

കാവിലമ്മയെ പിടിച്ച് കുഞ്ഞിമാളു സത്യം ചെയ്തപ്പോൾ വിശ്വനു കലിവന്നു.

"നിന്നെ ചീത്തയാക്കുമ്പോ എവിടെയായിരുന്നെടീ നിന്റെ കാവിലമ്മ? ഇപ്പോ അച്ഛനെന്ന നിന്റെ ഈ തന്തക്കൊറ്റൻ നിന്നെ അടിച്ചു കൊല്ലാറാക്കുമ്പോൾ നിന്റെ കാവിലമ്മ എന്തു ചെയ്യായിരുന്നു? കാവിലമ്മയെ പിടിച്ച് എന്റെ മുൻപിൽ സത്യം ചെയ്യരുത്."

എന്നിട്ട് വിശ്വൻ ഇടിവെട്ടുംപോലെ ചോദിച്ചു: "മനസിലായോ?"

കുഞ്ഞിമാളു പേടിച്ചുപോയി. അവൾ തലയാട്ടി.

വിശ്വൻ: "നിനക്കു നാരായണനെ കല്യാണം കഴിക്കണോ?"

കുഞ്ഞിമാളു: "വേണ്ട."

"എന്തുകൊണ്ടു വേണ്ട?"

"കല്യാണം കഴിച്ചാലും അവനെന്നെ ചതിക്കും."

"പിന്നെ നീ എന്തു ചെയ്യാൻ പോവുന്നു?"

കുഞ്ഞിമാളുവിന് ഉത്തരമില്ലായിരുന്നു. അപ്പോൾ വിശ്വൻ കുഞ്ഞിമാളുവിന്റെ അച്ഛനെ നോക്കി ഇങ്ങനെ ഇരമ്പി:

"എടോ, ഇനി മുതൽ താൻ ഇവളെ മുറിയിലിട്ടു പൂട്ട്യോ?"

അച്ഛൻ പേടിച്ചു വിറയ്ക്കുകയായിരുന്നു.

"അവളുടെ ദേഹത്തു നിന്റെ കൈ വീഴ്വോ?"

വിശ്വൻ തിരിഞ്ഞ് കുഞ്ഞിമാളുവിനോടു പറഞ്ഞു:

എന്നെ പൊലീസന്വേഷിക്കുന്നുണ്ട്. പിടിക്കപ്പെട്ടാൽ അവരെന്നെ കൊന്നേക്കും. കൊന്നില്ലെങ്കിൽ കോടതി ജീവപര്യന്തം തന്നേക്കും. ജീവപര്യന്തം എന്നാൽ എന്താന്നു നിനക്കറിയ്യോ?.... എന്തറിയാനാല്ലേ? എങ്ങനെയായാലും നിനക്കു മുപ്പതു തികയും മുൻപ് ഞാൻ തിരിച്ചു വരും. നിന്റെ വയറ്റിലുള്ള കുട്ടിയുടെ തന്ത ഞാനാണ്; നിന്റെ കെട്ട്യോനും ഞാന്."

തിരിച്ചുപോരുമ്പോൾ എല്ലാവരോടുമായി വിശ്വൻ പറഞ്ഞു:

"വിശ്വൻ പറഞ്ഞാൽ പറഞ്ഞതാണ്. ഈ കാര്യം നാളെ കുളക്കടവിലും കാവുമുറ്റത്തും സകലരും കേൾക്കട്ടെ. കുഞ്ഞിമാളു തലയുയർത്തി നടക്കട്ടെ."

വിശ്വൻ നേരേ പോയത് ഗോപാലമൂത്താന്റെ വീട്ടിലേക്കായിരുന്നു. നാരായണനെവിടെ എന്ന അലർച്ച കേട്ട് എല്ലാവരും പകച്ചുപോയി.

കുറെയേറെ വിശ്വൻ നടിക്കുകയായിരുന്നു എന്ന് ജിഷ്ണു പറഞ്ഞപ്പോൾ സുധ അതു സമ്മതിച്ചില്ല. ഓരോ അതിവിപ്ലവകാരിയും വളരെ വേഗം വികാരംകൊള്ളുന്നവരായിരിക്കും. ആവശ്യത്തിലേറെ പ്രകടനപരമായേ അവർക്കെന്തെങ്കിലും ചെയ്യാനൊക്കൂ. ജിഷ്ണു മറുത്തൊന്നും പറഞ്ഞില്ല.

ഗോപാലമൂത്താനാണ് ആദ്യം പുറത്തിറങ്ങിയത്. പിന്നെ കുടുംബാംഗങ്ങൾ. ഗോപാലമൂത്താൻ വിറച്ചുവിറച്ചു ചോദിച്ചു:

"എന്താ വിശ്വാ?"

"എടുത്തൂ നിങ്ങടെ പുന്നാരമോൻ?"

നാരായണൻ മുറ്റത്തിറങ്ങിനിന്നു.

വിശ്വൻ കയർത്തുകയറുന്നപോലെ ചോദിച്ചു:

"നീ കുഞ്ഞിമാളുവിനെ പെഴപ്പിച്ചോ?"

"ഇല്ല വിശ്വൻ ഇല്ല" എന്ന് അപേക്ഷാഭാവത്തിൽ പറഞ്ഞത് ഗോപാലമൂത്താനായിരുന്നു.

"ഞാൻ തന്നോടല്ലടാ ചോദിച്ചത്, ഇവനോടാ, ഈ നാറിയോട്.. പറയടാ, നീ കുഞ്ഞിമാളുവിനെ ചതിച്ചില്ലേ?"

"ഇല്ല."

നാരായണന്റെ കരണത്ത് വിശ്വന്റെ കൈ വീണു. "ഇല്ലേ?"

നാരായണൻ മിണ്ടുന്നില്ല.

വിശ്വൻ കത്തിയൂരി നാരായണന്റെ മാറിലേക്കു ചൂണ്ടി: "പറഞ്ഞോ സത്യം അതാണു നല്ലത്."

നാരായണൻ ഇങ്ങനെ പറഞ്ഞുപോയി: "ഒരബദ്ധംപറ്റി ഒരിക്കൽ."

"ഒരിക്കലോ?"

"അല്ല."

"അവളുടെ കുളി തെറ്റി എന്നറിഞ്ഞിട്ടും അവളെ ചതിച്ചോ?"

നാരായണൻ തല താഴ്ത്തി.

"നീ കമ്യൂണിസ്റ്റാണോടോ?"

"ആണ്?"

"നീ പാർട്ടിയുടെ നാണക്കേടാണെന്നറിയ്യോ?"

പിന്നെ താമസമുണ്ടായില്ല. തൊട്ടാൽ തെറിച്ചുപോവുന്ന മൂർച്ചയുള്ള

നീണ്ട കത്തികൊണ്ട് കഴുത്തിനുനേരെ ഒറ്റവീശൽ.

നാരായണന്റെ തലയും ഉടലും രണ്ടായിക്കിടക്കുന്നതറിഞ്ഞിട്ടും ആർക്കും ഒരു മിണ്ടാട്ടംപോലുമുണ്ടായില്ല. സമയംപോലും മരവിച്ചു പോയിരുന്നു.

വിശ്വൻ തിരിച്ചുനടക്കുമ്പോഴും വീട്ടുകാർ മരവിച്ചുനിൽക്കുകയായിരുന്നു.

നീ ഒരു കമ്യൂണിസ്റ്റാണോ എന്ന് നാരാണയനോട് വിശ്വൻ ചോദിച്ചില്ലേ, സുധേ ആ ചോദ്യത്തിന്റെ കത്തിമുന എന്റെ നേർക്കും നീളുന്നതായി പലപ്പോഴും ഞാൻ അസ്വസ്ഥനായിട്ടുണ്ട് എന്ന് ജിഷ്ണു പറഞ്ഞു. ഞാനും പാർട്ടിക്കൊരു നാണക്കേടാണ് സുധേ. കുടിക്കുന്നു. അവിഹിതമായ രീതിയിൽ പൈസ സ്വീകരിക്കുന്നു. പെൺചങ്ങാതിമാരുമായി സുഖയാത്ര പോവുന്നു, ആഡംബരത്തിൽ ജീവിക്കുന്നു. പിന്നെ എല്ലാറ്റിനോടും ഒരു ആലസ്യവും. ഞാൻ ഒരു കമ്യൂണിസ്റ്റാവാൻ കൊള്ളോ സുധേ?

ജിഷ്ണുവിന്റെ ശാപം ചാഞ്ചാടുന്ന മനസാണ്. ഒരു കമ്യൂണിസ്റ്റാവാൻ കൊള്ളാത്ത മനസ്സ്. പക്ഷേ, ആ പ്രസ്ഥാനത്തോട് താൽപ്പര്യവും സ്വകാര്യത്തിൽ ബൊഹീമിയനാണെന്നു നാട്യവും. നാട്യമല്ല പരമാർഥം. പക്ഷേ, അങ്ങനെയാവുന്നതിൽ കുറെ കുറ്റബോധവും. ജിഷ്ണൂ, ദൗർബല്യമില്ലാത്ത ഒരൊറ്റ മനുഷ്യനില്ല. പക്ഷേ, സ്വകാര്യജീവിതത്തെയും പരസ്യജീവിതത്തെയും കൂട്ടിക്കുഴയ്ക്കാതിരിക്കാൻ കഴിയുന്നു എന്നതാണ് ചിലരുടെ മിടുക്ക്. മിടുക്കന്മാർ ജയിച്ചു പോവുകയും ചെയ്യുന്നു. പറഞ്ഞുകൊണ്ടിരുന്നത് ഒന്നു നിർത്തി സുധ ചോദിച്ചു:

"നീ പറഞ്ഞല്ലോ ജിഷ്ണൂ അവിഹിതമായി പൈസ സമ്പാദിക്കുന്നു എന്ന്. അത് സത്യാ?"

അഞ്ച്

സത്യം തന്നെ. പക്ഷേ, കരുതിക്കൂട്ടി ചെയ്യുന്നതല്ല. എന്നിലേക്കു വന്നു വീണ ഒരനുഭവമാണ്. ജിഷ്ണുവിന്റെ വാക്കുകൾ സുധയ്ക്ക് വേണ്ടത്ര മനസിലായില്ല.

ഞാൻ വിശദമാക്കാം. എന്നോടു വളരെ അടുപ്പമുള്ള ഒരാൾ അയാളുടെ ഒരു സുഹൃത്തിനെ എനിക്കു പരിചയപ്പെടുത്തിത്തന്നു. ഇങ്ങനെയാണു പരിചയപ്പെടുത്തിയത്:

''ഇതാ ഇവൻ കാണുന്നപോലെയല്ല ജിഷ്ണൂ. ബിസിനസ് ലൈനിൽ കേമനാണ്. അയാൾക്കു നീ ഒരു സഹായം ചെയ്തു കൊടുക്കണം. പേര് സേതു. എന്താ വേണ്ടതെന്നു സേതു പറയും."

രണ്ടാം പെഗ്ഗിനു മീതെയാണ് എന്നോടു അടുപ്പമുള്ള ആൾ സേതുവിനെക്കുറിച്ചു പറഞ്ഞത്. അടുപ്പക്കാരൻ ക്ഷണിച്ചതുകൊണ്ടാണ് ഞാൻ കൂട്ടത്തിൽ ഇരുന്നത്.

സേതുവിന് കൊല്ലത്തുള്ള പ്രസ്ഥാനത്തിലെ വലിയൊരാളെ പരിചയപ്പെടുത്തിക്കൊടുക്കണം. അത്രയേ വേണ്ടൂ. ജിഷ്ണുവും അങ്ങേരുമായി നല്ല അടുപ്പമാണെന്നറിഞ്ഞു.

ജിഷ്ണുവിന് അതിൽ അപാകതയൊന്നും തോന്നിയില്ല. ഒന്നു പരിചയപ്പെടുത്തിക്കൊടുക്കുകയല്ലേ വേണ്ടൂ. ജിഷ്ണു പുതിയ സുഹൃത്തിനോടു പറഞ്ഞു:

"ഈ മാസാവസാനം അങ്ങേര് ഇവിടെ വരുന്നുണ്ട്. ഇവിടെ വരുന്നതിന്റെ തലേന്നു ഞാൻ സേതുവിനെ അറിയിക്കാം."

സേതുവിനു കാര്യം ഉടനെ നടക്കണമെന്നുണ്ടായിരുന്നു: "നമുക്ക് ഇന്നു രാത്രിതന്നെ കൊല്ലത്തേക്കു തിരിച്ചാലെന്താ? എന്റെ പുതിയ കാറിന് ഒരു ഓട്ടവുമായി."

ജിഷ്ണു ചിരിച്ചുകൊണ്ടു പറഞ്ഞുഃ

"സേതൂ, അതിന് ഞാൻ കോൺഗ്രസല്ലല്ലോ."

സേതു പിന്നീടൊന്നും പറഞ്ഞില്ല.

മാസാവസാനത്തോടെ ഉദ്ദേശിച്ച ആൾ കൊല്ലത്തുനിന്നു വന്നു. തലേന്നുതന്നെ ജിഷ്ണു സേതുവിനു വിവരം കൊടുത്തിരുന്നു. എന്റെ ആത്മസുഹൃത്താണ് എന്നു പറഞ്ഞ് സേതുവിനെ പരിചയപ്പെടുത്തുകയും ചെയ്തു. സേതു വളരെ വേഗം അങ്ങേരോടടുത്തു.

സുധേ, പിന്നെ സേതു എന്റെ കൂടെ ഇവിടെ വന്നു. മടിച്ചാണെങ്കിലും ഒരു പൊതി എന്നെ ഏൽപ്പിക്കാൻ ശ്രമിച്ചു. അപ്പോഴും ഞാൻ, സേതൂ അതു വാങ്ങാൻ ഞാനെന്താ കോൺഗ്രസുകാരനാ എന്നു പറഞ്ഞ് ആ പൊതി നിരസിച്ചു.

ഒരുപക്ഷേ, നമ്മളെയും സേതു കോൺഗ്രസുകാരെപ്പോലെ കരുതിയിരിക്കും. കോൺഗ്രസുകാർക്ക് അതു വിധിച്ചിട്ടുള്ളതാ. എവിടന്നു കിട്ടുമോ അവിടന്നൊക്കെ വാങ്ങാം. വാങ്ങുന്നു എന്നു നാലാളെ അറിയിക്കാനും മടിയില്ല.

സുധ അമർഷിച്ചു:

"വിശദീകരണമൊന്നും വേണ്ട ജിഷ്ണൂ. കോൺഗ്രസ് പ്രവർത്തനമെന്നാൽ സ്വന്തമായി സ്വത്ത് സമ്പാദിച്ചുകൂട്ടലാണ് എന്ന് എല്ലാവർക്കുമറിയാമല്ലോ."

ജിഷ്ണുവിന്റെ ഈ കഥ ഇവിടെ തീരുന്നില്ല. ഉച്ചഭക്ഷണം കഴിഞ്ഞശേഷം ജിഷ്ണു അവളെ ഓർമപ്പെടുത്തി: "നമ്മൾ കളിച്ചിട്ടു

മൂന്നാലു ദിവസമായല്ലോ."

ഞാൻ ഇപ്പോ ഓർത്തുപോയത് അതുതന്നെയായിരുന്നു എന്ന് പറഞ്ഞ് സുധയും ചിരിച്ചു. ഒരുമണിക്കൂർ കഴിഞ്ഞ് യു ആർ റിയലി വണ്ടർഫുൾ സിംപ്ലിഗ്രേറ്റ് എന്നൊക്കെ തന്റെ തൃപ്തി സുധയ്ക്കു വെളിവാക്കിക്കൊടുത്ത് ജിഷ്ണു ഇവിടെ തീരാത്ത കഥ തുടർന്നു.

നാലുമാസം കഴിഞ്ഞപ്പോൾ സേതു ഒരുദിവസം എന്നെ കാണാൻ വന്നു. ഒരു ആലഭാരവുമില്ലാതെ ഒരു സാധാരണക്കാരനെപ്പോലെ. അങ്ങേരെക്കുറിച്ച് എത്ര പറഞ്ഞിട്ടും സേതുവിനു മതിയാവുന്നില്ല. ജിഷ്ണുവിന്റെ അടുത്ത ആൾ എന്നതുകൊണ്ടാവാം എന്നോടു പ്രത്യേക മമത അങ്ങേര് എപ്പോഴും കാണിക്കുന്നത്.

മൂന്നാം പെഗ്ഗ് കഴിഞ്ഞപ്പോൾ സേതു വളരെ മയത്തിൽ പറഞ്ഞു: "ജിഷ്ണു കോൺഗ്രസല്ലെന്ന് എനിക്കറിയാം. എന്നാൽ, എനിക്ക് ഇപ്പോൾ ഉണ്ടായിക്കൊണ്ടിരിക്കുന്ന പല പ്ലസുകളും കോൺഗ്രസല്ലാത്ത ജിഷ്ണു വിന്റെ സഹായംകൊണ്ടാണ്."

പിന്നെ കുറച്ചുനേരം സേതു മിണ്ടാതിരുന്നു. എഴുന്നേൽക്കുന്നതിനു തൊട്ടുമുമ്പ് സേതു:

"ജിഷ്ണുവിന്റെ ബാങ്ക് അക്കൗണ്ടിൽ കുറച്ചധികം പൈസ കാണും. ആശ്ചര്യപ്പെടണ്ട. അങ്ങനെ ചെയ്തില്ലെങ്കിൽ അതായിരിക്കും ഞാൻ ചെയ്യുന്ന അന്യായം."

ജിഷ്ണുവിന് അത് ഇഷ്ടമായെന്നു തോന്നുന്നില്ല. ജിഷ്ണു ബാങ്കിൽ പോവുകയോ അധിക തുക പിൻവലിച്ചു സേതുവിനെ ഏൽപ്പി ക്കുകയോ ചെയ്യാത്തതുകൊണ്ട് സേതു ചെയ്തതിൽ ഇഷ്ടക്കേടു തോന്നിയെന്നു പറയാനും വയ്യ. മൂന്നാലു മാസം കൂടുമ്പോൾ തന്റെ അക്കൗണ്ട് വർധിക്കുന്നു എന്നറിഞ്ഞിട്ടും ജിഷ്ണു മറ്റൊരിക്കൽ സേതു വന്നപ്പോൾ കൂടെയിരുന്നു കഴിക്കാനായി ബാറിലേക്കു പോയി. കഴിച്ചു തീർന്ന് എഴുന്നേൽക്കും മുമ്പേ സേതുവിനെ തടഞ്ഞു പറഞ്ഞു:

"ഇന്നത്തെ ബില്ല് ഞാൻ പേ ചെയ്യാം സേതൂ."

ഇത്രയുമായപ്പോൾ സുധ പറഞ്ഞു:

"എനിക്കു നിന്നെ മനസിലായിവരുന്നേയുള്ളൂ ജിഷ്ണു. നീ കോക്രസ് ആവുകയാണ് അറിയാതെ."

"അതിനു ഞാൻ സേതുവിന്റെ കൂടെ കൊല്ലംവരെ പോയില്ല. സേതുവിനോട് ഒരാനുകൂല്യവും ചോദിച്ചതുമില്ലല്ലോ."

"കോക്രസും പറയുന്നത് ഇതേ ശൈലിയിൽ. അവരെക്കാൾ കയ്യ് ശുദ്ധമായവർ ആരെങ്കിലുമുണ്ടോ എന്നേ കേട്ടാൽ തോന്നൂ."

ജിഷ്ണു ഒന്നും പറഞ്ഞില്ല.

ശരി. വിശ്വനെക്കുറിച്ചാണല്ലോ സുധയ്ക്കു അറിയേണ്ടത്. ജിഷ്ണു ഓർമിച്ചുനോക്കി.

മൂന്നോ നാലോ വർഷം കഴിഞ്ഞാണ് വിശ്വൻ പിടിയിലായത്. രഹസ്യമായി, തന്നെ പൊലീസ് പിടിച്ചുകൊണ്ടു പോവുകയാണെങ്കിൽ കഥ തീർന്നതുതന്നെ എന്ന് വിശ്വന് അറിയാത്തതല്ലല്ലോ. അതുകൊണ്ട് പിടിക്കപ്പെട്ടതും ഞാൻ വിശ്വനാണേ, നക്സലൈറ്റ് വിശ്വൻ എന്ന് ആവുന്നത്ര ഉച്ചത്തിൽ അവൻ വിളിച്ചുപറഞ്ഞു. പട്ടണത്തിലൂടെ കൊണ്ടുപോവുമ്പോൾ വായ അമർത്തിപ്പിടിക്കാൻ പൊലീസിനു വിഷമമുണ്ടായിരുന്നു. ആ തഞ്ചവും വിശ്വൻ മുതലാക്കി. ഒരു മുദ്രാവാക്യവിളിപോലെ താൻ ആരെന്നു പറഞ്ഞുകൊണ്ടേ പോയി.

സുധ ആദരവും അത്ഭുതവും ചേർന്ന ഭാവത്തിൽ ജിഷ്ണുവെ കേട്ടു.

അതുകൊണ്ട് വിശ്വനെ ലോക്കപ്പിലിട്ടു രഹസ്യമായി കൈമാറാൻ പൊലീസിനു ധൈര്യം വന്നില്ല. കോടതിയിൽ തന്റെ ഭാഗം വിശ്വൻതന്നെ വാദിച്ചു. വധശിക്ഷയുണ്ടായില്ല. ജീവപര്യന്തം കിട്ടിയ വിവരം സുധയ്ക്കറിയാമല്ലോ. കോടതിയിൽ വിശ്വാസമില്ലാത്ത വിശ്വൻ അപ്പീൽ പോയതുമില്ല. അവനു ശിക്ഷ വിധിക്കുമ്പോൾ നിനക്കു വയസ്സ് എത്ര എന്നറിയാമോ?

"എട്ടല്ലേ?"

മനസിൽ ഗണിച്ചു നോക്കി ജിഷ്ണു പറഞ്ഞു: "റൈറ്റ്."

"വിശ്വൻ ജയിലിൽനിന്ന് ഇറങ്ങുമ്പോഴോ?"

സുധയ്ക്ക് കൃത്യമായി അറിയാമായിരുന്നു: "പതിനെട്ട്."

"വിശ്വൻ ജയിലിറങ്ങിയതും ആദ്യം അന്വേഷിച്ചത് ആരെയാണെന്ന് സുധയ്ക്കറിയുമോ?"

"കുഞ്ഞിമാളുവിനെയും കുഞ്ഞിമാളുവിന്റെ കുട്ടിയെയും."

"ശരി. ഓക്കെ."

കുഞ്ഞിമാളു വിശ്വൻ പറഞ്ഞപ്രകാരം വടക്കുമുറി മുഴുവൻ തലയുയർത്തി നടന്നു എന്നും കുളക്കടവിലും നാലാൾ കൂടുന്നിടത്തും വിശ്വനെ വാഴ്ത്തിയിരുന്നെന്നും വിശ്വൻ കേട്ടു. പക്ഷേ, അവർ പ്രസവിച്ചത് ചാപിള്ളയായിരുന്നു. കുഞ്ഞിമാളു ഒരുപാടു കരഞ്ഞു. പിന്നെ സന്നികേറി മരിക്കുകയുംചെയ്തു.

വിശ്വൻ കുഞ്ഞിമാളുവിനും കുട്ടിക്കും വേണ്ടി ജയിലിറങ്ങിയതു പോലെയായിരുന്നു. എന്നാലും വിശ്വൻ കുലുങ്ങിയില്ല. കൂടെയുണ്ടായിരുന്ന അടുത്തൊരു സഖാവ് ജയിലിറങ്ങിയശേഷം കുറെ ചുറ്റിത്തിരിഞ്ഞ് ഇപ്പോൾ കഞ്ചാവുകൃഷിയുമായി അട്ടപ്പാടിയിലാണ് എന്നറിഞ്ഞ

പ്പോഴും കുലുങ്ങിയില്ല. നക്സലൈറ്റുകൾക്കു തോക്കുണ്ടാക്കാനുള്ള രഹസ്യ ട്രെയിനിങ് കിട്ടിയ മറ്റൊരു സഖാവ് ജയിലിറങ്ങിയതും തോക്കുണ്ടാക്കി പ്രമാണിമാർക്കും കൊലയാളി സംഘത്തിനും വിൽപ്പന നടത്തി സമൃദ്ധിയായി ജീവിക്കുന്നു എന്നും കേട്ടു.

"അപ്പോഴാണ് സുധ തന്റെ ആരാധനാപാത്രത്തെ കാണാൻ എത്തുന്നത്, അല്ലേ സുധേ?

എന്നാൽ, ഇനി സുധ ആ കഥയൊന്നു പറയൂ. എനിക്കു കേൾക്കാൻ വേണ്ടി മാത്രമല്ല, നമ്മുടെ വായനക്കാരും അറിയട്ടെ. അതിനു വേണ്ടിയാണ്."

"ഏതുകാലം മുതലാ ജിഷ്ണൂ പറയേണ്ടത്?"

"പൊതുപ്രവർത്തനം മുതലാവട്ടെ."

"ഓക്കെ" എന്നു പറഞ്ഞ് സുധ പറഞ്ഞുതുടങ്ങി:

"നക്സലൈറ്റുകളുടെ കഥ കേട്ടാണു ഞാൻ വളർന്നത്. ഹൈസ്കൂളിൽ പഠിക്കുമ്പോൾ ഒരു നക്സലാവണമെന്നു വല്ലാതെ കൊതിച്ചു. അതിനുള്ള തയാറെടുപ്പായിരുന്നു എസ് എഫ് ഐ പ്രവർത്തനം. ചടങ്ങൊപ്പിച്ചുള്ള സമരങ്ങൾ ചെയ്യുമ്പോൾ ഞാൻ ഉള്ളാലെ ചിരിക്കുകയായിരുന്നു അല്ലേ ജിഷ്ണൂ? ജിഷ്ണുവിനു മറിച്ചഭിപ്രായമുണ്ടോ?"

"എന്റെ അഭിപ്രായം അവിടെയിരിക്കട്ടെ." സുധ പറയുന്നതു തുടരൂ.

കോളേജിൽവച്ചാണു ഞാൻ ഷെഗുവേരയെക്കുറിച്ചു കേൾക്കുന്നത്. വല്ലാത്തൊരു മനുഷ്യൻ. ആസ്ത്മകൊണ്ട് വിവശനാകുമ്പോഴും മനുഷ്യദൈന്യം കണ്ട് സഹിക്കാതെ സുഖമെല്ലാം ത്യജിച്ചിറങ്ങിയ ത്യാഗി. ഫ്രാൻസിലെ പെൺകുട്ടികൾ മാറിൽ ബൊളീവിയൻ കാട്ടിലെ ആ രക്തസാക്ഷിയുടെ ചിത്രം കുത്തി നടന്നു എങ്കിൽ അതിൽ എന്താണാശ്ചര്യപ്പെടാൻ?

"സുധേ, അതെല്ലാം നൈമിഷികമായ ചില എടുത്തുചാട്ടങ്ങളല്ലേ? ആ പെൺകുട്ടികളെല്ലാം ഇന്ന് എവിടെ? യുവസഹജമായ ഇത്തരം തീവ്രപ്രതികരണങ്ങൾക്ക് ആയുസുണ്ടാവില്ല സുധേ."

അതെന്തോ ആവട്ടെ. വേഡ്സ്വർത്ത് ഫ്രാൻസിൽ വിപ്ലവം പൊട്ടിപ്പുറപ്പെട്ടു എന്നു കേട്ടപ്പോൾ തുള്ളിച്ചാടി പറഞ്ഞതെന്താണെന്നോ:

"ഈ കാലത്തു ജീവിക്കാൻ കഴിഞ്ഞതു ഭാഗ്യം."

ജീവിതം യുവത്വത്തിലാണെങ്കിലോ, മഹാഭാഗ്യം.

വേർഡ്സ്വർത്ത് പിന്നീട് അതേ വിപ്ലവത്തിന്റെ ഗതി കണ്ട് ദുഃഖിതനായതു വേറെ കാര്യം. മനുഷ്യനന്മ സ്വപ്നംകണ്ട് എന്തും കൽപ്പിച്ച് എടുത്തു ചാടുന്നവർ എപ്പോഴും ആദരണീയർതന്നെ.

പിന്നെ ഞാൻ വിശ്വന്റെ കഥകൾ കേട്ടുതുടങ്ങി. നാരായണന്റെ തല വെട്ടിയതറിഞ്ഞു. കുഞ്ഞിമാളുവിന് വാക്കു കൊടുത്തതറിഞ്ഞു.

"പറഞ്ഞതെല്ലാം സമ്മതിക്കുന്നു സുധേ. പക്ഷേ, രാമൻനമ്പൂതിരി കൃഷിഭൂമിയെല്ലാം കുടിയാന്മാർക്കു വീതിച്ചുകൊടുത്ത് ഉണ്ണാൻ ബുദ്ധിമുട്ടി കഴിഞ്ഞതോ?"

"ഐ സി പി സ്വന്തം കുടുംബത്തിൽ വിപ്ലവം നടപ്പാക്കി ഭ്രഷ്ടനായതോ? നിങ്ങൾക്കാവശ്യം നാടകീയത നിറഞ്ഞ ത്രില്ലാണ്. ഈ കൊട്ടിയെഴുന്നള്ളിച്ച നക്സലിസം ഇപ്പോ എവിടെ?"

പെട്ടെന്ന് ജിഷ്ണു നിശ്ശബ്ദനായി. താൻ സത്യത്തിൽ മനസുതൊട്ടു പറഞ്ഞതാണോ?

സുധ ഉള്ളാലേ ചിരിച്ചു.

എന്റെ അനുഭവം ഞാൻ പറയുകയാണ്. വിശ്വന്റെ കഥകൾ കേട്ടുകേട്ട് അവൻ ഒരു ദിവ്യവിഗ്രഹംപോലെ എന്റെ മനസിൽ നിറഞ്ഞുപോയ സത്യം ഞാൻ പറയുന്നു. അവൻ ജയിലിറങ്ങി വരികയായി എന്നു കേട്ടു ഞാൻ പൊട്ടിത്തരിക്കാൻ തുടങ്ങി. എന്നെ എന്നോ എഴുതിത്തള്ളിയ അച്ഛനോടും അമ്മയോടും എനിക്കപ്പോൾ നന്ദി തോന്നി. എനിക്ക് ഇഷ്ടംപോലെ നടക്കാമല്ലോ.

ലേശം വിറയലോടെ ഞാൻ അവനെ കണ്ടു. അപ്പോൾ അവന്റെ താമസസ്ഥലത്തു നല്ല തിരക്കുണ്ടായിരുന്നു. എങ്കിലും വിശ്വൻ എന്നോടു ചിരിച്ചു. എനിക്ക് ആ രംഗം അച്ചിലിട്ടെടുത്തതുപോലെ ഉള്ളിൽ പതിഞ്ഞിട്ടുണ്ട്.

അവൻ ചോദിച്ചു:

"ആരാ?"

ഒരു കൂസലും കൂടാതെ ഞാൻ പറഞ്ഞു:

"ഒരു ആരാധിക."

കുഞ്ഞിമാളുവെപ്പോലെ എന്നു ഞാൻ പറഞ്ഞില്ല.

"എന്തു ചെയ്യുന്നു?"

"കോളേജിൽ പഠിക്കുന്നു."

തിരക്കു കൂടിക്കൂടി വന്നതിനാൽ പറയേണ്ടതു പറയാൻ പറ്റാതെ ഞാൻ മടങ്ങി. രണ്ടാം തവണയും പറയേണ്ടതു പറയാതെ ഞാൻ മടങ്ങി. മൂന്നാംതവണ തിരക്കു വളരെ കുറവായിരുന്നു. അപ്പോൾ ഞാൻ ചോദിച്ചു:

"സുബ്രഹ്മണ്യദാസ് ജീവനൊടുക്കിയത് അറിഞ്ഞിരിക്കുമല്ലോ."

അതുകേട്ട് വിശ്വൻ എന്നെ നോക്കി കുറച്ചുനേരം അങ്ങനെതന്നെയിരുന്നു. ആള് ചില്ലറയല്ലല്ലോ എന്നാവും അപ്പോഴത്തെ ചിന്ത. പിന്നെ

ചോദിച്ചുഛ

"പേരെന്താ പറഞ്ഞ്?"

"സുധ."

"സുധേ, ജയിലിറങ്ങിയപ്പോൾ എനിക്കു രണ്ടു നടുക്കങ്ങളാണുണ്ടായത്. അതിലൊന്നാണ് സുബ്രഹ്മണ്യദാസിന്റെ അന്ത്യം. മഹാകഷ്ടായി. ചിലർ കഞ്ചാവു വിറ്റും വാറ്റുചാരായം കാച്ചിയും കഴിയുന്നുണ്ടാവാം. അതൊക്കെ അങ്ങനേ വരൂ എന്ന് അവരെക്കുറിച്ചു ഞാൻ നേരത്തേ കണക്കുകൂട്ടിയതാണ്."

സുബ്രഹ്മണ്യദാസ് ചിന്തയിലും പ്രവർത്തനത്തിലും ആഴമുള്ള ഒരു വിപ്ലവകാരിയായിരുന്നു എന്നു കേട്ടിട്ടുണ്ട്. സുധ പറഞ്ഞു. പെട്ടെന്ന് ദാസിന് ഒന്നും നേരെയാവില്ല എന്നു തോന്നിതുടങ്ങിയത്രേ. കൂടെ നിന്നിരുന്ന സഖാക്കളുടെ മനോഭാവത്തിൽ വന്ന മാറ്റമാണ് അങ്ങനെ തോന്നിപ്പിച്ചത് എന്നും പറഞ്ഞുകേട്ടു. എനിക്കു ഒന്നും ചെയ്യാനില്ല. അതുകൊണ്ട് ഇങ്ങനെ ചെയ്യുന്നു എന്ന് എഴുതി വച്ചാണത്രേ ദാസ് തീവണ്ടിക്കു തലവെച്ചത്.

വിശ്വൻ ശ്രദ്ധയോടെ സുധയെ കേൾക്കുന്നുണ്ടായിരുന്നു. സുബ്രഹ്മണ്യദാസ് വല്ലാത്തൊരു നിരാശയായി വിശ്വന്റെ മനസിൽ കിടന്നു. പ്രവർത്തനത്തിലും പിന്നെ ഒളിവിലും പിന്നെ ജയിലിലും ഉണ്ടായ പലരും ഇനി തിരിച്ചുവരുമെന്നു തോന്നുന്നില്ല. നമ്മുടെ വഴിയെല്ലാം തെറ്റിപ്പോയിരുന്നു എന്ന വിശ്വാസത്തിലാണു പലരും. മനുഷ്യന് നിത്യവിപ്ലവകാരിയായി നിൽക്കാൻ ഒരിക്കലും സാധിക്കില്ലെന്നും അവന്റെ മനോഘടന അങ്ങനെയാണെന്നും തന്നിഷ്ടം അവനെ പല ദിശയിലേക്കും പിടിച്ചുവലിക്കുമെന്നും പലരും വിശ്വനോടുതന്നെ പറഞ്ഞു. സുബ്രഹ്മണ്യദാസിന്റെ കഥകൂടി കേട്ടപ്പോൾ വിശ്വൻ പതറിപ്പോവുകയും ചെയ്തു.

ഞാൻ നിരാശപ്പെട്ടുപോകരുത് എന്ന് വിശ്വൻ ഒരു മന്ത്രംപോലെ തന്റെ ഉള്ളിലേക്കു പറഞ്ഞുകൊണ്ടിരുന്നു. വിശ്വന്റെ മനോവിഷമം സുധ അറിയുന്നുണ്ടായിരുന്നു. വിശ്വനെ കാണാൻ ആദ്യമുണ്ടായിരുന്ന തിരക്ക് ഇപ്പോൾ ശമിച്ചുതുടങ്ങി. എവിടെയൊക്കെയോ ബന്ധപ്പെടാൻ ശ്രമിക്കുന്നു. ശരിയാവുന്നില്ല. ദിവസംതോറും എല്ലാവർക്കും ധൃതികൂടുന്നു.

ജിഷ്ണുവിനോട് ഒരുദിവസം തുറന്നുപറയുകതന്നെ ചെയ്തു: "ഒന്നും ശരിയാവുന്നില്ല. എന്തോ ആയിക്കോട്ടെ എന്ന മനോഭാവമാണ് എല്ലാവർക്കും."

പിന്നെ രാമൻനമ്പൂതിരിയെക്കുറിച്ച് വിശ്വൻ അന്വേഷിച്ചു.

നമ്പൂതിരിയുടെ ശുദ്ധിയും ജീവിതത്തിലെ മാറ്റവും ഇപ്പോൾ വിശ്വൻ വിലമതിക്കുന്നു. നമ്പൂതിരി പോയി. കൃഷ്ണൻനായരും രുദ്രനും ഗോപാലമൂത്താനും പോയി.

ഇപ്പോൾ വടക്കുമുറിക്കും മാറ്റം വന്നിരിക്കുന്നു. ചെറുപ്പക്കാർ ക്ഷേത്രസംരക്ഷണ സംഘക്കാരായിരിക്കുന്നു. മുമ്പുള്ളവർ കണ്ണിലെ കൃഷ്ണമണിപോലെ കാവിലമ്മയെയും കാവുപറമ്പിനെയും സംരക്ഷിച്ചിരുന്നല്ലോ എന്നു ചോദിച്ചാൽ ഈ ചെറുപ്പക്കാർ പറയുന്നത് അത് അവരുടെ തന്ത്രമായിരുന്നല്ലോ എന്നാണ്. രാമൻനമ്പൂതിരിയുടെ തലമുറയ്ക്ക് ഒരു ജീവിതവീക്ഷണമുണ്ടായിരുന്നു. ഇപ്പോൾ ക്ഷേത്രം കൈയടക്കിയ ഈ ചെറുപ്പക്കാർക്ക് വെറുപ്പിന്റെ വീക്ഷണമാണുള്ളത്, ജീവിതത്തിന്റെയല്ല എന്നാരോ പറഞ്ഞതാണു ശരി. അവരുടെ മുഷ്കിനു മുമ്പിൽ പണ്ട് മുഷ്കു കാണിച്ച ഇടതുപക്ഷത്തിന്റെ ഇപ്പോഴത്തെ അവശേഷിപ്പുക്കാർ ഭീതിപ്പെട്ടു കഴിയുന്നു.

ഇതിനെന്താ രാഷ്ട്രീയവ്യാഖ്യാനം എന്നു ചോദിച്ചാൽ വിശ്വനു വ്യാഖ്യാനം കാണും. പക്ഷേ, അവൻ ഒന്നും വ്യാഖ്യാനിക്കാതിരുന്നു.

ഒരുനാൾ തികച്ചും ഒറ്റയായ ഒരു രാത്രിയിൽ നെരൂദയുടെയും ജിഷ്ണുവിന്റെയും അനുഭവം സുധ ഓർത്തു. അങ്ങനെ ചെയ്യാൻ പക്ഷേ, ധൈര്യം വരുന്നില്ല. ഇനി ധൈര്യം വന്നെന്നിരിക്കട്ടെ. വിശ്വനെ ആളെ തിരിച്ചറിയാത്ത ്രതിൽ ഉണ്ടാവില്ലല്ലോ.

ലൈറ്റണച്ച് അകന്നു കിടക്കുമ്പോൾ വിശ്വൻ ചോദിച്ചു: “രാത്രി കാണാതായാൽ വീട്ടുകാർ പരിഭ്രമിക്കില്ലേ?”

“വീട്ടുകാർക്കു ഞാൻ പുകഞ്ഞ കൊള്ളിയാണ്. അതുകൊണ്ടാണ് ഞാൻ ഹോസ്റ്റലിൽ താമസിക്കുന്നത്. പണം അത്യാവശ്യമാവുമ്പോൾ കുറെ ബന്ധുക്കളുണ്ട്. അവരോടു ചോദിക്കും.”

പിന്നെ നീണ്ട മൗനം. ഈ മൗനം മുറിക്കാൻ ഇതാ ഇതാ എന്ന് സുധ മുതിർന്നു. ഒടുവിൽ മുറിക്കുകതന്നെ ചെയ്തു.

“വിശ്വൻ ഉറങ്ങിയോ?”

“എന്തേ ചോദിക്കാൻ?”

വിപ്ലവകാരികൾക്കു സെക്സ് നിഷിദ്ധമാണോ?

“ആണെന്ന് ആരും പറഞ്ഞിട്ടില്ലല്ലോ. ഒരു ആക്ഷനു തയാറെടുക്കു മ്പോൾ സെക്സ് കടന്നുവന്നാൽ ദോഷമാണ്.”

പിന്നെ കുറച്ചു മൗനം.

വിശ്വൻ, എന്തേ ചോദിക്കാൻ എന്നു മൗനം മുറിച്ചു.

സുധയ്ക്കു ധൈര്യം വന്നു.

“ഞാൻ വിശ്വന്റെ കുഞ്ഞിമാളു ആയാലോ” എന്ന് ആലോചിക്കു

കയാണ്.

കുറേനേരത്തിന് വിശ്വന്റെ ഒരു പ്രതികരണവുമുണ്ടായില്ല. സത്യത്തിൽ അവൻ ഒരു സമസ്യയിലായിരുന്നു. പിന്നീട് ഇങ്ങനെ പറഞ്ഞു:

"ഞാൻ ഇവിടെ ഉണ്ടാവുമോ എന്ന കാര്യം നിശ്ചയമില്ല. എനിക്കു സജീവമാവാതെ വയ്യ. സുബ്രഹ്മണ്യദാസിനെപ്പോലെ മരിക്കാൻ ഏതായാലും നിശ്ചയിച്ചിട്ടില്ല. അതുകൊണ്ട് എന്താണു പറയേണ്ടതെന്ന് എനിക്ക് അറിയുന്നില്ല."

സുധ ഉള്ളാലേ ചിരിച്ചു.

എന്നത്തേക്കുമുള്ള ഒരു കരാറിൽ എനിക്കു താൽപ്പര്യമില്ല വിശ്വൻ. ഇവിടെ ഉള്ള കാലം ഞാൻ കുഞ്ഞിമാളുവാകാം എന്നേ ഉദ്ദേശിച്ചുള്ളൂ. വിശ്വനിപ്പോൾ സെക്സ് അത്യാവശ്യമാണെന്നു ഞാൻ വിശ്വസിക്കുന്നു. ഇനി സംവിധാനം ചെയ്തേക്കാവുന്ന ഓപ്പറേഷന് അതു നിശ്ചയമായും ഉത്തേജകമാവും.

ഏറെനേരത്തിന് വിശ്വൻ നിശ്ശബ്ദനായിരുന്നു. അവൻ ഉറങ്ങിപ്പോയിരിക്കും എന്നുപോലും സുധ സംശയിച്ചു. അങ്ങനെ സംശയിക്കേ പെട്ടെന്ന് ഒരു ഭാരം സുധയുടേമേൽ വന്നു വീണു. വിശ്വനു വല്ലാത്ത വിശപ്പുണ്ടായിരുന്നു.

ആറ്

ഇപ്പോഴും ജിഷ്ണുവിന്റെ ബാങ്ക് അക്കൗണ്ടിൽ പണം വന്നുവീഴുന്നുണ്ടോ എന്ന് സുധ ചോദിച്ചു.

എന്തേ ചോദിക്കാൻ എന്ന് ജിഷ്ണു ആകാംക്ഷിച്ചു. അവന് അതു തട്ടിക്കളയാൻ മനസുവരുന്നില്ല. താൻ ആ പണം സ്വീകരിക്കുന്നതു തെറ്റല്ല എന്നു സ്ഥാപിക്കാൻ പല ന്യായീകരണങ്ങളും ജിഷ്ണു കണ്ടെത്തിയിരുന്നു. ഒരു സുഹൃത്ത് കാണിക്കുന്ന വെറു സൗമനസ്യം എന്നു വരുത്താൻവേണ്ടി സേതുവുമായുള്ള ചങ്ങാത്തം ദൃഢപ്പെടുത്തുകയും ചെയ്തിരുന്നു.

വെറുതെ ചോദിച്ചു എന്നേയുള്ളൂ എന്ന് സുധ പറഞ്ഞു. നമുക്ക് പലതിനും ന്യായീകരണങ്ങൾ ആവശ്യമായിവരുന്നുണ്ട്. ഒരു കുഞ്ഞിമാളു ജിഷ്ണുവിനും ഉണ്ടായിരുന്നു എന്നും അവളോടു കുറ്റം ചെയ്തു എന്നും ജിഷ്ണു ഒരിക്കൽ പറഞ്ഞിരുന്നുവല്ലോ. അതു പറയാൻ തുടങ്ങിയതായിരുന്നു. എന്തുകൊണ്ടോ അത് നിർത്തിവെച്ചു.

നാം പരസ്പരം അറിയേണ്ടവരാണല്ലോ. മറ്റൊരു സംവിധാനം

ഉണ്ടാവുന്നതുവരെയെങ്കിലും. അതുകൊണ്ട് ഞാൻ ആ സംഭവം പറയാം എന്ന് ജിഷ്ണു ഇങ്ങനെ ആരംഭിച്ചു:

രേഖയെന്നാണ് അവളുടെ പേര്. ഞാൻ നാടൻപാട്ടുകൾ പാടും എന്ന് ആരോ പറഞ്ഞ് അവൾ കേട്ടിരുന്നു. ഒരുദിവസം അവൾ നേരെ എന്നെ കാണാൻ വന്നു. വന്നപാടേ അവൾ പറഞ്ഞു:

"സാറ് എനിക്കൊരുപകാരം ചെയ്യണം. ഞാൻ ദിവസവും വരാം. സാറിനറിയുന്ന പാട്ടെല്ലാം എനിക്കു പഠിപ്പിച്ചുതരണം."

ഞാൻ അവളെ കൗതുകത്തോടെ ശ്രദ്ധിച്ചു.

"കുട്ടി എവിടന്നാ?"

അവൾ വിവരം പറഞ്ഞു.

"പേര്?"

"രേഖ."

പിന്നെ എന്തെല്ലാം ചോദിക്കണമെന്ന് എനിക്കു നിശ്ചയമില്ലായിരുന്നു. രേഖ ഒന്നു മുതിർന്നിട്ടുണ്ട്. ഒരു പൊടിപ്പുണ്ട്.

"നിനക്കു വയസെന്തായി?"

"എന്തിനാ വയസറിയണ്. സാറിന് എന്നെ കെട്ടാനാ എന്നവൾ കുസൃതി പറഞ്ഞു. എന്നാലും പറയാം. വരുന്ന മാസം എനിക്കു പതിനാലു തികയും."

ഞാൻ കുറച്ചുനേരം അവളെയും നോക്കി മിണ്ടാതിരുന്നു. ഇവൾ വല്ലാതെ തെറിപ്പുള്ള പെണ്ണ്. എനിക്കു മുപ്പത്തഞ്ചു കഴിഞ്ഞിരിക്കുന്നു. സുധയോട് എന്റെ ദൗർബല്യത്തെക്കുറിച്ചു പറയേണ്ടല്ലോ. എന്റെ പ്രായവും ശ്രദ്ധിക്കണം. എന്താണ് ഇവളോടു പറയേണ്ടതെന്നറിയാതെ ഞാൻ കുഴങ്ങി സുധേ. പറഞ്ഞുവിടാം എന്നു തോന്നും. ഛെ, നീ എന്തു മണ്ടനാ എന്ന് ഉടനെ തോന്നും. എന്നാലും ഇങ്ങനെ പറഞ്ഞു:

"എനിക്കു തിരക്കാണല്ലോ രേഖേ."

"ആയ്ക്കോട്ടെ. അതിനിടയ്ക്ക് ഇങ്ങനെയൊരു തിരക്കും എന്നു വെച്ചോളൂ."

"ഞാൻ ഒറ്റയ്ക്കാണല്ലോ രേഖേ."

"ആയിക്കോട്ടെ. ഒറ്റയ്ക്കായാലെന്താ? നമ്മള് ചീത്ത ചെയ്യാനല്ലല്ലോ കൂടണ്."

രേഖയുടെ മുൻപിൽ ഞാൻ തോറ്റു സുധേ.

രേഖ തോന്നുമ്പോഴൊക്കെ കയറി വന്നു. പാട്ടുകൾ പഠിച്ചെടുക്കാൻ മിടുക്കി. മനോധർമം കൂട്ടി പാടുമ്പോൾ ആരും ഈ കുട്ടി അസലായി പാടുന്നല്ലോ എന്നു കേട്ടു നിന്നുപോവും.

"സാറ് പാടുമ്പോൾ എന്തു ഭംഗ്യാ. അവൾ ചുണ്ടിൽ നാവുരസി

ക്കൊണ്ടു പറയും, എപ്പളും കേട്ടിരിക്കാൻ തോന്നും."

"എനിക്കു സാറെ പൊന്നുപോലെ സ്നേഹാ. സാറിന് എന്നോടോ?"

അവളുടെ ചോദ്യം കേട്ടു ഞാൻ ഞെട്ടിപ്പോയി. പെട്ടെന്ന് ഉത്തരം പറയേണ്ട. പിന്നെ പറഞ്ഞാൽ മതി എന്നു പറഞ്ഞ് അവൾ സ്ഥലം വിടുകയും ചെയ്തു.

ദിവസങ്ങൾ കഴിയുന്തോറും സുധേ, അവളുടെ കുറുമ്പ് വർധിച്ചുവന്നു. എന്താ അവളുടെ ഇംഗിതം എന്നു കൃത്യമായി മനസിലാവുന്നില്ല. ജിഷ്ണുവിന്റെ ദിവസങ്ങളെ അലോസരപ്പെടുത്തി ക്കൊണ്ട് രേഖ അവനിൽ നിറഞ്ഞുനിന്നു.

വാലന്റൈൻ ദിവസം അവളൊരു കാർഡ് ജിഷ്ണുവിന് ഒരു കള്ളച്ചിരിയോടെ കൊടുത്തു. നീയെന്താ ഇനിയും എനിക്കു തരാൻ നിശ്ചയിച്ചത് തരാത്തത് എന്നായിരുന്നു കാർഡിലെ വരികൾ.

സുധേ, ഞാൻ വായിക്കുന്നത്, വീണ്ടും വായിക്കുന്നത് പിന്നെ എന്റെ മുഖം ചുവന്നുപോവുന്നത് എല്ലാം അവൾ പ്രായംതികഞ്ഞ ഒരു യുവതിയുടെ കുസൃതിയോടെ ശ്രദ്ധിച്ചു.

"ഈ ദിവസം ഈ കാർഡ് തരുന്നതിന്റെ ഗൗരവം രേഖേ നിനക്കറി യാമോ?"

"അറിഞ്ഞുകൊണ്ടാണു ഞാൻ തന്നത്."

ഇതിലേറെ സൂചന വേണോ സുധേ. അറിഞ്ഞുകൊണ്ടുതന്നെ തന്നതാണ് എന്നു കേട്ടപ്പോൾ രക്തം എന്റെ ശിരസോളം തിളച്ചുകയറി.

പിറ്റേന്നു കൃത്യം പതിനൊന്നിനു വരാമെന്നു പറഞ്ഞ് അവൾ പോയി. അയ്യോ പതിനൊന്നിനു ഞാൻ സ്ഥലത്തുണ്ടാവില്ലല്ലോ എന്നു പറഞ്ഞു നോക്കി. അതൊന്നും പറ്റില്ലെന്ന് അവൾ ശഠിച്ചു. എന്നിട്ടാ യിരുന്നു ഇറങ്ങിപ്പോയത്.

പിറ്റേന്ന് എന്റെ തിരക്കു മാറ്റിവെച്ച് ഞാൻ പതിനൊന്നിനു കാത്തിരുന്നു. പതിനൊന്നു കഴിഞ്ഞു. പതിനൊന്നര കഴിഞ്ഞു. പന്ത്രണ്ടും കഴിഞ്ഞു. ഞാൻ കുഴങ്ങി. ഇവളെന്നെ കളിപ്പിച്ചതാവുമോ? ഇതെല്ലാം അവളുടെ നാടകമായിരുന്നോ?

ഒന്നരയ്ക്ക് അവൾ വിയർത്തുകുളിച്ചു വന്നു. അച്ഛൻ അത്യാവശ്യ മായി അവളെ ടൗണിലേക്കയച്ചുവത്രേ. അച്ഛനല്ലേ. മറുവാക്ക് പറയാമോ? സോറി സോറി സോറി എന്നു നൂറുതവണ പറഞ്ഞ് എന്റെ കവിളിൽ തട്ടി.

എന്റെ ദേഷ്യം അലിഞ്ഞലിഞ്ഞുപോയി. ഞാനവളെ ആദ്യമായി വാരിയെടുത്തു. അവൾ കുടഞ്ഞു പ്രതിഷേധിച്ചത് ഒരു തമാശയായി ഞാനെടുത്തു. അകത്തെ മുറിയിൽ കിടക്കയിൽ അവളെ കിടത്തി......

സുധേ, അറിയാതെ ഞാൻ പാപിയായി. എല്ലാം അവൾ നടിക്കുകയാണെന്നാണ് എനിക്കു തോന്നിയത്. എതിർപ്പും കരച്ചിലുമെല്ലാം. പിന്നെ അവൾ എഴുന്നേൽക്കുമ്പോൾ ചെറുതായി വിറയ്ക്കുന്നുണ്ടായിരുന്നു. മുഖം താണിരുന്നു. അവൾ എന്നെ ഒന്നു നോക്കി. വല്ലാത്തൊരു ദൈന്യത്തിൽ ആ മുഖം കരുവാളിച്ചിരുന്നു.

ഞാൻ കാലു തളർന്ന് കൈ തളർന്ന് സർവം തളർന്നു നിന്നുപോയി. എനിക്ക് ആ സന്ദർഭത്തിന്റെ കാഠിന്യം പറഞ്ഞറിയിക്കാൻ വയ്യ സുധേ. മനസിലാവാൻ തീരെ പറ്റാതെപോയ ഒരു കുട്ടിയോ. അവളുടെ സമ്മതം ഞാൻ നേരിട്ടു വാങ്ങിയില്ല എന്നതു ശരിയാണ്. പക്ഷേ, അതെന്റെ തെറ്റാണോ? ഇത്രയും തുറന്നു പെരുമാറിയ കുട്ടി എല്ലാ സൂചനയും തന്നുകഴിഞ്ഞു എന്നല്ലേ സുധേ ആരും ധരിക്കൂ.

അവൾ ഇറങ്ങിപ്പോയതോടെ എന്റെ കാലുകൾ വിറച്ചുതുടങ്ങി. ഞാൻ താഴെയിരുന്നു. ഇപ്പോൾ വീട്ടുകാരോട് അവൾ കരഞ്ഞു പറയുകയാവും. വൈകുന്നേരമാവുമ്പോഴേക്കു നാട്ടുകാർ അറിഞ്ഞു കഴിയും. ഞാനൊരു നാണക്കേടായി മാറാൻ പോവുന്നു. മുഖമുയർത്തി നടക്കാൻ പറ്റാത്ത ഒരവസ്ഥയിലേക്കു ഞാൻ ഒലിച്ചുപോവുകയാണ്.

പക്ഷേ, സുധേ, ഒന്നുമുണ്ടായില്ല. ആരും ഒന്നും അറിഞ്ഞിട്ടില്ല. എനിക്കു മാനം നഷ്ടപ്പെട്ടിട്ടില്ല. തലയുയർത്തി നടക്കാനും വിരോധമുണ്ടായിട്ടില്ല എന്നെല്ലാം ജിഷ്ണു രണ്ടുദിവസംകൊണ്ട് അറിഞ്ഞു. അവനു സ്വസ്ഥത തിരിച്ചുകിട്ടി.

രേഖ പിന്നീട് ജിഷ്ണുവിന്റെ അവിടെ വന്നിട്ടില്ല. പഠിക്കാൻ മിടുക്കിയായിരുന്ന അവൾ പത്താംക്ലാസിൽ തോറ്റു. എപ്പോഴും എന്തോ ഓർത്തുകൊണ്ടോ മനസിൽ കണ്ടുകൊണ്ടോ ഇരുന്നു. മൂന്നാലുകൊല്ലം കഴിഞ്ഞ് ഒരു വിവാഹാലോചന വന്നപ്പോൾ അവൾ വിവാഹമേ വേണ്ടെന്നു ശഠിച്ചു നിന്നു. വേണ്ടപ്പെട്ട എല്ലാവരും ഉപദേശിച്ചുപദേശിച്ച് അവളെ വശപ്പെടുത്തി. രേഖ വിവാഹത്തിനു നിന്നുകൊടുത്തു.

പക്ഷേ, മണിയറയുടെ വാതിലടയുകയും ഭർത്താവായിത്തീർന്ന ആൾ അവളെ പതുക്കെ കിടക്കയിലേക്കു ചരിച്ചപ്പോൾ അവളുടെ ദേഹം പേടികൊണ്ടു വിറച്ചുപോവുകയും ചെയ്തു. എന്നെ തൊടരുതേ എന്നവൾ കരഞ്ഞു. ദയനീയമായി കരഞ്ഞു. ഭർത്താവായ ആൾ ഒരാഴ്ച കാത്തു. അയാൾ സൗമ്യനായിരുന്നു. അവളെ ബലമായി വശത്താക്കാൻ ശ്രമിച്ചതേയില്ല.

നിനക്കു തിരിച്ചു വീട്ടിലേക്കു പോകണോ രേഖേ എന്ന് അയാൾ ചോദിച്ചിരിക്കും.

തിരിച്ചുപോകണം എന്നവൾ പറഞ്ഞുകാണും.

ഏഴാംനാൾ രാവിലെ അയാൾ രേഖയെ വീട്ടിൽ കൊണ്ടുവന്നാക്കി. ഒരു വിരോധവും കാണിക്കാതെ തിരിച്ചുപോവുകയും ചെയ്തു.

സുധ അവിശ്വസനീയമായ ഒരു അനുഭവം കേൾക്കുംപോലെ അത്ഭുതത്തിലിരുന്നുപോയി. ജിഷ്ണു വിവരിച്ചപോലെയാണ് നേരത്തേ നടന്നിരുന്നതെങ്കിൽ ജിഷ്ണു കുറ്റം ചെയ്തതായി പറഞ്ഞുകൂടാ. പക്ഷേ, ജിഷ്ണു ഒന്നുകൂടി ശ്രദ്ധിക്കേണ്ടതായിരുന്നു.

ജിഷ്ണൂ, ഞാൻ ഇങ്ങനെ ചോദിക്കുമ്പോൾ നീ മറ്റൊന്നു വിചാരിക്കരുത്. അവളുടെ പെരുമാറ്റവും നീ ചെയ്ത വിവരണങ്ങളും ഓർമയിൽ മങ്ങിനിൽക്കുന്നവയാണോ. അതോ തെളിഞ്ഞ ഓർമയിൽനിന്നു കൃത്യമായി എടുത്തതുതന്നെയോ?

ഞാൻ കൃത്യമായി അതെല്ലാം ഓർക്കുന്നു സുധേ. വളരെ കൃത്യമായിത്തന്നെ.

എന്നാലും അറിയാതെയാവാം, അവൾ പീഡിപ്പിക്കപ്പെട്ടുകഴിഞ്ഞു. ഇന്നും അവൾ വീട്ടിൽ അതേപോലെ കഴിയുകയാണോ ജിഷ്ണൂ?

അതെ എന്നാണറിവ്. പത്തു കൊല്ലത്തിനുശേഷം ഞാൻ അവളുടെ വീട്ടിൽചെന്നു. എന്റെ കൂടെ വരാൻ അവളോട് ആവുന്നത്രെ പറഞ്ഞുനോക്കി. അവൾ വരുന്നില്ലെന്നു പറഞ്ഞു. അതു പറയുമ്പോഴും അവളുടെ മുഖത്ത് അന്നത്തെ ഉച്ചയ്ക്കു കണ്ട ദീനഭാവം ഉണ്ടായിരുന്നു.

ഈ പാപം ഒരു ഭാരംപോലെ എന്റെ കൂടെത്തന്നെയുണ്ട് എന്നു ചിലപ്പോൾ ഓർമിച്ചുപോവുന്നു. അപ്പോഴാണ് ഛെ എന്നു പറഞ്ഞു ഞാൻ തല രണ്ടുവശത്തേക്കും തിരിക്കുന്നത്. ജിഷ്ണു പറഞ്ഞു.

മനസിന്റെ വിദൂരതയിലേക്കു നോക്കുംപോലെ ജിഷ്ണുവിന്റെ മുഖത്തു നോട്ടമുറപ്പിച്ച് സുധ ഇരുന്നു. അവൾ തന്നെ കാണുന്നേയില്ലെന്ന് ജിഷ്ണു അറിയുന്നുണ്ടായിരുന്നു.

ഏഴ്

ആറേഴുമാസം കഴിയുമ്പോഴേക്ക് വിശ്വനു മതികെട്ടു. യുവാക്കൾ താന്താങ്ങളിലേക്ക് ഒതുങ്ങിയിരിക്കുന്നു. ഒരു ഭീതിയുടെ നിഴലിലാണ് തങ്ങളുടെ ജീവിതം എന്നവർ കരുതുന്നു. എന്തോ ആയിക്കോട്ടെ എന്ന അവരുടെ മനോഭാവം ആപത്താണല്ലോ എന്ന് വിശ്വൻ അറിയുന്നുണ്ടായിരുന്നു.

നാം എന്തെങ്കിലും ചെയ്തേ തീരൂ.

വിശ്വൻ കണ്ടുമുട്ടുന്ന പലരോടും പറഞ്ഞുനോക്കി. അവർക്കെല്ലാം ഏകദേശം ഇങ്ങനെ ഒരു മറുപടിയാണുണ്ടായത്:

“എന്തുചെയ്യാൻ? ചെയ്യേണ്ടതെല്ലാം നിങ്ങൾ ചെയ്തുകഴിഞ്ഞില്ലേ?”

സാഹസികതയിലേക്ക് എടുത്തുചാടിയ ത്യാഗികളെക്കുറിച്ച് അറിയാനുള്ള കൗതുകംപോലും അവർ കാണിക്കുന്നില്ല.

വിശ്വൻ അവരോടു വിസ്തരിച്ചു സംസാരിക്കാൻ ശ്രമിച്ചുനോക്കി. അവർക്കു കേട്ടിരിക്കാൻ ശ്രമിക്കുമ്പോഴെല്ലാം കോട്ടുവാ വരുന്നു.

പഴയ സഖാക്കളും ആലസ്യപ്പെടുകയോ വഴിതെറ്റിയ വേലകളിൽ സജീവപ്പെടുകയോ ചെയ്തിരിക്കുന്നു. അവർ വിശ്വനെ കാണുമ്പോൾ ഒഴിഞ്ഞുമാറുന്നു.

ഇപ്പോഴും തിരികെടാതെ സൂക്ഷിക്കുന്ന അപൂർവം ചിലർ മുൻപിലുള്ള ജീവിതം തിരിച്ചറിയാത്ത വരട്ടുതത്വങ്ങൾ ചർച്ചചെയ്തു ചർച്ചചെയ്തു തമ്മിൽ തെറ്റിപ്പിരിയുന്നു.

സുധ പറഞ്ഞു:

"അതിവിപ്ലവം കേട്ടിരിക്കാനേ നല്ലൂ. വീരകഥകൾ വായിച്ച് ആവേശം കൊള്ളാൻ. വർഗീസിനെക്കുറിച്ചു വായിക്കാനും പറഞ്ഞുനടക്കാനും ആളുകളുണ്ടായേക്കാം. വിശ്വനെപ്പോലെ വർഗീസാവാൻ തയാറുള്ളവർ ലക്ഷം മാനുഷരിൽ ഒന്നോ രണ്ടോ. മനുഷ്യൻ എപ്പോഴും ഇങ്ങനെയൊക്കെയാണ് വിശ്വൻ. പട്ടാളം മനസുമാറി വന്നില്ലായിരുന്നുവെങ്കിൽ റഷ്യയിലെ ഒക്ടോബർ വിപ്ലവം ചീറ്റിപ്പോയേനെ."

വിശ്വൻ ഒന്നും പറഞ്ഞില്ല. സുധയെ പാതി കേട്ടും പാതി കേൾക്കാതെയും അവൻ ഇരുന്നു.

വിശ്വന്റെ വടക്കുമുറിതന്നെ നോക്കൂ. എന്തൊക്കെ അസഹിഷ്ണുത കാണിച്ചിരുന്നുവെങ്കിലും രാമൻനമ്പൂതിരിയുടെയും കൃഷ്ണൻ നായരുടെയും കാലത്ത് അവിടെ ഒരു ആദർശമുണ്ടായിരുന്നു. അമ്പലക്കുളത്തിൽ അയിത്തപ്പെട്ടവരെ ഇറക്കി അവരുടെ അയിത്തം കളഞ്ഞിരുന്നു. തൊഴിലെടുക്കുന്നവർക്കു ധൈര്യം കൊടുത്തിരുന്നു. ഇന്നോ? അവിടെ അതിരുദ്രയജ്ഞവും യാഗവുമാണത്രേ. പഴയ ഇടതുപക്ഷക്കാർ ഭയപ്പെട്ടു കഴിയുകയാണത്രേ.

സുധ നിർത്തി. അപ്പോഴും വിശ്വൻ ഒന്നും പ്രതികരിച്ചില്ല. പണ്ടൊരിക്കൽ ചെയ്തപോലെ ഒരു കൊടുങ്കാറ്റുപോലെ അങ്ങോട്ടു തിരിച്ചുചെന്നു ചിലരെയും ചിലതിനെയും ചോദ്യംചെയ്യാൻ ഇന്നു ധൈര്യം കിട്ടുന്നില്ല.

ഒരുദിവസം വിശ്വൻ സുധയോടു പറഞ്ഞു:

"ഞാൻ സുധയുമായി ഇങ്ങനെ ബന്ധപ്പെടേണ്ടായിരുന്നു."

"അതെന്താ?"

"എന്നെപ്പോലൊരാൾക്കു കെട്ടുപാടുകൾ നന്നല്ല."

സുധ ചിരിച്ചു:

“ഞാൻ ആദ്യമേ പറഞ്ഞതാണല്ലോ വിശ്വൻ, ഇതു കെട്ടുപാടേ അല്ലെന്ന്. വിശ്വനു പൊതുപ്രവർത്തനത്തിനും എനിക്ക് ഒരു പുസ്തക മെഴുതാനുമുള്ള ഊർജം മാത്രമായി നമ്മുടെ അടുപ്പത്തെ എടുത്താൽ മതി എന്നാണ് എനിക്കു വീണ്ടും പറയാനുള്ളത്.”

ജിഷ്ണൂ, ഇപ്പോൾ ആലോചിച്ചു നോക്കുമ്പോൾ വിശ്വൻ പാവമാണെന്നു തോന്നുന്നു. വിപ്ലവകാരികളെല്ലാം അങ്ങനെയായിരിക്കു മെന്നു കേട്ടിട്ടുണ്ട്. സംഘം കൂടുമ്പോഴേ അവർക്ക് അതിസാഹസികത യിലേക്ക് എടുത്തു ചാടാൻ പറ്റൂ. അതു കഴിഞ്ഞാൽ മൃദുവായ മനസുള്ള വരായിരിക്കും അവർ.

കുറച്ചുകഴിഞ്ഞ് സുധ ഇത്രയുംകൂടി പറഞ്ഞു: “സ്റ്റാലിൻ ക്രൂരമായ മനസുള്ള ആളായിരുന്നു. അതിനു കാരണം, അയാൾ അടിസ്ഥാന പരമായി വിപ്ലവകാരിയായിരുന്നില്ല എന്നതുതന്നെ. വിപ്ലവം സ്റ്റാലിന് അധികാരത്തിലേക്കുള്ള വഴി മാത്രമായിരുന്നു.”

ഈ വർത്തമാനത്തിന് ഒരു മാസം മുൻപാണ് വിശ്വൻ സ്ഥലംവിട്ടത്. അവൻ ജിഷ്ണുവെ പോകുംമുൻപ് വീട്ടിലേക്കു വരുത്തിയിരുന്നു.

ഇവിടെ എനിക്ക് ഇങ്ങനെ വെറുതെ കുത്തിയിരിക്കാൻ പറ്റുന്നില്ല ജിഷ്ണൂ. എന്തെങ്കിലും ചെയ്യാൻ പറ്റിയ സഖാക്കളെ കിട്ടിയാൽ ഇവിടെത്തന്നെ വല്ലതും ചെയ്തുനോക്കാമായിരുന്നു.

വടക്കുമുറിയിലേക്കു തിരിച്ചുപോവുന്നോ എന്ന് ജിഷ്ണു ചോദിച്ചതിന് അനുകൂലമായ ഉത്തരമല്ല വിശ്വനുണ്ടായിരുന്നത്. അവിടെ രണ്ടുസംഘവും അടിസ്ഥാനപരമായി ഒന്നുതന്നെ. ക്ഷേത്രത്തിനെ കേന്ദ്രീകരിച്ചേ അവർക്കു പ്രവർത്തിക്കാൻ പറ്റൂ. ക്ഷേത്രങ്ങളാവട്ടെ യാഥാസ്ഥിതികതയുടെ മുകളിൽ പ്രതിഷ്ഠിക്കപ്പെട്ട അന്ധവിശ്വാസ മാണ്. ജിഷ്ണുവിന് എന്നോടു കുറച്ചു വിയോജിപ്പുണ്ടാവാം.

കുറച്ചുനേരത്തെ മൗനാനന്തരം വിശ്വൻ തുടർന്നു:

“ഞാൻ ഒരു തീരുമാനത്തിലെത്തിയേക്കും. ഇപ്പോൾ ആയിട്ടില്ല. രണ്ടാഴ്ചയ്ക്കുശേഷം ജിഷ്ണൂ നമുക്കു വീണ്ടും കാണാം.”

രണ്ടാഴ്ചയ്ക്കുശേഷം വിശ്വൻ പറഞ്ഞു:

“ഞാൻ പോവുകയാണെങ്കിൽ ഹോസ്റ്റലിലേക്ക് സുധ തിരിച്ചുപോവു യാണത്രേ. അവിടെയാണെങ്കിൽ പുസ്തകമെഴുത്തിനു സൗകര്യം കൂടുമെന്ന്. കണ്ടാൽ മിണ്ടില്ലെങ്കിലും മകളല്ലേ അച്ഛന്റെ സൗമനസ്യം ബാങ്കിൽ ഇപ്പോൾ കിടപ്പുണ്ട്. അതുകൊണ്ട് ജീവിക്കാൻ ബുദ്ധിമുട്ടാവില്ലെന്നു സുധ പറയുന്നു.”

ജിഷ്ണു സുധയെ നോക്കിയിരുന്നു കുറേനേരം. കാതിലോ കഴുത്തിലോ കൈയിലോ പൊന്നിന്റെ തരിയല്ല. അത് അവളുടെ വശ്യത

കൂട്ടുകയാണ് എന്നു തോന്നി. പരുക്കൻ പാന്റും അതിലും പരുക്കനായ ഷർട്ടുംകൂടിയാവുമ്പോൾ സുധയ്ക്കു തീർത്തും വന്യമായ ഒരു സൗന്ദര്യം ഉണ്ട് എന്നു തീർച്ച.

അധികം താമസിയാതെ ഒരുദിവസം വിശ്വൻ അവന്റെ തീരുമാനം പറഞ്ഞു:

"ഞാൻ ആന്ധ്രയിലേക്കു പോകുന്നു. അവിടെ വടക്കൻ പ്രദേശത്തു പ്രസ്ഥാനം ശക്തമാണെന്നറിയാമല്ലോ. എന്നെ അവർക്കു പ്രയോജനപ്പെടാതിരിക്കില്ല."

വിശ്വൻ വളരെയേറെ ഉത്സാഹപ്പെടുന്നുണ്ടായിരുന്നു.

എട്ട്

വിശ്വൻ പോയിട്ട് ഇന്നേക്ക് എട്ടുദിവസമായി. വിശ്വൻ ആന്ധ്രയ്ക്കു വണ്ടികയറുമ്പോൾ യാത്രയാക്കാൻ ജിഷ്ണുവും സുധയും സ്റ്റേഷനിൽ പോയിരുന്നു.

തിരിച്ചുവരുമ്പോൾ ജിഷ്ണു സുധയോടു ചോദിച്ചു:

"ഇനി എവിടേക്കാ?"

"ഹോസ്റ്റലിലേക്ക്."

"നിർബന്ധമാണെങ്കിൽ ഹോസ്റ്റലിലേക്കു പോകാം. അല്ലെങ്കിൽ എന്റെ കൂടെ വരാം. എനിക്കു സന്തോഷമാണ്."

സുധ അങ്ങനെ ജിഷ്ണുവിന്റെകൂടെ താമസമായി.

ഇന്നു വടക്കുമുറിയിൽനിന്നു കുറെ അശുഭവാർത്തകൾ വന്നു. അവിടെ രണ്ടു വിഭാഗക്കാർ തമ്മിൽ സംഘട്ടനം നടക്കുകയാണത്രേ. രണ്ടോ മൂന്നോ പേർ മരിച്ചു എന്നും കേൾക്കുന്നു.

പൊലീസ് സ്റ്റേഷനിലേക്കും മറ്റു ചിലയിടങ്ങളിലേക്കും ജിഷ്ണു വിളിച്ചുചോദിച്ചു. കൃത്യമായി ഒരു വിവരവും കിട്ടുന്നില്ല.

കുറച്ചുകൂടി കാത്തിരിക്കുക. വൈകുന്നേരത്തോടെ ചിത്രം തെളിയും എന്നാണു കിട്ടിയ മറുപടി.

വൈകുന്നേരംവരെ സുധേ നാം എന്തു ചെയ്യും?

അതുകൊണ്ട് അവർ കിടപ്പുമുറിയിലേക്കു പോയി.

മാതുവിന്റെ കൃഷ്ണത്തണുപ്പ്

വീടിന്റെ വടക്കോറത്ത് ഇറങ്ങിനിന്നു വടക്കോട്ടു നോക്കുന്നു മാതു. നിവർന്ന് നിവർന്ന് മാനത്തോളം നിവർന്നിട്ടുള്ള വടക്കൻ മലയെ കണ്ണുകൾകൊണ്ട് വാരിക്കുടിക്കുക മാതുവിന്റെ പതിവ്. വീടിന്റെ അഞ്ഞൂറു വാര അകലെ നിന്നു കാട് തുടങ്ങുന്നു. അത് കനത്തു കനത്തു കനത്ത് മലയുടെ നെറുകോളം കനക്കുന്നു.

ആ കാടിനുള്ളിലെവിടേയോ കൃഷ്ണനുണ്ട്. കാലികളെ മേയ്ക്കുകയാവും. അല്ലെങ്കിൽ ഏതെങ്കിലും മരക്കൊമ്പിൽ കാലാട്ടിയിരുന്ന് ഓടക്കുഴൽ വായിക്കുകയാവും. നല്ല രസമായിരിക്കാം കാണാൻ.

അമ്മയോട് ഒരിക്കൽ ചോദിച്ചു: "അമ്മ കാട്ടിൽ പോയിട്ടില്ലേ എന്ന്. അമ്മ ഇന്നു വരെ പോയിട്ടില്ലത്രെ.

"അപ്പൊ കൃഷ്ണനെ നേരിട്ടു കണ്ടിട്ടില്ല അല്ലേ?"

"ഏതു കൃഷ്ണനെ? തെക്കേപ്പാട്ടെ കൃഷ്ണനെയോ. ധാരാളം കണ്ടിട്ടുണ്ട്. കള്ളുകുടിച്ചു വേലിയോടു കയർക്കുന്നത്."

അമ്മ പരിഹസിക്കുകയാണെന്നറിഞ്ഞിട്ടും മാതു പറയാതിരുന്നില്ല. "തെക്കേപ്പാട്ടെ കൃഷ്ണനെയല്ല അമ്മെ. സാക്ഷാൽ കൃഷ്ണനെയാണ് ഞാൻ ഉദ്ദേശിച്ചത്."

"നന്റെ പ്രാന്ത് കുറെ കൂടുന്നുണ്ട് മാതു."

ഇതു പറയുമ്പോൾ മാതുവിന് വയസ്സ് പന്ത്രണ്ട്. അമ്മയ്ക്ക് മുപ്പത്തേഴ്. പിന്നെ കുടുംബത്തിൽ അച്ഛൻ മാത്രം. അച്ഛനു നാൽപ്പത്താറ്. പട്ടണത്തിലെ ഒരു പലചരക്കു പീടികയിൽ അച്ഛൻ കണക്കെഴുതുന്നു. ആ കിട്ടുന്ന സമ്പാദ്യംകൊണ്ട് അമ്മ തട്ടിമുട്ടി കുടുംബത്തിന്റെ ദിവസ

ങ്ങൾ നീക്കുന്നു.

അച്ഛൻ കണക്കല്ലാതെ മറ്റൊന്നും ചിന്തിക്കാറില്ലെന്നു തോന്നുന്നു. ദൈവത്തെപ്പോലും. രാവിലെ എട്ടുമണിക്ക് ഉച്ചച്ചോറുമായി പട്ടണത്തിലേക്ക് പുറപ്പെടും. പിന്നെ രാത്രി ഒമ്പതരയ്ക്കാണ് തിരിച്ചെത്തുക. ഒഴിവു ദിവസങ്ങളിൽ കിഴക്കോറത്തു കണ്ണുപാതിയടച്ച് ഒറ്റ ഇരിപ്പാണ്. ഭാര്യയോട് ഒരു തമാശ പറഞ്ഞു കേട്ടിട്ടില്ല. കലഹിച്ചും കേട്ടിട്ടില്ല. ഉണ്ണാൻ വിളിച്ചാൽ ചെന്നു പലകയിട്ടിരുന്ന് ഊണുകഴിക്കും. പിന്നെയും തിരികെ വന്ന് അതേ ഇരിപ്പ്.

മാതു തെക്കിനിയിൽ പായ വിരിച്ച് അവിടെയാണ് രാത്രി കിടന്നുറങ്ങുക. മറ്റൊരു ഭാഗത്ത് അമ്മ കിടക്കുന്നുണ്ടാവും. അമ്മേ, അച്ഛനും അമ്മയ്ക്കും കൂടി ആ മുറിയിൽ ഒന്നിച്ചു കിടന്നൂടെ എന്നു പലപ്പോഴും ചോദിക്കണമെന്നു മാതുവിനു തോന്നിയിട്ടുണ്ട്. ചോദിക്കാതിരിക്കാനും കാരണമുണ്ട്. വല്ലപ്പോഴും അച്ഛനെ വിളിച്ച് അമ്മ വടക്കേ അറയിലേക്കു പോകാറുണ്ട്. അപ്പോൾ മാതുവിനു സന്തോഷം തോന്നും. അവർ മനുഷ്യരെപ്പോലെ ചിലപ്പോഴെങ്കിലും പെരുമാറാൻ മറക്കുന്നില്ലല്ലോ എന്നായിരുന്നു ആ സന്തോഷത്തിന്റെ ആന്തരം. കുറേയൊക്കെ എന്നല്ല വേണ്ടതെല്ലാം നല്ലപോലെ തിരിച്ചറിയാൻ തുടങ്ങിയിരിക്കുന്നു മാതു. അവൾ പതുക്കെച്ചെന്നു താക്കോൽ പഴുതിലൂടെ ശ്രദ്ധിക്കും. അമ്മയ്ക്കു തന്നെ മുൻകൈ. അച്ഛൻ, അമ്മ പറയുന്നപോലെ ചെയ്യുന്നു എന്നേ കലങ്ങി നിൽക്കുന്ന ഇരുട്ടിൽ കഷ്ടിച്ചു മനസിലാവുന്നുള്ളൂ. അങ്ങനെയെങ്കിലും ചെയ്യുന്നുണ്ടല്ലോ എന്ന് അവൾ അപ്പോഴൊക്കെ സമാധാനിക്കും.

പിന്നെ തന്റെ പായിലേക്ക് തിരിച്ചു വന്നു മലർന്നു കിടന്ന് അവൾ ആലോചനയിൽ മുഴുകും – രാധയ്ക്ക് രാത്രി മുഴുവൻ കൃഷ്ണൻ സ്വൈരം കൊടുത്തിട്ടുണ്ടാവില്ല. രാധ അപ്പോൾ എങ്ങനെയാണാവോ തിരിച്ചു പെരുമാറിയിരിക്കുക. ആ രംഗം സങ്കൽപ്പിച്ചുകൊണ്ട് അവൾ രോമാഞ്ചം കൊണ്ടുവരട്ടെ, ഒരുദിവസം കൃഷ്ണൻ എന്റെ സമീപത്തും വരാതിരിക്കില്ല. രാധയോ ഞാനോ കേമി എന്ന് അപ്പോൾ കാണിച്ചുകൊടുക്കാം.

ഏഴാം ക്ലാസിലെ ടീച്ചർ ഒരുദിവസം മാതുവെ വീട്ടിലേക്കു വിളിച്ചു കൊണ്ടുപോയി. രാധാകൃഷ്ണ ലീലകളിൽ മുൻകൈയെടുത്തിരുന്നത് ആരായിരുന്നു എന്നു ടീച്ചറോടു മാതു ചോദിച്ച ദിവസമായിരുന്നു അത്. ടീച്ചർ ഒരുത്തരവും പറയാതെ ഒന്നു ചിരിച്ചതേയുള്ളൂ. അപ്പോൾ ടീച്ചറുടെ ചിരി കാണാൻ നല്ല രസമുണ്ടായിരുന്നു. മറ്റാരും അടുത്തില്ലാത്തപ്പോഴാണ് മാതു ടീച്ചറോട് കുസൃതി ചോദിച്ചത്.

വീട്ടിൽ ടീച്ചർ മാതുവിനു കാപ്പീം പലഹാരോം കൊടുത്തു. കഴിച്ചു കൊണ്ടിരിക്കുമ്പോൾ ടീച്ചർ ചോദിച്ചു:

"മാതുവിന് എന്താ അറിയേണ്ടിയിരുന്നത്?"

"ഞാൻ തമാശ ചോദിച്ചതാ ടീച്ചർ" എന്നു പറഞ്ഞ് മാതു ടീച്ചറുടെ കണ്ണുകളിലേക്കു നോക്കി. അവരുടെ തിരിച്ചുള്ള നോട്ടത്തിൽ മാതു സുഖ കരമായി പുളഞ്ഞു.

ഒരുമണിക്കൂറിനുശേഷം തിരിച്ചുപോരുമ്പോൾ മാതു ഒരുപാട് അറിഞ്ഞു കഴിഞ്ഞിരുന്നു. ടീച്ചർ ചിലപ്പോൾ വല്ലാത്തൊരു ശബ്ദമുണ്ടാ ക്കിയിരുന്നു. ആ ശബ്ദത്തിൽ ലയിച്ച് അവളും ശബ്ദിച്ചു.

പോരാൻ നേരത്ത് ടീച്ചർ ചോദിച്ചു:

"ഇഷ്ടായോ മാതു?"

"ഉവ്വ്"

"ഇടയ്ക്കെല്ലാം ഇനീം വരില്ലേ?"

"വരാം."

"അപ്പൊ രാധാകൃഷ്ണ ലീലകളിൽ ആരാണു മുൻകൈയെടുത്തി ട്ടുണ്ടാവുക?"

മാതു ചിരിച്ചു. അപ്പോൾ ടീച്ചറും.

രാധാകൃഷ്ണ ലീലകൾ നമ്മുടെ സ്വപ്നങ്ങളായിരുന്നു എന്നു ടീച്ചർ ഒരിക്കൽ പറയുകയുണ്ടായി. ഒരു അസത്യം കേട്ടപോലെ നിന്നു പോയി മാതു. അപ്പോൾ രാത്രി മുഴുവൻ ആരുടെ കൂടെയോ ചുറ്റി തിരിഞ്ഞു പിറ്റേന്നു കാലത്ത് ഒരു കള്ളലക്ഷണത്തോടെ രാധയുടെ മുമ്പിൽ കൃഷ്ണൻ നിന്നതോ? എന്നിട്ട് എന്തെല്ലാമോ പറഞ്ഞ് രാധയെ ധരിപ്പി ക്കാൻ ശ്രമിച്ചതോ? അപ്പോൾ ഉറക്കമൊഴിച്ചു തൂങ്ങിയ കണ്ണുകളും ക്ഷീണിച്ച മുഖവുമായി മുമ്പിൽ വന്നു നിൽക്കുന്ന കൃഷ്ണനോടു യാഹി, മാധവ യാഹി, കേശവമാകൂ കൈതവവാദം എന്നു രാധ കോപിച്ചതോ?

ഒക്കെ നമ്മൾ മനുഷ്യർ കെട്ടിയുണ്ടാക്കിയ കഥകളാണ് മാതു. കവി കളുടെ സ്വപ്നങ്ങൾ. സ്വപ്നങ്ങൾ സത്യമല്ലല്ലോ. എന്നാലും ജീവിത ത്തിൽ ഇങ്ങനെ കുറെ സ്വപ്നങ്ങൾ ഉണ്ടാവുന്നതു നല്ലതാണ് എന്നും പറയാം.

അന്നു രാത്രി മാതുവിന് ഉറങ്ങാൻ കഴിഞ്ഞതേയില്ല. ടീച്ചറുടെ വാക്കു കൾ അവളുടെ വലിയ സങ്കൽപ്പങ്ങളെയാണ് കടപുഴക്കിയിരിക്കുന്നത്.

കനത്തു നിൽക്കുന്ന ഈ വടക്കൻകാട് കൃഷ്ണനില്ലെങ്കിൽ പിന്നെ എന്തിനാണ്? അമ്പലത്തിൽ എടയ്ക്കകൊട്ടി അഷ്ടപദി പാടുന്നത് വെറു തെയാണെന്നോ?

"അമ്മേ അമ്മേടെ അഭിപ്രായമെന്താ? രാധയും കൃഷ്ണനും ഒന്നും

ഉണ്ടായിട്ടില്ല എന്നാണോ? കൃഷ്ണനും രാധയും ഉണ്ടായിട്ടില്ലെങ്കിൽ പന്നെ നമ്മുടെ ഒരു പഴയ മുത്തശ്ശി കൃഷ്ണനെ നേരിൽ കണ്ടതോ?"

"ഏതു മുത്തശ്ശ്യാ കൃഷ്ണനെ കണ്ടത്?"

"നമ്മുടെ തറവാട്ടിലെ ആദ്യത്തെ മുത്തശ്ശി. എന്നോ മരിച്ചുപോയ മുത്തശ്ശി." പെട്ടെന്ന് അടുക്കളയിലേക്കു തിരിഞ്ഞു നടന്ന അമ്മ പറഞ്ഞു:

"നിന്റെ പ്രാന്ത് കുറെ കൂടുന്നുണ്ട് മാതു."

ശരിയാണ് തനിക്ക് കുറെ പ്രാന്തുണ്ട്. മറ്റു പലർക്കും ഇല്ലാത്ത പ്രാന്ത്. തനിക്കു രണ്ടു ജീവിതമുള്ളതായി മാതുവിനു തോന്നാറുണ്ട്. അച്ഛനും അമ്മയും ചിലപ്പോൾ ടീച്ചറും അടങ്ങുന്ന ഒരു ലോകം. ഇപ്പോൾ മാതുവിനു വയസു പതിനാലു കഴിഞ്ഞിരിക്കുന്നു. സ്വപ്നത്തിൽ മറ്റൊരു ലോകം വയസു കൂടുന്തോറും തെളിഞ്ഞു തെളിഞ്ഞു വരുന്നു.

വല്ലാതെ പഴകിപ്പോയ ഒരു വീട്ടിൽ കഴിയുന്നതുകൊണ്ട് തോന്നുന്നതാവുമോ? പാഴ്മരങ്ങൾ നിറഞ്ഞ വളപ്പ്. ഭ്രാന്തൻ പുല്ലുകൾ ആളോളം ഉയരത്തിൽ തൊടിമുഴുവൻ. പാമ്പിൻപുറ്റുകൾ, തെക്കേമൂലയ്ക്ക് തിരി പോലും കൊളുത്തിവയ്ക്കാതെ അനാഥപ്പെട്ട ഒരു പാമ്പിൻകാവ്. വീടിനുള്ളിലാവട്ടെ വെളിച്ചം വീഴാത്ത മുക്കുകളും മൂലകളും.

ടീച്ചർ ഒന്നോ രണ്ടോ തവണയേ വന്നിട്ടുള്ളൂ. ഭൂതകാലത്തെ ഒരു സന്ധിയിൽ എത്തിപ്പെട്ട പോലെയാണത്രെ ടീച്ചർക്ക് തോന്നിയത്. കാലഹരണപ്പെട്ട ഒരവസ്ഥയിൽ നിന്നുകൊണ്ട് ടീച്ചർ പറഞ്ഞു:

"ചിലചില ശബ്ദങ്ങളോ തേങ്ങലുകളോ കേൾക്കുന്നപോലെ. നീയും കേൾക്കുന്നില്ലേ മാതു."

മാതുവിനും ചിലപ്പോഴെല്ലാം ആ ശബ്ദങ്ങൾ കേൾക്കാൻ കഴിഞ്ഞിരുന്നു. അമ്മയോടു പറഞ്ഞുപോയെന്നിരിക്കട്ടെ പെണ്ണിന്റെ പ്രാന്ത് കൂടുന്നുണ്ട് എന്ന് അപ്പോഴും പറഞ്ഞുകൊണ്ട് അമ്മ അടുക്കളയിലേക്കു പോവും.

രണ്ടാംവരവിനു ടീച്ചർ പറഞ്ഞത് ഇങ്ങനെയായിരുന്നു.

"ഇരുണ്ട് കിടക്കുന്ന ഈ മുക്കിലും മൂലയിലുമെല്ലാം പ്രേതങ്ങളുണ്ടാവണം. അവറ്റടെ കൂടെ മാതു നീ എന്തുധൈര്യം വച്ചാണു കഴിയുക?"

തന്റെ നേർക്കു നടന്നുവരുന്ന മാതുവെ കാണുമ്പോൾ ചിലപ്പോൾ ടീച്ചർ അനങ്ങാതെ നിന്നുപോവും. എന്താ ടീച്ചർ എന്തുപറ്റിപ്പോയി എന്നോ മറ്റോ മാതു ചോദിച്ചാൽ അവർ ഒന്നു ചിരിക്കും.

"ഒരു യക്ഷി നടന്നുവരികയാണെന്നു നിന്റെ വരവുകാണുമ്പോൾ പലപ്പോഴും തോന്നിപ്പോവുന്നു. അജ്ഞേയമായ എന്തോ ഒന്നു നിന്നിൽ ഉള്ളപോലെ. ഇങ്ങനെ പറഞ്ഞാൽ ശരിയാവുമോ എന്നറിയില്ല– മാതു

ഒരു വാസ്തവമാണ്. അതേസമയം അവാസ്തവവും."

മാതു അപ്പോൾ മുതുമുതു മുത്തശ്ശിയെ ഓർത്തുപോയി. അവർ അവാസ്തവം മാത്രമായിരിക്കുമോ?

എന്താ കൃഷ്ണാ വാസ്തവം? എന്താ അവാസ്തവം.

രണ്ട്

സർപ്പക്കാവിന്റെ വടക്കുകിഴക്കേ മൂലയിൽനിന്ന് ഒന്നരക്കോലുവിട്ട് ഒരു പാമ്പിൻ പുറ്റുണ്ട്. ഒരുദിവസം രാവിലെ മാതു അതു കിളച്ചു മറിക്കുന്നു. അതു കണ്ടു വന്ന അമ്മ ഇവൾക്ക് ശരിക്കും ഭ്രാന്തായിപ്പോയോ എന്നു പേടിച്ചു.

"പാമ്പിൻപുറ്റ് ഇങ്ങനെ കിളച്ചു മാറ്റാൻ പാട്വോ. പാപം കിട്ട്വോലോ."

അവൾ ഒന്നും പറഞ്ഞില്ല. അഞ്ചെട്ടു കിളകൂടി കഴിഞ്ഞപ്പോൾ കാണേണ്ടതു കണ്ടു.

പഴയ രണ്ട് ഓട്ടുതള.

അമ്മ തള വാങ്ങി തിരിച്ചും മറിച്ചും നോക്കി അത്ഭുതപ്പെട്ടു.

"ഇത് ഇവിടെ കിടപ്പുണ്ടെന്നു നീ എങ്ങനെ അറിഞ്ഞു?"

അമ്മയുടെ പരിഹാസം ഇപ്പോൾ മാതുവിന്റെ മുഖത്താണ് കണ്ടത്.

"മുത്തശ്ശില്യാ മുത്തശ്ശില്ല്യാ എന്നല്ലേ അമ്മ ഇതുവരെ പറഞ്ഞത്. ആ ഇല്ല്യാത്തമുത്തശ്ശിയുടെ തളകളാണ് ഇവ. എന്നോടു കഴിച്ചെടുത്തോളാൻ ഇന്നലെ രാത്രി സ്വപ്നത്തില് പറയ്."

അമ്മ അങ്കലാപ്പിൽ എന്താണ് പറയേണ്ടതെന്ന് അവർക്കു നിശ്ചയമില്ല. എന്തു പ്രാന്താണാവോ എന്നു പിറുപിറുത്തുകൊണ്ട് അവർ അവിടെനിന്നും പോയി.

ടീച്ചറോട് അവൾ പറഞ്ഞു:

"കേട്ടത് ശരിയാണ് ടീച്ചർ. പഴയ ചില വിഗ്രഹങ്ങളുടെ കാലിൽ കണ്ടിട്ടില്ലെ അതുപോലെത്തെ തള. മുത്തശ്ശി വന്നു പറഞ്ഞപ്പോൾ എനിക്ക് വിശ്വസിക്കാതിരിക്കാൻ തോന്നിയില്ല. രാവിലെ നല്ല വിശ്വാസത്തിലാണ് ഞാൻ പറഞ്ഞ സ്ഥലത്തു കിളയ്ക്കാൻ തുടങ്ങിയതും..... ഒരു പിടിയും കിട്ടുന്നില്ല എന്നൊന്നും ടീച്ചർ പറയരുത്. മുത്തശ്ശി പറഞ്ഞത് എന്താണെന്നോ. ഉണർവിന്റെ ലോകംപോലെ ഉറക്കത്തിന്റെ ഒരു ലോകവും അവർക്കുണ്ടായിരുന്നുവത്രെ. മരണപ്പെടലോടെ ഉണർവിന്റെ ലോകം അവർക്കു തീർന്നു. ഇപ്പോൾ ഉറക്കത്തിന്റെ ലോകമാണത്രെ. അതിനു നാശമില്ല. ഉറക്കത്തിന്റെ ലോകത്തിൽ നടക്കുന്നതിനെ സ്വപ്നം എന്നു വിളിക്കുന്നു."

എന്നിട്ട് മുത്തശ്ശി ഇങ്ങനെ പറഞ്ഞു:

“പക്ഷേ, എന്റെ സ്വപ്നങ്ങൾ എല്ലാം ഉണർവിന്റെ ലോകത്തിൽ സംഭവിച്ചപോലെ സത്യങ്ങളാണ്.”

“മുത്തശ്ശി പറയുന്നതിൽ സത്യമുണ്ടെന്നു വിശ്വസിക്കാൻ ദൃഷ്ടാന്ത ങ്ങളുണ്ടായിരുന്നു ടീച്ചർ. ഇന്നലെ എന്നെ കാണാൻ വന്നത് ഏമ്പക്കം വിട്ടുകൊണ്ടായിരുന്നു. വയറുനിറച്ച് ഉണ്ടിട്ടാണ് വരുന്നതെന്നു പറഞ്ഞു: കൂട്ടാന്റെ മണം അപ്പോഴുമുണ്ടായിരുന്നു ഒരു ദൃഷ്ടാന്തമായിട്ട്.”

“ആരാ മുത്തശ്ശീ ഉറക്കത്തിൽ ഇങ്ങനെ ഉണ്ണാൻ കൊണ്ടുവന്നു തരു ന്നത്?”

“ആരാ എന്നൊന്നും പറയാൻ അറിഞ്ഞുകൂടാ. മുമ്പിൽ വിഭവങ്ങൾ അങ്ങനെ നിരക്കും. നമ്മളന്നെ കോരി ഇലയിലേക്കെടുക്കണം. ചിലപ്പോൾ മരിച്ചുപോയ മറ്റാരെങ്കിലും ഊണുകഴിക്കാൻ കൂടെ വന്നിരിക്കാനും മതി. ഒന്നോരണ്ടോ തവണ കൃഷ്ണനും കൂടെയിരുന്നുണ്ണാൻ വരികയുണ്ടായി. ഒരിക്കൽ കൂടെ ഒരു ഗോപികയേയും കൊണ്ടാണ് വന്നത്. പതിനാറായി രത്തൊന്നിൽ ആരെങ്കിലുമായിരിക്കും. രാധയല്ല തീർച്ച. കവിളത്തും കണ്ണുകളിലും വല്ലാത്ത തിളക്കമുള്ള പെൺകുട്ടി.”

അമ്മ തളകൾ കൈയിൽ വച്ചുകൊണ്ടിരിക്കുകയാണ്. നല്ല പഴക്ക മുണ്ട്. “മാതൂ, എന്റെ അത്ഭുതം അതല്ല. ഇവ കിടന്നിരുന്ന സ്ഥലം നീ എങ്ങനെ കൃത്യമായി കണ്ടെത്തി എന്നതു തന്നെയാണ്. അപൂർവമാ യൊരു ലോഹക്കൂട്ടിലാണ് ഇതിന്റെ പണി എന്നു തോന്നുന്നു. എന്തൊ ക്കെയാണുണ്ടായതെന്ന് ഒന്നു പറയ് മാതു, പ്രാന്തു പറയാതെ ഒന്നു പറയ്.”

“അമ്മേ ഒരു പ്രാന്തൻ ലോകത്തിലാണു ഞാൻ എന്നു ചിലപ്പോ ഴൊക്കെ എനിക്കും തോന്നാറുണ്ട്. പകുതി വാസ്തവം പകുതി അവാ സ്തവം അങ്ങനെയാണു ഞാൻ. മുഴുവൻ അമ്മ കേൾക്കാൻ തയാറാ ണെങ്കിൽ ഞാൻ പറയാം....... എന്നെ കെട്ടിപ്പിടിച്ച് കിടന്നുകൊണ്ടാണ് മുത്തശ്ശി പറഞ്ഞത്. “എന്റെ കുട്ടിയുടെ ദേഹത്തു പൊന്നിന്റെ ഒരു തരി പോലുമില്ലല്ലോ എന്ന്.” മുത്തശ്ശിയുടെ ഉള്ളു വേദനിച്ചു. അവരുടെ ദേഹ ത്തിന് ഒരു പ്രത്യേക മണമായിരുന്നു. മരണപ്പെട്ടവരുടെ ദേഹത്ത് ഉണ്ടാ വുന്ന ചീത്തമണമല്ല. ചുക്കിച്ചുളിഞ്ഞ ആ ദേഹത്തിന് ഇത്തിരി ചൂടു പോലുമില്ലായിരുന്നു. എന്റെ ചെവിയിൽ സ്വകാര്യം പറയുംപോലെ മുത്ത ശ്ശിയുടെ വാക്കുകൾ വീഴും. ആ വായയ്ക്കും നമുക്കു പരിചയമില്ലാത്ത ഒരു നല്ല മണമായിരുന്നു. മണക്കുന്ന ആ വായകൊണ്ട് അവർ ഇങ്ങനെ പറഞ്ഞു: “ഞാൻ കുട്ടിക്കു കാലിലിടാൻ തള തരുന്നുണ്ട്. പല വിധത്തി ലുള്ള ലോഹക്കൂട്ടുകൊണ്ട് പണിത രണ്ടു തള.”

അതുകേട്ടപ്പോൾ എനിക്ക് വലിയ സന്തോഷമൊന്നും തോന്നിയില്ല. സത്യമാണ്, എന്നാൽ പിന്നീടുള്ള മുത്തശ്ശിയുടെ വാക്കുകൾ എന്നെ എന്താണ് ചെയ്തതെന്നു അറിഞ്ഞൂടാ. പേടിപ്പിക്ക്യെ, അമ്പരപ്പിക്ക്യേ....

അമ്മ ഈ മാതൂനെ ശ്രദ്ധിച്ചു കേട്ടോളൂ. മുത്തശ്ശി പറഞ്ഞതെല്ലാം വള്ളിപുള്ളി വ്യത്യാസമില്ലാതെ ഞാൻ പറയാം. തുടങ്ങട്ടെ –

മാതൂ എന്റെ ചെറുപ്പത്തിൽ ഞാൻ അതീവ സുന്ദരിയായിരുന്നു. ഭൂലോകത്തല്ല" ദേവലോകത്തും എന്നെപ്പോലെ ഒരു സുന്ദരി ഉണ്ടായിരുന്നില്ല. കൃഷ്ണൻ പലരും പറഞ്ഞുകേട്ട് ഒരിക്കൽ എന്നെ കാണാൻ വരികപോലുമുണ്ടായി. നമ്മുടെ തറവാടു പണികഴിച്ച് ഒരു കൊല്ലം തികയുന്ന ദിവസം. മുറ്റത്തു കൃഷ്ണനാട്ടം കളിവച്ചു. അന്നു കണ്ട ദിക്കിലൊന്നും കൃഷ്ണനാട്ടം കളിച്ചുകൂടാ. കളികാണാൻ കൃഷ്ണൻ തന്നെ എഴുന്നള്ളും. മുമ്പിൽ കളിവിളക്കിന് അടുത്തുതന്നെ ഇരിക്കും. അതുകൊണ്ട് പുണ്യസ്ഥലത്തേ കളിപാടൂ.

നമ്മുടെ തറവാടിന്റെ ഒന്നാമത്തെ കാരണവരുടെ പ്രമാണിത്തം എന്നല്ലാതെ എന്തു പറയേണ്ടു മാതൂ. നമ്മുടെ മുറ്റത്തേക്കു കളിക്കാർ വന്നു. ഗുരുവായൂർന്ന്. പെൺകുട്ടികൾക്കു വേഗത്തിൽ നല്ലൊരു ഭർത്താവിനെ കിട്ടാൻ ഇന്നത്തെപ്പോലെ അന്നും രുഗ്മിണീസ്വയംവരം, കൃഷ്ണനാട്ടം കളിപ്പിക്കുന്ന പതിവുണ്ടായിരുന്നു. എനിക്കു നല്ലൊരാളെ കിട്ടാൻ വേണ്ടിയാവാം ആ കഥയാണ് നിശ്ചയിച്ചത്. ഇത് ഒന്നാം ദിവസത്തെ കളി. മൂന്നു ദിവസത്തെ കളിയാണു നിശ്ചയിച്ചിരുന്നത്.

മാതൂ, അന്നത്തെ കൃഷ്ണന്റെ അഭിനയത്തെപ്പറ്റി എന്താ പറയേണ്ട്ന്ന് അറിയുന്നില്ല. ഇങ്ങനെ ഒരു വേഷപ്പകർച്ച്യോ, നാട്യപ്പകർച്ച്യോ. ഞാൻ മുറ്റത്തിരുന്നു തളരുകയായിരുന്നു. കൃഷ്ണന്റെ ശ്രദ്ധ മുഴുവൻ എന്നിലായിരുന്നു. ആ നോട്ടത്തിന്റെ കൂർപ്പിൽ ഞാൻ നാണിച്ചു. നാണിക്കുക മാത്രമല്ല..... അതവിടെ നിക്കട്ടെ.

കുളികഴിഞ്ഞ് ഒരു പഴുതുണ്ടാക്കി കൃഷ്ണൻ എന്റെ അടുത്തു വന്നു. ഞാൻ ഒന്നും പറയാൻ ആവാതെ തലതാഴ്ത്തി നിന്നു. കൃഷ്ണൻ പതുക്കെ ചോദിച്ചു:

"എന്റെ ആട്ടം നന്നായോ?"

ങും എന്നു ഞാൻ മൂളിയോ ആവോ.

"നാളെയും വരാം" എന്നു പറഞ്ഞാണു കൃഷ്ണൻ പോയത്.

വേഷക്കാരന്റെ ശരിയായ പേരു ചോദിക്കാൻ വിട്ടുപോയതിൽ ഞാൻ അപ്പോൾ ഖേദിച്ചു. നാലുകെട്ടിലെ താഴത്തെ രണ്ടു മൂന്ന് അറകളാണു കളിക്കാർക്കു നീക്കിവച്ചിരുന്നത്. അവിടെ ചെന്നാൽ വേഷമഴിച്ചു കഴിഞ്ഞ കൃഷ്ണനെ കാണാമല്ലോ. ആശയോടെ ഞാൻ അമ്മയെയും കൂട്ടി

അങ്ങോട്ടു ചെന്നു. ദൈവമേ എന്ന് ആരു വിളിച്ചുപോവും മാതൂ. അവിടെ ഞങ്ങൾ കണ്ടതെന്താണെന്നോ?

കൃഷ്ണാ, ശരണം എന്നു സ്വന്തം മനസിലേക്കു ജപിച്ചിരിക്കുകയാണു വേഷക്കാരും വാദ്യക്കാരും. പിന്നെ അവിടെ കൂടിയവരും. വിവരം കേട്ടപ്പോൾ ഞാൻ അടിമുടിവിറച്ചുപോയത് ഇപ്പോൾ ഇതാ വീണ്ടും അനുഭവിക്കുകയാണ് മാതു. കൃഷ്ണൻ ആടേണ്ട വേഷക്കാരൻ വേഷത്തോടെ ഒരു മൂലയ്ക്ക് കിടന്നുറങ്ങുകയാണു ബോധം കെട്ടപോലെ.

അപ്പോ കൃഷ്ണനായി അരങ്ങത്തു വന്നത്?

കടാക്ഷം മുഴുവൻ എനിക്കു തന്നത്?

പിന്നെ നാളെ വരാമെന്ന് എന്റെ അരികത്തു വന്നുനിന്നു പറഞ്ഞു പോയത്?

അപ്പോഴും ദേഹം മുഴുവൻ ഒരു വിറയലായിരുന്നു. തല ചിന്നും പോലെ ഒരു തോന്നൽ.

എന്റെ കൃഷ്ണാ എന്നു ജപിക്കുമ്പോൾ കണ്ണുനിറയുന്നു. അമ്മയും അന്തംവിട്ടുപോയിരുന്നു. അവരും കൃഷ്ണനാമം ജപിക്കുകയായിരുന്നു.

പിറ്റേന്ന് ആട്ടം തുടങ്ങുന്നതുവരെ ഒരു സ്വബോധവും മുത്തശ്ശിക്ക് ഉണ്ടായിരുന്നില്ലത്രെ. മുത്തശ്ശിയുടെ അപ്പോഴത്തെ രൂപം ഒന്നു മനസിൽ വരച്ചെടുക്കാൻ മാതു ശ്രമിച്ചു നോക്കി. പറ്റുന്നില്ല.

മുത്തശ്ശി ഉത്സാഹത്തോടെ കഥ തുടരുകയാണ്:

"പിറ്റേന്ന് അത്താഴം കഴിച്ചെന്നു വരുത്തി ഞാൻ അരങ്ങിനു മുമ്പിൽ ചെന്നിരുന്നു. പെണ്ണിന്റെ ഒരു വെറളി എന്ന് അമ്മ പറയുന്നതു കേട്ടില്ലെന്നു ഞാൻ നടിച്ചു. ആട്ടം തുടങ്ങിയപ്പോൾ എനിക്കു സങ്കടം വന്നു. നാളേം വരാമെന്നു പറഞ്ഞു നീ എന്നെ കബളിപ്പിക്ക്യാ കൃഷ്ണാ എന്നു ഞാൻ ആവലാതിപ്പെട്ടുകൊണ്ടിരുന്നു. അവിടെനിന്നു എഴുന്നേറ്റു പോയാലെന്താ എന്നുപോലും എനിക്കു തോന്നാതിരുന്നില്ല.

അരങ്ങിലേക്കു തുറിച്ചു നോക്കി അരങ്ങു കാണാതെ ഞാൻ എത്ര നേരമിരുന്നു എന്ന് ഓർമയില്ല. അപ്പോൾ ഒരനക്കം. ഇതാ ഞാൻ എന്ന ചെത്തം. ഒരു ഞെട്ടലോടെ ഞാൻ വലത്തോട്ടു നോക്കി. എന്നെ മുട്ടിക്കൊണ്ടു കൃഷ്ണനിരിക്കുന്നു.

എല്ലാരും കാണ്വോലോ കൃഷ്ണാ എന്നു പറഞ്ഞുകൊണ്ട് നീങ്ങിയിരിക്കാൻ ശ്രമിച്ച എന്നെ മുറുക്കിപ്പിടിച്ചു കൃഷ്ണൻ പറഞ്ഞു:

"പേടിക്കേണ്ടാ, എന്നെ നീയല്ലാതെ ഒരാളും കാണുന്നില്ല."

ശരിയാണല്ലോ എന്ന് എനിക്ക് ആശ്വാസം വീണു. ഒന്നുകൂടി ഞാൻ കൃഷ്ണനെ തെരക്കിയിരുന്നു.

കൃഷ്ണനും മുത്തശ്ശിയുമായുള്ള ആ ഇരുത്തം മാതു ഉള്ളുനിറയെ

കാണുകയായിരുന്നു. അങ്ങനെ കൃഷ്ണനോടൊപ്പം ഇരുന്നു കിട്ടാൻ മാതു ധൃതിവച്ചു.

"നീ ഒന്ന് എളകാതിരിക്കൂ മാതു. ഞാൻ പറഞ്ഞു തീരട്ടെ. എന്താ നന്റെ സംശയം? കൃഷ്ണൻ ഒന്നും കാട്ടാതെ അങ്ങനെ ഇരുന്നു എന്നോ. കൃഷ്ണനല്ലെ ആള്. കള്ളൻ എന്നെ ആട്ടം കാണാൻ സമ്മതിച്ചതേയില്ല. ആവശ്യല്ല്യാത്തോടത്ത് തൊട്ടും പിടിച്ചും സ്വൈരം തന്നില്ല എന്നു പറഞ്ഞാൽ പോരെ."

മുത്തശ്ശി, കഥ അവിടെ നിർത്താൻ തുടങ്ങിയപ്പോൾ മാതു വീട്ടില്ല. ശരി, ഇനിയും പറയാമെന്നു പറഞ്ഞ് അവർ തുടർന്നു.

അന്നു കളികഴിഞ്ഞു കൃഷ്ണൻ മുത്തശ്ശിയുടെ കൂടെ മുകളിലെ പടിഞ്ഞാറ്റിയിൽ കുറേനേരം കൂടി. നിന്റെ സൗന്ദര്യത്തെക്കുറിച്ച് ഒരു പാട് കേട്ടു. കേട്ടു കേട്ട് കാണാതെ വയ്യെന്നായി. അങ്ങനെ വന്നതാണ് എന്നാണു കൃഷ്ണൻ പറഞ്ഞത്.

ആദ്യം വിസ്തരിച്ചൊന്നു കാണണം എന്നു നിശ്ചയിച്ചു. അതിനെടുത്ത സൂത്രാ വേഷക്കാരനെ ഉറക്കിയത്. എന്നിട്ട് അരങ്ങിൽ വന്നപ്പോൾ ഇതാ നല്ലപോലെ കണ്ടോളൂ എന്ന മട്ടിൽ നീ തൊട്ടുമുന്നിൽ.

കണ്ടപ്പോൾ എന്തു തോന്നി എന്നു മുത്തശ്ശിക്കു ചോദിക്കാതിരിക്കാൻ കഴിഞ്ഞില്ലത്രെ.

കൃഷ്ണൻ ചിരിച്ചു. ചിരിച്ചുകൊണ്ടു പറഞ്ഞു:

"കാണാതെപോയെങ്കിൽ അതെത്ര നഷ്ടമാവുമായിരുന്നു എന്നു കണ്ടപ്പോൾ.... ഇപ്പോൾ നിന്റെ മടിയിൽ ഇങ്ങനെ തലവെച്ചു കിടന്നു മുഖത്തേക്കു നോക്കുമ്പോൾ പറഞ്ഞു കേട്ടതെല്ലാം എത്ര നിസ്സാരം എന്നു തോന്നിപ്പോവുകയാണ്......"

ഇത്രയും കേട്ടുകഴിഞ്ഞാൽ മുമ്പാണെങ്കിൽ അമ്മ പരിഹാസച്ചിരിയോടെയാവും അവിടെനിന്നും പോവുക. ഇപ്പോൾ ഈ തളകൾ അമ്മയെ ഒരു ഉത്തരം കിട്ടാച്ചോദ്യത്തിൽ എത്തിക്കുന്നു. മുത്തശ്ശി വരികയും തളയെക്കുറിച്ചും അതിന്റെ സ്ഥാനത്തെക്കുറിച്ചും പറയുകയും ചെയ്തില്ലായിരുന്നെങ്കിൽ മാതു ഇതെങ്ങനെ കിളച്ചെടുക്കും?

അമ്മ മാതുവിനോടു ചോദിച്ചു:

"ഇത് കൃഷ്ണൻ മുത്തശ്ശിക്കു കൊടുത്തതാണെന്ന് അവർ നിന്നോടു പറയുകയുണ്ടായോ മാതൂ.....?"

ഈ ചെവിയിലേക്കു ചുണ്ടുകൾ അടുപ്പിച്ചു മറ്റാരും കേൾക്കരുത് എന്ന ഭാവത്തോടെയാണ് അവർ അതു പറഞ്ഞത്.

അമ്മ വീണ്ടും തളകൾ കൈയിലെടുത്തു. മുത്തശ്ശിയുടെ കാലിൽ കൃഷ്ണൻ തന്നെ ഇട്ടുകൊടുത്ത തളകൾ! അപ്പോൾ ഇതു പൂജാമുറി

യിൽ പീഠത്തിൽവച്ചു മുന്നിൽ കെടാവിളക്കു കൊളുത്തുകയല്ലേ വേണ്ടത്?

അതോ മാതുവിന്റെ പലവിധം പ്രാന്തുകളിൽ ഒന്നായിരിക്കുമോ ഇതും?

അമ്മയ്ക്ക് എന്താ ചെയ്യേണ്ടതെന്ന് നിശ്ചയിക്കാൻ വയ്യാതായി.

മൂന്ന്

നിനക്കറിയോ എന്നു പറഞ്ഞുകൊണ്ട് അമ്മ തുടങ്ങുന്നു. ഇട്ടിച്ചിരിമുത്തശ്ശ്യെ പറ്റിയാണെങ്കിൽ പറയാൻ എനിക്കും ഒരു കഥയുണ്ട്. "നിന്നെ കാണാൻ വരുന്നത് മാതു ഇട്ടിച്ചിരിമുത്തശ്ശ്യല്ലെ?"

"മുത്തശ്ശീ എന്നേ എനിക്കറിയൂ."

ചന്തക്കൊടമാണെങ്കിൽ ഇട്ടിച്ചിരിമുത്തശ്ശ്യന്നെ എന്ന് ഉറപ്പിച്ചു കൊണ്ട് അമ്മ തുടങ്ങി.

അമ്മ കഥ തുടങ്ങിയതു തള കിട്ടിയതിന്റെ മൂന്നാംപക്കമായിരുന്നു. തള കാണാതായ ദിവസമായിരുന്നു അന്ന്. വെച്ചസ്ഥലത്തു തളകൾ കാണാതെ വന്നപ്പോൾ അമ്മയെ പിടിച്ചു നിർത്തി മാതു ചോദിച്ചു:

"തളകൾ എടുത്തു അമ്മേ?"

"തളകളോ? ഏതു തളകൾ?"

"ഏതു തളകളോ? അമ്മ ഇങ്ങനെ എന്റെ മുമ്പിൽ ഒടിയൻ കളിക്കരുത്."

"എന്താ നീ പറയണ് മാതൂ? നിന്നെ ഒരു വൈദ്യനെ കാണിച്ചേ പറ്റൂ എന്നായിട്ടുണ്ട്. ആരടെ തളകളാ കാണാതായത്?"

"അമ്മേ ഞാൻ പാമ്പിൻ പുറ്റു കിളച്ചു മാറ്റുമ്പോൾ അമ്മയുണ്ടായിരുന്നൂലോ അടുത്ത്. എന്നിട്ട് തള കിട്ടിയപ്പോൾ എന്നെപ്പോലെ അമ്മയും അത്ഭുതപ്പെട്ടൂലോ. ന്നിട്ട് അമ്മേന്നെല്ലെ ഇതാ ഇവിടെ വെച്ചത്?

നിനക്ക് പ്രാന്താ മാതൂ എന്ന് അമ്മ ഇപ്പോൾ പറഞ്ഞില്ല. ഈ കുട്ടി ഇങ്ങനെയായിപ്പോയല്ലോ എന്ന് അവർ ഖേദിക്കുകയായിരുന്നു. ആ ഖേദം കണ്ടു മാതുവും വല്ലാതായി.

"എന്താ അമ്മ കരയണ്?"

മുത്തശ്ശി അപ്പോൾ അവളുടെ സ്വപ്നപ്രകൃതിയോട് ഇങ്ങനെ പറഞ്ഞതാണ് മാതുവിന് സാന്ത്വനമായത്.

"മാതു നീ പരിഭ്രമിക്കേണ്ട. ആ തളകൾ ഞാൻ തിരിച്ചെടുത്തു. അവിടെ വച്ചാൽ അത് നഷ്ടപ്പെടാൻ മതി. യഥാസമയത്തു ഞാൻ അതു നിനക്കു തരുന്നതാണ്."

അച്ഛനെ ഓർത്തുപോയി അപ്പോൾ മാതു. ആരും കാണുന്നില്ലെന്നു

തോന്നിയ ഒരു നേരത്ത് അച്ഛൻ തളകൾ എടുത്തു തിരിച്ചും മറിച്ചും നോക്കുകയായിരുന്നു. നോക്കിക്കോട്ടെ, അതിനെന്താ ഈ കള്ളലക്ഷണം എന്നാണു മാതുവിനു തോന്നിയത്. എന്താ അച്ഛനവിടെ കാട്ടണ് എന്ന അവളുടെ വാക്കുകൾ കേട്ട് അദ്ദേഹം ഞെട്ടിപ്പോയി. ഒരു കളവ് തൊണ്ടി യോടെ കണ്ടുപിടിക്കപ്പെട്ട അവസ്ഥയിലായിരുന്നു അച്ഛൻ. പെട്ടെന്ന് തള കൾ താഴെവച്ചു. പിന്നെ തല താഴ്ത്തി അവിടെ നിന്നു പിൻവാങ്ങി. അച്ഛൻ ചെയ്യുന്നതും കാണിക്കുന്നതും ഒന്നും മനസിലാവുന്നില്ലല്ലോ എന്നവൾ വേവലാതിപ്പെട്ടു.

ഇട്ടിച്ചിരി മുത്തശ്ശി അത്യധികം സുന്ദരിയായിരുന്നു എന്ന് അമ്മയും കേട്ടിട്ടുണ്ട്. സുന്ദരി മാത്രമല്ല, ഒരുമ്പെട്ടോളുമായിരുന്നു. സർപ്പക്കാവിന്റെ പിന്നാമ്പുറത്തുള്ള പൊന്തക്കാട്ടിൽ നിന്നു കാരണവർ മുത്തശ്ശിയെ ഒരു സന്ധ്യക്ക് കൈയോടെ പിടികൂടുകയുണ്ടായി എന്നും കേട്ടിട്ടുണ്ട്. സർപ്പ ങ്ങൾക്കു വിളക്കുവയ്ക്കാൻ പോയതായിരുന്നു. ഏറെ കഴിഞ്ഞിട്ടും തിരി ച്ചുവരുന്നില്ലെന്നു കണ്ട് കാരണവർ തിരയാൻ പോയതായിരുന്നു. ആരോ എഴുന്നേറ്റ് നേരെ പടിഞ്ഞാട്ട് ഓടി. കാരണവർ കുറെ ഓടിനോക്കി. പറ്റി യില്ല. ഓടുന്ന ആൾ വേലിചാടിക്കടന്നു കാട്ടിൽ മറഞ്ഞു. ചെമ്പുകോൽ പഴുപ്പിച്ചു തുടയിൽ വച്ചിട്ടും ഓടിയ ആളെക്കുറിച്ചു കമാന്നൊരക്ഷരം മുത്തശ്ശി പറഞ്ഞില്ല. അമ്മയോടു മാത്രം ഇങ്ങനെ സ്വകാരിച്ചു– വന്നത് കൃഷ്ണനായിരുന്നു.

"ഏതു കൃഷ്ണൻ?"

"സാക്ഷാൽ കൃഷ്ണൻ."

നിന്റെ പ്രാന്ത് കുറെ കൂടുന്നുണ്ടെന്ന് ആ മുത്തശ്ശിയോടും അവ രുടെ അമ്മ പറഞ്ഞു എന്നാണ് ഐതിഹ്യം.

ഇതൊക്കെ അമ്മ എവിടുന്നു കേട്ടു എന്ന മാതുവിന്റെ സംശയത്തിന് ഇട്ടികോമ്പിഅച്ചൻ പാലക്കാട് സ്വരൂപം ഭരിക്കുന്ന കാലത്താണു നമ്മുടെ തറവാടുണ്ടായതും ഇതൊക്കെ നടക്കുകയും ചെയ്തത് എന്നതിനു തെളി വുകളുണ്ട്. തട്ടുമ്പുറത്ത് എവിടെയോ എല്ലാ രേഖകളും കെട്ടിവച്ചിട്ടുണ്ട് എന്നും കേട്ടിട്ടുണ്ട്. ഞാൻ കണ്ടിട്ടില്ല എന്നാണ് അമ്മ സമാധാനം പറ ഞ്ഞത്.

അന്ന്, ഒരു രാത്രി ഒരു ഒടിയൻ പടിപ്പുരയ്ക്കു പുറത്തുനിന്ന് വല്ലാ ത്തൊരു ശബ്ദത്തിൽ ഇട്ടിച്ചിരിതമ്പ്രാട്ടീ എന്നു വിളിച്ചു. ആ ശബ്ദ ത്തിന്റെ വല്ലാത്തൊരു കലമ്പലിൽ തറവാട് ഞെട്ടിവിറച്ചു. അന്നേരം ഇട്ടി ച്ചിരി മുത്തശ്ശി പടിയിറങ്ങി ഒടിയന്റെ കൂടെപ്പോയി. എന്താ ഇട്ടിച്ചിരീ നിന്റെ ഭാവം എന്നു ചോദിക്കാനുള്ള ധൈര്യംപോലും ആർക്കും ഉണ്ടായില്ല. നേരത്തെ പറഞ്ഞുറച്ചപോലെയാണ് മുത്തശ്ശി പെരുമാറിയത്.

"അപ്പോൾ കൃഷ്ണനാട്ടം തറവാട്ടുമുറ്റത്ത് എപ്പോഴാണ് കഴിഞ്ഞത്?"

"മാതു അങ്ങനെ ഒരാട്ടവും ഈ മുറ്റത്തു നടന്നതായി പറഞ്ഞുകേട്ടിട്ടില്ല. കൃഷ്ണനാട്ടം കളിക്കുകയും കൃഷ്ണൻ തന്നെ അരങ്ങിൽ വരികയും ചെയ്തിരുന്നെങ്കിൽ പറഞ്ഞാലും പറഞ്ഞാലും മതിയാവാത്ത തറവാട്ടുകഥയായി കാലത്തോടൊപ്പം അത് ഇറങ്ങിവരില്ലെ. അങ്ങനെ ഉണ്ടായിട്ടേയില്ല എന്നല്ലേ അപ്പോൾ നാം കരുതേണ്ടത്."

എന്താ കരുതേണ്ടത് എന്നു മാതുവിന് അറിയാതെയായി. മുത്തശ്ശിക്ക് അവാസ്തവമായ ഒരു ജീവിതവുമുണ്ടായിട്ടുണ്ടാവുമോ? അവിടെ കൃഷ്ണനാട്ടവും മറ്റും അരങ്ങു നിറച്ചിരിക്കുമോ?

അമ്മ തുടർന്നു:

"ഒടിയൻ മുത്തശ്ശിയെയുംകൊണ്ട് തന്റെ കുടിലിലേക്കു പോയി. ഒടിയന്റെ ഭാര്യയും കുട്ടികളുമടക്കം കുടിയിലുള്ള എല്ലാവരും ഭയപ്പാടോടെ ഒരു മൂലയിൽ കട്ട കുത്തിനിന്നു. ആ നിൽപ്പും ഭാവവും കണ്ട് ഒടിയനും മുത്തശ്ശിയും എന്തായിരിക്കും കരുതിയിട്ടുണ്ടാവുക."

കുടിലിലുള്ളവരുടെ ശാപം മുത്തശ്ശിയിൽ വീണിരിക്കണം. കുടിലിൽ താനും തമ്പുരാട്ടിയുമൊഴിച്ച് മറ്റാരും ഇല്ല എന്ന നിലയ്ക്കായിരുന്നുത്രെ ഒടിയന്റെ പെരുമാറ്റം. മറ്റാരും കാണാതിരിക്കാൻ മുത്തശ്ശി എപ്പോഴും കണ്ണടച്ചു പെരുമാറി.

അന്നു രാത്രി മുത്തശ്ശി മാതുവിനെ കാണാൻ വന്നതു തന്നെ അന്ന് അമ്മ മാതൂനോട് എന്തെല്ലാമോ പറഞ്ഞു അല്ലെ എന്നു പറഞ്ഞുകൊണ്ടായിരുന്നു.

"അമ്മ പറഞ്ഞതിൽ വല്ല സത്യോണ്ടോ മുത്തശ്ശീ?"

"എല്ലാം സത്യം തന്നെ."

"അപ്പൊ കൃഷ്ണനാട്ടത്തിന്റെ കാര്യോ?"

"അതും സത്യം തന്നെ. എന്റെ മാത്രം സത്യം. ആ സത്യമാണു മിഴി തുറന്ന സത്യത്തെക്കാൾ സത്യം."

മാതൂനോട് ഇനിയും ചില കാര്യങ്ങൾ പറയാം. "ഒടിയൻ മറ്റാരുമായിരുന്നില്ല. കൃഷ്ണനാട്ടത്തിന്റെ രണ്ടാം രാത്രിയിൽ എന്നെ പ്രാപിച്ചില്ലെ കൃഷ്ണൻ, അതേ കൃഷ്ണൻ തന്നെയായിരുന്നു. നീലവർണൻ. ക്ഷീണം എന്തെന്നറിയാത്ത കണ്ണൻ. അയ്യോ എനിക്കു മതിയായി മതിയായി എന്നു ഞാൻ മൂർഛിക്കുമ്പോൾ പിന്നെയും എന്നെ തളർത്തുന്ന കൃഷ്ണൻ. ഹോ. മാതൂ നീയും അതെല്ലാമറിയണം. നീ തന്നെയാണു ഞാൻ."

"അമ്മ മറ്റൊരു കാര്യവും പറഞ്ഞല്ലൊ മുത്തശ്ശീ?"

"വെള്ളക്കാരൻ സായ്പ്പിന്റെ കാര്യമല്ലെ?"

"അതെ.?"

"അതുംസത്യം തന്നെ. ചിരിക്കുകയോ കരയുകയോ എന്താണു ചെയ്യേണ്ടത് എന്നു നിശ്ചയമില്ലാത്ത സത്യം. അതും വിസ്തരിക്കാം..... അന്ന് ഇവിടെ ഒന്നും വെള്ളക്കാരുടെ ഭരണം എത്തിയിട്ടില്ല. പാലക്കാട് ടിപ്പുവിന്റെ ഭടന്മാർ കണ്ണിൽ എണ്ണയൊഴിച്ച് കാവലു നിൽക്കുന്നു. എട്ടു സായിപ്പന്മാർ എല്ലാവരുടേയും കണ്ണുവെട്ടിച്ചു പാലക്കാടും ചുറ്റുപാടും ഒളിവിൽ കഴിയുന്നു. സായിപ്പിന്റെ പട്ടാളവരവിനുവേണ്ട വിവരങ്ങൾ ശേഖരിക്കുകയാണു ലക്ഷ്യം. അവരിലൊരാൾ ഈ തറവാടിന്റെ വടക്കുകിഴക്കേ മലഞ്ചോട്ടിലായിരുന്നു താമസം.

അന്നു ഞാനും ഒടിയനും കാട്ടിനുള്ളിലേക്ക് ഇടയ്ക്കിടെ പോവും. തേനും കാട്ടുകിഴങ്ങും തെരയാൻ. കുറേക്കഴിയുമ്പോൾ ഏതെങ്കിലും അരുവിയിലിറങ്ങി ഞങ്ങൾ രസിക്കും. മനുഷ്യരുടെ ശല്യം ഭയപ്പെടാനില്ല. അതിനാൽ അതിരുകളില്ലാത്ത രസങ്ങളിൽ ഞങ്ങൾ മുങ്ങിനിവർന്നു കൊണ്ടിരുന്നു.

അതിരുകളില്ലാത്ത രസങ്ങൾ എപ്പോഴും തേടിക്കൊണ്ടിരുന്ന ആളായിരുന്നു മുത്തശ്ശി. നോക്കൂ മാതൂ എന്നു പറഞ്ഞുകൊണ്ട് പലപ്പോഴും അവർ ഓർമിപ്പിച്ചിരുന്നു. കൃഷ്ണൻ അതിരുകളില്ലാത്ത സ്നേഹം തരുമെന്ന്. പറഞ്ഞുകഴിഞ്ഞതിനുശേഷം ചിലപ്പോൾ അവർ ഇങ്ങനെ തിരുത്തും അതിരുകളില്ലാത്ത സ്നേഹമല്ല രസമാണു കൃഷ്ണൻ തരിക. സ്നേഹം പലപ്പോഴും മഞ്ഞുവീണു തണുത്ത ഒരു പൂപോലെയാണ്. സടകുടഞ്ഞെഴുന്നേൽക്കില്ല. ആക്രമിച്ചു കീഴ്പ്പെടുത്തില്ല. രസമെന്നാൽ അതൊക്കെയാണ്."

അരുവിയിൽ മുങ്ങിനിവരുന്നതിന്റെ രസം ഓരോ തവണ ആ കഥ പറയുമ്പോഴും മുത്തശ്ശി അനുഭവിച്ചിരുന്നു. "നോക്കൂ മാതൂ നീ എന്റെ മനസുള്ളോളാ. നിന്നെപ്പോലെ മറ്റൊരാളെ ഞാൻ നമ്മുടെ തറവാട്ട് പുരണാത്തിൽ കണ്ടിട്ടില്ല."

മുത്തശ്ശി കഥപറച്ചിലിലേക്കു തന്നെ തിരിച്ചുവന്നു.

അങ്ങനെ ഞങ്ങൾ അരുവിയിൽ പിന്നെയും പിന്നെയും. ഞങ്ങൾക്കു ചുറ്റും കാടിന്റെ പച്ചക്കനപ്പു രഹസ്യം തീർത്തിരിക്കുന്നു. ആ രഹസ്യത്തെ ഭേദിച്ച് എപ്പോഴാണ് ഒരാൾ തുറിച്ചുനോക്കിക്കൊണ്ട് അരുവികരയിൽ നിൽക്കാൻ തുടങ്ങിയത് എന്നു ഞങ്ങൾ അറിഞ്ഞില്ല. അതറിഞ്ഞപ്പോൾ തോന്നി ഒരുപാടുനേരമായി അയാൾ അവിടെ നിൽപ്പുണ്ടെന്ന്. ഞങ്ങളുടെ രസിക്കലിൽ അയാൾ തളർന്നു നിൽക്കുകയായിരുന്നു.

പനയോളം ഉയരം. വീട്ടിക്കാതലിന്റെ കാഠിന്യമുള്ള ദേഹം. തുടുപ്പിൽ മുങ്ങി നിൽക്കുന്ന വെളുപ്പ്. അത് ഒളിവിൽ കഴിയുന്ന സായിപ്പായിരുന്നു.

എന്നെ പിന്നിലൊളിപ്പിച്ച് ഒടിയൻ അയാളെ നേരെതിരിഞ്ഞു. വേണ്ട. ആപത്തുവരുത്തി വയ്ക്കേണ്ട എന്നെല്ലാം ഞാൻ പറഞ്ഞത് ഒടിയൻ കേട്ടില്ല. കണ്ടു നിന്നിരുന്ന രംഗം പൊടുന്നെനെ നിന്നുപോയതിന്റെ നിരാശകൊണ്ടാവാം, രസസ്പർധ കൊണ്ടാവാം സായ്പ് ഒന്നും ആലോചിക്കാൻ നിൽക്കാതെ ഒടിയന്റെ മാറിലേക്കു തോക്കുചൂണ്ടി. ചൂണ്ടുക മാത്രമല്ല, നിറയൊഴിക്കുകയും ചെയ്തു. വെള്ളത്തിലെ തണുപ്പിൽ ചോരയുടെ ചൂട് കലങ്ങി എന്ന് ആ സന്ദർഭത്തെക്കുറിച്ച് ഞാൻ പറഞ്ഞാൽ അത് നന്ദികേടാവും. ആദ്യം ഞാൻ ഞെട്ടി നിന്നു. പിന്നെ കരയാൻ തുടങ്ങി. അപ്പോൾ സായ്പ് വന്ന് എന്നെ കോരിയെടുത്തു കരകേറി. ഒരു കുഞ്ഞിന്റെ കരച്ചിൽ മാറ്റാനെന്നോണം എന്നെ ആകാശത്തിലേക്കിട്ടു തിരിച്ചു പിടിച്ചു. അഞ്ചോ ആറോ തവണ അങ്ങനെ നടന്നു. കുട്ടിക്കാലത്തുപോലും ആരും എന്നെ ഇങ്ങനെ ചെയ്തിട്ടില്ല. പിന്നെ സായ്പ് എന്നെ നേരെ മുമ്പിൽ നിർത്തി കൈകൾകൊണ്ട് വരിഞ്ഞു മുറുക്കി. അയ്യോ എന്നെ കൊല്ലരുതേ എന്നാണു ഞാൻ സായ്പ്പിനോട് ആദ്യമായി പറഞ്ഞ വാക്കുകൾ. വെറുത്തുപറഞ്ഞ വാക്കുകളായിരുന്നില്ല അവ. ആ കൈകൾക്കുള്ളിൽ ഞാൻ ഞെരുങ്ങുകയായിരുന്നു. എനിക്കു ചിരിക്കാനും പിന്നെയും ചിരിക്കാനും തോന്നി. പക്ഷേ, ഒടിയനു വെടികൊണ്ടിട്ട് ഒരു വിനാഴികപോലുമാവാത്തതിനാൽ ഞാൻ ദുഃഖം നടിച്ചുനിന്നു.

സായ്പ് എന്നെ അയാളുടെ വസതിയിലേക്കു കൊണ്ടുപോയി. കൊണ്ടുപോവുമ്പോൾ പറഞ്ഞ ഇംഗ്ലീഷെല്ലാം എന്നോടു സംസാരിച്ചു. ഞാൻ പറഞ്ഞ മലയാളം അയാളോടും സംസാരിച്ചു. അത് എപ്പോഴും അങ്ങനെയാണ് മാതു. കൃഷ്ണൻ എന്നോടു സംസ്കൃതത്തിലാണു വർത്തമാനിക്കുക. സംസ്കൃതം ഞാൻ പഠിച്ചിട്ടേയില്ല. പക്ഷേ, കൃഷ്ണൻ പറഞ്ഞതെല്ലാം എനിക്ക് മനസിലായിരുന്നു.

മുത്തശ്ശിയുടെ വാക്കുകളിൽ നിന്നു മാതു പലതും വായിച്ചെടുത്തു. സായ്പ് അവരുടെ മുമ്പിൽ എന്താണ് ചെയ്യേണ്ടത് എങ്ങനെയാണ് ചെയ്യേണ്ടത് എന്നറിയാതെ പലപ്പോഴും പകച്ചുപോയത്രെ. ചിലപ്പോൾ നിലത്തു നീണ്ടു കിടന്നു മുത്തശ്ശിയുടെ കാലടികൾ നക്കിത്തുടച്ചു. മറ്റു ചിലപ്പോൾ അവരുടെ വലതുകൈ പിടിച്ച് ആ കൈപ്പടം കൊണ്ട് തന്റെ കവിളിൽ ശക്തിയായി അടിച്ചുകൊണ്ടിരുന്നു. നഗ്നയായി മലർന്നു കിടക്കുന്ന മുത്തശ്ശിയെ നോക്കി നോക്കിനിന്നു ചിലപ്പോൾ ചിരിക്കും. ചിലപ്പോൾ കരയും.

ഇതുപോലെ എന്നെ കൃഷ്ണൻപോലും സ്നേഹിച്ചിട്ടുണ്ടാവില്ല. അപ്പോൾ സായ്പ് പറഞ്ഞു: "ഞാൻ കൃഷ്ണനാണല്ലോ."

മാതുവിനു കേട്ടിരിക്കാൻ നല്ല രസം തോന്നി. ഇനിയും പറയൂ

മുത്തശ്ശി ഇനിയും പറയൂ എന്നവൾ പറഞ്ഞുകൊണ്ടേയിരുന്നു.

സായ്പ്പിനു തിരിച്ചുപോവേണ്ട ദിവസം വന്നു. അതിനു അഞ്ചെട്ടു ദിവസം മുമ്പുതന്നെ ഇങ്ങനെ ഒരുദിവസം വരും എന്ന് സായ്പ് അറിഞ്ഞു. കുറേ കരഞ്ഞു. മുത്തശ്ശിയെ കെട്ടിപ്പിടിച്ച് ഇറ്റിച്ചിരി, ഇറ്റിച്ചിരി എന്നു കരഞ്ഞു. നിന്നെ എന്റെ കൂടെ കൊണ്ടുപോവും എന്നോ ഒന്നോ രണ്ടോ തവണ പറഞ്ഞു.

ഏയ്, അതു ശരിയാവില്ല എന്നു പിന്നീടു തന്നോടുതന്നെ പറഞ്ഞു കരഞ്ഞു. പോവുന്ന ദിക്കിലേക്ക് ഇട്ടിച്ചിരിയെ കൊണ്ടുപോവാൻ എന്തോ പ്രയാസമുണ്ട്. വല്ലാത്ത പ്രയാസം. തങ്കക്കുടത്തെ അവിടെയുള്ളവർ തട്ടിപ്പറിക്കാതിരിക്കില്ല എന്ന പ്രയാസമാവുമോ?

പോവുന്നതിന്റെ തലേന്നു സായ്പ്പു ചോദിച്ചു: "നിന്നെ എവിടെയാണ് ഞാൻ കൈവിടേണ്ടത്?"

ഇട്ടിച്ചിരിക്ക് അറിയില്ലായിരുന്നു. എന്നാലും ഇങ്ങനെ പറഞ്ഞു:

"എവിടെയെങ്കിലും വിട്ടേച്ചു പൂവാം. കൃഷ്ണൻ എന്നെ തിരിച്ചു സ്വീകരിക്കാതിരിക്കില്ല."

സായ്പ്പു തിരിച്ചുള്ള യാത്രയ്ക്കൊരുങ്ങി. ഒരുങ്ങുമ്പോഴെല്ലാം ഗാഢമായ ഒരു ആലോചനയായിരുന്നു. ഒടുവിൽ..................

മുത്തശ്ശിയോടു ചുമരിനോടു ചേർന്നു നിൽക്കാൻ പറഞ്ഞു. മുടി തൊട്ട് അടിയോളം ഉമ്മവച്ചു. പിന്നെ വലിയ തന്റെ കൈകൾക്കുള്ളിൽ അവരെ ഒതുക്കി. മുഖത്തേക്കു മുഖം താഴ്ത്തി കുറെ കരഞ്ഞു. പിന്നെ കഴുത്തിൽ ഒരു കൈകൊണ്ട് അമർത്തി. പിന്നെ ഞെക്കി. മെല്ലെയല്ല, ധൃതിയിൽ. ഇട്ടിച്ചിരിക്ക് രണ്ടുമൂന്നു നിമിഷമേ പിടയേണ്ടിവന്നുള്ളൂ. നിലത്തു കിടക്കുന്ന ഇട്ടിച്ചിരിയുടെ ബാക്കിയിൽ കെട്ടിപ്പിടിച്ചു കുറെ കരഞ്ഞ് സായ്പ്പ് യാത്രയിറങ്ങി.

നാല്

മുത്തശ്ശിയെപ്പോലെ സ്വപ്നങ്ങളിൽ പൂർണമായും ജീവിക്കാൻ കഴിയുക നല്ലതായിരുന്നു. ഈ വളപ്പിന്റെ വാർധക്യവും വാർധക്യത്തിന്റെ അകത്തു യക്ഷിപ്പുരപോലുള്ള വീടും പുറത്തെ പരമാർഥങ്ങളിൽ നിന്നു മാതുവിനെ ഒളിപ്പിച്ചു നിർത്തുന്നു എന്നതു സത്യം. എന്നാലും നിലയ്ക്കാ സ്വപ്നങ്ങളിൽ മുഴുകാൻ പലപ്പോഴും സാധിക്കുന്നില്ല. പുറത്തെ പരമാർഥങ്ങൾ ചിലപ്പോൾ ബലം ചെയ്ത് അകത്തു കടന്ന് അകത്തെ താളം തെറ്റിക്കുന്നു.

അങ്ങനെ ഒരു താളം തെറ്റൽ ഒരു ഞായറാഴ്ച നടന്നു. ഒഴിവുദിന

മായതിനാൽ അച്ഛൻ കിഴക്കോറത്തു തന്റെ പതിവ് ഇരിപ്പിലായിരുന്നു. അമ്മ അടുക്കളയിൽ. മാതു കാടിനെനോക്കി വടക്കോറത്തും. അപ്പോഴാണ് പലചരക്കു പീടികയിലെ ചെട്ട്യാരും രണ്ടു പൊലീസുകാരും വന്നത്. പീടികയിൽനിന്നു കട്ടെടുത്ത നോട്ടുകെട്ട് എവിടെ എന്നാണ് പൊലീസുകാരെ സാക്ഷിനിർത്തി ചെട്ട്യാർ അച്ഛനോട് ചോദിച്ചത്. അച്ഛൻ ശരിക്കും പതറിപ്പോയി. എന്താണു കുഴപ്പം എന്നുതന്നെ ബോധ്യപ്പെടുന്നില്ല.

എന്റെ മുമ്പിൽ മായം തിരിയരുത്. ചെറിയ സംഖ്യ ഒന്നുമല്ല. അമ്പതിനായിരം ഉറുപ്പികയാണ്. അമ്പതിനായിരം എന്നു ചെട്ട്യാരുടെ ശബ്ദം ഉയരാൻ തുടങ്ങി. ഒരു ഭീഷണിയുടെ ഭാവത്തിലാണ്. വേഗം എടുത്തുകൊണ്ടുവരുന്നതാണ് നല്ലത് എന്ന് അയാൾ പറഞ്ഞു നിർത്തിയത്.

പൊലീസുകാർ കേട്ടു നിന്നതേയുള്ളൂ.

അച്ഛൻ അജ്ഞത നടിക്കുന്നതാവുമോ എന്നു മാതുവും അമ്മയും സംശയിച്ചു. ഇതുവരെ ഇങ്ങനെയൊന്നും കേട്ടിട്ടില്ലെങ്കിലും മനുഷ്യപ്രകൃതി എങ്ങനെയെന്ന് ആർക്കെങ്കിലും പറയാൻ പറ്റുമോ? പൊലീസുകാരിൽ തടിമിടുക്കു കൂടുതലുള്ളതായി തോന്നിക്കുന്ന ഒരാൾ അച്ഛന്റെ വയറ്റിലേക്ക് ഇടിച്ചപ്പോൾ മാതുവിനു പാവം തോന്നി. നല്ല ശക്തിയോടെയുള്ള ഇടിയായിരുന്നു. അയ്യോ എന്നു പറഞ്ഞ് അച്ഛൻ നിലത്തു വീണുപോവുക തന്നെ ചെയ്തു. ചെട്ട്യാരെ ഇങ്ങനെ സംശയിച്ചാലോ. ഞാൻ പണം കട്ടെടുത്തൂന്നോ എന്ന് അച്ഛൻ പറയുന്നതു കേട്ടപ്പോൾ പാവം തോന്നി.

പൊലീസുകാർ മാതുവിനെയും അമ്മയെയും വെറുതേവിട്ടില്ല. വല്ലാതെ വിരട്ടിനോക്കി. വീടുമുഴുവൻ ചെട്ട്യാരെക്കൊണ്ടു പരിശോധിപ്പിച്ചു. ഒടുവിൽ ഒരു പൊലീസുകാരൻ ചെട്ട്യാരോട് ചോദിച്ചു:

“നിങ്ങൾ ഇപ്പോഴും ഇയാളെ സംശയിക്കുന്നുണ്ടോ?”

“തീർച്ചയായും” എന്ന ചെട്ട്യാരുടെ ഉറച്ച നിൽപ്പ് കണ്ടപ്പോൾ പൊലീസ് അച്ഛനെ പൊലീസ് സ്റ്റേഷനിലേക്ക് കൂട്ടിക്കൊണ്ടുപോയി. ആ പോക്ക് നോക്കിക്കൊണ്ട് മാതുവും അമ്മയും ഇരുന്നു. പൊലീസ് സ്റ്റേഷനിൽ അയാൾ അനുഭവിച്ചേക്കാവുന്ന പീഡനത്തെക്കുറിച്ചു ഭാര്യയും മകളും ഓർത്തുവോ ആവോ.

ഒരു കള്ളലക്ഷണത്തോടെ അച്ഛൻ ഓട്ടുതളകൾ പരിശോധിച്ചുകൊണ്ട് അന്നു നിന്നത് എന്തിനായിരുന്നു എന്നു മാതു അപ്പോഴും ആലോചിച്ചുപോയി.

അയാൾക്കു കള്ളത്തരത്തിനു വാസനയുണ്ടെന്നു ഭാര്യക്ക് ഇതുവരെ തോന്നിയിട്ടില്ല. എന്നാലും മനുഷ്യനല്ലേ, എപ്പോഴെങ്കിലും അങ്ങനെ

തോന്നിപ്പോയെങ്കിലോ.

അയാൾ പെരുമാറുന്ന സ്ഥലങ്ങളിലെല്ലാം മാതുവും അമ്മയും ഒന്നു കൂടി അരിച്ചുപെറുക്കി നോക്കി.

ഉച്ചതിരിഞ്ഞ നേരത്ത് അച്ഛന്റെ കൂടെ പീടികയിൽ പണിയെടുക്കുന്ന ചെറുപ്പക്കാരൻ വന്നു. മുമ്പും ഒന്നോ രണ്ടോ തവണ ഇയാൾ വന്നിട്ടുണ്ട്. ചെട്ട്യാർ അയച്ചതാവും. പക്ഷേ, ചോദിച്ചപ്പോൾ ചെട്ട്യാരും പൊലീസ് സ്റ്റേഷനിൽ തന്നെയാണ് എന്നാണയാൾ പറഞ്ഞത്.

പൊലീസ് എന്തെല്ലാം ഇവിടെ കാട്ടിക്കൂട്ടി, അച്ഛനെ ദേഹോപദ്രവം വല്ലതും ചെയ്തുവോ, പൊലീസുകാർ പിന്നെ എന്തെല്ലാം പറഞ്ഞു. ചെട്ട്യാരുടെ മനോഭാവമെന്തായിരുന്നു എന്നെല്ലാമറിയാനായിരുന്നു അയാൾ വന്നത്.

അയാൾ ചോദിക്കുന്ന രീതി മാതുവിനു തീരെ പിടിച്ചില്ല. എന്തുകൊണ്ടു പിടിച്ചില്ല എന്നു ചോദിച്ചാൽ ഉത്തരമൊന്നുമുണ്ടാവില്ല. നിങ്ങൾ പൊലീസു സ്റ്റേഷനിൽ പോയില്ലേ എന്ന മാതുവിന്റെ അന്വേഷണത്തിനു പോയില്ല എന്നായിരുന്നു അയാളുടെ ഉത്തരം. ഒരു സഹപ്രവർത്തകനെ പൊലീസ് പിടിച്ചു പോയെന്നറിയുമ്പോൾ അങ്ങോട്ടല്ലേ നേരെ ചെല്ലേണ്ടത് എന്നു ചോദിക്കണമെന്നു തോന്നി. പിന്നെ ചോദിക്കേണ്ടെന്നും തോന്നി.

കളവുമുതലിനെക്കുറിച്ച് ഇയാൾ ഒന്നും അന്വേഷിച്ചില്ലല്ലോ എന്നും മാതുവിനു തോന്നാതിരുന്നില്ല. അവൾ ചോദിച്ചു:

"നിങ്ങളുടെ പേരെന്താ?"

"ചന്ദ്രൻ"

"ചന്ദ്രൻ സൂക്ഷിക്കണം. പൊലീസുകാർ നിങ്ങളേയും പിടിച്ചു കൊണ്ടു പോയേക്കും. അടിയിലും മീതെ ഒരു ഒടിയില്ലല്ലോ എന്നാണ് അച്ഛനെ പിടിച്ചുകൊണ്ടു പോവുമ്പോൾ ഒരു പൊലീസുകാരൻ പറഞ്ഞത്."

ചില സംശയങ്ങൾ മനസിൽ ഉണ്ടായതുകൊണ്ടാണു മാതു അങ്ങനെ പറഞ്ഞുപോയതെന്നു വ്യക്തം. ചന്ദ്രൻ പിന്നെയും അവിടെ ചുറ്റിപ്പറ്റി നിന്നില്ല എന്നതു മാതുവിന്റെ വാക്കുകൾ കേട്ടതുകൊണ്ടാവാം.

അമ്മയും മകളും പൊലീസ് സ്റ്റേഷനിൽ പോണോ പോണ്ടയോ എന്നു വളരെ നേരം ആലോചിച്ചു. സാധാരണഗതിയിൽ അച്ഛനെ കൊണ്ടുപോവുമ്പോൾ കൂടെ പോകേണ്ടതായിരുന്നു. അച്ഛന്റെ പോക്കു നോക്കി പാവപ്പെട്ടു നിന്നില്ലേ, അതുമതി എന്നാണ് അമ്മ പറഞ്ഞത്. അമ്മ എപ്പോഴും അച്ഛനെ സ്നേഹിച്ചിട്ടില്ലെന്നു തോന്നുന്നു. താനോ എന്നു മാതു സ്വയം ചോദിക്കുകയും ചെയ്തു.

വർത്തമാനത്തിലേക്കു കടന്നുവരാതെ ഭൂതത്തിന്റെ സന്ധിയിലെവിടെയോ ഒറ്റപ്പെട്ടുപോയ വീടുപോലെയും വളപ്പുപോലെയും വ്യാഖ്യാനിക്കാൻ പറ്റാത്ത മനസാണ് രണ്ടുപേർക്കും. സ്നേഹത്തിന്റെ പ്രകൃതം തന്നെ അവർക്കു വ്യത്യസ്തമാണ്.

ഉച്ചയൂണുകഴിഞ്ഞു ടീച്ചർ വന്നതു വിവരമറിഞ്ഞിട്ടൊന്നുമല്ല. മാതുവിന്റെ പിറന്നാളാണ് അന്ന് എന്നറിയിക്കാനായിരുന്നു. എനിക്ക് ഒന്നും ഓർമയില്ല എന്ന് അമ്മ പറഞ്ഞു. നിനക്ക് ഇപ്പോൾ പതിനെട്ടായി മാതു എന്ന് ടീച്ചർ പറഞ്ഞപ്പോൾ മാതുവിനു വിശേഷിച്ചൊന്നും തോന്നിയതുമില്ല.

പൊലീസുവന്ന വിവരവും മറ്റും ടീച്ചർ അറിഞ്ഞിട്ടില്ല. എന്നാൽ, അറിയാതെ തന്നെ ഇരുന്നോട്ടെ എന്നു മാതു നിശ്ചയിക്കുകയും ചെയ്തു.

മാതുവെ കാട്ടിലേക്കു ക്ഷണിക്കാനാണു ടീച്ചർ വന്നത്. മാതു വേഗം സമ്മതം മൂളി. ടീച്ചറുടെ കൂടെ ഇന്നുവരെ കാട്ടിൽ പോയിട്ടില്ല. കാട്ടിലേക്ക് ഒന്നു നൂഴുകയേ വേണ്ടൂ. ഈ വീടും തൊടിയും പോലെ പിന്നെ എല്ലാം രഹസ്യമാണ്. വർത്തമാനം കടന്നുവന്നു രാവിലെ മുതൽ തന്റെ മനസിന്റെ താളം തെറ്റിക്കുകയായിരുന്നു. സ്വപ്നങ്ങളെ ചതിക്കുംപോലെ. അതുകൊണ്ടു കാട്ടിലേക്ക് നുഴഞ്ഞു കടക്കുമ്പോൾ സ്വപ്നങ്ങളെ ചതിയിൽനിന്നും രക്ഷപ്പെടുത്തുംപോലെ അവൾ ടീച്ചറുടെ ചുമലിൽ കൈയിട്ടു ചോദിച്ചു:

“ഞാനിപ്പോൾ ടീച്ചറുടെ ശിഷ്യയല്ലല്ലോ. ചങ്ങാതിയല്ലേ?”

ടീച്ചർ ചിരിച്ചു.

ഒരു അരുവിയുടെ കരയിൽ പാറപ്പുറത്തു ടീച്ചറും മാതുവുമിരുന്നു. അരുവിയുടെ വെള്ളത്തിനു നല്ല തണുപ്പ്. സൂര്യന് എത്തിനോക്കാൻ പറ്റാത്തവിധം തലയ്ക്കുമുകളിൽ ഇലകളുടെ മറവ്. ഇപ്പോൾ നാം ഭൂതലത്തിലെത്തിയിരിക്കുകയാണ് എന്നു ടീച്ചർ സന്തോഷിച്ചു. ആ സന്തോഷത്തോടെ അവർ മാതുവെ കെട്ടിപ്പിടിച്ചു. പാറപ്പുറത്തു കിടന്നു.

ആരും ഒന്നും പറയുന്നില്ല. കാട്ടരുവിയുടെ ഒഴുക്കു മാത്രം കേൾക്കാം.

മുത്തശ്ശിയുടെ സായ്പ്പിനെപ്പോലെ ആരോ ഒളിഞ്ഞുനിന്നു കാണുന്നുണ്ടോ എന്നു മാതു ചുറ്റും നോക്കി. എന്താ നീ നോക്കുന്നത് എന്ന ടീച്ചറുടെ ചോദ്യം അവൾ കേട്ടില്ല. വള്ളിപ്പടർപ്പുകൾക്കിടയിലൂടെ ആരോ നോക്കുന്നുണ്ടെന്നു മാതു സംശയിച്ചു. ആ നോക്കുന്ന ആൾ കൈകൊണ്ടു തന്നെ മാടിവിളിക്കുന്നു എന്നും ഉറപ്പായി. തന്നെ ഇക്കിളിപ്പെടുത്തിക്കൊണ്ടിരുന്ന ടീച്ചറെവിടെ? അരുവിയെവിടെ?

മാതു എഴുന്നേറ്റു നടന്നു. തന്നെ മാടിവിളിച്ചിരുന്ന ആളുടെ മുന്നി

ലെത്തി. ആളെക്കണ്ട് അവൾ അടിമുടി കോരിത്തരിച്ചു. മുത്തശ്ശി പറഞ്ഞു തന്നിരുന്ന അതേ ആൾ. അതേ ചിരി. കണ്ണിൽ അതേ കുസൃതി.

മുത്തശ്ശിയെ സായ്പ്പു ചെയ്തപോലെ അവിടുന്നു മാതുവിനെ കോരിയെടുത്തു. മൂന്നുവട്ടം മേലോട്ടിട്ടു പിടിച്ചു. പിന്നെ കാടിന്റെ ഉള്ളിലേക്ക് പിന്നെയും ഉള്ളിലേക്ക് അവളെയും കൊണ്ടുപോയി...... അവിടെ..... എന്താ പറയേണ്ടതെന്നറിയുന്നില്ല....... ഇത്രയും വലിയ രസങ്ങൾ ഈ കാട്ടിനുള്ളിൽ അവിടുന്നു സൂക്ഷിച്ചു വച്ചിട്ടുണ്ടല്ലോ എന്ന് അവൾ വിസ്മയിച്ചു.

"എന്നെ ആരു പറഞ്ഞു അവിടുന്ന് എന്നു വിളിക്കാൻ?"

"ക്ഷമിക്കണം."

"കള്ളാ എന്നേ എന്നെ ഇനിമുതൽ വിളിക്കാവൂ."

"ആവാം."

"ഒരു കള്ളനേ ഇത്രയും വലിയ രസം തരാൻ കഴിയൂ."

പിന്നെയും അവർ രസിച്ചു.

രസത്തിന്റെ അപ്പുറത്തു കള്ളൻ മാതുവെ പഴയ സ്ഥലത്ത് കൊണ്ടു ചെന്നെത്തിച്ചു.

പഴയ അരുവിക്കരയിൽ പാറപ്പുറത്തു ടീച്ചർ കിടക്കുന്നു. മാതുവിനു വല്ലാത്ത വിഷമം തോന്നി. ടീച്ചർ അരുമയോടെ അവളെ വിളിച്ചു കൊണ്ടു വന്നതായിരുന്നു.

"ടീച്ചർ എന്നോടു ക്ഷമിക്കണം" എന്ന അവളുടെ വാക്കുകൾ അവരെ അത്ഭുതപ്പെടുത്തി.

"അതെന്തിന്?"

"എന്തിനെന്നോ. ഇത്രയും നേരം ഞാൻ ടീച്ചറെ ഒറ്റയ്ക്കാക്കി കൃഷ്ണന്റെ കൂടെപ്പോയി രസിച്ചതിനു തന്നെ."

ടീച്ചർ ഒന്നും പറഞ്ഞില്ല. ഇവിടെ എത്തിയശേഷം ഇതുവരെ നമ്മൾ രസിക്കുകയായിരുന്നല്ലോ എന്നു പറഞ്ഞാലോ എന്നു അവർ കുറച്ചു നേരം ആലോചിച്ചുപോയി. മാതു വാസ്തവം പോലെ അവാസ്തവവുമാണല്ലോ എന്ന് അവർ അപ്പോൾ ഓർമിച്ചു.

"ആട്ടെ എന്നെ വിട്ടുപോയതിനു ഞാൻ ക്ഷമിച്ചിരിക്കുന്നു. കൂട്ടിക്കൊണ്ടുപോയ കൃഷ്ണൻ എന്തെല്ലാം ചെയ്തു എന്നു പറയ് കേക്കട്ടെ."

കള്ളൻ കാണിച്ചതെല്ലാം ഓരോന്നായി മാതു വിവരിച്ചു. തിരിച്ചു ചെയ്തതും എണ്ണിയെണ്ണി പറഞ്ഞു. ഇതെല്ലാം നമ്മൾ ചെയ്തതാണല്ലോ എന്ന് പറഞ്ഞ് മാതുവിന്റെ വിസ്മയം കെടുത്തേണ്ടെന്ന് അവർ നിശ്ചയിച്ചു.

പിന്നെ ഒരുകാര്യം കൂടി പറഞ്ഞപ്പോൾ ടീച്ചർക്ക് ആശ്ചര്യം. അങ്ങനെ ചെയ്തിട്ടില്ലല്ലോ, അപ്രകാരം ചെയ്യാൻ നമുക്ക് പറ്റില്ലല്ലോ

എന്നു തിരിച്ചു ചോദിക്കേണ്ടതിനു പകരം അങ്ങനെ നടന്നു എന്നു നിനക്ക് ഉറപ്പുണ്ടോ മാതു എന്നാണ് ടീച്ചർ ചോദിച്ചത്.

"അതെന്താ ടീച്ചർ അങ്ങനെ ചോദിക്കാൻ?"

തെളിവിന്റെ പശപ്പ് ടീച്ചറെ കുറച്ചുനേരം മൗനിയാക്കി. മാതുവിന്റെ കാര്യത്തിൽ യുക്തിക്കപ്പുറം എന്തോ നടക്കുന്നു. അവാസ്തവംപോലെ എന്തെല്ലാമോ. ദേഹത്തുനിന്നു മയിൽപ്പീലിയുടെ ഒരു നൂലും ടീച്ചർ കണ്ടെടുത്തപ്പോൾ ഉണർവിനോടൊപ്പം ഉറക്കത്തിന്റെ ഒരു ലോകവും കൊണ്ടാണല്ലോ മാതു നടക്കുന്നത് എന്നു ബോധ്യമായി.

പൊടുന്നനെ മറ്റൊരു കാര്യത്തിലേക്കു ടീച്ചർ ഇങ്ങനെ രക്ഷപ്പെട്ടു.

"മാതുവിനു പിന്നാലെ ഒരാളുടെ ചുറ്റിക്കളിയുണ്ടല്ലോ. അത് അവസാനിച്ചോ?"

"ഇപ്പോഴും അയാൾ പിന്നാലെയുണ്ടു ടീച്ചറെ. ഒന്നും വേണ്ട. പൊന്നിന്റെ തരിപോലും വേണ്ട എന്നെ കിട്ടിയാൽ മാത്രം മതി എന്നാണു പുള്ളിയുടെ നിവേദനം. അച്ഛന് ഒരഭിപ്രായവുമില്ല. അമ്മയ്ക്ക് നിന്റെ ഇഷ്ടംപോലെ എന്ന മട്ട്. സ്വപ്നച്ചീളുകളിൽ മയങ്ങിക്കിടക്കുന്ന ജീവിതം വിട്ടുപോവാൻ ഒരു മടിയുണ്ട്. പക്ഷേ, ഇപ്പോൾ എന്റെ മനസ്സ് മാറുന്നുണ്ട് എന്നു തോന്നുകയാണ്. പിടിച്ചുവലിച്ചുകൊണ്ടു പോയി കള്ളൻ തന്ന അവസാന രസമോർക്കുമ്പോൾ അയാൾക്ക് വാക്കുകൊടുത്താലോ എന്നു തോന്നിപ്പോവുന്നു. പക്ഷേ, ടീച്ചറെ വിട്ടുപോവാൻ ബുദ്ധിമുട്ടുണ്ട്."

"അത് സാരമാക്കേണ്ട മാതു. നമുക്ക് ഇടയ്ക്കെല്ലാം കണ്ടുമുട്ടുന്നതിന് ഒന്നും പ്രതിബന്ധമല്ല. ഇപ്പോൾ വിവാഹക്കാര്യത്തിലേക്ക് പെട്ടെന്ന് ചെന്നെത്താനും കാരണമുണ്ട് എന്നും" പറഞ്ഞ് ടീച്ചർ തുടർന്നു പറഞ്ഞതിന്റെ പൊരുൾ ഇതായിരുന്നു.

ഒരു മാഷ്, ടീച്ചറേയും സമീപിച്ചുകൊണ്ടേയിരിക്കുന്നു. ആദ്യമൊന്നും അവർക്കു താൽപ്പര്യം ഇല്ലാതില്ല എന്ന അവസ്ഥയിലെത്തിയപ്പോൾ നമുക്ക് കുട്ടികളുണ്ടാവില്ല എന്നു ഉറപ്പു തരികയാണെങ്കിൽ ഞാൻ ഈ കാര്യം ആലോചിക്കാമെന്ന് ടീച്ചർ മാഷോടു പറഞ്ഞു. അതിനും അയാൾക്കു സമ്മതം.

"മാതു, ഒന്നുപരീക്ഷിച്ചാലോ എന്നു തോന്നുകയാണ് മടുക്കുന്നു എന്നുകണ്ടാൽ തിരിച്ചു പോരുകയല്ലേ വേണ്ടൂ."

ടീച്ചറുടെ വാക്കുകളിൽ മാതു കുടുങ്ങിപ്പോയി.

അഞ്ച്

രാവിലെ കിടക്കയിൽ നിന്നെഴുന്നേൽക്കാൻ മാതുവിനു തോന്നിയില്ല. രാത്രിയിൽ മുത്തശ്ശി ഒരു ചെറുപ്പക്കാരിയുടെ ഉദ്വേഗത്തോടെ നുള്ളി

നുള്ളി ഓരോന്നു ചോദിച്ചറിഞ്ഞു. കള്ളൻ അവസാനമായി കാണിച്ച രസം വർണിക്കുമ്പോൾ അവളെപ്പോലെ മുത്തശ്ശിക്കും ഉൾത്തരിപ്പുണ്ടായി.

ആ കൃഷ്ണാനുഭവത്തിൽ മയങ്ങുമ്പോഴാണ് താഴത്ത് എന്തോ നടക്കുന്നതായി മാതുവിനു തോന്നിയത്. സൂര്യൻ ഉദിച്ചു പൊന്തിയിരിക്കുന്നു.

പഴയ തന്റെ സ്ഥാനത്ത് അച്ഛനിരിക്കുന്നു. അരികെ ചെട്ട്യാരുമുണ്ട്. അച്ഛന്റെ വയറ്റിൽ തൊഴിച്ച പൊലീസുകാരനുമുണ്ട്.

കഴിഞ്ഞതൊക്കെ മറന്നോളൂ എന്ന ചെട്ട്യാരുടെ വാക്കുകൾ കേട്ടുകൊണ്ടാണ് മാതു അങ്ങോട്ടു ചെന്നത്. ചെട്ട്യാരുടെ വാക്കുകൾ മാതുവിനെയും അമ്മയെയും അത്ഭുതപ്പെടുത്തി. ചെട്ട്യാർ ശാന്തനായിരിക്കുന്നു. അപ്പോൾ അയാളുടെ കളവു പോയ പണം തിരിച്ചു കിട്ടിയോ? അച്ഛൻ തന്നെയാണോ എടുത്തിരിക്കുന്നത്?

അമ്മ പതിവിനു വിപരീതമായ ധൈര്യത്തോടെ ചെട്ട്യാരോടു നേരിട്ട് കാര്യം തിരക്കി. വീണ്ടും വീണ്ടും ചോദിച്ചിട്ടും പണത്തിന്റെ കാര്യം ചെട്ട്യാർ മിണ്ടുന്നില്ല.

പണം തിരിച്ചുകിട്ടിയെങ്കിൽ ഈ പാവത്തിനെ ഇങ്ങനെ ദ്രോഹിക്കേണ്ടായിരുന്നു. ഈ കാട്ടിയതിന് ഈശ്വരൻ ചെട്ട്യാർക്കു വേണ്ടതു തരാതിരിക്കില്ല എന്ന ശാപവും അമ്മ ചെട്ട്യാർക്കു കൊടുത്തു. ആയതും കേൾക്കാത്തതുപോലെ ചെട്ട്യാർ ഇരുന്നു.

നാളെമുതൽ പതിവുപോലെ ജോലിക്കു വരണമെന്നു ചെട്ട്യാർ അച്ഛനോടു പറഞ്ഞു. പറഞ്ഞു എന്നല്ല അപേക്ഷിച്ചു എന്നാണ് പറയേണ്ടത്. വീണ്ടും വീണ്ടും അപേക്ഷിച്ചിട്ടും അച്ഛനൊന്നും പറഞ്ഞില്ല. അച്ഛൻ അവിടെയൊന്നുമല്ലായിരുന്നു. അല്ലെങ്കിൽ അച്ഛൻ അച്ഛന്റെ തന്നെ അകത്തായിരുന്നു.

രണ്ടുദിവസത്തെ ഭേദ്യങ്ങൾ അച്ഛനെ വല്ലാതെ ബാധിച്ചതായി തോന്നി.

ചെട്ട്യാർ പോവാനെഴുന്നേറ്റു.

മാതുവിനോടും പരിഭവപ്പെട്ടു നിൽക്കുന്ന അമ്മയോടും അച്ഛനെ ജോലിക്കു പറഞ്ഞയക്കാതിരിക്കരുതെന്ന് അയാൾ അഭ്യർഥിച്ചു.

ചെട്ട്യാരും പിന്നാലെ ഇറങ്ങിയ പൊലീസുകാരൻ ഇറങ്ങുന്നതിന് മുമ്പ് അച്ഛനെ കൈകൂപ്പിത്തൊഴുത് എന്നോട് ക്ഷമിക്കണം എന്നു മൂന്നു തവണ പറയുകയുണ്ടായി.

തന്നിൽമാത്രം ജീവിക്കുന്ന മാതുവിനുപോലും അച്ഛന്റെ ഇരിപ്പു കണ്ടു വല്ലായ്മയുണ്ടായി. അടുത്തുചെന്ന് അച്ഛാ എന്ന് രണ്ടോ മൂന്നോ തവണ വിളിച്ചു. അനക്കമില്ല. അച്ഛനിൽനിന്ന് അച്ഛൻ ഇറങ്ങിപ്പോയ ശേഷം ബാക്കി വന്ന ഉച്ഛിഷ്ടംപോലെയായിരുന്നു ആ ഇരിപ്പ്.

പിറ്റേന്ന് അച്ഛൻ ജോലിക്കു പോയില്ല. അമ്മ ഓർമപ്പെടുത്തി നോക്കി. മാതുവും. ജോലിക്കു പോവാതിരുന്നാൽ എങ്ങനെ അടുപ്പു കത്തിക്കും എന്ന് അമ്മ അച്ഛന്റെ മുമ്പിൽ വിഷാദപ്പെട്ടപ്പോൾ അച്ഛൻ ഇങ്ങനെ വാതുറന്നു.

"ഞാൻ എങ്ങും പോണില്ല."

വളരെ ക്ഷീണിച്ച വാക്കുകളായിരുന്നു അവ. എന്നാലും അവ ചുടുകല്ലുകൾ പോലെ തോന്നിച്ചു.

അന്നുരാത്രി അമ്മ അറയിലേക്ക് അച്ഛനെ കൊണ്ടുപോവാൻ ശ്രമിച്ചു നോക്കി. അച്ഛൻ അനങ്ങിയില്ല.

മൂന്നാം ദിവസം ചെട്ട്യാര് വന്നു. അച്ഛന്റെ അടുത്തിരുന്നു. ജോലിക്കുവരാഞ്ഞതിനു വ്യസനം കാണിച്ചു. കഴിഞ്ഞതൊക്കെ കഴിഞ്ഞു. ഞാൻ മാപ്പുചോദിക്കുകയും ചെയ്യുന്നു. ജോലിക്ക് താങ്കൾ വന്നാലെ എനിക്ക് സമാധാനം കിട്ടൂ എന്നെല്ലാം ചെട്ട്യാരും പറഞ്ഞുകൊണ്ടിരുന്നു.

അച്ഛൻ ഒരു ജഡംപോലെ അങ്ങനെ ഇരുന്നതേയുള്ളൂ.

അപ്പോൾ ചെട്ട്യാര് അകത്തേക്കു വന്നു. അയാളെ സ്വീകരിക്കുകയോ പറഞ്ഞയക്കുകയോ എന്താണ് ചെയ്യേണ്ടതെന്നറിയാതെ മാതുവും അമ്മയും പരുങ്ങി.

"ഇല്ല ഞാൻ നിങ്ങളെ ബുദ്ധിമുട്ടിക്കുന്നില്ല" എന്നു പറഞ്ഞുകൊണ്ടു മടിക്കുത്തിൽനിന്നും ഒരു പൊതിയെടുത്ത് അയാൾ അമ്മയുടെ നേരെ നീട്ടി.

"ഇതു വാങ്ങൂ. ഇത് ഇവിടേക്കു വരേണ്ടതാണ്."

"എന്താ അതില്?"

"കഴിഞ്ഞ മാസത്തെ ശമ്പളാ. അവിടെ കൊടുത്താൽ വാങ്ങിയില്ലെന്നു വരും. അപ്പോൾ നിങ്ങളെ ഏൽപ്പിക്കാനും പറ്റാതെ വരും. അതുകൊണ്ടാണ്. ഇത് വാങ്ങണം."

ആ പൊതി വാങ്ങുകയോ വാങ്ങാതിരിക്കുകയോ വേണ്ടെന്ന് അറിയാതെ അമ്മ കുഴങ്ങി. എന്താ മാതു ഞാൻ ചെയ്യേണ്ടത് എന്ന ചോദ്യത്തിനു മാതുവിനും എളുപ്പത്തിൽ ഒരു സമാധാനം പറയാൻ ഉണ്ടായിരുന്നില്ല. പിന്നെ അവൾ ആലോചിച്ചു. ആലോചനയുടെ അവസാനം അവൾ ഉറപ്പിച്ചു പറഞ്ഞു:

"അമ്മ അത് വാങ്ങിക്കോളൂ."

യാത്ര പറയും മുമ്പ് ചെട്ട്യാര് മാതുവിനോടു പറഞ്ഞു:

"അച്ഛന് എന്നോടുള്ള നീരസം തീരില്ലെന്നാണ് തോന്നുന്നത്. അതുകൊണ്ട് ആള് ഇനി ജോലിക്ക് വരുന്നുണ്ടാവില്ല. ആ നിലയ്ക്ക് അമ്മയെയെങ്കിലും ഒന്ന് അയയ്ക്കാൻ നോക്കൂ. അമ്മയ്ക്ക് പറ്റിയ ജോലി

കൊടുക്കാം. എന്റെ ഒരു പ്രായശ്ചിത്തമാണെന്നു കൂട്ടിക്കോളൂ."

ചെട്ട്യാര് പോയശേഷം ഏറെ നേരും മാതു തന്നിൽ തന്നെ കൂടി. അമ്മയും അപ്രകാരം തന്നെ. രണ്ടുപേരുടേയും മനസിൽ ചെട്ട്യാരുടെ വാക്കുകളായിരുന്നു. തനിക്ക് പറ്റിയ ഒരു കൈപ്പിഴയുടെ വിഷമവും ആ വാക്കുകളിലുണ്ടായിരുന്നു.

എന്തോ വാരിത്തിന്ന് അച്ഛൻ തന്റെ ഇരിപ്പിടത്തിലേക്ക് പിന്മാറിയ ശേഷം മാതു ഒരു സ്വകാര്യം പറയും പോലെ അമ്മയോടു പറഞ്ഞു:

"അമ്മ ജോലിക്ക് പോവുന്നതാണ് നല്ലതെന്ന് എനിക്ക് തോന്നുന്നു. അച്ഛൻ ഇനി അങ്ങോട്ടുപോവില്ലെന്നു തന്നെ കരുതണം. അങ്ങനെ വരുമ്പോൾ നാമെങ്ങനെ ജീവിതം തള്ളി നീക്കും?........... അമ്മയ്ക്ക് എന്തു തോന്നുന്നു?"

അമ്മ ഒരു തീരുമാനത്തിലെത്താൻ പറ്റാതെ കുഴയുകയാണ്.

"ഞാൻ പോണതു നെന്റെ അച്ഛന് ഇഷ്ടാവോ?"

"ഇത് ഇഷ്ടത്തിന്റെയോ ഇഷ്ടക്കേടിന്റെയോ പ്രശ്നമല്ല. ജീവിതത്തിന്റെയല്ലേ. അച്ഛന്, കാര്യമെല്ലാം ശരി, അയാൾ വന്നു കിഴിഞ്ഞു പറഞ്ഞതിനു ശേഷവും ഈ കൊറണപ്പിടുത്തം വേണോ?"

അമ്മ ഒന്നും പറഞ്ഞില്ല.

രാവിലെ അമ്മ പുറപ്പെടുന്നത് മാതു കണ്ടു. കിഴക്കോറത്ത് അച്ഛനുണ്ട്. കുറേനേരം അമ്മ അവിടെ ശങ്കിച്ചു നിൽക്കുന്നതും മാതു കണ്ടു. അച്ഛനോടു പറഞ്ഞു സമ്മതം വാങ്ങി ഇറങ്ങാമെന്നു കരുതിയാവും. അച്ഛനു കാണാവുന്നവിധമല്ല ഇപ്പോൾ നിൽപ്പ്. മാതു മെല്ലെ അമ്മയെ വടക്കോറത്തേക്കു കൊണ്ടുപോയി ആ വഴി പോയാൽ മതിയെന്നു പറഞ്ഞു.

"പറയാതെയും സമ്മതം കിട്ടാതെയും ഇറങ്ങുന്നത് ശരിയാണോ?"

"ആട്ടെ, പറഞ്ഞു എല്ലാം കേട്ടുകഴിഞ്ഞ് അച്ഛൻ പോണ്ടാ എന്നാണ് പറഞ്ഞതെങ്കിലോ...? അതുകൊണ്ടാണ് പറയുന്നത്. അച്ഛനെ അറിയിക്കുകയേ വേണ്ട. അച്ഛനെയും കൂടി പുലർത്താനാണ് ഈ പാടുപെടുന്നത് എന്നതിനാൽ അറിയിക്കാതെ പോവുന്നതിൽ ഒരു പാപവുമില്ല."

അങ്ങനെ വടക്കോറത്തുകൂടെ ഒരു കുറ്റം ചെയ്യാൻ പോവുംപോലെ അമ്മ ചെട്ട്യാരുടെ കടയിലേക്കു കണക്കെഴുതാനോ സാധനങ്ങൾ തൂക്കിക്കൊടുക്കാനോ പോയി. പോവുമ്പോൾ അമ്മ മാതു കേൾക്കാൻ പാകത്തിൽ പറഞ്ഞു: "ഞാൻ ചെയ്യുന്നത് അത്ര ശരിയാണെന്നു പറഞ്ഞൂടാ മാതു."

ഒന്ന്, രണ്ട്, മൂന്ന്, നാല്, അഞ്ചാംപക്കം ജോലികഴിഞ്ഞു തിരിച്ചു വന്നു. വടക്കോറത്തൂടെ പതിവുപോലെ ഉള്ളിൽ കയറി, വസ്ത്രം മാറ്റി,

മുഖം കഴുകി. ആറിപ്പോയ കാപ്പികഴിച്ച് അമ്മ കിഴക്കോറത്തു വന്നതും ഒന്നു പകച്ചു. ആ പകപ്പോടെ മാതൂ എന്ന് ഉറക്കെ വിളിച്ചു. വിളിയുടെ അസാധാരണത്വത്തിൽ ഞെട്ടിപ്പോയ മാതുവും കിഴക്കോറത്തെത്തി.

"എവിടെ അച്ഛൻ?"

തന്റെ സ്ഥിരം ഇരിപ്പിടത്തിലോ സർപ്പക്കാവിന്റെ തെക്കേമുക്കിലോ തറവാട്ടു കുളത്തിലെ മൂന്നാം പടവിലോ വടക്കോട്ട് കാട്ടിലേക്ക് തിരിയുന്ന ഇടവഴിയിലോ അച്ഛനില്ലായിരുന്നു.

അമ്മയെക്കാളേറെ മാതു പകച്ചു പോയിരുന്നു. ഉച്ചയ്ക്കു നടന്ന ഒരു സംഭാഷണം അവൾക്ക് അമ്മയോടു പറയാൻ ധൈര്യമുണ്ടായിരുന്നില്ല. അത് ഇങ്ങനെയായിരുന്നു.

ഉച്ചയ്ക്ക് മാതുവും അച്ഛനും ഉണ്ണാനിരിക്കുന്നു. അപ്പോഴും ദുരുഹതം പോലെ ഇരിക്കുകയാണ് അച്ഛൻ. അവിടെ നിന്ന് അച്ഛൻ ചോദിച്ചു:

"അമ്മയെവിടെ?"

മാതു ഒരു ഉത്തരത്തിനു തപ്പുമ്പോൾ വീണ്ടും അച്ഛന്റെ ശബ്ദം– "ഒടിയന്റെ മുമ്പിൽ മായം തിരിയണ്ട." പിന്നെ അച്ഛൻ ഊണു തുടർന്നില്ല.

അമ്മ ചോദിച്ചു:

"ഞാൻ ചെട്ട്യാരുടെ പീടികയിൽ പോവുന്ന വിവരം അച്ഛനറിഞ്ഞിട്ടുണ്ടാവുമോ?"

"അറിഞ്ഞുവോ എനിക്കറിയില്ല" എന്ന ഒരു നുണ മാതു പറഞ്ഞു. പിന്നെ ഇങ്ങനെ തുടർന്നു പറഞ്ഞു:

"അറിഞ്ഞാൽ അറിയട്ടെ അമ്മെ."

അമ്മ ഒന്നും മിണ്ടിയില്ല.

രാത്രി വളരെ ചെന്നിട്ടും അച്ഛൻ വന്നില്ല. ഇന്നു വരും നാളെ വരും എന്ന് അവർ അച്ഛനെ കാത്തിരുന്നു.

ജോലിക്കു പോവുമ്പോൾ മാതുവിന്റെ അമ്മയ്ക്ക് ഒരു കുറ്റം തോന്നൽ ഉണ്ടായിരുന്നു. പലപ്പോഴും അവർ മാതുവിനോടു ചോദിച്ചു: "ഞാൻ ജോലിക്കുള്ള പോക്കു നിർത്തിയാലോ?"

മാതുവിന്, എന്തിന് എന്ന് അങ്ങോട്ടു ചോദിക്കാനാണു തോന്നിയത്. മുത്തശ്ശിയെപ്പോലെ നമ്മളെല്ലാം ഒറ്റയ്ക്കാണ് അമ്മെ. എനിക്കു ഞാൻ ഒറ്റ. അമ്മയ്ക്ക് അമ്മ ഒറ്റ. ചെറിയ ചില നീക്കുപോക്കുകളാണ് ഈ ബന്ധങ്ങൾ. ഞാനും അമ്മയും പോലും അത്രയൊക്കെയേയുള്ളൂ.

അച്ഛൻ ആരോടും പറയാതെ ഇറങ്ങിപ്പോയതു കഷ്ടായി എന്നു പറയാൻ മാത്രമായിരുന്നില്ല ടീച്ചർ വന്നത്. അവരുടെ വിവാഹക്കാര്യത്തിൽ അവസാന തീരുമാനമായി എന്നു മാതുവെ അറിയിക്കാനും കൂടിയായിരുന്നു.

എന്നു പറഞ്ഞാൽ മാതു ഞാൻ സമ്മതം മൂളി എന്നർഥം. എനിക്കൊരമ്മയാവാൻ വയ്യ എന്നതാണ് എന്റെ ഡിമാന്റെന്നു ഞാൻ നേരത്തെ മാതുവിനോടു പറഞ്ഞിട്ടുണ്ടല്ലോ. അത് അയാൾ ഇപ്പോൾ സമ്മതിച്ച മട്ടാണ്. ഇനി നിലപാടു മാറ്റിയാൽ ഞാൻ മൂടും തട്ടി ഇങ്ങോട്ടു തിരിച്ചു പോരും അത്രതന്നെ.

പോരാൻ നേരത്ത് ഇത്രകൂടി ടീച്ചർ പറഞ്ഞു.

"മാതൂം ഇനി സമ്മതം മൂളിക്കോളൂ വിവാഹത്തിന്. നമ്മുടെ ബന്ധത്തിന് ഇതൊന്നു തടസമാവില്ലല്ലോ."

ഭൂതകാലത്തിലൂടെ നടന്നു പടിപ്പുര കടന്നു വർത്തമാനകാലത്തിലേക്കു കാലെടുത്തുവയ്ക്കും മുമ്പ് യദൃശ്ചയാ ടീച്ചറുടെ കണ്ണുകൾ വളപ്പിലെ വയസൻ മരങ്ങളുടെ കൊമ്പുകളിൽ പരതി. യദൃശ്ചയാ എന്നാണോ പറയേണ്ടത്? അല്ലെന്നു തോന്നുന്നു. തെക്കേത്തൊടിയിൽ ഇടതൂർന്നു നിൽക്കുന്ന മരങ്ങളുടെ അകത്തെ ഒരു കൊമ്പിൽ ടീച്ചറുടെ നോട്ടമെത്തി. ഒന്നു സംശയിച്ചു മാതുവെ ഉറക്കെ വിളിച്ചു. രണ്ടുപേരും കൂടി ചെന്നുനോക്കി. അതെ ഒരു പുളിങ്കൊമ്പിൽ തൂങ്ങിയാടുന്നത് അച്ഛൻ തന്നെ.

ടീച്ചർ മൂക്കു വിടർത്തി മണത്തുനോക്കി. ദുർമണം വന്നു തുടങ്ങിയിട്ടില്ല.

അപ്പോൾ ഏതാനും മണിക്കൂറേ ആയിട്ടുള്ളൂ സംഭവം നടന്നിട്ട്.

മാതുവിനു ദുഃഖമോ എന്തൊക്കെയോ തോന്നി. വിവരംകേട്ട് ഓടിയെത്തിയ അമ്മയ്ക്ക് ഒരു പാപക്കുത്തു തോന്നി. അമ്മയ്ക്കു ജോലിക്കു പോവാൻ ഉത്സാഹം കൊടുത്തത് താനാണല്ലോ എന്ന് അമ്മയെ കണ്ടപ്പോൾ മാതുവും വിഷാദിച്ചു.

നിയമക്കുരുക്കുകൾ അഴിച്ച് ശവദാഹം കഴിയുമ്പോഴേക്കും നേരം ശ്ശിയായി. തിരക്കൊഴിയാൻ പിന്നെയും സമയമെടുത്തു.

വളപ്പും വീടും മാതുവിന്റെയും അമ്മയുടെയും സ്വകാര്യമായി വീണ്ടും മാറിയപ്പോൾ അമ്മ മാതുവിനു കിഴക്കോറത്ത് ഒരു ദൃശ്യം കാണിച്ചു കൊടുത്തു.

ജഡത്തിൽനിന്നും അച്ഛനെഴുന്നേറ്റു വന്നു പഴയ സ്ഥാനത്തു പഴയപടി ഇരിക്കുന്നു. മാതുവിനു വിശ്വസിക്കാൻ പ്രയാസം തോന്നി. അച്ഛന്റെ ദൃഷ്ടികൾ ഇമവെട്ടാതെയുണ്ട്. വെറുപ്പിൽ അതോ നിസ്സഹായതയിലോ, അതു കലങ്ങിച്ചുവന്നിരിക്കുന്നു. അച്ഛാ എന്നു മാതു വീണ്ടും വീണ്ടും വിളിച്ചു. അച്ഛൻ ജഡംപോലെ ഇരിക്കുകയാണ്. തൊട്ടുനോക്കി. തൊടുന്നില്ല.

"ഇതെല്ലാം നമ്മുടെ തോന്നലായിരിക്കാം അമ്മെ."

"ഇങ്ങനെ തോന്നിയാലോ മാതു. നാമിപ്പോൾ ഉണർന്നിരിക്കുകയാണല്ലോ. ഉണർന്നിരിക്കുന്ന കണ്ണുകളോടെയല്ലെ നമ്മളിതുകാണുന്നത്?"

ഒരു മൗനത്തിനുശേഷം മാതു പറഞ്ഞു:

"നാമിപ്പോൾ ഉറങ്ങുകയായിരിക്കണം അമ്മെ. ഈ കാണുന്നതു സ്വപ്നവും."

സ്വപ്നവും സത്യവും പരസ്പരം കളംമാറി നിൽക്കുന്ന ഒരു ജീവിതമാണല്ലോ നമുക്ക് കിട്ടിയിരിക്കുന്നത് എന്ന് അസ്വസ്ഥതയും സ്വസ്ഥതയും കലർന്ന മനോഭാവത്തിൽ മാതു പാതി തന്നോടും പാതി അമ്മയോടുമായി പറഞ്ഞു.

പത്തുദിവസം കഴിഞ്ഞ് അമ്മയോടു പറഞ്ഞശേഷം ഗോപാലനുമായി കല്യാണത്തിനു മാതു തയാറായി.

ആറ്

സ്വപ്നവും സത്യവും തമ്മിൽ ഇടകലർന്നപോലെയാണ് മാതുവിനു ഗോപാലനുമായുള്ള കല്യാണത്തെക്കുറിച്ച് ആലോചിച്ചപ്പോഴൊക്കെ തോന്നിയത്. മരിച്ചുപോയവരും മരിക്കാനിരിക്കുന്നവരും ഇടപഴകിക്കഴിയുന്ന ഈ ജീവിതം വിട്ട് ഏറെക്കാലം കഴിയാനാവുമോ എന്ന് അറിയില്ല. മുത്തശ്ശി പറഞ്ഞതുഞാൻ സായിപ്പിന്റെ കൂടെ പോയില്ലെ. അതുപോലെ ഒന്നു പരീക്ഷിച്ചു നോക്ക് എന്നാണ്. ടീച്ചർ പോയിക്കഴിയുകയും ചെയ്തു. അച്ഛൻ അറ്റകൈയിന് അമ്മയോടു ശബ്ദിക്കുന്നുണ്ട്. കല്യാണക്കാര്യം പറഞ്ഞപ്പോൾ മാതുവിനോട് ഒന്നും പറഞ്ഞില്ല. ഇമവെട്ടാത്ത ആ കണ്ണ് അതേപോലെ.

അദ്ദേഹം ഉമ്മറത്തു സദാ കാവലിരിക്കുമ്പോൾ ഞാൻ എങ്ങനെ ജോലിക്കുപോവും എന്ന് അമ്മ പറഞ്ഞു. അദ്ദേഹത്തിന് അത് തീരെ ഇഷ്ടമാവില്ല. ഇഷ്ടമായില്ല എന്നതിന്റെ ലക്ഷണമാണല്ലൊ അച്ഛൻ കാണിച്ച കടുംകൈ.

ചെട്ട്യാര് വിവശനായി ഒരുദിവസം കയറിവന്നു. അമ്മയോടു വീണ്ടും ജോലിക്കുവരാൻ അപേക്ഷിക്കാനാണ്. തനിക്കു വന്ന ഒരബദ്ധമാണ് ഇങ്ങനെയൊക്കെ ആക്കിത്തീർത്തത് എന്ന വിഷമം അയാൾക്ക് നന്നെയുണ്ട്. അമ്മയെ ജോലിക്കു ക്ഷണിക്കുന്നതും പണം തന്നു സഹായിക്കുന്നതുമെല്ലാം പാപക്കറ കഴുകിക്കളയാനാണ്.

ഞാൻ ഇനി അങ്ങോട്ടില്ല എന്ന് അമ്മ ചെട്ട്യാരോട് തീർത്തു പറഞ്ഞു. ഈ പൊതി എനിക്ക് വേണ്ടെന്നും. തിരിച്ചെടുത്തോളൂ.

കണ്ടുംകേട്ടും അച്ഛനിരിക്കണത് ചെട്ട്യാർക്ക് അമ്മ കാണിച്ചുകൊ

ടുത്തു. അയാൾക്കു കാണാൻ പറ്റുന്നില്ല. പിന്നെയും പിന്നെയും ശ്രമിച്ചിട്ടും പറ്റുന്നില്ല.

"ചെട്ട്യാര് എന്നാ തിരിച്ചുപൊക്കോളൂ. ഇനി ഇവിടെ വരികയും ചെയ്യരുത്."

പിന്നെ ഗോപാലനെ വിളിച്ചുവരുത്തി. ഒരു നാണം കുണുങ്ങി. കള്ളൻ കൃഷ്ണന്റെ ആളാണ് ഞാൻ എന്നു മാതു ഗോപാലനോടു പറഞ്ഞില്ല. അതിന്റെ ആവശ്യമില്ല. ഉണർവിന്റെ ലോകം മാത്രമാണല്ലോ ഇയാളുമായി പങ്കുവയ്ക്കുന്നത്.

ഗോപാലനോട് സംസാരിക്കുംമുമ്പ് ഒന്നുകൂടി അവൾ അമ്മയോടു ചോദിച്ചു:

"ഞാൻ പോയാൽ അമ്മയ്ക്ക് ഇവിടെ ഒറ്റയ്ക്ക് കഴിയാൻ പേടിയൊന്നുമില്ല എന്നു പറഞ്ഞതിന് ഇപ്പോൾ മാറ്റമൊന്നുമില്ലല്ലോ."

"ഇദ്ദേഹം തുണയിരിക്കുന്നുണ്ടല്ലോ. അതുകൊണ്ട് ഒട്ടും പേടിയില്ല."

അമ്മയുടെ ആ വാക്കുകൾ കേട്ടതോടെ മാതു ഗോപാലന്റെ നേരെ തിരിഞ്ഞു:

"അമ്മയ്ക്ക് കൃത്യമായി മാസച്ചെലവിനു കൊടുക്കാമെന്ന് ഏറ്റല്ലോ."

"ഏറ്റു" എന്നു ഗോപാലൻ പറഞ്ഞത് ഒരു യജമാനന്റെ മുമ്പിൽ വേതനക്കാർ പറയുന്ന ഭവ്യതയോടെയായിരുന്നു.

മാതു തുടർന്നു.

ഇതാ കല്ല്യാണം കഴിഞ്ഞു എന്നു നമുക്ക് നിശ്ചയിക്കാം. എന്നിട്ടു ഭാര്യാഭർത്താക്കന്മാരായി പടിയിറങ്ങാം, ഇപ്പോഴെങ്കിലിപ്പോൾത്തന്നെ.

ഗോപാലന്റെ താമസസ്ഥലത്തിരുന്നു മാതു വടക്കോട്ടു നോക്കി. കാടല്ല വരണ്ട ഭൂമിയുടെ കണ്ണെത്താപ്പരപ്പാണ്. മുറ്റമെന്നു പറയാവുന്ന ഇത്തിരിസ്ഥലത്ത് ആളോളം പൊക്കമുള്ള രണ്ടു മൂന്നു മെലിഞ്ഞ ചെടികൾ. നിന്നു തിരിയാൻ പ്രയാസപ്പെടേണ്ട താമസസ്ഥലം.

ഇവിടെ എങ്ങനെയാണ് പരമാർഥങ്ങളായിത്തീരുന്ന സ്വപ്നങ്ങളുണ്ടാവുക? കള്ളനു കടന്നുവന്ന് എന്നെ പൊക്കിയെടുത്തുകൊണ്ടുപോകാൻ കഴിയുക? വീട്ടുവളപ്പിലെ കുളത്തിൽ മദിക്കാൻ കഴിയുക?

ഏഴു രാത്രി കഴിഞ്ഞു. ഇതുവരെയായി ഗോപാലൻ തന്നെ പ്രാപിച്ചില്ലല്ലോ എന്നു മാതു ആശ്ചര്യപ്പെട്ടു. നിലത്ത് ഒരു പായിട്ട് അതിൽ അയാൾ കിടക്കുന്നു. മാതു എന്തെങ്കിലും ആവശ്യപ്പെട്ടാൽ കൈകൂപ്പി എന്നെ ഒന്നിനും പ്രേരിപ്പിക്കരുത് എന്നു ഗോപാലൻ പറഞ്ഞുകൊണ്ടിരുന്നു.

ഇത് ഒരു ഭ്രാന്താണല്ലോ എന്നു മാതുവിനു തോന്നാതിരുന്നില്ല.

ഒരുതരം ഭ്രാന്തുതന്നെ. മറ്റൊരാൾക്കുവേണ്ടി മാതുവെ ഞാൻ

സൂക്ഷിച്ചു വച്ചിരിക്കുകയാണ് എന്നു തോന്നിപ്പോവുകയാണ്. ആയതിനാൽ ഞാനൊന്നും ചെയ്തുകൂടാ.

പതിനഞ്ചാം നാൾ ഒരു അതിഥിയേയും കൂട്ടി ഗോപാലൻ വന്നപ്പോഴാണ് ആ മറ്റൊരാൾ ആരായിരിക്കുമെന്നു മാതുവിനു പിടികിട്ടിയത്.

അതിഥി മാതുവെ നോക്കി. വാസ്തവമല്ലാത്ത ഒന്നിനെ നോക്കുംപോലെയായിരുന്നു ആ നോട്ടം.

വന്ന ആൾ ആരാണെന്നു തിരിച്ചറിഞ്ഞിട്ടുകൂടിയില്ല. എന്നാലും ആ നോട്ടത്തിന്റെ മാതിരി കണ്ട്, ശരിയാണ്. വാസ്തവവും അവാസ്തവവും കെട്ടുപിണഞ്ഞ ഒരുവളാണു ഞാൻ എന്നു മാതു പറഞ്ഞുപോയി.

ഒന്നുകൂടി അവൾക്കു വ്യാഖ്യാനിക്കേണ്ടിവന്നു. ഞാൻ ഉണ്ട് എന്നാൾ ഞാൻ ഇല്ല എന്നതാണു സത്യം.

ഈ സത്യം ടീച്ചറാണു നന്നായി അറിഞ്ഞിട്ടുള്ളത്. നിന്റെ നോട്ടവും നടത്തവും ഇരിത്തവും ഒരു യക്ഷിയെപ്പോലെ തന്നെ എന്നു യക്ഷിയെ നേരിട്ടുകാണാൻ കഴിഞ്ഞിട്ടില്ലെങ്കിലും ടീച്ചർ പറയുമായിരുന്നു.

ഗോപാലൻ അതിഥിയെ പരിചയപ്പെടുത്തി: "ഇത് എന്നെ വലിച്ചെറിയാനും വലിച്ചെറിയാതിരിക്കാനും അധികാരമുള്ള ഞങ്ങളുടെ മാനേജിങ് ഡയറക്ടർ."

മാതു മാനേജിങ് ഡയറക്ടറെ നോക്കി മര്യാദയുടെ പേരിൽ ചിരിച്ചു. മറുചിരിക്ക് ഡയറക്ടർ കുറച്ചു സമയം എടുത്തത് മാതുവിന് നല്ലപോലെ മനസിലാവും.

"പേര്?"

"വിശ്വനാഥൻ ശർമ്മ"

"ഞാൻ മാതു"

"അറിയാം."

നാലാം പക്കം മാതു ഓഫീസിലേക്കു വിളിച്ചു.

"ഹലോ ശർമ. ഇതു മാതു എന്റെ നമ്പർ 632875 എന്ന് അറിയില്ല അല്ലേ."

പെട്ടെന്നു മാതു കട്ടു ചെയ്യുകയും ചെയ്തു.

അഞ്ചുമിനിട്ട് കഴിഞ്ഞ് മാതുവിന്റെ ഫോൺ ശബ്ദിച്ചു:

"ഞാൻ ശർമ്മ............ നമ്പരറിയാതെയല്ല. വിളിക്കുന്നത് ഭംഗിയായില്ലെങ്കിലോ എന്നു തോന്നി...... പിന്നെ...... പിന്നെ."

ഒരു മേലധികാരിയുടെ ഗമയിലല്ല ഒരു സാദാ ജോലിക്കാരന്റെ വിനയത്തിലാണ് ശർമയുടെ ശബ്ദം വരുന്നത്. പിന്നെ എന്ന സംശയം ഫോണിൽ ഇപ്പോഴും തീർന്നിട്ടില്ല.

ടീച്ചർ അടുത്തുണ്ടെങ്കിൽ പറയാമായിരുന്നു –

കൂട്ടത്തിൽ ഇങ്ങനെ ഒരു തമാശയുമാവട്ടെ ടീച്ചറെ.

സൗകര്യപ്പെട്ടാൽ ശർമ എപ്പോഴെങ്കിലും ഓഫീസു പ്രവർത്തിച്ചു കൊണ്ടിരിക്കുമ്പോൾ ഒന്നു വരൂ ഒ കെ.

ഫോൺ വച്ചു.

മാതു മനസിൽ പറഞ്ഞു:

ഗോപാലേട്ടാ, ഞാൻ പ്രതികാരം ചെയ്യാനൊന്നും പോവുകയല്ല പ്രതികാരം ചെയ്യാനാണെങ്കിൽ ഗോപാലേട്ടൻ എന്തെങ്കിലും കാണിച്ചിട്ടുവേണ്ട. ഒന്നും കാണിച്ചില്ലല്ലോ. എനിക്ക് താങ്കളോട് വലിയ സഹതാപം തോന്നുന്നു. ഇത്രമാത്രം ഭീരുവാകുന്നതും നന്നല്ല. അതോ ഗോപാലേട്ടന് ഒന്നും ചെയ്യാൻ വയ്യ എന്നുണ്ടോ?

എന്നെ കല്ല്യാണം കഴിച്ചത് പരമാർഥത്തിൽ എന്തിനാണെന്ന് ഇപ്പോൾ മനസിലായി. ശർമയ്ക്ക് കാഴ്ചവയ്ക്കാനല്ലെ? മറ്റുള്ള പെണ്ണുങ്ങളെപ്പോലൊന്നുമല്ല ഞാൻ. ഞാൻ പകുതി സത്യവും പകുതി അസത്യവുമാണെന്നറിയോ? എന്റെ പകുതി അസത്യമാവട്ടെ എനിക്ക് സത്യത്തെക്കാൾ സത്യമാണ്. എന്നിലെ അസത്യത്തിന്റെ അംശമാണ് ശർമയെ തളർത്തിയത്. ഗോപാലേട്ടന്റെ ആവശ്യം, അന്നു ശർമ വന്നപ്പോൾ പറഞ്ഞ ഒരു വാചകമില്ലെ എന്നെ വലിച്ചെറിയാനും വലിച്ചെറിയാതിരിക്കാനും അധികാരമുള്ള ആൾ – അതു കേട്ടതും ഞാൻ തിരിച്ചറിഞ്ഞു. വലിച്ചെറിയാതിരിക്കാൻ ഞാൻ വേണ്ടതു ചെയ്യാം. അതുപോരെ?

പ്രതീക്ഷിച്ചപോലെ രണ്ടര കഴിഞ്ഞതും ശർമ വന്നു.

നാം കുറച്ചേ സംസാരിച്ചുവെങ്കിലും എല്ലാം മനസിലാക്കിക്കഴിഞ്ഞതും. അതിനാൽ മുഖവുര വേണ്ടല്ലോ എന്നു പറഞ്ഞാണു മാതു ഇങ്ങനെ തുടങ്ങിയത്:

“ഗോപാലേട്ടൻ ഇല്ലാത്ത ഒരു സമയം നോക്കി ഇങ്ങോട്ടുവരാൻ പറഞ്ഞത് എന്നെ ഇപ്പോൾത്തന്നെ ഉപയോഗിച്ചോളൂ എന്നു പറയാനല്ല. ഇങ്ങനെ വരണ്ടു വിണ്ടുകീറിയ ഒരു അന്തരീക്ഷം എനിക്ക് പൊരുത്തപ്പെടാൻ പറ്റിയതുമല്ല. അതിനാൽ ശർമ ചെയ്യേണ്ടതെന്തെന്ന് ഞാൻ പറയാൻ പോകുന്നു. ശ്രദ്ധിക്കുമല്ലൊ.”

“നാളെയോ മറ്റന്നാളോ അല്ലെങ്കിൽ സൗകര്യപ്പെട്ട ഒരുദിവസം താങ്കൾ രണ്ടോ മൂന്നോ ദിവസത്തെ ഒരു ഒഫീഷ്യൽ ടൂറിനു പുറപ്പെടുന്നു. പോക്ക് കാടിന്റെ ഉള്ളിലെ ബംഗ്ലാവിലേക്കാവണം. ചുറ്റും വയസൻ വൃക്ഷങ്ങൾ ഓർമകളിൽ മുഴുകി നിൽക്കണം. അടുത്ത് ഒരു കാട്ടരുവി കുത്തി ഒഴുകണം. തണുപ്പിന്റെ പാടയിൽ പാറപ്പുറം നട്ടുച്ചയ്ക്കു പോലും തണുത്തു കിടക്കണം. ആ യാത്രയിൽ താങ്കളുടെ കൂടെ വേറൊരാൾ മാത്രം. താൽക്കാലിക സെക്രട്ടറി. അതു മാതു...... എന്തു പറയുന്നു?”

ശർമയ്ക്ക് ഒന്നും പറയാനില്ല കണ്ണു നിറയുകമാത്രം ചെയ്തു. “താങ്ക്യു താങ്ക്യു” എന്നു പറഞ്ഞ് അദ്ദേഹം പോവാൻ എഴുന്നേറ്റു. “ഓഫീസിൽ നിന്നു ഞാൻ വിളിക്കാം.” എന്നു പറഞ്ഞ് ശർമ സ്ഥലം വിട്ടു.

ഓഫീസിൽ നിന്നു നാലിനു വിളിവന്നു: “മറ്റെന്നാൾ രാവിലെ ഏഴിനു യാത്രയ്ക്ക് റെഡിയാവുക. ഞാൻ കാറുമായി അവിടെ എത്തും.”

വിവരം കേട്ടപ്പോൾ നിർബന്ധിത റിട്ടയർമെന്റിന്റെ പേടിയിലായിരുന്ന ഗോപാലേട്ടൻ ചിരിച്ചു. കൈകൂപ്പി.

അപ്പോൾ മാതു പറഞ്ഞു:

“ഇത്ര താഴണ്ട ഗോപാലേട്ടാ. എന്തു ചെയ്യാൻ പറ്റുമെന്നു ഞാൻ നോക്കട്ടെ.”

മസിനഗുഡിയിലെ ഒരു റെസ്റ്റ് ഹൗസിലാണ് ശർമയും മാതുവും എത്തിയത്. മാതുവിന്റെ മനസിലുണ്ടായ താവളം തന്നെ. ചുറ്റും വനസമൃദ്ധി. റെസ്റ്റ് ഹൗസിന്റെ തെക്കുവശത്തൂടെ അരുവിയുടെ ധിക്കാരപ്പോക്ക്. ആ പോക്കിനു കൃഷ്ണത്തണുപ്പ്. കൃഷ്ണത്തണുപ്പിൽ ഇറങ്ങിനിന്നു മാതു വിളിച്ചു പറഞ്ഞു:

“കള്ളാ, ഞാൻ ഇന്നും നാളെയും ഇവിടെയുണ്ട്. ശർമാ എന്നൊരാളിൽ നിന്നു കുറച്ചുനേരത്തേക്ക് എന്നെ ഏറ്റെടുക്കാൻ വരണേ.”

“കാടിന്റെ മാത്രമല്ല കാട്ടുമൃഗങ്ങളുടേയും നടുവിലാണ് ഈ റെസ്റ്റ് ഹൗസ്” എന്നു ജോലിക്കാർ പറഞ്ഞു. “അഞ്ച് ഏക്കർ വിസ്താരമുള്ള വളപ്പിലെ വനസമൃദ്ധിയിലാണു റെസ്റ്റ് ഹൗസ്. വളപ്പിനെ ചുറ്റി കമ്പിവേലിയുണ്ട്. താഴെ ശക്തിയുള്ള കറന്റ് വേലിയിലൂടെ സദാ ഒഴുകുന്നതിനാൽ കാട്ടുമൃഗങ്ങൾ ഇങ്ങോട്ടു നോക്കി പുറത്തുനിൽക്കുകയേയുള്ളൂ. അതുകൊണ്ട് സാർ, വളപ്പു വിട്ട് പുറത്തുപോവുകയാണെങ്കിൽ കരുതലോടെ വേണം.”

ശർമയ്ക്ക്, വളപ്പിനുള്ളിലെ കാട്ടിനുള്ളിൽ പെരുമാറിയാൽ മതി എന്നുണ്ടായിരുന്നു. അങ്ങനെ ചിലർ അവിടെ പെരുമാറുന്നതു പൊന്തക്കാട്ടിലെ ചെറുവിടവുകളിലൂടെ മാതുവിനു കാണിച്ചുകൊടുക്കുകയും ചെയ്തു.

മാതു ചോദിച്ചു:

“വളപ്പിനു പുറത്ത് കാടിന്റെ കനപ്പിലേക്ക് പോണ്ടെന്നു പറഞ്ഞത് പേടികൊണ്ടാണോ?”

“എനിക്കു ഭാര്യയും രണ്ടുകുട്ടികളുമില്ലെ മാതു” എന്നാണു ശർമ അതിനുത്തരം പറഞ്ഞത്.

“പക്ഷേ, കള്ളൻ തക്കം പാർത്തിരിക്കുക അപ്പുറത്താണല്ലോ എന്ന്

അവൾ ചിന്തിച്ചു. ശർമയിൽ നിന്നു തന്നെ ഏറ്റുവാങ്ങണമെങ്കിൽ അവിടെ എത്തിയേ തീരൂ."

അവൾ ശർമയോടു പറഞ്ഞു:

"നാം പോവുമ്പോൾ കാട്ടുമൃഗങ്ങൾ വഴിമാറിത്തരും. കാട്ടുചോലകൾ തിമിർത്തൊഴുകും. പേടിക്കേണ്ട. ഒട്ടും പേടിക്കേണ്ട. എന്റെ കൂടെ വരൂ."

ശർമയ്ക്ക് അനുസരിക്കാതിരിക്കാൻ കഴിഞ്ഞില്ല. മാതുവിനാവട്ടെ കാട്ടിനുള്ളിൽ ഒരു പുലിയുണ്ടാവണേ എന്ന് ഒരു മോഹവും ഉണ്ടായിരുന്നു. ശർമയോടു തിരിഞ്ഞോടാൻ പറഞ്ഞു പുലിയുടെ നേരെ താൻ ചെല്ലുക. പുലി പിടിക്കുക. തന്നെ കടിച്ചു പിടിച്ചു പുലി പിന്നെയും പിന്നെയും കാടുകയറുമ്പോൾ കള്ളകൃഷ്ണൻ മുമ്പിൽ. തന്റെ രക്ഷയ്ക്ക്. പിന്നെ......... പിന്നെ...........

എന്താ മാതു എന്താ എന്നു ശർമ ചോദിച്ചതു കേട്ടാണ് അവൾ ഉണർന്നത്. ഞാൻ കള്ളന്റെ കൈയിൽ സുഖാലസ്യത്തിലായിരുന്നു എന്നു പറഞ്ഞാൽ എന്തോ ഭ്രാന്തുപറയുന്നു എന്നേ ശർമ കരുതൂ.

ചുറ്റുപാടും തൽക്കാലം മൃഗങ്ങളൊന്നും ഉപദ്രവിക്കാനില്ല എന്ന് ഏതാണ്ട് ഉറപ്പുവന്നതോടെ ശർമ ഉത്സാഹിയായി. കൂട്ടുകാരനെ ഉത്സാഹിയാക്കാൻ കഴിഞ്ഞതിൽ മാതുവിനും സന്തോഷമായി. കാടിന്റെ രഹസ്യത്തിലേക്ക് മാതു ശർമയേയും കൊണ്ടുനുഴഞ്ഞു.

വളരെ നേരത്തിനുശേഷം റെസ്റ്റ് ഹൗസിലേക്കു തിരിച്ചു പോരുമ്പോൾ മാതുവിനു സന്തോഷമില്ലായിരുന്നു. ഒരു ഘട്ടത്തിൽ കള്ളൻ വന്നു തന്നെ ഏറ്റുവാങ്ങുമെന്നു കരുതിയതു വെറുതെയായി. കാടും കാട്ടരുവിയും പിന്നെ ടീച്ചറുമുണ്ടായാലേ കള്ളൻ വന്നു തന്നെ ഏറ്റുവാങ്ങൂ എന്നു തോന്നിയതോടെ ഗോപാലന്റെ വീട്ടിലെ വാസം തീരെ വയ്യെന്നായി. സ്വപ്നവും സത്യവും ഒരു കാടിന്റെ ഇരുട്ടുപോലെ കലർന്നു നിൽക്കുന്ന സ്വന്തം ഭൂതകാലത്തിലേ തനിക്കു രക്ഷയുള്ളൂ.

"എന്താ മാതു നീ ഒന്നും മിണ്ടാതായത്" എന്ന ശർമയുടെ ചോദ്യത്തിന് എന്തു പറയണമെന്ന് അവൾക്ക് നിശ്ചയമില്ലാതായി.

ശർമ വല്ലാത്ത സന്തോഷത്തിലായിരുന്നു. അത് അവൾക്ക് ഇഷ്ടപ്പെട്ടു. തൃപ്തിയായില്ലേ എന്ന അവളുടെ കുസൃതിയിൽ ശർമ നാണിച്ചുപോയി.

മനുഷ്യൻ വല്ലാത്തൊരു ജീവിതന്നെ എന്ന വലിയ ചിന്തയിലേക്ക് മാതു ഒലിച്ചുപോയി. ഓരോരുത്തരുടെ ഉള്ള് തുറന്നു കാണാൻ കഴിഞ്ഞാൽ ശിവ ശിവ എന്ന് അന്തംവിട്ടുപോവും. അച്ഛനെക്കുറിച്ച് അവൾ ഓർത്തു. ഇവിടെനിന്ന് ഒഴിഞ്ഞുപോവാൻ വേണ്ടിയാണു ജീവൻ ഒടു

ക്കിയത്. എന്നിട്ടും പോവുന്നില്ല. പഴയ സ്ഥലത്തു പഴേമട്ടിലിരിക്കുന്നു. ഒരുപക്ഷേ, പോവാൻ കഴിയാതെയാവുമോ? കുടുക്കില്ലാക്കുടുക്കാണു വലിയ കുടുക്ക്.

ശർമയോട് മടക്കയാത്രയിൽ ഒരു ഘട്ടത്തിൽ അവൾ പറഞ്ഞു തുടങ്ങി.

"എനിക്ക് ഒരു ചങ്ങാതിയുണ്ട്. ടീച്ചറാണ്. അവരോട് അടുത്ത ചൊവ്വാഴ്ച വീട്ടിൽ വച്ച് കാണാമെന്നു പറഞ്ഞിട്ടുണ്ട്. എനിക്ക് പുതിയ ചുറ്റുപാടിൽ കഴിഞ്ഞുകൂടാൻ വയ്യാതായിരിക്കുന്നു ഇപ്പൊത്തന്നെ. മരിച്ചവരും മരിക്കാത്തവരും ഇടകലർന്ന ചുറ്റുപാടിലാണ് ഞാൻ കഴിഞ്ഞു വന്നത്. സത്യവും സ്വപ്നവും തമ്മിൽ വ്യത്യാസമില്ലാത്ത ലോകം. ടീച്ചറുമായി ആലോചിച്ചശേഷം ഒരുപക്ഷേ, താൻ തിരിച്ചു പോയേക്കും. ഗോപാലേട്ടനുമായി ഒരു അകൽച്ചയുണ്ടായിട്ടല്ല. മഹാപാപം. ഞാൻ പോയാലും പോയില്ലെങ്കിലും ആ പാവത്തിന് ഒരു പോലെ............... ഒരു കാര്യം കൂടി പറഞ്ഞുകൊള്ളട്ടെ. താങ്കൾക്ക് മറ്റേതെങ്കിലും വനമധ്യത്തിലെ റെസ്റ്റ് ഹൗസിലേക്ക് പോവാൻ വല്ലപ്പോഴും തോന്നുകയാണെങ്കിൽ അറിയിച്ചോളൂ. ഞാൻ വരാം. വല്ലപ്പോഴും മാത്രം."

മാതുവെ വീട്ടിൽവിട്ട് കാറുതിരിക്കുമ്പോൾ ശർമയുടെ കണ്ണുകൾ നന്ദികൊണ്ടു നിറഞ്ഞിരുന്നു. ആ നന്ദി അദ്ദേഹം മറന്നില്ല എന്നു പിറ്റേന്നു ഗോപാലേട്ടൻ ഓഫീസിൽ നിന്നു തിരിച്ചുവന്നതോടെ മാതുവിനു മനസിലായി. ഗോപാലേട്ടൻ സന്തോഷംകൊണ്ട് കരയുകയും അപ്പോഴും മാതുവിന്റെ കാൽതൊട്ടു വന്ദിക്കാൻ ശ്രമിക്കുകയും ചെയ്തു.

രണ്ടുകൊല്ലം മുമ്പു തടഞ്ഞുവച്ചിരുന്ന ഒരു പ്രമോഷൻ ഗോപാലേട്ടന് കിട്ടിയിരിക്കുന്നു. ഒന്നും ഭയപ്പെടാതെ, കഴിയുംപോലെ പണിയെടുത്തോളൂ എന്ന ഉറപ്പും ശർമ കൊടുത്തിരിക്കുന്നു.

ഏഴ്

അച്ഛന്റെ നോട്ടം കണ്ടുകൊണ്ടാണു വീട്ടിലേക്കു കയറിയത്. ജഡത്തിൽ നിന്ന് എഴുന്നേറ്റു വന്നതാണല്ലോ അച്ഛൻ. അതുകൊണ്ട് ജഡനോട്ടം എന്നു പറയുക വയ്യ. ഗോപാലേട്ടൻ കൂടെ വരാൻ നിന്നതായിരുന്നു. പ്രമോഷൻ കിട്ടിയല്ലേയുള്ളൂ. ലീവെടുക്കേണ്ട എന്നു തടഞ്ഞു. അമ്മയുടെ മാസച്ചെലവിനു തന്ന പണം അധികമാണെന്നു കണ്ടു കുറെ തിരിച്ചേൽപ്പിക്കാൻ നന്നേ പാടുപെട്ടു.

നേരാനേരം ഭക്ഷണം തയാറാക്കിക്കഴിഞ്ഞാൽ അമ്മ അത് അച്ഛന്റെ മുമ്പിൽ കൊണ്ടുചെന്നുവച്ച് പതിനഞ്ചോളം മിനിട്ട് നിവേദിക്കുന്നു.

എന്നിട്ട് ആ നിവേദ്യമാണ് അമ്മ കഴിക്കുന്നത് എന്നു കേട്ടപ്പോൾ ഓരോരുത്തന് ഓരോ രീതി എന്നാണു മാതുവിനു തോന്നിയത്. താൻ തന്നെ ഇല്ല എന്നു പലപ്പോഴും അവൾക്കു തോന്നാറുണ്ട്. മുത്തശ്ശിയുടെ വാക്കുകളാണ് അവളെ ഇങ്ങനെ ചിന്തിപ്പിക്കുന്നത്. ഇട്ടിച്ചീരി മുത്തശ്ശി ഒരിക്കൽ അവൾക്കു പറഞ്ഞു കൊടുത്തു.

ഞാൻ ചിലപ്പോഴേ ഉള്ളൂ മാതൂ. പലപ്പോഴും ഇല്ല. നിന്റെ അച്ഛന്റെ കാര്യവും അതു തന്നെ. നമ്മുടെ ചിട്ടപ്രകാരം അദ്ദേഹം നമ്മുടെ തറവാട്ടിൽപ്പെടുന്നില്ല. മരണവും ജീവിതവും തമ്മിൽ കള്ളി തിരിച്ചു നിർത്താൻ പറ്റാത്ത അവസ്ഥ അദ്ദേഹത്തിന്റെ കുടുംബത്തിലുമുണ്ടോ എന്നു നമുക്ക് നിശ്ശല്ല്യല്ലോ.

ടീച്ചർക്കു നേരേവാ നേരേപോ എന്നേ അറിയൂ. ചാവുംവരെ ഉണ്ട്. ചത്താൽ പിന്നെ ഇല്ല. അപ്പോൾ കൃഷ്ണൻ എന്നെ അനുഭവിക്കുന്നതോ, ഇപ്പോൾ അച്ഛൻ പുറത്തു കാവലിരിക്കുന്നതോ എന്നു ചോദിച്ചാൽ ടീച്ചർ ഉറപ്പിച്ചു പറയും:

അതൊക്കെ നിന്റെ തോന്നലുകളാ മാതു.

ശരി.

തോന്നലുകളെങ്കിൽ തോന്നലുകൾ. ഈ തോന്നലുകളാണ് എന്റെ സുഖമെന്നു മാതു വിശ്വസിച്ചു കഴിഞ്ഞുപോയ പഴയ ഒരു കാലത്തും കഴിഞ്ഞുതീരാത്ത ഈ കാലത്തും ഒരേ സമയം കഴിയാൻ എനിക്കു കഴിയുന്നു എന്നത് ടീച്ചറേ, എന്റെ തോന്നലാണെങ്കിൽ ഈ തോന്നലുകളാണ് എന്റെ പരമാർഥം.

പറഞ്ഞുറപ്പിച്ച സമയത്തു തന്നെ ടീച്ചർ എത്തി. ചിരിച്ചുകൊണ്ടാണു ടീച്ചർ വന്നത്. ചിരിക്കാതിരുന്നിട്ടെന്താ അതുകൊണ്ടു ചിരിക്കുക തന്നെ എന്നു, ചിരിച്ചുകൊണ്ടല്ലോ വരുന്നത് എന്ന മാതുവിന്റെ വാക്കുകൾക്കു ടീച്ചർ വിശദീകരണം നൽകി. ഉണ്ടിരിക്കണ നായർക്ക് ഒരു വിളി തോന്നി എന്നു കേട്ടിട്ടില്ലേ. അങ്ങനെയായി എന്റെ അവസ്ഥ. കല്ല്യാണോം കില്ല്യാണോം ഒന്നും വേണ്ടായിരുന്നു മാതു. ചന്ദ്രഭാനു എന്ന എന്റെ ഭർത്താവിനെ എന്താ വിളിക്കേണ്ടത് എന്ന് അറിയുന്നില്ല. കൊരങ്ങൻ എന്നോ തിരുവാഴ്ത്താൻ എന്നോ. അറിയുന്നില്ല.

ഞാൻ ആദ്യം മുതൽ പറയാം മാതു.

ചന്ദ്രഭാനുവും ഭാര്യ ഞാനും അയാളുടെ വീട്ടിലേക്കു കയറിച്ചെല്ലുന്നു. ചുറ്റുവട്ടത്തുള്ളോര് ഉണ്ടാവും. ചന്ദ്രഭാനുവിന്റെ അമ്മ കുരുതി ഉഴിയും. എന്നിട്ട് വലതുകാൽ ആദ്യം വെപ്പിച്ച് ഉള്ളോട്ടുകയറ്റും എന്നൊക്കെയല്ലേ പ്രതീക്ഷിക്കുക. ഒന്നും കണ്ടില്ല. ഉമ്മറത്ത് ആരെങ്കിലും നിന്ന് ഈ വരവ് കാണുന്നുപോലുമില്ല. ഇതെന്താ ഇങ്ങനെ? എന്തു

പറ്റി എന്ന എന്റെ അന്വേഷണത്തിനു മറുപടിയായി ചന്ദ്രഭാനു ഇങ്ങനെ പറഞ്ഞു:

"എന്റെ രണ്ടാമത്തെ പെങ്ങളും ഇന്നലെ വിധവയായി. അവൻ ദുബായിൽ ഒരു കമ്പനിയിലായിരുന്നു. ഒരു വാക്കേറ്റത്തിലോ അടിപിടിയിലോ എന്തിലാണെന്നു നിശ്ചയമില്ല അവൻ കൊല്ലപ്പെട്ടതായി ഇന്നലെ വിവരം വന്നു."

എനിക്ക് സങ്കടമോ ചന്ദ്രഭാനുവിനോട് ദേഷ്യമോ തോന്നി. എന്നാൽ നമ്മുടെ കാട്ടിക്കൂട്ടൽ നീട്ടിവയ്ക്കാമായിരുന്നില്ലേ. അല്ലെങ്കിൽ ഇപ്പോൾ ഇങ്ങോട്ടു വരുന്നതെങ്കിലും വേണ്ടെന്നു വെച്ചൂടായിരുന്നോ.

അമ്മ മുഖം വീർപ്പിച്ചു നിൽക്കുന്നതാണ് ആദ്യം കണ്ടത്. അടുത്ത് ചന്ദ്രഭാനുവിന്റെ ആദ്യത്തെ പെങ്ങളായിരിക്കണം കുട്ടിയെ മടിയിലിരുത്തി നിലത്തിരിക്കുന്നു. എന്നെ ഒന്നു നോക്കി. കണ്ട ഭാവം നടിച്ചില്ല. പിന്നെ ഒരു മുറിയിൽ ഇപ്പോൾ വിധവയായിത്തീർന്ന പെങ്ങളാവണം കമിഴ്ന്നു കിടന്നു തേങ്ങുന്നു. ചന്ദ്രഭാനു അങ്ങോട്ടു ചെന്ന് അവളെ സമാധാനിപ്പിക്കുകയെങ്കിലും ചെയ്യേണ്ടേ. ചെയ്യുന്നില്ല. ആകെ മനസിൽ പിടിക്കാത്ത അന്തരീക്ഷം.

നേരെ ഒരു മുറിയിലേക്കാണു ചന്ദ്രഭാനു എന്നെ കൂട്ടിക്കൊണ്ടുപോയത്. ആരോടൊ ഉള്ള രോഷം പ്രകടിപ്പിക്കും വിധം വാതിൽ ശബ്ദഘോഷത്തോടെ അടച്ചു.

ഞാൻ ചോദിച്ചു:

"ഇപ്പൊ ഇത് അടയ്ക്കാണോ, കുറെ നേരമെങ്കിലും വാതിൽ തുറന്നിട്ടൂടേ."

അതിനു സമാധാനമൊന്നും പറയാതെ എന്നെ കെട്ടിപ്പിടിക്കാൻ ഭാവിച്ചപ്പോൾ ഞാൻ സമ്മതിച്ചില്ല. സമ്മതിച്ചതേയില്ല. തനിക്ക് എന്തിന്റെ കേടാ എന്ന് അന്നേ ദിവസം തന്നെ പറയാനാണു തോന്നിയത്. നിനക്കത് വേണം. ഇനിയും വേണം എന്നു ഞാൻ എന്നെത്തന്നെ പുലഭ്യം പറഞ്ഞു.

മാതു നീയും ഞാനും തമ്മിലുള്ള കൂടിച്ചേരൽ മതിയായിരുന്നു. അപ്പോഴാണ് അത്യാഗ്രഹം എന്നെ ഇങ്ങനെയാക്കിയത്.

മൂന്നുകൊല്ലം മുമ്പാണ് അച്ഛൻ മരിച്ച് ചന്ദ്രഭാനുവിന്റെ അമ്മ വിധവയായത്. അതുകഴിഞ്ഞ് ഒരു കൊല്ലം കഴിഞ്ഞപ്പോൾ ഒരു കുട്ടിയുടെ അമ്മയായിത്തീർന്ന പെങ്ങൾ വിധവയായി. രണ്ടാമത്തെ പെങ്ങൾ ഞാൻ അവിടെ കയറിച്ചെല്ലുന്നതിന്റെ തൊട്ടുമുമ്പ് നിനച്ചിരിക്കാതെ വിധവയായി. അങ്ങനെ വൈധവ്യത്തിനു കാരണക്കാരി ഞാനായി.

ആരെങ്കിലും മൂഢവിശ്വാസികളാണെങ്കിൽ ആയിക്കോട്ടെ. ടീച്ചർ

ഒന്നും കേട്ടില്ലെന്നു നടിച്ചാൽ മതി. എന്നു ചന്ദ്രഭാനു പറയുന്നു എന്നു വച്ചു കേട്ടില്ലെന്നു നടിക്കാൻ പറ്റുമോ? ഒരു കുടുംബത്തെ കുട്ടിച്ചോറാക്കാൻ വന്നു കയറിയവൾ എന്നാണ് അമ്മയുടെ ദേഷ്യം.

ഞാൻ ചന്ദ്രഭാനുവിനോട് ഇങ്ങനെ പറഞ്ഞു. അത് ഞാനവിടെ ചെന്നതിന്റെ മൂന്നാംപക്കമായിരുന്നു.

"നമ്മൾ രണ്ടുപേരും കൂടി അകത്തു നിന്നു വാതിലടച്ചു മുറിക്കുള്ളിൽ ഒന്നിച്ചു കിടക്കുന്നതു ശരിയല്ല, പ്രത്യേകിച്ചും ഇപ്പോൾ. രണ്ടാഴ്ച ഞാൻ പുറത്തു നിലത്തു പായ്‌വിരിച്ചു കിടക്കാം. രണ്ടാമത്തെ പെങ്ങളുടെ സങ്കടം ഒന്ന് ആറിത്തണുക്കട്ടെ. അതുകഴിഞ്ഞ് മറ്റെന്താവേണ്ടത് എന്നു നിശ്ചയിക്കാം."

ചന്ദ്രഭാനു സമ്മതിക്കാൻ ഭാവമില്ല. പറയുന്നതെല്ലാം മൂന്നും കേൾക്കട്ടെ എന്ന ഉദ്ദേശ്യത്തോടെയാണെന്നു തോന്നുന്നു പാതി എന്നോടും പാതി തന്നോടുമായി അയാൾ സ്വകാര്യം പറയുന്ന ഭാവത്തിൽ സംസാരിച്ചത് ഏതാണ്ട് ഇങ്ങനെയൊക്കെ.

"കുടുംബത്തിൽ വൈധവ്യം വന്നുപെട്ടത് എന്റെ കുറ്റാ? അതുകൊണ്ട് എനിക്ക് എന്റെ കാര്യവും നോക്കിക്കൂടാ എന്നുണ്ടോ."

അപ്പോൾ ഞാൻ ഇടപെട്ടു മാതു–

"നോക്കിക്കോളൂ. പക്ഷേ, ഒരു രണ്ടാഴ്ചയെങ്കിലും ക്ഷമിക്കൂ എന്നേ ഉള്ളൂ."

"അതിനു ഞാൻ തയാറല്ലെങ്കിലോ ടീച്ചറെ?"

"തയാറില്ലാതെ മുറിയിൽ ഒറ്റയ്ക്കു കിടന്നോളൂ. ഞാൻ രണ്ടാഴ്ച പുറത്തു കിടക്കാൻ നിശ്ചയിച്ചു."

ഒന്നാം രാത്രി അങ്ങനെ പോയി. രണ്ടാം രാത്രി ഉറക്കം കാത്ത് മുറിക്കുപുറത്ത് നിലത്തുകിടക്കെ എനിക്കുകൂടി കേൾക്കാൻ പാകത്തിൽ ഒരു സ്വകാര്യം പറച്ചിൽ കേട്ടു:

"ഒക്കെ ഓരോ നാടകം."

എനിക്ക് അപ്പോൾ ഇരുട്ടിലേക്കു നോക്കി ഇങ്ങനെ ചോദിക്കാതിരിക്കാൻ കഴിഞ്ഞില്ല.

ഞാൻ കാട്ടുന്നതു നാടകമാണെന്നാണോ സൂചന.

എന്റെ ശബ്ദം ലേശം പൊന്തിയിരുന്നു. ലേശം കനക്കുകയും ചെയ്തിരുന്നു. സ്വകാര്യം പറച്ചിൽ പെട്ടെന്നു നിന്നു. ഞാൻ വിട്ടില്ല –
"എന്താ നാവെറങ്ങിപ്പോയോ?"

മൂന്നും വെരണ്ടുപോയി എന്നു തോന്നുന്നു.

ഞാൻ രണ്ടും കൽപ്പിച്ച് എഴുന്നേറ്റു മുറിയുടെ വാതിലിൽ മുട്ടി. ആവശ്യത്തിലേറെ ശക്തിയോടെ മുട്ടി. ചന്ദ്രഭാനു പതുക്കെ വാതിൽ തുറന്നു.

അയാൾ എന്റെ പറച്ചിൽ കേട്ടു കാണണം. അയാളോട് അതുവരെ തോന്നിയിരുന്ന ദേഷ്യം അപ്പോൾ അണപൊട്ടുകയും ചെയ്തു.

“നിങ്ങൾ ഒരു മനുഷ്യനാ. ഇങ്ങനെ ഒരു നിർഭാഗ്യം ഒരു പെങ്ങൾക്ക് ഉണ്ടായിയെങ്കിൽ എന്നോട് അപ്പോൾത്തന്നെ പറയേണ്ടിയിരുന്നില്ലെ. അപ്പോൾ ഞാൻ ഈ കല്ല്യാണത്തിനും ഈ വരവിനും സമ്മതിക്കുമായിരുന്നോ? ചുരുങ്ങിയത് രണ്ടാഴ്ചയെങ്കിലും എല്ലാം നീട്ടിവയ്ക്കാൻ നിർബന്ധം പിടിക്കില്ലെ. അല്ലെങ്കിൽ പുതിയ വീട് വാടകയ്ക്കെടുത്ത് അങ്ങോട്ടു പോവുക. അതിനുള്ള ധൈര്യവുമില്ല.

പതുക്കെ പതുക്കെ എന്നു ചന്ദ്രഭാനു പറയുമ്പോഴെല്ലാം കൽപ്പിച്ചു കൂട്ടി ഞാൻ എന്റെ ശബ്ദം കനപ്പിക്കുന്നുണ്ടായിരുന്നു. മുറി മലർക്കെ തുറന്നിട്ടാണു പറയുന്നത്.

എന്നിട്ടു ഞാൻ മുറി ശബ്ദത്തോടെ അടച്ചു ചന്ദ്രഭാനുവിന്റെ നേർക്കു ചെന്നു. അയാൾ പകച്ചുനിൽക്കുകയാണ്. ഞാൻ അയാളെ കെട്ടിപ്പിടിച്ച് വീടുമുഴുവൻ കേൾക്കാവുന്ന ശീൽക്കാരത്തോടെ രണ്ടുമൂന്നു തവണ ഉമ്മവച്ചു.

പുറത്ത് ഒരു ഊശാന്തുവുമില്ല. വന്നു കയറിയവൾ ചില്ലറക്കാരിയല്ല എന്ന് അവർ ധരിച്ചുകാണും. ചില്ലറക്കാരിയാണ് ഞാൻ എന്നു മാതു നിനക്കും എനിക്കുമല്ലേ അറിയൂ.

ക്രമേണ ഞാൻ തണുത്തു. അമ്മയോടും രണ്ടു സഹോദരിമാരോടും എനിക്ക് അനുതാപം തോന്നിത്തുടങ്ങി. വിധവകളുടെ നടുവിലേക്ക് ഒരു പെണ്ണിനെയും കൊണ്ടുവരാതിരിക്കുന്നതാ ഒരു പുരുഷൻ ചെയ്യേണ്ടിയിരുന്നത്. അവർ അമർഷം കൊള്ളും. വന്നുകയറിയ പെണ്ണിനോട് വെറുപ്പു കൊള്ളും. വാതിലടച്ചാൽ താക്കോൽ പഴുതിലൂടെ ഒളിഞ്ഞുനോക്കും. പല്ലുഞെരിക്കും പുലഭ്യം പറയും.

മൂന്നാലു ദിവസങ്ങൾകൊണ്ട് ഒരു വീട് ചന്ദ്രഭാനു കണ്ടുപിടിച്ചു. ഞങ്ങൾ താമസം മാറ്റുന്നു എന്ന് അമ്മയോടും പെങ്ങന്മാരോടും പറഞ്ഞ് കൂടുതൽ ഒരു വാക്കുപോലും പറയാതെ ഞങ്ങൾ പടിയിറങ്ങി. പടിയിറങ്ങുമ്പോഴും ഇതാണോ ശരി എന്നു ഞാൻ ആലോചിക്കുകയായിരുന്നു മാതു. ആവശ്യമില്ലാത്ത ഒരു പുലിവാല് ചെന്നു പിടിച്ചിരിക്കുകയാണ് ഞാൻ. ഞാൻ ചെയ്യുന്നതിലെല്ലാം ഒരു അൽപ്പത്വം എനിക്കു തോന്നി.

മാതു, ഞാൻ സ്ഥിരമായി താമസിക്കുന്ന വീടില്ലേ അതിൽ ഒരിക്കൽ ചന്ദ്രഭാനു വന്നു. ഒരു കവിയാണു താൻ എന്നു പറഞ്ഞാണു വന്നത്. എന്നിട്ട് ഒരു കവിത ചൊല്ലി. സ്വന്തമായി എഴുതിയ കവിതയാണത്രെ. കേട്ടുകഴിഞ്ഞ് ഞാൻ ചോദിച്ചു:

“തുറന്നു പറയുന്നതിൽ വിരോധമില്ലല്ലോ.”

"ലവലേശം ഇല്ല."

"എന്നാൽ, ഇതു ചന്ദ്രഭാനുവിന്റെ കവിതയല്ല. മലയാളത്തിലെ മൂന്നു പേരുടെ കവിതകളുടെ വാലും തലയും വെട്ടിയെടുത്ത് ഒന്നിച്ചാക്കിയ ഒരു വിദ്യ മാത്രമാണ്. ആ മൂന്നു പേരുടെ പേര് വേണമെങ്കിൽ പറയാം. അവരുടെ, ഇവിടെ ഞാൻ പരാമർശിച്ച വരികൾ ചൊല്ലുകയുമാവാം."

ചന്ദ്രഭാനു വല്ലാതെയാവുന്നത് ഞാൻ കണ്ടു. അയാൾ ഞാൻ പറയുന്നതെല്ലാം തിരസ്കരികുകയും എന്നോടു തട്ടിക്കേറുകയും ചെയ്തേക്കുമോ എന്നുപോലും ഞാൻ പേടിച്ചു. നാലാൾ കൂടുന്ന ദിക്കിൽ പോയി സ്വന്തം കവിത വായിക്കാൻ ശ്രമിക്കുന്നതാണ് അയാളുടെ പൊട്ടത്തരം. വീട്ടിലെ സുഖകരമല്ലാത്ത ദിവസങ്ങളിൽ ഒരു നാൾ അയാൾക്കു കവിത എഴുതാൻ കഴിഞ്ഞു. എന്നെക്കുറിച്ചാണ് മാതു കവിത. ഞാൻ പലവിധ അസ്വസ്ഥതകളിൽ മനോരാജ്യമിരിക്കുമ്പോൾ ആ ഇരിപ്പ് ഒരു മോഡലാക്കി ഒരു ചിത്രകാരൻ വരഞ്ഞെടുക്കുംപോലെ ചന്ദ്രഭാനു എന്നെ കവിതയിൽ വരഞ്ഞെടുത്തതാണെന്നു കേട്ടപ്പോൾ എനിക്ക് ഓക്കാനമാണ് മാതു വന്നത്. ഒരു ചെറിയ സദസിൽ അയാൾ കവിത ചൊല്ലുന്നത് കേട്ട് സദസ്യരിൽ പലരും പരസ്പരം നോക്കി പരിഹാസച്ചിരി ചെയ്യുന്നതു കണ്ട് എനിക്ക് മേലുകോച്ചി.

അവർ ചന്ദ്രഭാനുവിനോട് പറഞ്ഞു:

"നിങ്ങൾ ഇനിമുതൽ കവിത എഴുതരുത്. നിങ്ങളിൽ ഒരു കഴഞ്ച് കവിതപോലുമില്ല എന്നതുതന്നെ കാരണം. മറ്റു രംഗങ്ങളിൽ ലേശം നിലയുള്ള ആളാണ് നിങ്ങൾ. അതു കളഞ്ഞുകുളിക്കാതിരിക്കാൻ വേണ്ടി പറയുകയാണ് ഈ കവിതയെഴുത്ത് നിർത്തണം."

ചന്ദ്രഭാനു വല്ലാതെയായി. അയാളുടെ മുഖം സങ്കടം കൊണ്ടു നിറഞ്ഞു. ഇനിയും വല്ലതും കേട്ടാൽ അയാൾ ആത്മഹത്യ ചെയ്യുമെന്നു പോലും തോന്നി.

അയാൾ പറഞ്ഞു:

"ടീച്ചറേ ഇങ്ങനെ പറഞ്ഞ് എന്റെ പ്രതീക്ഷ നശിപ്പിക്കരുത്. കവിത എഴുതാനാണ് ഈശ്വരൻ എന്നെ ഇങ്ങോട്ടയച്ചത്. എന്റെ കവിതയുടെ രൂപമാണ് ഞാൻ ടീച്ചറിൽ കണ്ടത്. അതേ രൂപം. ഈ രൂപം സ്വന്തമായതോടെ ഇനി ഞാൻ കവിതയെഴുത്തിൽ കേമനാവും. ടീച്ചർ അടുത്തുണ്ടാവുകയേ വേണ്ടൂ."

ഇങ്ങനെയൊക്കെ പറയുമ്പോൾ ഞാൻ എന്താണു ചെയ്യുക മാതു. പിന്നീടൊന്നും പറഞ്ഞില്ല. രണ്ടു മൂന്നു തവണ ആളുടെ മോഹം തീർക്കാനും സഹായിച്ചു. എന്നാലും എനിക്ക് ഒരു മരപ്പാവപോലെ കിടന്നുകൊടുക്കാനേ പറ്റുന്നുള്ളൂ. ഞാൻ ശ്രമിച്ചു നോക്കാതെയൊന്നുമല്ല.

വീട്ടിലുള്ളവരുടെ അവസ്ഥയും ഇയാളുടെ മൂഢധാരണകളും എന്നെ നിരുത്സാഹപ്പെടുത്തുകയാവാം. ഇനി എന്റെ ഈ മനോഭാവം മാറി ഒരു ഉത്സാഹത്തിൽ ചെന്നെത്തുമെന്നു തോന്നുന്നില്ല.

മാതു ചോദിച്ചു:

"എന്നാൽ ടീച്ചർക്ക് ഈ ബന്ധം വേണ്ടെന്നുവച്ച് പഴയവീട്ടിലേക്കു തിരിച്ചു വന്നൂടേ?"

"അതു തന്നെയാണ് ഞാനും ആലോചിച്ചത് മാതു. പക്ഷേ, ഞാനതു പറഞ്ഞപ്പോൾ അയാളുടെ നെഞ്ചു പൊട്ടിയതുപോലെയായത്രെ. ഞാൻ സ്വന്തമായുണ്ടെങ്കിൽ അയാളുടെ കവിത പടർന്നു പന്തലിക്കും. ഞാൻ പിരിഞ്ഞാൽ അയാളുടെ കവിത നശിക്കും. പിന്നെ എന്തിനാണെന്റെ ജീവിതം എന്നാണയാൾ പറയുന്നത്. വല്ലാത്തൊരു പുലിവാലു തന്നെ."

"ഒന്നും പുലിവാലായിട്ടില്ല ടീച്ചറേ. ഞാൻ ഗോപാലേട്ടനോടു പറയാൻ പോവുന്നതെന്താണെന്നോ? ഗോപാലേട്ടൻ എന്നും എന്റെ ഭർത്താവായിരുന്നോളൂ. ഞാൻ തിരിച്ചുപോവുകയാണ്. എനിക്കും അമ്മയ്ക്കും മാസച്ചെലവ് തരാൻ വരുമ്പോൾ ഒന്നോ രണ്ടോ ദിവസം ഞങ്ങളുടെ കൂടെ താമസിച്ചോളൂ. വിശ്വനാഥൻ ശർമയിൽ നിന്ന് ഒരു ബുദ്ധിമുട്ടുമുണ്ടാവില്ല. ഞാൻ ഇടയ്ക്കെല്ലാം ശർമയോട് ബന്ധപ്പെടുന്നുണ്ടാവുമല്ലോ. ഗോപാലേട്ടന്റെ കൂടെയാവുമ്പോൾ എനിക്ക് ഒരു വർത്തമാനലോകം മാത്രമേ കിട്ടുന്നുള്ളൂ. സ്വപ്നം നിറഞ്ഞ ഒരു ഭൂതലോകം കിട്ടുന്നേയില്ല. രണ്ടും ഇടകലർന്നല്ലാതെ എനിക്ക് ജീവിക്കാനേ പറ്റുന്നില്ല എന്നെല്ലാം പറഞ്ഞു കഴിയുമ്പോഴേക്ക് പാവത്തിനു മനസിലാവും. എന്നെ ഇവിടെ കൊണ്ടു ചെന്നാക്കി സന്തോഷത്തോടെ തിരിച്ചു പോവുകയും ചെയ്യും. എനിക്കുറപ്പുണ്ട്...... ടീച്ചറും ഇതേ നിലപാടെടുക്കൂ. പിരിയുന്നേയില്ല മാറി താമസിക്കുന്നതേയുള്ളൂ എന്നു പറഞ്ഞു ബോധ്യപ്പെടുത്തുക. കവിതയുടെ നിനവു വരുമ്പോൾ വരട്ടെ. വാതിൽ മലർക്കെ തുറന്നിരിക്കും. കവിത ചെയ്യുകയും കവിത എഴുതുകയും ചെയ്തു തിരിച്ചുപോവട്ടെ. ഇങ്ങനെ പറഞ്ഞാൽ അയാൾ സമ്മതിക്കാതിരിക്കില്ല. സമ്മതിക്കുന്നില്ലെങ്കിൽ സമ്മതിക്കണ്ട. ടീച്ചർ മൂടുംതട്ടി തിരിച്ചു പോന്നോളൂ."

അതുതന്നെ ഒരു പോംവഴിയുള്ളൂ എന്നു ടീച്ചർക്ക് ബോധ്യമാവാതിരുന്നില്ല.

എട്ട്

ചെട്ട്യാരെ സുകൃതക്ഷയം വിടാതെ പിന്തുടരുന്നു എന്നു തോന്നുകയാണ്. മാതു തിരിച്ചു പോയിട്ടില്ല. ഒരുദിവസം രാത്രി മാതുവും

അമ്മയും ഭക്ഷണം കഴിക്കുന്നു. അപ്പോഴാണ് ഒരു പ്രേതം പോലെ ചെട്ട്യാരു പ്രത്യക്ഷപ്പെട്ടത്.

ഇനി ഇങ്ങോട്ടു കയറരുത് എന്നു പറഞ്ഞത് ഓർമയില്ലാതെയല്ല. ഒളിക്കാൻ മറ്റൊരിടമില്ലാത്തതുകൊണ്ട് കയറി വന്നതാണ്. ഇതുപോലൊരു സ്വകാര്യം എനിക്കിപ്പോൾ അത്യാവശ്യമാണ്.

അങ്ങാടിയിൽ എന്തൊക്കെയോ രണ്ടു മൂന്നു ദിവസമായി നടന്നിട്ടുണ്ട് എന്നു മാത്രു കേട്ടിരുന്നു. അമ്മ അത്രയും കേട്ടിട്ടില്ല.

ചെട്ട്യാരുടെ ആവശ്യം ഒളിവിലിരിക്കാൻ ഒരു സ്ഥലമാണ്. ആരു വന്നു തെരഞ്ഞാലും കണ്ടെത്താൻ പറ്റാത്ത ഉള്ളറകളും ഉൾവിളികളും ഉള്ള വീടാണ്. അവിടെ ഒരു രക്ഷാസങ്കേതം ഒരു പത്തു ദിവസത്തിന് ഏർപ്പെടുത്തിത്തരണം എന്നാണ് ചെട്ട്യാരുടെ ആവശ്യം.

ചെട്ട്യാർ ഒരാപത്തിൽ ചെന്നു വീണിരിക്കുന്നു. അതോ വീഴ്ത്തിയതോ എന്നു നിശ്ചയമില്ല. സാധനങ്ങൾ തൂക്കാനും എടുത്തുകൊടുക്കാനുമായി ആറുപേരും പണം വാങ്ങാൻ ചെട്ട്യാരുടെ തന്നെ ഒരു മരുമകനും നാൾവഴിക്കണക്ക് ശരിയാംവിധം കണക്കാക്കാൻ ഒരു കണക്കപ്പിള്ളയും അസൗകര്യമില്ലാത്ത വിധം മറ്റൊരു നാൾവഴിക്കണക്കുണ്ടാക്കാൻ മറ്റൊരു കണക്കപ്പിള്ളയുമായി കുശാലായി ചെട്ട്യാരുടെ പലചരക്കു പീടിക പൊയ്ക്കൊണ്ടിരിക്കുകയായിരുന്നു. ഒരു ശല്യവുമില്ലാതെ.

അപ്പോഴാണ് എവിടെ നിന്നോ വന്ന പേരില്ലാത്തൊരാൾ ചെട്ട്യാരുടെ പീടികയുടെ നേരെ എതിർവശത്ത് ഒരു പലചരക്കു പീടിക തുടങ്ങിയത്. ആരോ ചോദിച്ചപ്പോൾ എനിക്കു പേരില്ല എന്നാണ് അയാൾ പറഞ്ഞത്. നാട് എവിടെയാ എന്നു ചോദിച്ചപ്പോൾ ചെന്നെത്തുന്നിടം തന്നെ എന്നും പറഞ്ഞുവത്രേ.

ഒരു പുറം നഗരത്തിൽ ചില ഗുലുമാലുകളൊക്കെ ഒപ്പിച്ച് അവിടെ നിന്നു രക്ഷപ്പെട്ട് ഇവിടെ ഒളിവുപാർക്കാനാണ് പേരില്ലാക്കാരൻ വന്നിരിക്കുന്നതെന്നു ചിലർ പറയുന്നതിൽ സത്യമൊന്നും കാണില്ല എന്നു ചെട്ട്യാർ വിശ്വസിച്ചു. അയാളുടെ മുഖത്തു കള്ളലക്ഷണമുണ്ട് എന്നു പറയുന്നതു ശരിതന്നെ. അത് ചിലരുടെ ലക്ഷണക്കേട് എന്നേ പറയേണ്ടു. കണ്ടാൽ മുരടനാണ് ലഹളക്കാരനാണ് എന്നെല്ലാം തോന്നും. അടുത്താലല്ലേ കരിക്കിന്റെ മട്ട് പാവമാണെന്നറിയുക.

അയാൾക്കും ജീവിക്കണ്ടെ എന്നെപ്പോലെ ഒരു പീടിക തൊടങ്ങാൻ അയാൾക്കും അവകാശമില്ലെ എന്നേ ചെട്ട്യാർ കരുതിയുള്ളൂ എന്നു കേൾക്കുന്നു.

പതുക്കെ ചെട്ട്യാരുടെ സ്വൈരം കെടാൻ തുടങ്ങി. ചെട്ട്യാരുടെ പതിവുകാരെ അങ്ങോട്ടു തിരിച്ചുവിടാൻ ചിലരെ ഏർപ്പാടാക്കി. സമ്മാനപദ്ധ

തിയും മറ്റും വിൽപ്പനയുടെ ഭാഗമാക്കി. തൂക്കത്തിൽ കുറവുവരുത്തിയോ സാധനങ്ങളിൽ മായം ചേർത്തോ ചെട്ട്യാരുടെ വിലയേക്കാൾ താഴ്ന്ന വിലയ്ക്ക് സാധനങ്ങൾ വിൽക്കാൻ തുടങ്ങി. ആ പരാതികൾ സത്യസന്ധമാണോ എന്നു പറയുക വയ്യ. ആരാണ് അത്തരം പരാതികൾ പ്രചരിപ്പിച്ചത് എന്നും അറിഞ്ഞുകൂട. നാഥനില്ലാ പരാതികൾ പരത്തലാണല്ലോ മനുഷ്യധർമം എന്നു ടീച്ചർ പറയാറുണ്ട് എന്നു മാതു ഓർത്തുപോയി.

ചെട്ട്യാരുടെ കച്ചോടം കുത്തനെ ഇടിയാൻ തുടങ്ങി. സാധനങ്ങൾ തൂക്കിക്കൊടുക്കാൻ നിൽക്കുന്ന ആറുപേരിൽ മൂന്നുപേരെ ഗത്യന്തരമില്ലാത്തതിനാൽ പറഞ്ഞയക്കേണ്ടി വന്നു. അവർക്കാവട്ടെ പേരില്ലാത്താളുടെ പീടികയിൽ പണിയും കിട്ടി. കണക്കപ്പിള്ളമാരിൽ ഒരാൾ അധികപ്പറ്റായപ്പോൾ അയാളെയും പിരിച്ചയച്ചു. ഈ കണക്കപ്പിള്ളയെ കിട്ടാൻ കാത്തിരിക്കുകയായിരുന്നു എതിർ പീടിക.

മറ്റൊരു ദിവസം മൂന്നു പണിക്കാരിൽ സമർഥനായൊരാൾ ചെട്ട്യാരോടു പറഞ്ഞു "ഞാൻ നാളെ മുതൽ ജോലിക്കു വരുന്നില്ല."

"അതെന്താടോ" : ചെട്ട്യാർ

"ഒന്നൂല്യ വീട്ടിൽ മറ്റുചില ഏർപ്പാടുകൾ ആവാമെന്നു നിരീച്ചിരിക്ക്യാണ്."

"എന്ത് ഏർപ്പാടുകൾ?"

അതിന് ഉത്തരമില്ല. ചെട്ട്യാർ പിന്നെയും ചൂഴ്ന്ന് ചോദിച്ചതൊന്നുമില്ല എന്നാണു പറഞ്ഞത്.

രണ്ടാഴ്ച കഴിഞ്ഞ് ഒരുദിവസം അവൻ മറ്റേ പീടികയിലേക്ക് കയറിപ്പോന്നത് ചെട്ട്യാർ കണ്ടു. ചെട്ട്യാർ ആ പോക്ക് കണ്ടുകൊണ്ടു ക്രമേണ ആ പോക്കല്ല മറ്റെന്തോ കണ്ടുകൊണ്ട് ഏറെനേരം അങ്ങനെ ഇരുന്നിട്ടുണ്ടാവണം. അയാൾ മാനസികമായി തളർന്നു വരുന്ന സന്ദർഭമായിരുന്നു അത്.

സാധനങ്ങൾ വാങ്ങാൻ വരുന്നവരെയും കാത്ത് ഏറെനേരം പണിക്കാർക്കും ക്യാഷിൽ ഇരിക്കുന്ന ആൾക്കും കുത്തിയിരിക്കേണ്ടി വന്നു. നാടൻ ഭാഷയിൽ പറഞ്ഞാൽ മിക്കവാറും ഈച്ചയാട്ടിയിരിക്കുകയായി ചെട്ട്യാരും ജോലിക്കാരും.

ഇതിനിടെ ഒരു സംഭവമുണ്ടായി. ചെട്ട്യാർക്ക് കഷ്ടിച്ച് പിടിച്ചുനിർത്താൻ കഴിഞ്ഞ പറ്റുകാരെയും പേരില്ലാ ആളുടെ ആൾക്കാർ ചെന്നു പ്രലോഭിപ്പിക്കാൻ തുടങ്ങി. രണ്ടാംനാളും അങ്ങനെ പോയ രണ്ടുപേരെ ഇടവഴിയിൽ തടഞ്ഞുനിർത്തി ആരോ രണ്ടുമൂന്നു പൊട്ടിച്ചു. അവർ പേടിച്ച് പിന്തിരിഞ്ഞോടുകയുണ്ടായി.

ഇതറിഞ്ഞ പേരില്ലാത്ത ആൾ നേരെ ചെട്ട്യാരുടെ പീടികയിലേക്കു ചെന്നു. അയാൾ ഇങ്ങനെ ചോദിച്ചുകൊണ്ടാണ് വന്നതത്രെ:

"എന്റെ ആൾക്കാരെ അടിച്ചോടിക്കാൻ ഏർപ്പാടാക്കിയത് ആരാ?"

"എനിക്ക് സത്യമായിട്ടും അറിയില്ല. ഞാനല്ല അതു ചെയ്തത്" എന്നു ചെട്ട്യാർ ദൈവത്തെ ആണയിട്ടു പറഞ്ഞു. അപ്പോഴേക്കും അവിടെ തടിച്ചുകൂടിയ നാട്ടുകാർക്കും ചെട്ട്യാരുടെ വാക്കുകൾ സത്യമാവില്ലെന്നും സത്യമാവാമെന്നും തോന്നാതിരുന്നില്ല. അത്രയും മനസിൽ തട്ടിയാണ് അയാൾ പറയുന്നത്.

മറ്റേ പീടികക്കാരൻ അകത്തേക്കു ചാടിക്കയറുമെന്നും ചെട്ട്യാരെ പുറത്തേക്കു വലിച്ചിഴച്ചു വല്ലതും ചെയ്തേക്കുമെന്നും കരുതിയവർക്ക് അങ്ങനെയൊരു രംഗത്തിനു സാക്ഷിയാവാൻ കഴിഞ്ഞില്ല.

പിന്നീടൊന്നും ചോദിക്കാതെയും തർക്കിക്കാതെയും പേരില്ലാത്ത ആൾ അങ്ങനെ ഏറെനേരം നിന്നുവത്രെ. ഗാഢമായ ഒരു ആലോചനയിലോ ഭീതിയെന്നു വിശേഷിപ്പിക്കാവുന്ന ഭാവത്തിലോ അയാൾ നിന്നത് അയാളെ ദുരൂഹത പൊതിഞ്ഞു നിൽക്കുന്ന ഒരു വ്യക്തിയാണെന്ന് തോന്നിപ്പിച്ചു.

ഇനിയും എന്തോ വരാനിരിക്കുന്നതേയുള്ളൂ എന്നു രണ്ടുപേരും അന്നേരം ഭയപ്പെടുന്നതായി തോന്നി. തന്നെക്കൂടി കുടുക്കിലാക്കാൻ ശാന്തമായ ഈ അങ്ങാടിയിലേക്കും ആരെല്ലാമോ കടന്നുവന്നിട്ടുണ്ടെന്നു ചെട്ട്യാരു പറയുന്നത് എന്നാലും പലർക്കും വിശ്വസിക്കാൻ കഴിയുന്നില്ല. മറ്റേ ആളുടെ വളർച്ചയിൽ ചെട്ട്യാരുടെ അങ്കലാപ്പു തന്നെയാവണം അശാന്തിയുടെ കാരണം.

ഒരുദിവസം പട്ടാപ്പകൽ മുഖംമൂടി ധരിച്ച രണ്ടുപേർ പേരില്ലാ ആളുടെ പീടികയിലേക്ക് ബോംബ് വലിച്ചെറിഞ്ഞു. ഒന്നോ രണ്ടോ മൂന്നോ ആവോ. ഇടതും വലതും റോഡരികിലുള്ളവർ സംഗതി മനസിലാവാതെ ഒന്നു പകച്ചു. പിന്നെ ചിന്നിച്ചിതറി ഓടി.

പേരില്ലാത്ത ആൾ മാത്രമല്ല, രണ്ടോ മൂന്നോ ജോലിക്കാരും അപ്പോൾത്തന്നെ മരിച്ചു. പീടിക കത്താൻ തുടങ്ങി. ഇതൊന്നും ഞാൻ ചെയ്തതല്ല എന്ന നടുക്കത്തോടെ ചെട്ട്യാർ മുഖംമൂടിക്കാരുടെ നേർക്കു പാഞ്ഞു ചെന്നു. അപ്പോഴേക്കും അവർ സ്ഥലം വിടുകയോ മുഖംമൂടി മാറ്റി ആൾക്കൂട്ടത്തിൽ കലരുകയോ ചെയ്തു കഴിഞ്ഞിരുന്നു.

ആരോ ചെട്ട്യാരെ ഓർമിപ്പിച്ചു – "ഇബടെ നിക്കണ്ട."

"അതെന്താ?"

"അതെന്താന്നോ. ഇപ്പോ പൊലീസെത്തും. കാണണ്ട താമസം ചെട്ട്യാരെ പിടിക്കുകയും ചെയ്യും."

"പിടിച്ചോട്ടെ അപ്പൊ എന്റെ സത്യം പറഞ്ഞ് അവരെ ബോധ്യപ്പെടുത്താലോ."

ബോധ്യപ്പെടുത്തും മുമ്പുതന്നെ അവർ ചെട്ട്യാരെ പലതും ബോധ്യപ്പെടുത്തില്ലെ........... ഇബട നിക്കണ്ട പോണതാ നല്ലത്."

അങ്ങനെ മുങ്ങിയതിന്റെ നാലാം പക്കം രാത്രിയിലാണ് ചെട്ട്യാർ ഒളിവുതാവളം അന്വേഷിച്ച് മാതുവിന്റെയും അമ്മയുടെയും അടുത്തെത്തുന്നത്.

കുറേനേരത്തെ മൗനത്തിനുശേഷം മാതു അമ്മയോടുപോലും ആലോചിക്കാതെ പറഞ്ഞു:

"ഇവിടെ ഒളിയിരിക്കാൻ പറ്റില്ല്യ ചെട്ട്യാരേ......... രഹസ്യ അറകളും രഹസ്യ വഴികളും ഇവിടെ ഉണ്ടെന്നു കേട്ടിട്ടേയുള്ളൂ. ഞങ്ങളാരും കണ്ടിട്ടുപോലുമില്ല. അതാ അവിടെ അനങ്ങാപ്പാറയിരിക്കുന്ന അച്ഛൻ പോലും ആ നിലയ്ക്ക് മാത്രമല്ല, ഏതു നിലയ്ക്കും ചെട്ട്യാരെ സഹായിക്കാൻ പറ്റില്ല."

രാത്രിയിലെ ഇരുട്ടിലേക്ക് ചെട്ട്യാർ ഒന്നും മിണ്ടാതെ കാലെടുത്തു വെക്കുന്നത് അച്ഛൻ കാണുന്നുണ്ടെന്നു തോന്നി. ആ ഇരിപ്പ് കാണുന്ന അമ്മ മാതു പറഞ്ഞതിനു മറുത്തൊന്നും പറഞ്ഞില്ല. അയ്യോ പാവം, ഈ രാത്രി ഇറക്കിവിടണ്ട മാതു എന്നോ മറ്റോ പറയാൻ അമ്മ ആഗ്രഹിച്ചോ എന്തോ.

പിന്നെയും രണ്ടുദിവസം കഴിഞ്ഞ് ഒരു ഉച്ചയ്ക്ക് തെക്കേ തൊടിയിൽ നിന്ന് എന്നെ കൊല്ലരുതേ എന്ന നിലവിളി മാതുവും അമ്മയും കേട്ടു. തൊടിയിലെ കട്ടകുത്തിയ കാട്ടിനുള്ളിൽ പൊലീസുകാർ ചെട്ട്യാരെ കണ്ടെത്തിയതാണ്.

ഞങ്ങൾ അറിഞ്ഞുകൊണ്ടല്ല ചെട്ട്യാര് അവിടെ ഒളിഞ്ഞിരുന്നത് എന്നു അമ്മയും മോളും പറഞ്ഞത് പൊലീസു വിശ്വസിക്കാതിരുന്നില്ല. പക്ഷേ, വളപ്പിലെ ഈ കാടും മരങ്ങളും വെട്ടിനീക്കണം എന്ന താക്കീതു കൊടുത്താണ് പൊലീസു പോയത്.

ഈ കാടും മരങ്ങളും അതിനുള്ളിലെ വീടുമാണല്ലോ ഞങ്ങളുടെ സത്യാസത്യങ്ങൾ എന്നു മാതു അവരോട് അപ്പോൾ പറഞ്ഞതൊന്നുമില്ല.

ഒൻപത്

മാതു തിരിച്ചു ചെല്ലുമ്പോൾ ഗോപാലേട്ടൻ മനോരാജ്യം കാണുകയായിരുന്നു. മനോരാജ്യത്തിൽ നിന്ന് ഉണർന്നപ്പോൾ മുമ്പിൽ ശ്രീലക്ഷ്മി പോലെ മാതു. മാതു മാതു മാതു എന്നയാൾ മന്ത്രം ജപിച്ചു.

മാതു പറഞ്ഞു:

“മരാ മരാ മരാ എന്നു ജപിച്ചാലേ ക്രമത്തിൽ അത് രാമ രാമ രാമ എന്നാവൂ. മാതു എന്ന് എത്ര ജപിച്ചാലും മാതു തന്നെയാവും. ഗോപാലേട്ടൻ എന്നെ– ഞാനൊരു ഭാര്യയല്ലെ– ഇത്രയൊന്നും ബഹുമാനിക്കരുത്. യജമാനത്തിയല്ല ഒരു ചങ്ങാതിയാണ് ഞാനെന്നു കണക്കിലെടുക്കൂ.”

ഗോപാലേട്ടൻ സംതൃപ്തിയോടെ ചിരിച്ചു. എന്നിട്ട് ഇപ്പോൾ കമ്പനിയിൽ സുഖാണെന്നു പറഞ്ഞു. ഞാൻ ചെയ്യുന്നത് ഗൗരവപ്പെട്ട കണ്ണുകളോടെ ആരെങ്കിലും നോക്കി നിൽക്കുമ്പോഴാണ് മാതു, ഞാൻ പതറിപ്പോവുക. അത് ശരിയായില്യ, ഇതു ശരിയായില്യ എന്നു പറയുമ്പൊ ഒന്നും ശരിയാവില്യ. ഇപ്പൊ ഒക്കെ ശരിയായി. ആരും ഗസ്റ്റപ്പൊ ആയി ചുറ്റുവട്ടത്ത് നിൽക്കുന്നില്ല. മോളിൽ നിന്നുള്ള പ്രോത്സാഹനവും. നിങ്ങൾക്ക് ഇത്രയും കഴിവുണ്ടെന്നു ഞാൻ ഇപ്പോഴേ അറിയുന്നുള്ളൂ എന്നു ശർമാജി പറഞ്ഞപ്പോൾ ഞാൻ എത്ര സന്തോഷിച്ചെന്നോ. ഒക്കെ മാതൂന്റെ കൃപ.

തന്റെ പ്ലാൻ അവതരിപ്പിക്കാൻ ഇതു പറ്റിയ സന്ദർഭമാണല്ലോ എന്നു മാതുവിനു തോന്നായ്കയല്ല. വരട്ടെ. കുറെക്കൂടി പറ്റിയ ഒരു സന്ദർഭം വരാനുണ്ടല്ലോ എന്നു മാതു കണക്കുകൂട്ടി.

ഇന്നു ഞായറാഴ്ച. നല്ല ദിവസം.

ഗോപാലേട്ടൻ കണ്ടുനിൽക്കെ മാതു ശർമാജിയെ വിളിച്ചു. ശർമയെന്നു മറ്റുള്ളവർ കേൾക്കെ വിളിക്കേണ്ട.

അതെ ഞാൻ തന്നെ.

“ശർമാജി ഇത് ഞാനാണ് മാതു. ഞാൻ ഇന്നാണ് ഇവിടെ തിരിച്ചെത്തിയത്. ഗോപാലേട്ടൻ ആകെ ഉത്സാഹഭരിതനായിരിക്കുന്നു.”

ഗോപാലേട്ടൻ കേൾക്കുന്നില്ലെ എന്ന് മാതു ശ്രദ്ധിച്ചു. ഉവ്വ് നന്നായി കേൾക്കുന്നു. മുഖം നിറയെ വിരിഞ്ഞ സന്തോഷത്തോടെ കേൾക്കുന്നു.

“ഞങ്ങൾ ഇന്ന് ഉച്ചയൂണിന് അങ്ങോട്ടു വന്നാലോ. ഞാനും ഗോപാലേട്ടനും.........ശർമാജിയുടെ പത്നിയുമായും പരിചയപ്പെടാമല്ലോ. കുറച്ച് ഗൗരവപ്പെട്ട കാര്യങ്ങൾ പറയാനുമുണ്ട്. ഒ കെ?”

ശർമാജിയുമായുള്ള ഫോണിലെ വർത്തമാനം നിന്നതും ഗോപാലേട്ടൻ അയ്യോ മാതു ഞാൻ എം ഡി യുടെ വീട്ടിലേക്കില്ല. അദ്ദേഹത്തിനൊപ്പമിരുന്ന് എനിക്ക് ഉണ്ണാൻ പറ്റില്ല. പ്ലീസ്. എന്നെ ഒഴിവാക്കണേ. മാതു മാത്രം പോയാൽ മതി എന്നെല്ലാം പറയുന്നുണ്ടായിരുന്നു. മാതു കേട്ടതായി നടിച്ചതേയില്ല.

പുറപ്പെട്ടിറങ്ങുമ്പോൾ മാത്രം മാതു ഗോപാലേട്ടനോട് ധൈര്യമായി കൂടെ ചെല്ലാൻ ഓർമപ്പെടുത്തി. ശർമയുമായി കുറച്ചുനേരം ഒന്നിച്ചിരി

ക്കുക. ഒന്നിച്ചുണ്ണുക, എന്തെങ്കിലും തമാശ പറഞ്ഞിരിക്കുക എന്നത് ഭാവിയിലേക്ക് നന്മയുണ്ടാക്കുന്ന കാര്യങ്ങളല്ലേ.

അനുസരണയുള്ള ഒരു കീഴുദ്യോഗസ്ഥനെപ്പോലെ ഗോപാലേട്ടൻ മാതുവെ പിന്തുടർന്നു.

ശർമയും മിസിസ് ശർമയും കാത്തിരിക്കുന്നുണ്ടായിരുന്നു. മാതുവിന്റെ അപൂർവതയിൽ മിസിസ് ശർമ ആശ്ചര്യപ്പെട്ടു നിന്നു കുറച്ചു നേരം. ഈ ദൃഷ്ടികളുടെ സമ്പ്രദായമെന്താ ഇങ്ങനെ, ഈ മുഖത്തു വിരിയുന്ന ചിരിയുടെ പ്രത്യേകത എന്താ ഇങ്ങനെ എന്നും മറ്റുമായിരിക്കാം അവർ ചിന്തിച്ചുപോയിട്ടുണ്ടാവുക.

ശർമയ്ക്കും മിസിസ് ശർമയ്ക്കും അഭിമുഖമായി മാതു ഇരുന്നു. ഗോപാലനോട് ഇരിക്കാൻ ശർമ ആവശ്യപ്പെട്ടെങ്കിലും വേണ്ട ഞാനിവിടെ നിന്നോളാമെന്നു പറഞ്ഞ് ഗോപാലൻ ഭവ്യത കാണിച്ചു. ശർമയ്ക്ക് ഗോപാലൻ കാണിച്ചത് ഉള്ളാലെ ഇഷ്ടമായിട്ടുണ്ടാവും. എന്നാൽ അത് പുറത്തു കാണിക്കാതെ ഇത് ഓഫീസല്ല എന്റെ വീടല്ലേ എന്നു പറഞ്ഞുകൊണ്ട് മാതുവിന്റെ അടുത്തുതന്നെ അയാളെ ശർമ ഇരുത്തി.

മസിനഗുഡി യാത്രയെക്കുറിച്ച് മിസിസ് ശർമ വിസ്തരിച്ചു കേട്ടിരിക്കുന്നു. കേട്ടു കഴിഞ്ഞപ്പോൾ എനിക്കും പോയാൽ നന്നായിരുന്നു എന്നു തോന്നി. കാട് ഇഷ്ടമാണ് എനിക്കും എന്നെല്ലാം അവർ പറഞ്ഞു. പക്ഷേ, എന്തു ചെയ്യട്ടെ കുറച്ചു നടന്നാൽ മതി എന്റെ രണ്ടു കാലിലെയും മസിലുകൾ ഉരുട്ടിക്കയറ്റും, മസിലു കയറിയാൽപ്പിന്നെ കിടന്ന് എരിപൊരി സഞ്ചാരമാണ്. അല്ലായിരുന്നുവെങ്കിൽ എവിടെപ്പോവുമ്പോഴും സെക്രട്ടറിയായി എന്നെയാവും ഇദ്ദേഹം കൊണ്ടുപോവുക.

അവർക്ക് ഭർത്താവിനെ എല്ലാ നിലയ്ക്കും പൂർണവിശ്വാസമാണെന്നു മാതുവിനു മനസിലായി. പരസ്ത്രീകളുമായി മറ്റു നിലയ്ക്ക് അടുക്കാൻ അദ്ദേഹത്തിനു കഴിയില്ല. മുഖത്തു നോക്കാൻപോലും കഴിയില്ല എന്നു മിസിസ് ശർമ പറഞ്ഞു. മാതുവിനെക്കൂട്ടി യാത്ര ചെയ്യുമ്പോൾ അമ്മാമനും മരുമകളും എന്ന തോന്നലാണ് ഉണ്ടാവുന്നതെന്നും ശർമ വീണ്ടും വീണ്ടും പറഞ്ഞത് അവർ അന്നേരം ഓർമിക്കുകയും ചെയ്തു.

ആയതിനാൽ മിസിസ് ശർമ ഒരു അപേക്ഷാ രൂപത്തിൽ മാതുവിനോട് ഇപ്രകാരം പറഞ്ഞു:

“അദ്ദേഹത്തിന്റെ എല്ലാ യാത്രകളിലും മാതു സെക്രട്ടറിയായുണ്ടാവണം. ആണുങ്ങളായാൽ നമ്മെപ്പോലെ ശ്രദ്ധിച്ചു എന്നു വരില്ല. അദ്ദേഹത്തിന് പ്രായമാവുകയല്ലേ. യാത്ര ചെയ്യുന്നതിനിടയിൽ എവിടെയെങ്കിലും വച്ച് എന്തെങ്കിലും സംഭവിച്ചാലോ. ഡോക്ടറെ കൊണ്ടുവരാനോ

സ്വന്തമായി സഹായം ചെയ്യാനോ കൂടെ മാതുവുണ്ടല്ലോ എന്ന സമാധാനത്തോടെ എനിക്ക് ഇവിടെ ഇരിക്കാമല്ലോ."

ശർമ ശ്രദ്ധിക്കാത്തമട്ടിൽ അങ്ങനെ ഇരുന്നു. ഗോപാലേട്ടൻ കൂടുതൽ ശ്രദ്ധിക്കുന്ന മട്ടിലും.

താൻ പറയാൻ ഉദ്ദേശിച്ച കാര്യങ്ങൾ ഊണുകഴിച്ചുകൊണ്ടിരിക്കുമ്പോഴാണ് മാതു പറയാൻ തുടങ്ങിയത്. ഗോപാലേട്ടനും കേൾക്കണം എന്ന മുഖവുരയോടെ ശർമയോടാണ് മാതു സംസാരിച്ചത്.

"ഞാൻ ഗോപാലേട്ടന്റെ കൂടെയുള്ള താമസം നിർത്തി എന്റെ വീട്ടിലേക്കു മടങ്ങുകയാണ്. പച്ചപ്പില്ലാത്ത ഇവിടെ സ്ഥിരമായി കഴിയാൻ പറ്റുന്നില്ല. അതിനർഥം ഞാൻ താമസം പാടെ നിർത്തിപ്പോവുന്നു എന്നല്ല. ഞങ്ങളുടെ ബന്ധവും മുറിയുന്നില്ല. താങ്കൾക്ക് യാത്രയ്ക്ക് സമയമായാൽ അറിയിച്ചാൽ മതി. ഞാൻ വരാം. യാത്രയ്ക്ക് തൊട്ടുമുമ്പും പിമ്പും ഗോപാലേട്ടന്റെ കൂടെ കഴിയുകയുമാവാം. നാട്ടിൽ അമ്മ തനിച്ചാണേനും.

മാതു പറഞ്ഞുകഴിയും മുമ്പേ മിസിസ് ശർമ ശരിയാണ് ശരിയാണ് എന്ന് ഒപ്പുവച്ചു കഴിഞ്ഞു. എങ്ങനെയെന്നാൽ അങ്ങനെ എന്നെ ഗോപാലേട്ടനുള്ളൂ. പക്ഷേ, ഉള്ളു തുറക്കാതെ മിണ്ടാതിരുന്നു. ശർമാജിക്ക് മറ്റെന്തെങ്കിലും പറയാനുണ്ടെങ്കിലോ.

ശർമാജി ഒന്നും പറഞ്ഞില്ല. ഒന്നും പറഞ്ഞില്ല എന്നല്ല പറയേണ്ടത്. കാര്യം മനസിലിട്ട് ഗൗരവത്തോടെ പരിശോധിച്ചുകൊണ്ടിരുന്നു. മാതുവല്ലാത്തൊരു അനുഭവമായി തന്റെ മനസുമുഴുവൻ ലഹരിക്കുന്നു. ഇവിടം വിട്ടുപോയാൽ പിന്നെ ആവശ്യം തോന്നുമ്പോൾ കാണാൻ പറ്റുമോ? കാര്യം വ്യക്തമായി കിട്ടാൻ വേണ്ടി ശർമ ചോദിച്ചു.

"അവിടെ, തിരിച്ചുപോവുന്ന പഴയവീട്ടിൽ ഫോണുണ്ടോ?"

"ഫോണില്ല, ഫോണെന്നല്ല വൈദ്യുതിയുമില്ല."

"ഫോണെങ്കിലുമെടുത്തൂടെ?"

"എന്താ ബുദ്ധിമുട്ട്?

"ഒരുപാടുണ്ട് ബുദ്ധിമുട്ടുകൾ. വൈദ്യുതിക്കും ഫോണിനുമെല്ലാം അയിത്തം കൽപ്പിക്കുന്ന വളപ്പും വീടുമാണ്. അങ്ങോട്ട് അതൊക്കെക്കൊണ്ടുപോയാൽ ഭൂതകാലം പടിയിറങ്ങിയേക്കും. മുത്തശ്ശിയും പടിയിറങ്ങിയേക്കും. അച്ഛനും."

മാതു പറയുന്നത് മുഴുവനായി ശർമയ്ക്ക് മനസിലായില്ല.

"വല്ല വിവരവും അറിയിക്കണമെന്നുണ്ടെങ്കിലോ?"

"ഗോപാലേട്ടനോടു പറഞ്ഞാൽ മതി. ഏഴുമണിക്കൂറു തന്നെ വേണ്ട അതിനു മുമ്പേ ഗോപാലേട്ടൻ മെസ്സേജുമായി അവിടെ എത്തും. പോരെ?"

"പോരെ എന്നു ചോദിച്ചാൽ എന്താ പറയാ. പോര എന്നു പറഞ്ഞാൽ മറ്റു പോംവഴികളൊന്നുമില്ലല്ലോ."

"ഒന്നൂല്യ"

"അപ്പൊ അങ്ങനെ മതി എന്ന് വെയ്ക്കാ."

ഗോപാലേട്ടൻ തന്റെ ഭർത്താവുമാത്രമല്ല തനിക്കും ശർമയ്ക്കുമിടയിൽ ഒരു മെസ്സഞ്ചറുമായിരിക്കുന്നു. അങ്ങനെ ആലോചിച്ചുപോയപ്പോൾ പാടില്ലാത്തതാണ് എന്നാലും മാതുവിനു ചിരിക്കാതിരിക്കാൻ കഴിഞ്ഞില്ല. ചിരി പതുക്കെ പതുക്കെ, പാവങ്ങൾ എന്നൊരു ചിന്തയിൽ ചെന്നെത്തുന്നതിനു മുമ്പെ മിസിസ് ശർമ ചോദിച്ചു.

"എന്തിനാ മാതു കുറച്ചു മുമ്പെ ചിരിച്ചു പോയത്?"

പെട്ടെന്ന് ഒരു ഓർമയുടെ അന്ത്യംപോലെ മാതു ഇങ്ങനെ പറഞ്ഞുപോയി–"ചിരിക്കുകയല്ല കരയുകയാണ് വേണ്ടിയിരുന്നത് മാഡം. അറിയാതെ ചിരിച്ചുപോയി എന്നേ ഉള്ളൂ."

ശ്രീമതി ശർമയ്ക്ക് മാതുവിന്റെ ഈ വാക്കുകൾ മനസിലായതേയില്ല. വളരെ ചെറിയ കാര്യങ്ങൾ മാത്രമറിയുന്ന ഒരാളാണ് ശ്രീമതി ശർമ.

ചെറിയ കാര്യങ്ങൾ മാത്രമറിയുക എന്തൊരു ഭാഗ്യമാണ്.

പത്ത്

മാതുവിനു തിരിച്ച് തന്നിൽത്തന്നെ എത്തിയ സുഖം. ഗോപാലേട്ടനും ശർമയുമെന്ന വർത്തമാനത്തിലേക്കു ചെന്ന് വൈകാതെ തിരിച്ചുവരാൻ കഴിയുമ്പോൾ ഭൂതാവസ്ഥയ്ക്കു സുഖം കൂടുന്നു.

മാതുവും ടീച്ചറും കാട്ടിലേക്കു പോവുന്നു. ടീച്ചർ പഴയ വീട്ടിൽ പഴയപോലെ ഒറ്റയ്ക്ക്. എപ്പോഴുമല്ല വല്ലപ്പോഴുമോ വരാവൂ എന്നു ചന്ദ്രഭാനുവിനോട് കർശനമായി പറഞ്ഞ് തിരിച്ചയച്ചിട്ട് അധികനാളായിട്ടില്ല.

ശ്ശി ആയല്ലൊ കണ്ടിട്ട് എന്നു കാട് അവരെ കണ്ടപ്പോൾ മുഴുക്കെ ചിരിച്ചു. ഞങ്ങൾ ഇവിടെയുണ്ടായിരുന്നില്ല കാടെ എന്നു ലോക്യം പറഞ്ഞു കാട് തുറന്നുകൊടുത്ത വഴിയിലൂടെ അവർ അകത്തു കയറി. എല്ലാവർക്കുമവരെ അറിയുന്നു. മരങ്ങൾക്കും വള്ളികൾക്കും പക്ഷികൾക്കുമെല്ലാം. മേയൽ നിർത്തി മാനുകൾ അവരെ നോക്കി ഒട്ടുനിന്ന് വീണ്ടും മേയാൻ തുടങ്ങുന്നു.

ഇതെല്ലാം സങ്കൽപ്പിച്ചതല്ല. കാണുന്നതായിരുന്നു. മാതു ടീച്ചറുടെ കഴുത്തിലൂടെ കൈയിട്ട് ഒന്നുകൂടി അടുപ്പിച്ച് പറഞ്ഞു: "ഇനി നമുക്ക് നമ്മിൽ കാടുകാണാം ടീച്ചർ."

ഇപ്പോൾ എന്റെ കാട് ടീച്ചറാണ്.

ടീച്ചർ എന്ന എന്റെ കാട്ടിലെത്തുമ്പോഴാണ് കള്ളൻ എന്നെ ഏറ്റു വാങ്ങുക.

പഴയ പാറത്തണുപ്പിൽ അവർ എത്തി. അരുവി അവരെക്കണ്ടപ്പോൾ പതിവുപോലെ പുളയുന്നു. ചുറ്റും ഇലകൾ സ്വകാര്യം തീർക്കുന്നു.

മസിനഗുഡിയിൽ മാതു ശർമയ്ക്ക് തന്നെ കൊടുത്തേയുള്ളൂ. ചന്ദ്ര ഭാനുവിന് ടീച്ചറും. പകരം ഇങ്ങോട്ടൊന്നും എടുക്കാനേ പറ്റുന്നില്ല.

രാധാകൃഷ്ണലീലകളിൽ ആരാണു മുൻകൈയെടുക്കുക എന്ന മാതുവിന്റെ ചോദ്യം ഇപ്പോൾ ടീച്ചറുടെ ചെവി നിറയുന്നു. തന്റെ ചോദ്യം ടീച്ചറുടെ ചെവി നിറച്ചിരിക്കുന്നു എന്നു മാതു അറിയാൻ തുടങ്ങുന്നു.

കാട് പൂത്തുലയുന്നു. അരുവി മലർന്നും കമിഴ്ന്നും ഒഴുകുന്നു.

കാത്തിരുന്ന സമയം എത്തുന്നു. കള്ളൻ മാതുവെ ടീച്ചറിൽ നിന്നും ഏറ്റുവാങ്ങുന്നു. എന്നിട്ട് കാടിന്റെ ഹൃദയത്തിലേക്കു കൊണ്ടുപോകുന്നു.

ചിലപ്പോൾ മാതു ഉറക്കെ ചിരിക്കുന്നു. ചിലപ്പോൾ കിതയ്ക്കുന്നു. കള്ളാ എന്നെ കൊല്ല് എന്നു കിതപ്പോടെ പറയുന്നു. പിന്നെ കരയുന്നു.

ഞാൻ കരഞ്ഞതെല്ലാം ചിരിച്ചതായിരുന്നു അല്ലേ എന്നു, തന്നെ ടീച്ചറെ തിരിച്ചേൽപ്പിക്കാൻ കള്ളൻ കൊണ്ടുപോകുമ്പോൾ മാതു ചോദി ച്ചുകൊണ്ടേയിരുന്നു...

"ഇന്നും കള്ളന്റെ കൂടെ പോയി അല്ലേ?"

"ഉവ്വ് ടീച്ചർ."

"തെളിവുണ്ടോ?"

അപ്പോൾ തെളിവായി ഒരു മയിൽപ്പീലി മുഴുവൻ മാതു പുറത്തെ ടുത്തു.

ടീച്ചർ അപ്പോഴും നിശ്ശബ്ദയായി.

ഇനിയും വരാമെന്നു കാടിനോട് യാത്ര പറയുമ്പോൾ മറുപടിയില്ല. തിരിഞ്ഞുനോക്കി. കാട് മുഖം വാടി നിൽക്കുന്നു.

എന്തുപറ്റി? ഞങ്ങൾ വരുമ്പോൾ കാണിച്ച ചിരിയും ബഹളവും എവിടെപ്പോയി?

നിങ്ങളെ കണ്ടപ്പോൾ സകലം മറന്നുപോയതായിരുന്നു.

പിന്നെ കാടിനോടൊപ്പം അവരും ചെവിയോർത്തു.

കാടിന്റെ നെറുകയിലെവിടെയോ മഴു വീഴുന്ന ശബ്ദം. മാതു ഒന്നു ഞെട്ടി.

കാടിനോട് ഒന്നും പറയാൻ കഴിയാതെ അവർ മടങ്ങി.

"കാടില്ലാതായാൽ നാം എവിടെ പോവും മാതു?"

"എവിടെ പോവും ടീച്ചർ."

ഇനി എന്നിലെ അവാസ്തവവും തട്ടിപ്പറിച്ചേക്കുമോ എന്നു മാതു പേടിച്ചു.

പിരിയേണ്ട ദിക്കിലെത്തിയപ്പോൾ ഒന്നും പറയാൻ കഴിയാതെയാണവർ പിരിഞ്ഞത്.

മാതു നേരെ വടക്കോറത്തു ചെന്നു കനത്തു കനത്തു നിൽക്കുന്ന കാടും നോക്കി നിന്നു.

ഒരു അധ്യാപകന്റെ ആത്മഗതങ്ങൾ

നിങ്ങൾ വിജയത്തിന്റെ വക്കിൽ

എന്റെ ഒരു പഴയ സുഹൃത്തിനെ ഇപ്പോൾ ഓർത്തുപോകുകയാണ്. കോളേജിൽ പഠിക്കുന്ന കാലത്ത്, പഠനത്തെക്കാൾ രാഷ്ട്രീയ പ്രവർത്തനത്തിലായിരുന്നു അയാൾക്ക് താൽപ്പര്യം. വായിക്കാൻ സമയമില്ല. രാത്രി വല്ലപ്പോഴുമേ ലോഡ്ജിൽ മടങ്ങിയെത്തൂ. എവിടെയെങ്കിലും രാപ്പകൽ ഭേദമില്ലാതെ പ്രവർത്തിച്ചുകൊണ്ടിരിക്കും. പരീക്ഷ തുടങ്ങാൻ എട്ടോ പത്തോ ദിവസമേ ഉള്ളൂ. ബി എ ഫൈനലിയറാണ്. പെട്ടെന്ന് ആൾ ഗൗരവക്കാരനായി. ചില പുസ്തകങ്ങളും ഗൈഡുകളും വാങ്ങിക്കൊണ്ടു വന്നു. പിന്നെ മുറിയിൽ ഒറ്റയിരുപ്പാണ്. ഓരോ വിഷയവും പഠിച്ചു കയറുകയാണ്. പല പുസ്തകങ്ങളും അപ്പോഴാണ് കാണുന്നതുതന്നെ. പരീക്ഷ എഴുതുമ്പോഴും അയാൾക്ക് കുലുക്കമില്ല. പരീക്ഷാഫലം പുറത്തു വന്നപ്പോൾ ഏകദേശം ഞങ്ങളുടെ നിലവാരത്തിൽ തന്നെ അയാളും പാസായി. വെറും എട്ടോ ഒമ്പതോ ദിവസത്തെ ശ്രമം. ഞാൻ ചോദിച്ചു:

“ഈ ചുരുങ്ങിയ ദിവസങ്ങൾകൊണ്ട് പരീക്ഷ എഴുതാറാകുമെന്ന് ശങ്കരന് ഉറപ്പുണ്ടായിരുന്നോ?” ഉറപ്പുണ്ടായിരുന്നു എന്നാണ് ശങ്കരൻ പറഞ്ഞത്. ക്ലാസിൽ നിന്ന് കാര്യമായി ഒന്നും അയാൾക്ക് കിട്ടിയിരുന്നില്ല. ക്ലാസിലിരുന്നാലല്ലേ വല്ലതും കിട്ടൂ. അത് അത്യപൂർവമായിരിക്കും എന്നതാണ് വാസ്തവം. ശങ്കരന്റെ വിജയരഹസ്യം അസാമാന്യമായ സ്വയംബോധമായിരുന്നു. ശ്രമിച്ചാൽ കീഴ്പ്പെടുത്താൻ സാധിക്കാത്ത ഒന്നും എന്റെ മുമ്പിലില്ല എന്ന ഉള്ളുറപ്പ്. ശങ്കരൻ ഇതേ രീതിയിൽത്തന്നെ

നിയമം പഠിച്ച് പാസായി അഡ്വക്കേറ്റായി.

രവീന്ദ്രൻ എന്ന മറ്റൊരു സുഹൃത്തിന്റെ കഥ നേരെ മറിച്ചാണ്. പരീക്ഷയെന്നാൽ ഒരു കുലുക്കവുമില്ല. വല്ലപ്പോഴും പുസ്തകങ്ങൾ ഒന്നു മറിച്ചു നോക്കുന്നതു കാണാം. സംശയമുള്ള ഏതോ ഒരു പോയിന്റ് പരിശോധിക്കുംപോലെ ഏതാനും മിനിട്ടുകൾ. തീർന്നു. പുസ്തകം അടച്ച് കട്ടിലിൽ മലർന്നു കിടക്കും. അല്ലെങ്കിൽ എഴുന്നേറ്റ് ഒറ്റ പോക്ക്. പരീക്ഷയുടെ തലേന്നുപോലും സിനിമയ്ക്കു പോയ വീരനാണ് രവീന്ദ്രൻ. എന്നാൽ, പരീക്ഷാഫലം വരുമ്പോൾ നല്ല മാർക്കോടെ പാസ്സായിരിക്കുന്നു. അപ്പോഴും ഒരു ഭാവഭേദവുമില്ല.

അമ്മുക്കുട്ടി മറ്റൊരു പ്രകൃതക്കാരി. പരീക്ഷയുടെ ഒരു മാസം മുമ്പ് സുലോചനയുടെ അടുത്തെത്തും. പിന്നെ പൊരിഞ്ഞ കൂട്ടായ പഠനമാണ്. കൂട്ടായ പഠനം എന്നു പറയുന്നത് തന്നെ അത്ര ശരിയല്ല. സുലോചന ഉച്ചത്തിൽ വായിക്കുന്നത് കേൾക്കുക. ഇടയ്ക്ക് സംശയം ചോദിക്കുക. സുലോചനയ്ക്ക് അമ്മുക്കുട്ടിയുടെ സംശയങ്ങൾ വളരെ ഗുണം ചെയ്തു. പഠിച്ചുവെച്ചത് ഒന്നോർമിച്ചെടുക്കാൻ അത് സഹായം ചെയ്തു. ഓർമയിൽ നിൽക്കാത്തവ ഒന്നുകൂടി വായിച്ചെടുക്കാനും. അമ്മുക്കുട്ടി പരീക്ഷ എന്ന കടമ്പ അങ്ങനെ കടന്നു.

ഒന്നു പ്രത്യേകം പറയേണ്ടതുണ്ട്. ഇപ്പോൾ പരാമർശിക്കപ്പെട്ടവർക്കാർക്കും മനോധൈര്യം കുറവായിരുന്നില്ല. ഒരു രീതിയിൽ അല്ലെങ്കിൽ മറ്റൊരു രീതിയിൽ തനിക്ക് ഈ പരീക്ഷയിൽ വിജയം കൈവരിക്കാൻ പറ്റും എന്ന് അവർക്ക് ഓരോരുത്തർക്കും ആത്മവിശ്വാസമുണ്ടായിരുന്നു.

ചിലരിൽ ഈ ആത്മവിശ്വാസം ഉണ്ടാക്കാൻ ചില അധ്യാപകർക്ക് കഴിയാറുണ്ട്. സ്പോർട്സിൽ അസാമാന്യ സാമർഥ്യം ഉള്ള ഒരു കുട്ടിയെക്കുറിച്ച് പറയാം. ഒമ്പതാം ക്ലാസിൽ ആയിരുന്നു അവൻ. പഠിപ്പിൽ വളരെ പിന്നോക്കം. പ്രത്യേകിച്ചും ഇംഗ്ലീഷിലും കണക്കിലും ഓട്ടത്തിലും ചാട്ടത്തിലും അവനിൽ നല്ലൊരു ഭാവികണ്ട അവന്റെ കായികാധ്യാപകൻ അവനോടു പറഞ്ഞു: പത്താം ക്ലാസ് പാസായാൽ നിനക്ക് പാട്യാലയിൽ കായിക വിദ്യാലയത്തിൽ ഡിപ്ലോമയ്ക്ക് ചേരാം. അത് നിന്റെ ഭാവി തന്നെ മാറ്റിമറിച്ചേക്കും. കായികാധ്യാപകന്റെ വാക്കുകൾ കാന്തശക്തിയോടെയാണ് അവന്റെ മനസിനെ സ്പർശിച്ചത്. ആ മോട്ടിവേഷനിൽ അവൻ ഒഴിവുസമയത്ത് അധ്യാപകരുടെ വീട്ടിൽ ചെന്ന് ഇംഗ്ലീഷും കണക്കും മറ്റു വിഷയങ്ങളും പഠിച്ചു. വല്ലാത്തൊരു ഉൾവിളി അവനെ മുന്നോട്ടു നയിച്ചു. നല്ല മാർക്കോടെ അവൻ പത്താംക്ലാസ് പാസായി. ഞാൻ പറഞ്ഞുവരുന്നത് ഇതാണ്.

ആരും മണ്ടന്മാരോ, മണ്ടികളോ അല്ല. ഒരു മോട്ടിവേഷനുണ്ടെങ്കിൽ നിങ്ങൾക്ക് കീഴടക്കാൻ കഴിയാത്തത് ഒന്നുമില്ല. പഠിക്കുന്നതിന് ഓരോരുത്തനും ഇണങ്ങുന്ന ഓരോ ശൈലിയുണ്ട്. അത് കണ്ടെത്തലാണ് പ്രധാനം. ഈ വരുന്ന ദിവസങ്ങൾ ചുരുങ്ങിപ്പോയല്ലോ എന്ന് വേവലാതി കൊള്ളണ്ട. എന്റെ പഴയ സുഹൃത്ത് ശങ്കരനെപ്പോലെ മനോവിശ്വാസത്തോടെ ശ്രമിക്കുക. നിങ്ങളെല്ലാം പരീക്ഷയിൽ സമർഥരായിത്തീരും. മറ്റുചിലർ അതിസമർഥരും.

ഒരു പഴയ ചൈനീസ് കഥയുണ്ട്. ഒരു വൃദ്ധന്റെ, വൃദ്ധൻ ഒരു മല തുരക്കുന്ന ശ്രമത്തിലായിരുന്നു. കണ്ടുനിന്ന ഒരാൾ ചോദിച്ചു: "ഈ പ്രായത്തില് ഒറ്റയ്ക്ക് ഇത് തുരന്ന് എവിടെയെത്താനാണ്." "എനിക്കുശേഷം എന്റെ മകനോ മറ്റാരെങ്കിലുമോ ഇത് തുടർന്നും ചെയ്യും എന്നായിരുന്നു" വൃദ്ധന്റെ മറുപടി. ശ്രമത്തിൽ വിജയിക്കാതിരിക്കില്ല എന്ന ദൃഢവിശ്വാസവും മരണത്തോടടുത്തുനിൽക്കുമ്പോഴും ആ വൃദ്ധനുണ്ടായിരുന്നു. ആ ദൃഢവിശ്വാസം നമുക്കുണ്ടായിരുന്നെങ്കിൽ, വിജയം നമ്മുടേത്.

ഭാസ്കരന്റെ കഥ നമ്മുടെയും

ഒരു ടീച്ചർ ട്രെയിനിങ് ഇൻസ്റ്റിറ്റ്യൂട്ടിൽ പഠിക്കുന്ന കാലം. പഠിപ്പിക്കലിൽ പരിശീലനം നേടാൻവേണ്ടി ടി ടി സി ട്രെയിനികൾ അടുത്തുള്ള ഒരു പ്രൈമറി വിദ്യാലയത്തിൽ പോയിരിക്കുകയാണ്. അവരുടെ അധ്യാപനത്തെ വിലയിരുത്താനായി ഞാനും അവരോടൊപ്പം ചെന്നിരുന്നു. ക്ലാസ് തുടങ്ങിക്കഴിഞ്ഞാണ് ഒരു കുട്ടി ഓടിക്കിതച്ചു വരുന്നത്. അത് മൂന്നാം ക്ലാസായിരുന്നു. ക്ലാസ് ടീച്ചർ ആ കുട്ടിയെ അകത്തു കടത്താതെ പുറത്തു നിർത്തി.

എന്നോട് ടീച്ചർ ഇങ്ങനെ പറഞ്ഞു:

"ഒരു ദിവസമല്ല സാർ, പലപ്പോഴും അവൻ ഇങ്ങനെ പറയാ."

ഞാൻ സ്വരം താഴ്ത്തി ചോദിച്ചു:

"പഠിക്ക്വോ?"

"നന്നായി പഠിക്ക്വോ ചെയ്യുന്നുണ്ട്." പുറത്തു നിൽക്കുന്ന ആ കുട്ടിയോട് സൗകര്യം കിട്ടിയ ഒരു സന്ദർഭത്തിൽ ഞാൻ ചോദിച്ചു:

"നിന്റെ പേരെന്താ?"

"ഭാസ്കരൻ"

അവന്റെ കണ്ണ് നിറഞ്ഞിരുന്നു.

"നീ ഇടയ്ക്കിടെ വൈകാറുണ്ടോ? ക്ലാസിലെത്താൻ?"

അവൻ ഒന്നും പറയാതെ എന്നെ നോക്കിനിന്നതേയുള്ളു. ഞാൻ വീണ്ടും ചോദിച്ചപ്പോൾ ഉവ്വ് എന്നവൻ തലയാട്ടി.

"എന്തിനാ ഭാസ്കരാ, ക്ലാസിൽ വരാൻ വൈകുന്നത്?"

അപ്പോഴും അവൻ ഒന്നും പറഞ്ഞില്ല. അവന്റെ കുപ്പായവും ട്രൗസറും പഴകി പിഞ്ഞിയിരുന്നു. മുഖത്ത് രക്തപ്രസാദം കുറവായിരുന്നു. ചുണ്ടുകൾ വിളറിയിരുന്നു.

ഞാൻ വാത്സല്യത്തോടെ അവന്റെ പുറം തടവി. എന്നോട് ചേർത്തു നിർത്തി, ക്ലാസിലേക്ക് വൈകിവരുന്ന കാര്യം എന്താണെന്ന് വീണ്ടും വീണ്ടും അന്വേഷിച്ചു. ഭാസ്കരനിൽനിന്നും എനിക്ക് മനസിലാക്കാൻ കഴിഞ്ഞത് ഇപ്രകാരമായിരുന്നു.

അച്ഛൻ എവിടെയാണെന്ന് ഭാസ്കരനറിയില്ല. അമ്മ അതികാലത്തെഴുന്നേറ്റ് വീട്ടുപണിക്ക് പോകും. രണ്ടു വീടുകളിൽ പണിയുണ്ട്. ഒമ്പതരയ്ക്കുമുമ്പേ തിരിച്ചു പോരാൻ വേണ്ടി ധൃതിപിടിച്ച് പണി ചെയ്യും. അമ്മ പോരുമ്പോൾ കൈയിൽ ഇഡ്ഡലി, ദോശ, ചപ്പാത്തി എന്തെങ്കിലും കാണും. പണി സ്ഥലത്തുനിന്നും കിട്ടുന്നതാണ്. അതു കഴിച്ച് വിശപ്പ് ഒന്ന് ശമിപ്പിച്ചു വേണം ഭാസ്കരന് സ്കൂളിലെത്താൻ. സ്കൂളുവരെ അവൻ ഓടുകയാണ് പതിവ്. എന്നാലും പലപ്പോഴും വൈകുന്നു.

അവന്റെ അവസ്ഥ അറിഞ്ഞപ്പോൾ എനിക്ക് പാവം തോന്നി. അവനോട് ഇങ്ങനെ പറയാനല്ലേ എനിക്കു കഴിയൂ;

"കുട്ടീ, നീ നന്നായി പഠിക്കണം. വലിയ രീതിയിൽ പരീക്ഷ പാസാകണം. എന്നിട്ട്, ജോലി നേടി അമ്മയ്ക്ക് വയസുകാലത്ത് ഒരു താങ്ങാവണം."

പ്രാക്ടീസ് ടീച്ചിങ് ഇരുപതോളം ദിവസം ഉണ്ടായിരുന്നു. അതുകഴിഞ്ഞ് അവർ ഇൻസ്റ്റിറ്റ്യൂട്ടിൽ തിരിച്ചെത്തി. അധ്യാപക വിദ്യാർഥികളായ അവരോട് ഓരോന്ന് ചോദിച്ചറിയുന്നതിനിടയിൽ പലപ്പോഴും ക്ലാസിലേക്ക് നേരം വൈകിവരുന്നതിന്റെ പേരിൽ പുറത്തുനിൽക്കേണ്ടിവരുന്ന ഒരു കുട്ടിയെ അവർ ശ്രദ്ധിച്ചിരുന്നോ എന്ന് ചോദിക്കുകയുണ്ടായി. പലരും അവനെ ശ്രദ്ധിച്ചിട്ടേയില്ല. ചിലർ അങ്ങനെയൊരു കുട്ടിയെ ഓർക്കുന്നുണ്ടായിരുന്നു.

ഞാൻ ചോദിച്ചു:

"നിങ്ങളിൽ ആരെങ്കിലും ആ കുട്ടിയോട് നേരം വൈകിവരുന്നത് എന്തുകൊണ്ടാണെന്ന് ചോദിച്ചറിഞ്ഞുവോ?"

ഇല്ല എന്നായിരുന്നു ഉത്തരം. അവന്റെ പേരുപോലും ചോദിച്ചറിയേണ്ടത് തങ്ങളുടെ കാര്യമല്ല എന്നായിരിക്കാം അവർ ധരിച്ചുവെച്ചിട്ടുണ്ടാവുക.

ഭാസ്കരന്റെ കഥ ഞാൻ ക്ലാസിൽ പറഞ്ഞു. കഥ കേട്ടു കഴിഞ്ഞപ്പോൾ എല്ലാവരുടേയും മുഖത്തു സഹതാപം നിഴലാടി.

"അധ്യാപകരാവാൻ പോകുന്ന നിങ്ങൾ ഭാസ്കരനെ ശ്രദ്ധിക്കേണ്ട തായിരുന്നു. അവന്റെ കാര്യങ്ങൾ ചോദിച്ചറിയേണ്ടതായിരുന്നു."

വീണ്ടും ക്ലാസിനോട് ഞാൻ സംസാരിച്ചു.

"ഒരധ്യാപകന്, അധ്യാപികയ്ക്ക് താൻ പഠിപ്പിക്കുന്ന ഓരോ കുട്ടി യുടെയും ജീവിതസാഹചര്യങ്ങളെക്കുറിച്ച് ഒരു ഏകദേശധാരണ ഉണ്ടാ യിരിക്കണം. സഹതാപാർദ്രമായ ഒരു മനസ്സ് ഒരധ്യാപകന്റെ കൈമുത ലാവണം. നിങ്ങളുടെ മുമ്പിലിരിക്കുന്ന കുട്ടികളുടെ മനസ്സ് ഒന്ന് അറി യാൻ ശ്രമിച്ചാൽ നിങ്ങൾ അമ്പരന്നു പോയേക്കും. പ്രത്യേകിച്ചും ഉയർന്ന ക്ലാസുകളിലെ കുട്ടികളുടെ ദാരിദ്ര്യം മാത്രമായിരിക്കില്ല അവരെ അലട്ടു ന്നത്. അച്ഛനില്ലാതെ വളരേണ്ടിവരുന്ന കുട്ടിയുടെ വേവലാതി അതായി രിക്കും. കള്ളുകുടിച്ചുവന്ന് വീട്ടിൽ കലഹം കൂട്ടുന്ന അച്ഛൻ, പരസ്പരം മിണ്ടാതെ കഴിയുന്ന അച്ഛനും അമ്മയും, പഠിപ്പിക്കുന്നതിൽ ഒരു താൽപ്പ ര്യവും കാണിക്കാത്ത അധ്യാപകരുടെ ക്ലാസ്, കുട്ടിയെ മനസിലാക്കാൻ ശ്രമിക്കാത്ത അധ്യാപകർ, കൗമാരത്തിന്റെ പ്രയാസങ്ങൾ, അങ്ങനെ എന്തെല്ലാം അമ്പരപ്പുകളാണ് ഓരോ ബാല/കൗമാര മനസിലും.

കുട്ടികളെ അറിയാൻ ശ്രമിക്കുക. അപ്പോഴേ അധ്യാപനം ഒന്നുകൂടി മെച്ചപ്പെടൂ."

ഒരു പെൺകുട്ടി അപ്പോൾ എന്നോട് ചോദിച്ചു:

"ആ കുട്ടിയുടെ അവസ്ഥ അറിഞ്ഞപ്പോൾ മാഷെന്തു ചെയ്തു?"

"ഞാൻ എന്തുചെയ്യാൻ."

"ഒന്നും ചെയ്യാനില്ലേ?

"ആ ക്ലാസിലെ ടീച്ചർക്ക് ആ കുട്ടിയുടെ അവസ്ഥയെക്കുറിച്ച് അറി യാമോ എന്നന്വേഷിച്ചോ?"

അന്വേഷിച്ചില്ല എന്ന് ഞാൻ തലയാട്ടി. അപ്പോൾ മറ്റൊരു കുട്ടി:

"എന്തുകൊണ്ട് അന്വേഷിച്ചില്ല, അന്വേഷിച്ച്, ആ ടീച്ചർക്ക് ഭാസ്ക രന്റെ ചുറ്റുപാടുകളെക്കുറിച്ച് അറിയാമായിരുന്നില്ല എന്നാണ് മനസിലാ യതെങ്കിൽ മാഷ് ആ ടീച്ചറോട് ഭാസ്കരനെക്കുറിച്ച് സംസാരിക്കേണ്ട തായിരുന്നില്ലേ. എന്തുകൊണ്ട് അതുണ്ടായില്ല ?

ഞാൻ പഠിപ്പിക്കുന്ന കുട്ടികൾ എന്നെ വിചാരണ ചെയ്തു തുടങ്ങി. നിങ്ങൾക്കിത് വായിക്കുമ്പോൾ വിശ്വാസം വരുന്നുണ്ടാവില്ല. മുതിർന്ന കുട്ടികൾ, അധ്യാപകരാകാൻ പോകുന്നവർ, ആവശ്യമെങ്കിൽ അവരുടെ അധ്യാപകനായ എന്നെത്തന്നെ വിചാരണ ചെയ്യാൻ മടിക്കേണ്ടതില്ല എന്ന വിധത്തിലായിരുന്നു ഞാനെന്റെ ക്ലാസുകൾ സംവിധാനം ചെയ്തി രുന്നത്. അത് ക്ലാസിന്റെ മൊത്തം ആത്മവീര്യം ഉയർത്തുകയും ചെയ്തി രുന്നു.

വെറും സഹതാപത്തിനപ്പുറം മാഷ്ക്ക് വല്ല വിധേനയും ഭാസ്കരനെ സഹായിച്ചുകൂടേ എന്നാവുമോ എന്നോടുള്ള അടുത്ത ചോദ്യം?

ചോദിച്ചോട്ടെ. ചോദിക്കാനുള്ള ധൈര്യം അവർക്കുണ്ടാവട്ടെ.

ഒരു അധ്യാപകന്റെ ആത്മഗതങ്ങൾ

അദൃശ്യമായ ഒരിടത്തിരുന്ന് ഒരധ്യാപകൻ എന്റെ ഓരോ ക്ലാസും ശ്രദ്ധിക്കുന്നു എന്ന് ഞാനറിയാറുണ്ട്, അദ്ദേഹം എന്നോ മരിച്ചുപോയി. എന്നിട്ടും ഒരു സ്വാധീനമായി എന്നിൽ അദ്ദേഹം ജീവിക്കുന്നത് എന്തുകൊണ്ടാണ്?

ആനക്കരയിലെ 'ഡയറ്റി'ൽ പ്രാഥമികതലത്തിലുള്ള ഹെഡ്മാസ്റ്റർമാർക്ക് ഒരു ദിവസത്തെ ക്ലാസെടുക്കാൻ ഞാൻ പോകുകയായിരുന്നു. എന്താണ് അവരോട് പറയേണ്ടത് എന്ന് എന്റെ ബസ് യാത്രയിൽ ഞാൻ ആലോചിച്ചുകൊണ്ടേയിരുന്നു. ഒരു ഹെഡ്മാസ്റ്റർ വിചാരിച്ചാൽ ഒരു സ്കൂളിൽ എന്തെല്ലാം ചിട്ടപ്പെടുത്താൻ കഴിയും! അങ്ങനെ ചിന്തിച്ചിരിക്കെ മനസുനിറയെ ആ ഹെഡ്മാസ്റ്റർ! അത് സാമുവൽ മാഷായിരുന്നു.

ഒരുദിവസം ഞാൻ എട്ടാം ക്ലാസിൽ ചരിത്രം പഠിപ്പിക്കുന്നു. ക്ലാസിനു വെളിയിൽ പിൻഭാഗത്തെ ജനലിനു ചാരെ വരാന്തയിൽ ഞാൻ കാണെ സാമുവൽ മാഷ്. എനിക്ക് അഭിമുഖമായിരിക്കുന്ന കുട്ടികൾക്ക് അദ്ദേഹത്തെ കാണില്ല. എനിക്ക് പരിഭ്രമം തോന്നാതിരുന്നില്ല. ട്രെയിനിങ് കഴിഞ്ഞ് ഞാൻ ജോലിയിൽ ചേർന്നിട്ടേയുള്ളൂ. അദ്ദേഹത്തിന്റെ മുഖത്ത് അതൃപ്തി നിഴലിക്കുന്നില്ലെന്ന് തോന്നി. ആ മിഴികൾ എന്നെ പ്രോത്സാഹിപ്പിക്കുന്നതായും തോന്നി.

കുറച്ചു കഴിഞ്ഞ് നോക്കുമ്പോൾ ജന്നലരികിൽ അദ്ദേഹമില്ല. പക്ഷേ, അദ്ദേഹം അവിടെത്തന്നെയുണ്ടെന്ന് എന്റെ മനസ്സ് എന്നെ ഓർമപ്പെടുത്തി. പിന്നീട് ഒരു രക്ഷിതാവിനെപ്പോലെ എന്നോട് മാഷ് പറഞ്ഞു:

"ക്ലാസിൽ കാണിക്കേണ്ട ഈ ആത്മാർഥത എന്നും കൈവശമുണ്ടാവട്ടെ."

മറ്റൊരിക്കൽ അദ്ദേഹം ഓർമിപ്പിച്ചു.

"ക്ലാസിൽ നിന്നുകൊണ്ടേ പഠിപ്പിക്കാവൂ. പഠിപ്പിക്കുന്ന കാര്യത്തിൽ സ്വയം ലയിച്ചാൽ മതി. ക്ലാസ് നന്നാവാൻ."

പറയുന്നതൊന്നും പുതിയ കാര്യങ്ങളല്ല. എന്നാൽ സാമുവൽ മാഷ് പറയുമ്പോൾ എല്ലാം പുതിയ, അപ്പോൾ മാത്രം കേൾക്കുന്ന വലിയ കാര്യങ്ങളായി മാറുന്നു.

ഒരിക്കൽ ഒരു സ്റ്റാഫ് മീറ്റിങ്ങിൽ ചിലരോടുള്ള അതൃപ്തിയോടെ

അദ്ദേഹം ഇങ്ങനെ പറഞ്ഞു. മുമ്പിലിരിക്കുന്ന കുട്ടികൾ ഓരോരുത്തരും സ്വന്തം കുട്ടികളാണെന്ന് സ്വയം സങ്കൽപ്പിക്കുക. മനസിനെ ഇടയ്ക്കിടെ അങ്ങനെ ഓർമപ്പെടുത്തിക്കൊണ്ടിരിക്കുക. നമ്മൾ സത്യമുള്ളവരാകും.

ഒരു വലിയ ഹൈസ്കൂളിന്റെ തലവനായിരുന്നു സാമുവൽ മാഷ്. ഓഫീസിൽ രണ്ടു ക്ലാർക്കുമാർ, പിടിപ്പത് കടലാസ് ജോലികൾ. ധാരാളം സന്ദർശകരേയും സ്വീകരിക്കണം. കുട്ടികളെക്കുറിച്ച് അവർ പറയുന്ന കാര്യങ്ങൾ ശ്രദ്ധിച്ച് തീരുമാനമെടുക്കണം. എന്നിട്ടും അദ്ദേഹത്തിൽ നിന്നും മാഷത്തം മാഞ്ഞുപോയതേയില്ല. പത്താം ക്ലാസിൽ രണ്ടു ഡിവിഷനിൽ കൃത്യമായിപ്പോയി അദ്ദേഹം ഇംഗ്ലീഷ് പഠിപ്പിച്ചു. ഏതു തിരക്കിനിടയിലായാലും തനിക്ക് ക്ലാസിൽ പോകേണ്ട സമയം ഒരു ഉൾവിളി പോലെ അദ്ദേഹം അറിയും. ആ പിരീഡിന്റെ ബെല്ല് കേൾക്കുമ്പോഴേക്കും പഠനോപകരണങ്ങളുമായി അദ്ദേഹം ക്ലാസിനു പുറത്തെത്തിയിരിക്കും.

ഒരു ബെല്ലടി എന്തോ തുടങ്ങുന്നതിന്റെ അറിയിപ്പാണ്. ബെല്ലടിച്ചിട്ടും ഒന്നും തുടങ്ങുന്നില്ലെങ്കിൽ ആ ബെല്ലിന് അർഥമെന്താണ് ?

ഹെഡ്മാസ്റ്റർക്കുള്ള ക്ലാസിൽ ഞാൻ സാമുവൽ മാഷെ സ്മരിച്ചത് എങ്ങനെ നാം സാഹചര്യങ്ങളെ നേരിടണം എന്ന് ബോധ്യപ്പെടുത്താനായിരുന്നു. സാമുവൽ മാഷ്ക്ക് താൻ ഹെഡ്മാസ്റ്ററാണെന്ന ബോധമുണ്ടായിരുന്നു. താൻ ഹെഡ്മാസ്റ്ററാണ് എന്ന് അദ്ദേഹം കുട്ടികളേയും അധ്യാപകരെയും ബോധ്യപ്പെടുത്തിയും ഇരുന്നു.

ഇങ്ങനെ ബോധ്യപ്പെടുത്താൻ കഴിയുന്ന പ്രധാന അധ്യാപകരുള്ള വിദ്യാലയങ്ങൾ ഇന്നും നല്ല നിലയിൽ നടക്കുന്നു എന്നതിന് പള്ളിക്കുറുപ്പും, കാട്ടുകുളവും, എന്റെ അറിവിൽപ്പെട്ട ഉദാഹരണങ്ങളാണ്. അതേസമയം നമ്മുടെ പൊതുസ്വഭാവം എന്താണ്? സ്വന്തം കഴിവുകേട് മറച്ചുവെക്കാൻ, പഴി മുഴുവൻ മറ്റുള്ളവരുടെമേൽ ചാരിവെച്ച് തൃപ്തിയടയുക.

എന്റെ ഒരു പരിചയക്കാരൻ ഒരു പ്രൈമറി സ്കൂൾ ഹെഡ്മാസ്റ്ററാണ്. രണ്ടുവർഷം മുമ്പാണ് അദ്ദേഹം ആ പദവിയിലെത്തിയത്. എല്ലാ അധ്യാപകരുടേയും സഹകരണം കിട്ടുന്നില്ല എന്ന അയാളുടെ ആവലാതി കേട്ട ഞാൻ ചിരിച്ചു. വെറുതേ ചിരിച്ചു.

മാഷ് ഒന്ന് സ്വന്തം കാലത്തിലേക്ക് തിരിഞ്ഞുനോക്കിയാൽ മതി ഉത്തരം കിട്ടും.

ഹെഡ്മാസ്റ്റർ ആവും വരെ ഗ്രൂപ്പ് തിരിഞ്ഞ് സ്കൂളിൽ കുഴപ്പം ഉണ്ടാക്കലായിരുന്നു അയാളുടെ അധ്യാപനം. മാനേജ്മെന്റിന്റെ ഒപ്പം ചേർന്ന് അന്ന് ഹെഡ്മാസ്റ്ററായിരുന്ന ആളെ വെള്ളം കുടിപ്പിക്കുകയല്ല അപമാനിക്കുകയായിരുന്നു അയാളുടെ ഹോബി. ഒരു രാഷ്ട്രീയക്കുപ്പായം അതിന് അയാൾക്ക് ധൈര്യവും കൊടുത്തു.

കേശവൻ നമ്പൂതിരി

അയാളോട് ഞാൻ കേശവൻ നമ്പൂതിരിയുടെ കാര്യം പറഞ്ഞു. അധ്യാപകരുടെ ഗ്രൂപ്പ് കളികൊണ്ട് വഷളായ ഒരു ഹൈസ്കൂളിലേക്ക് ഹെഡ്മാസ്റ്ററായി പ്രമോഷൻ കിട്ടി. നമ്പൂതിരി ചെന്നു. ഒന്നാം ദിവസം തന്നെ സ്റ്റാഫ് മീറ്റിങ് വിളിച്ചു കൂട്ടി.

“ഞാൻ ഒരു സംഘടനയുടെ അറിയപ്പെടുന്ന പ്രവർത്തകനാണ്. ഇപ്പോൾ ഈ ഗസറ്റഡ് പോസ്റ്റിലേക്ക് വന്നെങ്കിലും അതേ സംഘടന യിൽത്തന്നെ നിൽക്കുന്നു. പക്ഷേ, ഒന്നറിയുക, എന്റെ സംഘടനാപര മായ പക്ഷപാതിത്വം ഗെയ്റ്റിനു പുറത്ത് ഇറക്കിവെച്ചേ ഞാൻ സ്കൂളി നകത്തേക്ക് കാലെടുത്തു വെക്കൂ. ഇവിടെ ഞാൻ എല്ലാവരുടേയും ഹെഡ്മാസ്റ്ററാണ്.”

പറഞ്ഞ വാക്കുകളിലെ സ്പിരിറ്റ് അവിടെനിന്നും മാറ്റമാകുന്നതുവരെ എല്ലാവരേയും ബോധ്യപ്പെടുത്തി. അതിന്റെ ഫലം സ്കൂളിൽ കാണു കയും ചെയ്തു.

അന്നേ സാമുവൽ മാഷ് പറയുമായിരുന്നു. ഗ്രൂപ്പുകൾ നിങ്ങളുടെ ഇഷ്ടം. പക്ഷേ, ഗ്രൂപ്പുകളി അരുത്.

ട്രെയിനിങ് പരീക്ഷയുടെ റിസൽട്ട് വരും മുമ്പ് ഞാൻ അദ്ദേഹത്തെ കാണാൻ ചെന്നു. അവിടെ ഒരു ഒഴിവുണ്ടായിരുന്നു. അദ്ദേഹമാണ് അക്കാ ലത്ത് ആളെ നിശ്ചയിക്കുക. നിയമനത്തിൽ ഒപ്പിടാൻ മാത്രം കോഴിക്കോ ട്ടേക്ക് അയക്കും. വളരെ താൽപ്പര്യപൂർവം അദ്ദേഹം എന്നോട് പലതും ചോദിച്ചറിഞ്ഞു. എന്നിട്ട് ഒരാഴ്ച കഴിഞ്ഞ് ഒന്നുകൂടി വന്നുകാണാൻ മാഷ് എന്നോട് പറഞ്ഞു. അതോടെ എനിക്ക് ആശ കെട്ടു. അദ്ദേഹം എന്നെ ക്കുറിച്ച് അന്വേഷിക്കാതിരുന്നില്ല. അന്വേഷിച്ചാൽ എനിക്ക് ഉണ്ടായിരുന്ന രാഷ്ട്രീയമായ ഒരു ചായ്വിനെക്കുറിച്ച് അറിയുകയും ചെയ്യും.

ഒരാഴ്ച കഴിഞ്ഞ് ഞാൻ ചെന്നു. അദ്ദേഹം ഇങ്ങനെയാണ് പറഞ്ഞത്.

“ഒരാളുടെ ഇഷ്ടാനിഷ്ടങ്ങൾ അയാളുടെ അവകാശം. സ്വന്തം ക്ലാസിനോട് സത്യമുള്ളവരാകുകയാണ് നമ്മുടെ ഉത്തരവാദിത്വം. അതിൽ വീഴ്ച വരുത്തരുത്.”

മറ്റുള്ളവരുടെ ആദരവ് സാമുവൽ മാഷുടെ ശക്തിയായിരുന്നു.

രാവിലത്തെ ചെറിയ ഇന്റർവെൽ കഴിഞ്ഞതും മാഷ് കുറച്ചു ദൂരെ യുള്ള ബ്ലോക്കിലൂടെ ചുറ്റിനടക്കും. ബെല്ലടിച്ച് ഏതാനും മിനിട്ട് കഴി ഞ്ഞിരിക്കും. ഏതെങ്കിലും ക്ലാസ് ഒഴിഞ്ഞു കിടക്കുകയാണെങ്കിൽ മാഷ് ക്ലാസിൽ കയറി എന്തെങ്കിലും പഠിപ്പിച്ചു തുടങ്ങും. കുറച്ചുകഴിയുമ്പോൾ ടീച്ചറെത്തും. അവർ പുറത്തു നിൽക്കുന്നത് അറിഞ്ഞില്ലെന്ന് ഒന്നോ

രണ്ടോ മിനിട്ടുനേരം നടിക്കും. പിന്നെ ടീച്ചറെ ക്ലാസിലേക്കു ക്ഷണിച്ച് ഇറങ്ങിപ്പോകുകയും ചെയ്യും. കുട്ടികൾക്ക് ഒരു അപാകതയും തോന്നില്ല ടീച്ചറോട്. ഒരു ബഹുമാനക്കുറവും കാണിച്ചതുമില്ല. പക്ഷേ, ഒരു ബെല്ല് ഒരു തുടക്കത്തിന്റെ അറിയിപ്പാണെന്ന് ടീച്ചർ ഒരിക്കൽക്കൂടെ അറിയുന്നു.

നരേന്ദ്രൻ പറഞ്ഞ കഥ

നരേന്ദ്രൻ ഈയിടെ ഒരു കഥ പറഞ്ഞു:

ഒരു ചെറിയ സ്കൂൾ. ബസിൽ ജോലിക്കുവരുന്ന ഒരു ടീച്ചർക്ക് ഒരു ബസ് ഒൻപതിനെത്തും. അതു കഴിഞ്ഞാൽ പത്തേകാലിനാണ് എത്തുക. ടീച്ചർ പത്തേകാലിന് എത്തുക എന്നത് ഒരു പതിവാക്കി. ഒരുദിവസം ടീച്ചർ ബസിറങ്ങി സ്കൂളിലേക്ക് വരുമ്പോൾ ഒരാൾ എതിരേ വരുന്നു. അയാൾ ടീച്ചർക്ക് നമസ്തേ പറഞ്ഞു വാച്ചിൽ നോക്കുന്നു. “ഓ ടീച്ചർ ലേശം വൈകിയല്ലേ?”

പിറ്റേന്ന് മറ്റൊരാൾ എതിരേ വന്നു. അയാൾ ചോദിച്ചു:

“എന്തു പറ്റി? ബസ് വൈകിയോ?”

മൂന്നാം ദിവസം വേറൊരാൾ കൂടി വൈകിപ്പോയ കാര്യം ചോദിച്ച തോടെ ടീച്ചർ ഒമ്പതുമണിയുടെ ബസിൽ കൃത്യമായി വരാൻ തുടങ്ങി. ശാസ്ത്രസാഹിത്യപരിഷത്തുകാർ പ്രയോഗിച്ച ഒരു അന്തസ്സുള്ള തന്ത്ര മായിരുന്നുവത്രേ അത്.

സാമുവൽ മാഷ് കാര്യം നടത്തിക്കുന്നതിൽ ബഹുകണിശക്കാരനു മായിരുന്നു. അതേസമയം ഓരോ അധ്യാപകനും അംഗീകാരം കൊടു ക്കുന്നതിൽ ഒരു ഡെമോക്രാറ്റുമായിരുന്നു.

ഒരുനാൾ ഒരു ഉയർന്ന പൊലീസ് ഉദ്യോഗസ്ഥൻ ഹെഡ്മാസ്റ്ററെ കാണാൻ വന്നു. അയാളുടെ മകൻ ഒമ്പതാം ക്ലാസിലാണ്. അവൻ എന്തോ കുറ്റം ചെയ്തതിന് പുറത്താക്കിയിരിക്കുകയാണ്. അച്ഛനെ കൂട്ടി ക്കൊണ്ടുവരാനാണ് കുട്ടിയോട് പറഞ്ഞിരിക്കുന്നത്.

പൊലീസ് ഓഫീസർ ഉടനെ വന്നെത്താൻ കഴിയാത്തതിൽ ക്ഷമ ചോദിച്ചു. അയാൾ സ്ഥലത്തുണ്ടായിരുന്നില്ല.

എല്ലാം കേട്ടുകഴിഞ്ഞ മാഷ് കോളിങ് ബെൽ അമർത്തി. ശിപായി വന്നപ്പോൾ അയാൾക്കു കൊടുത്ത നിർദേശം ഇതായിരുന്നു.

“ഈ സാറിനെ താഴെയുള്ള ഒമ്പതു-ബി യിലെ ക്ലാസ് ടീച്ചറുടെ അടുത്തേക്ക് കൊണ്ടുപോകൂ.” പിന്നെ മാഷ് പൊലീസ് ഓഫീസറോട് പറഞ്ഞു:

“ഈ കേസ് എനിക്ക് റഫർ ചെയ്തിട്ടില്ല. അതുകൊണ്ട് ക്ലാസ് ടീച്ചർ തന്നെ കൈകാര്യം ചെയ്യുന്നതല്ലേ മര്യാദ? ഞാൻ അങ്ങോട്ട് വരുന്നതും

ഭംഗിയല്ല. ദയവായി ക്ഷമിക്കണം.”

പിന്നെ ആ പ്രശ്നം എങ്ങനെ പരിഹരിക്കപ്പെട്ടു എന്നുപോലും മാഷ് അന്വേഷിച്ചില്ല.

സഹപ്രവർത്തകരോടുള്ള ഈ വിശ്വാസവും അവർക്ക് നൽകുന്ന അംഗീകാരവും സാമുവൽ മാഷെ വീണ്ടും വീണ്ടും ശക്തനാക്കി.

അദ്ദേഹത്തിന്റെ പ്രവർത്തനങ്ങൾ എന്നെ ബോധ്യപ്പെടുത്തിയത് ഇവയായിരുന്നു. ഒരു ഹെഡ്മാസ്റ്ററാവുക അത്ര എളുപ്പമുള്ള ഒന്നല്ല. അതേ സമയം ശ്രമിച്ചാൽ കേട്ടും കണ്ടും പഠിക്കാൻ സന്നദ്ധതയുള്ളവന് ഒരു ഹെഡ്മാസ്റ്ററാവാൻ വിഷമവുമില്ല. അവർക്കത്ഭുതം ചെയ്യാൻ പറ്റും.

അത്തരം ഹെഡ്മാസ്റ്റർമാർ എത്ര വിരളം!

അതുകൊണ്ട് ഹെഡ്മാസ്റ്റർമാരുടെ ആ കോഴ്സിൽ ഞാൻ അവരെ ഓർമപ്പെടുത്തി:

“നിങ്ങൾ ആരെന്ന് നിങ്ങൾ തന്നെ അറിയുകയാണ് ആദ്യം വേണ്ടത്. അറിഞ്ഞുകഴിഞ്ഞാൽ അത് മറ്റുള്ളവരും അറിയട്ടെ. അപ്പോൾ സാമുവൽ മാഷെപ്പോലെ നിങ്ങളും ഒരു സ്കൂളിന്റെ നാഥനാവും.

നാം ഇന്നു കാണുന്ന മിക്ക സ്കൂളുകളും എന്തുകൊണ്ട് നാഥനില്ലാ സ്കൂളുകളായി?

കാലമാറ്റം കാണുക

ലീനാ ജേക്കബ്. നിങ്ങളെപ്പോലെ പഠിപ്പിൽ താൽപ്പര്യമുള്ള കുട്ടി. കുട്ടിക്ക് ഭാവിയിൽ എന്താവാനാണിഷ്ടം എന്ന പതിവു മറുപടിയായിരുന്നില്ല.

“എനിക്ക് ഡോക്ടറോ എഞ്ചിനീയറോ ആവണമെന്നില്ല. ഒരു പ്രൈമറി സ്കൂൾ ടീച്ചറാവണമെന്നാണ് മോഹം. പ്ലസ് ടു കഴിഞ്ഞാൽ ടി ടി സി ക്ക് അപേക്ഷിക്കണം.

“അതെന്താ പ്രൈമറി സ്കൂൾ ടീച്ചർ തന്നെ ആവണമെന്ന്. ഹൈസ്കൂളിലോ കോളേജിലോ അധ്യാപിക ആയിക്കൂടെ?”

ലീന ചിരിച്ചു.

“വിദ്യയുടെ ലോകത്തിലേക്ക് കടന്നുവരാൻ ആരംഭിച്ചിട്ടല്ലേയുള്ളൂ പ്രൈമറിക്കുട്ടികൾ. പറഞ്ഞു കൊടുക്കുന്ന ഓരോ അറിവും അവർക്ക് അത്ഭുതമായിരിക്കും. ആ അത്ഭുതം അവരുടെ കണ്ണുകളിൽ തിളങ്ങുന്നത് കണ്ടുകൊണ്ടു പഠിപ്പിക്കുന്നത് എന്ത് രസമായിരിക്കും.”

ചെറിയ ക്ലാസിൽ പഠിച്ചുകൊണ്ടിരുന്നപ്പോൾ ലീനയ്ക്കുണ്ടായിരുന്ന അനുഭവങ്ങൾ വെച്ചാണ് അവൾ പറഞ്ഞത്. അതു മാത്രമല്ല, തരം കിട്ടു

മ്പോഴെല്ലാം ഏതെങ്കിലും ഒരു പ്രൈമറി ക്ലാസിന്റെ പുറത്ത് അവൾ പോയി നിൽക്കും. പഠിപ്പിക്കുന്നതു കേൾക്കാൻ.

"അല്ല, ലീന ചില പ്രത്യേക ക്ലാസുകളുടെ പുറത്തേ ശ്രദ്ധിച്ചു നിൽക്കുന്നുള്ളൂ. അതെന്താ."

"അവിടെയേ ശരിയായ പഠിപ്പ് നടക്കുന്നുള്ളൂ. അത്ര തന്നെ."

പുസ്തകം വെറുതെ വായിച്ചുപോകുന്നതല്ല പഠിപ്പിക്കൽ എന്നവൾ അറിഞ്ഞിരിക്കുന്നു. കുട്ടികളിൽ ജിജ്ഞാസയും ഒപ്പം ഉത്സാഹവും ഉണ്ടാക്കുന്ന വിധത്തിലായിരിക്കണം പഠിപ്പിക്കൽ. അത് സംശയനിവാരണം പോലെയാവണം. ആദ്യം കുട്ടികളിൽ സംശയം ഉണ്ടാക്കണം. അവർ ആ സംശയം ടീച്ചറോടു ചോദിക്കണം. എന്നിട്ട് എല്ലാവരും കൂടി സംശയം ദൂരീകരിക്കണം.

ലീന ഇത്രയേറെ ഈ പ്രായത്തിൽത്തന്നെ മനസിലാക്കിയല്ലോ എന്ന് നമ്മൾ അത്ഭുതപ്പെട്ടുപോകും. ലീന അവളുടെ കുട്ടിക്കാലം ഓർത്തു. ഒരു ശ്രീദേവി ടീച്ചറാണ് അവളെ ഇംഗ്ലീഷ് പറയാൻ പഠിപ്പിച്ചത്. ആദ്യം തെറ്റുമോ എന്ന പേടി. "തെറ്റിക്കോട്ടെ, ധൈര്യായി പറഞ്ഞോളൂ. തെറ്റിപ്പറഞ്ഞും പിന്നെ തിരുത്തിപ്പറഞ്ഞുമാണ് നമ്മൾ ശരിയിലെത്തുക" എന്ന് ശ്രീദേവി ടീച്ചർ ധൈര്യം കൊടുത്തത്രേ. ആ ധൈര്യത്തിൽ ഇംഗ്ലീഷ് പറയാൻ തുടങ്ങി. പിന്നെ ഹിന്ദിയും. മലയാളം പറയുമ്പോൾ അക്ഷരശുദ്ധിയിൽ പ്രത്യേകം ശ്രദ്ധിക്കുകയും ചെയ്തു.

ഒരു ഭാഷയിൽ ആദ്യം നേടേണ്ടത് സംസാരിക്കാനുള്ള ശേഷിയാണ്. അത് കിട്ടുമ്പോൾ ആത്മധൈര്യം കിട്ടുന്നു.

ഒരു പ്രൈമറി ടീച്ചർക്ക് വെള്ളം വെള്ളം പോലെ ഇംഗ്ലീഷ് പറയാൻ കഴിയണം. ഹിന്ദിയും മലയാളവും പറയാൻ കഴിയണം.

അത് എന്റെ മോഹമാണ്.

അതുകൊണ്ട് ലീന മുൻകൈയെടുത്ത്, ഭാഷയിൽ വർത്തമാനം പറഞ്ഞ് ശീലിക്കാൻ താൽപ്പര്യമുള്ളവരുടെ ഒരു ക്ലബ്ബ് ഉണ്ടാക്കി. പത്തു കുട്ടികൾ താൽപ്പര്യം കാണിച്ച് മുന്നോട്ടു വന്നു.

ഒരാൾക്ക് ഹോട്ടൽ മാനേജ്മെന്റ് പഠിക്കണം. മറ്റൊരാൾക്ക് എയർ ഹോസ്റ്റസ് ആവണം. വേറൊരാൾക്ക് പത്രപ്രവർത്തനത്തിന് ചേരണം. പിന്നെ ഒരാൾക്ക് ടൂറിസ്റ്റ് ഗൈഡാവണം. അങ്ങനെ അങ്ങനെ...

അതുകൊണ്ട് അവർ ഉച്ചസമയത്തുള്ള ഇന്റർവെൽ സമയത്ത് പത്തുമിനിട്ടുകൊണ്ട് ഭക്ഷണം കഴിച്ച് റെഡിയായി. ഒരു മാവിൻ ചുവട്ടിലെ തണലിൽ ഒത്തുകൂടി. എല്ലാ സ്കൂൾ ദിനങ്ങളിലും ഈ ഒത്തുകൂടൽ നടന്നു. നാൽപ്പത്തഞ്ച് അമ്പത് മിനിട്ടോളം. ഓരോ ദിവസം ഓരോ ഭാഷയിൽ ചർച്ച, പ്രസംഗം, പത്രം വായിച്ച് അഭിപ്രായം പറയൽ പിന്നെ

വർത്തമാനം പറയലും.

ക്ലാസ് റൂം പഠനം പോലെതന്നെ ഈ ഒത്തുകൂടലിനും അവർ പ്രാധാന്യം കാണാൻ തുടങ്ങി. ഓരോ ദിവസം കഴിയുന്തോറും ആത്മ വിശ്വാസം കൂടിക്കൂടി വന്നു. പല മേഖലകളിലേക്കും തങ്ങളുടെ അറിവ് പരന്നു ചെല്ലുന്നു എന്നവർക്ക് ബോധ്യപ്പെടാൻ തുടങ്ങി. മൂന്നുഭാഷയും കൈകാര്യം ചെയ്യാനുള്ള കഴിവ് കൂടിക്കൂടി വന്നു. ക്ലാസിൽ സംശയം ചോദിക്കാനും പാഠ്യവിഷയത്തോട് അനുബന്ധമായി വരുന്ന മറ്റു വസ്തു ക്കളെക്കുറിച്ച് ആരായാനും അവർക്ക് അനായാസം കഴിഞ്ഞു.

ഈ കൂട്ടായ്മയിൽ പങ്കെടുത്തിരുന്നവരിൽ രണ്ടാളൊഴിച്ച് എല്ലാ വർക്കും പൊതുപരീക്ഷയിൽ അഞ്ഞൂറ്റഞ്ചിനും അഞ്ഞൂറ്റിപ്പത്തിനും ഇടയ്ക്ക് മാർക്ക് കിട്ടി. ആ രണ്ടുപേർക്ക് ഡിസ്റ്റിങ്ഷൻ ഉണ്ടായിരുന്നു. അവരിൽ ഒരാൾ നാന്നൂറ്റിത്തൊണ്ണൂറ്റൊന്നു വാങ്ങിയ ലീനാജേക്കബ് ആയിരുന്നു. അവൾക്ക് അഞ്ഞൂറു കടക്കാത്തതിൽ ഒരു ചമ്മലുമുണ്ടാ യില്ല. വരട്ടെ, ഉയർന്ന ക്ലാസുകളിൽ ഞാനെന്റെ മിടുക്ക് കാണിച്ചുകൊ ടുക്കാം എന്നവൾ ധൈര്യംകൊണ്ടു.

ഇത്രയും വായിച്ചു കഴിഞ്ഞ നിങ്ങളോട് ഒന്നു ചോദിക്കട്ടെ:

നിങ്ങൾക്ക് മലയാളം അക്ഷരശുദ്ധിയോടെ പറയാനും എഴുതാനും കഴിയുമോ? ഇംഗ്ലീഷും ഹിന്ദിയും നന്നായി സംസാരിക്കാനും, ഒട്ടൊക്കെ നന്നായി എഴുതാനും കഴിയുമോ? രാജ്യകാര്യങ്ങളും ലോകകാര്യങ്ങളും നിത്യേന അറിയാൻ ശ്രമിക്കാറുണ്ടോ?

പല ഭാഷക്കാരും സമ്പ്രദായക്കാരുമായി കൂടുതൽ കൂടുതൽ ഇടപ ഴകേണ്ടി വരുന്ന ഒരു കാലത്താണ് നിങ്ങൾ ജീവിക്കുന്നത്. വിവരസാ ങ്കേതികവിദ്യ നിങ്ങളെ വിദേശരാജ്യങ്ങളിലുള്ളവരുമായും അടുപ്പിക്കുന്നു. ഭാഷകൾ അനായാസം ഉപയോഗിക്കാൻ ശീലിച്ചേ തീരൂ. വെറും പുസ്ത കത്തിൽ നിന്ന് നേടിയ അറിവ് വരാനിരിക്കുന്ന കൂടിക്കാഴ്ചകളിൽ നിങ്ങളെ വളരെയൊന്നും സഹായിച്ചെന്നു വരില്ല. അതിന് ഭാഷകൾ അനാ യാസം സംസാരിക്കാനും പ്രശ്നങ്ങൾ അതിവേഗം തിരിച്ചറിയാനുമുള്ള ആത്മധൈര്യവും തിരിച്ചറിവും വേണം.

ലീനാ ജേക്കബ്ബിനെപ്പോലെ നിങ്ങൾക്ക് ആ ധൈര്യം കൈവന്നി ട്ടുണ്ടോ?

പ്രകൃതിയുടെ കാരുണ്യം

ഞാറ്റുവേല എന്ന് നിങ്ങൾ കേട്ടിട്ടുണ്ടോ? അത് ദിവസം, ആഴ്ച, മാസം എന്നൊക്കെ പറയുംപോലെ ഒരു കാലയളവാണ്. കാർഷിക വൃത്തിയോട് ബന്ധപ്പെടുത്തിയാണ് ഈ പേര് മുഖ്യമായും ഉപയോഗി

ക്കുന്നത്. ഒരു ഞാറ്റുവേലയുടെ ദൈർഘ്യം 14 ദിവസമാണ്. തിരുവാതിര ഞാറ്റുവേല, പുണർതം ഞാറ്റുവേല എന്നിങ്ങനെ നാളുകളിലാണ് ഞാറ്റുവേലകൾ അറിയപ്പെടുന്നത്.

തെക്കുപടിഞ്ഞാറൻ കാലവർഷവും വടക്കുകിഴക്കൻ കാലവർഷവും കേരളത്തിനെ പച്ചയണിയിക്കുന്നു. മുമ്പ് മുഖ്യമായും നെൽകൃഷിയെ ആശ്രയിച്ചുകൊണ്ടായിരുന്നു നമ്മുടെ ജീവിതം. കാലവർഷത്തെ ആശ്രയിച്ചായിരുന്നു പാടങ്ങളിൽ വിത്തിറക്കുന്നതും കൊയ്യുന്നതുമെല്ലാം. മഴയുടെ ഏറ്റക്കുറച്ചിലുകൾ നമ്മുടെ കൃഷിയെ ബാധിച്ചിരുന്നു.

ഈ വർഷം പ്രായമേറിയ ഒരു കൃഷിക്കാരൻ ഇപ്രകാരം പറഞ്ഞു:

“തിരുവാതിര ഞാറ്റുവേല ഇന്നലെ തുടങ്ങി. പക്ഷേ, ഒരിറ്റു മഴയുണ്ടോ? ഭൂമി വേനലിന്റെ ചൂടിൽ പുഴുകുന്നു.”

വിഷമത്തോടെയാണ് അയാൾ പറഞ്ഞത്. തിരുവാതിര തിരിമുറിയാതെ എന്നാണ് പ്രമാണം. തിരുവാതിര ഞാറ്റുവേലക്കാലത്ത് മഴ പെയ്തുകൊണ്ടേയിരിക്കും എന്ന് സാരം. പുണർതം പുഴപോലെ ഒഴുകണം. മകീരം ഞാറ്റുവേലയിൽ മഴ മതിമറന്നു പെയ്യും. അങ്ങനെ ഓരോ ഞാറ്റുവേലയുടേയും പ്രത്യേകത അന്വേഷിച്ചറിയുക രസകരമായിരിക്കും.

നമ്മുടെ പൂർവികർ നൂറ്റാണ്ടുകളായി നടത്തിയ നിരീക്ഷണവും പ്രകൃതിയെക്കുറിച്ച് നടത്തിയ പഠനവും മൂലമാണ് മഴയുടെ സ്വഭാവം നിർണയിക്കപ്പെട്ടത്. സമുദ്രം, മല, കാട് തുടങ്ങി പല ഘടകങ്ങളുമായി കാലവർഷം ബന്ധപ്പെട്ടു കിടക്കുന്നു. അതെല്ലാം നിരീക്ഷിച്ചും പരീക്ഷിച്ചുമാണ് ഞാറ്റുവേലകളുടെ സ്വഭാവം കണ്ടെത്തിയത്. എത്രയോ കാലത്തെ പരിശ്രമം അതിനു പിന്നിലുണ്ട്. ആ ഗണിച്ചെടുക്കൽ വളരെ കൃത്യമായിരുന്നു എന്ന് പഴമക്കാർ പറഞ്ഞ് കേട്ടിട്ടുണ്ട്.

പക്ഷേ, ഞാറ്റുവേലകൾ പിഴയ്ക്കാൻ തുടങ്ങിയിരിക്കുന്നു. കാലവർഷം ഒളിച്ചുകളി നടത്തുന്നു. ലോകം മുഴുവനും കാലാവസ്ഥയിൽ ചെറിയ തോതിൽ മാറ്റം വന്നുകൊണ്ടേയിരിക്കുന്നു എന്ന് അറിയപ്പെടുന്നു. അത് നമ്മുടെ ഞാറ്റുവേലകളെയും ബാധിക്കുന്നുണ്ടാവുമോ? എന്തായാലും കാടുവെട്ടി വെളുപ്പിച്ചും വനസമ്പത്ത് മോഷ്ടിച്ചും നാം പ്രകൃതിയെ വല്ലാതെ ദ്രോഹിക്കുന്നു. കാടും നാടും തമ്മിലുള്ള പഴയ പൊരുത്തം ഇന്ന് ഇല്ലാതായിരിക്കുന്നു. ഈ അവസ്ഥ കാലവർഷത്തേയും ബാധിച്ചിരിക്കുന്നു.

അപൂർവ സസ്യങ്ങളുടെ കലവറയായിരുന്നു പണ്ട് അട്ടപ്പാടി. വനസമൃദ്ധി അട്ടപ്പാടിയുടെ മുഖമുദ്രയായിരുന്നു. അട്ടപ്പാടിയുടെ നെറുകയിൽ നിന്ന് അറ്റവേനലിലും നീരൊഴുകിവരുമായിരുന്നു. അങ്ങനെയുള്ള ചാലുകൾ ഒഴുകി ഒന്നിച്ചതാണ് കുന്തിപ്പുഴ. മുമ്പ് ഏതുകാലത്തും ചെറിയ

ഏറ്റക്കുറച്ചിലോടെ കുന്തിപ്പുഴ ഒഴുകിയിരുന്നു. കുന്തിപ്പുഴയുടെ രണ്ടു തീരത്തും കിണറുകളും കുളങ്ങളും നിറഞ്ഞുകിടന്നിരുന്നു. പാടങ്ങളിൽ എപ്പോഴും തിരക്കായിരുന്നു.

ഇപ്പോൾ ഏതാനും മാസങ്ങളെ കുന്തിപ്പുഴ ഒഴുകുന്നുള്ളൂ. ഇരുവശങ്ങളിലും ഉള്ളോട്ടു കിടക്കുന്ന കിണറുകൾ വേനലിൽ വറ്റിപ്പോകുന്നു.

അട്ടപ്പാടിയിൽ ചെന്നു നോക്കിയാൽ നമ്മുടെ കണ്ണുനിറയും. എല്ലാം വെട്ടിവെളുപ്പിച്ചിരിക്കുന്നു. സൈലന്റ് വാലി എന്ന പ്രദേശം മാത്രം വനസമൃദ്ധിയിലുണ്ട്. അത്രമാത്രം. കാട്ടുകള്ളന്മാരുടെ കണ്ണ് അങ്ങോട്ടും നീളാതിരിക്കില്ല.

അപ്പോൾ ഈ ചൊല്ലിന്റെ അർഥം എന്തെന്ന് ആലോചിച്ച് കണ്ടെത്തണം നിങ്ങൾ –

കാടുണ്ടെങ്കിലേ നാടുള്ളൂ.

എനിക്ക് എന്റെ വീട്ടിലിരുന്ന് നോക്കിയാൽ കല്ലടിക്കോടൻ മല കാണാം. മഴപെയ്ത് തോരുമ്പോൾ അന്തരീക്ഷം ശുദ്ധമായിത്തീരുമല്ലോ. അപ്പോൾ കൂടുതൽ വ്യക്തമായി അവിടെയുള്ള പച്ചപ്പുകാണാം. മല കുത്തനെ നിൽക്കുന്നതിനാൽ മനുഷ്യർക്ക് അങ്ങോട്ടുകയറിച്ചെന്ന് വെട്ടിവെളിപ്പിക്കാൻ പറ്റുന്നില്ല. ഇപ്പോൾ ഈ കുറിപ്പ് എഴുതിക്കൊണ്ടിരിക്കുമ്പോൾ മലമുകളിൽനിന്നും വെള്ളി അരഞ്ഞാണം പോലെ നീർച്ചാലുകൾ താഴോട്ടിറങ്ങുന്നതു കാണാം. പ്രകൃതിയുടെ ഭംഗി. ഇത് കണ്ടിരിക്കാൻ ബഹുരസം.

കാടിനെ സ്നേഹിക്കുക. മരങ്ങളെയും വള്ളികളെയും സ്നേഹിക്കുക. ചെടികളെ സ്നേഹിക്കുക. ഓരോ പൂവിനെയും സ്നേഹിച്ച് ഓമനിക്കുക. അങ്ങനെ പ്രകൃതിയുടെ ഭാഗമാവാൻ നമുക്കും കഴിയണം.

ആകപ്പാടെ സ്നേഹം നിറഞ്ഞതാണ് പ്രകൃതി. അതിനെ ആദരിക്കലാണ് മനുഷ്യത്വം. അനാവശ്യമായി പ്രകൃതിയുടെ മാറത്ത് പ്രഹരിക്കുന്നതും നിത്യഹരിത വനങ്ങളെ ദയയില്ലാതെ വെട്ടിവെളുപ്പിക്കുന്നതും മനുഷ്യനു ചേർന്ന പണിയല്ല.

ഈ ചൊല്ലും ഓർമയിലിരിക്കട്ടെ –

"ഒരു മരം ഒരു വരം."

സ്നേഹത്തിന് മനുഷ്യപ്പറ്റ്

എന്റെ ദേശത്ത് ഒരു എഴുത്തച്ഛൻ മാഷ് ഉണ്ടായിരുന്നു. കുറെ മുമ്പാണ്. ഞാൻ ജനിക്കുന്നതിനും മുമ്പ് അദ്ദേഹം മരിച്ചുപോയി. പക്ഷേ അദ്ദേഹത്തിനെക്കുറിച്ചുള്ള കഥകൾ ഏറെക്കാലം മങ്ങാതെ നിലനിന്നി

രുന്നു ഞങ്ങളുടെ ദേശത്ത്.

'എന്റെ ജീവിതം മറ്റുള്ളവർക്ക് വേണ്ടിയാണ്' എന്നായിരുന്നു എഴുത്തച്ഛൻ മാഷ്ടെ വിശ്വാസം. സംസ്കൃതത്തിലും മലയാളത്തിലുമുള്ള തന്റെ അറിവ് മറ്റുള്ളവർക്ക് പകർന്നു നൽകുക എന്നത് അദ്ദേഹത്തിന് ജീവിതദൗത്യം. വളരെ പിന്നോക്കം നിന്നിരുന്ന എന്റെ ദേശത്തെ അന്നത്തെ പല ചെറുപ്പക്കാർക്കും അങ്ങനെ അറിവിന്റെ തെളിച്ചം കിട്ടി. ജാതിവ്യത്യാസം മാഷ്ക്ക് ഉണ്ടായിരുന്നില്ല. അത് അറിവുകൊണ്ട് കിട്ടിയ തെളിച്ചമായിരിക്കാം. ജാതിയിൽ ഏറ്റവും പിന്നോക്കം നിൽക്കുന്നവരുടെ അടുത്തേക്ക് ചെന്ന് വിദ്യയുടെ വൈഭവം അദ്ദേഹം അവരേയും അറിയിച്ചു.

വിദ്യ മാറ്റങ്ങൾക്ക് വഴിവെക്കുന്നു. നന്മയിലേക്കുള്ള മാറ്റത്തിന്. ഒരു ദേശത്തിന്റെ ഉണർവിനുതന്നെ അത് കാരണമായിത്തീരുന്നു. പക്ഷേ, നന്മയിലേക്കുള്ള മാറ്റത്തിനായിരിക്കണം വിദ്യ എന്ന ധാരണയോടെ, പഠിപ്പിക്കുമ്പോഴേ ഈ ഗുണം വിദ്യാഭ്യാസത്തിന് കിട്ടുകയുള്ളൂ എന്ന് എഴുത്തച്ഛൻ മാഷ് ദൃഢമായി വിശ്വസിച്ചിരുന്നുവത്രെ. അതുകൊണ്ട് വെറുപ്പിലല്ല, സ്നേഹത്തിൽ ഊന്നിയായിരുന്നു അദ്ദേഹം പഠിപ്പിച്ചത്. അസഹിഷ്ണുത നിറഞ്ഞ ഒരു മനസിനെയല്ല സഹിഷ്ണുതയിലേക്ക് ചാഞ്ഞ ഒരു മനസിനെയാണ് അദ്ദേഹം രൂപപ്പെടുത്തിയത്. അദ്ദേഹം അമ്പലങ്ങളിൽ പോവുകയോ വഴിപാടുകൾ കൊടുക്കുകയോ പതിവില്ലായിരുന്നു.

മനുഷ്യസേവനത്തെ ഏറ്റവും വലിയ ഈശ്വര പൂജയായി ഗണിക്കുന്നവർ ഏറെയുണ്ട്.

രവീന്ദ്രനാഥ ടാഗോറിനെ കുറിച്ച് നിങ്ങൾ കേട്ടിട്ടുണ്ടല്ലോ. അദ്ദേഹത്തിന്റെ *ഗീതാഞ്ജലി* എന്ന ഗ്രന്ഥത്തിൽ ഒരു ഗീതത്തിന്റെ ആശയം ഏതാണ്ട് ഇങ്ങനെയാണ്.

ക്ഷേത്രത്തിന് അകത്തിരുന്ന് ഈശ്വരഭജനം ചെയ്ത് കാലം പോക്കുന്ന കാഷായ വസ്ത്രധാരി, ദൈവം ഈ ക്ഷേത്രത്തിനകത്തല്ല. പാറപൊളിക്കുന്നവന്റെയും വയലുകൾ ഉഴുന്നവന്റെയും കൂടെയാണ്. താങ്കൾ അങ്ങോട്ട് പോകൂ. ദൈവത്തെ അനുഭവിക്കൂ.....

ടാഗോറിന്റെ ഈ സമീപനത്തിൽ ഉദാത്തമായ ഒരു ആദർശമുണ്ട്. അത് ക്രിസ്തീയ ദർശനത്തിലും നമുക്ക് കാണാൻ കഴിയും. അധ്വാനിക്കുന്നോർക്കും, ഭാരം ചുമക്കുന്നോർക്കും അത്താണിയായുള്ളോനേ... എന്ന വയലാർ ഗാനത്തിൽ നാം ആ ക്രിസ്തീയ സന്ദേശം കേൾക്കുന്നു.

ഗാന്ധിജിയുടെ സങ്കൽപ്പങ്ങളും ഏതാണ്ട് ഇങ്ങനെതന്നെ.

സത്യമാണ് ദൈവം. സത്യസന്ധമായ ജീവിതം അതിനാൽ ദൈവ

സേവനമാകുന്നു.

ഗാന്ധിജി ക്ഷേത്രങ്ങൾ സന്ദർശിച്ച് പ്രാർഥന നടത്തുന്നത് ഒരു പതിവായി സ്വീകരിച്ചതേയില്ല. സ്നേഹത്തിന്റെയും സഹിഷ്ണുതയുടെയും അന്തരീക്ഷത്തിൽ ദൈവമുണ്ട്. ദൈവത്തിന് സ്നേഹത്തിന്റെ രൂപമാണ്. സത്യത്തിന്റെ രൂപം. അദ്ദേഹത്തിന് ഈശ്വരനും അല്ലാഹുവും കർത്താവും ഒന്നുതന്നെ.

ഈശ്വര വിശ്വാസം ഇല്ലാത്തവരിൽപ്പോലും, അവർ കറകളഞ്ഞ പ്രവർത്തനത്തിൽ മുഴുകുന്നുവെങ്കിൽ അവരിൽ, ഈശ്വര സാന്നിധ്യം ഗാന്ധിജി കണ്ടെത്തി.

ഇത്രയെല്ലാം പറയാൻ കാരണമുണ്ട്. കാലം ചെല്ലുന്തോറും മനുഷ്യൻ തന്നിലേക്ക് വലിയുന്നു. സ്വാർഥിയായി മാറുന്നു എന്നെല്ലാം ഒരാക്ഷേപമുണ്ട്. ചുറ്റുപാടുകളിലെ ദൈന്യം പലരും കാണാതെ പോവുന്നു. അതൊന്നും താൻ ശ്രദ്ധിക്കേണ്ട കാര്യമല്ല എന്ന് പുതിയ തലമുറ കരുതിപ്പോരുന്നു. അവർക്ക് പൊതു കാര്യങ്ങളോട് പ്രതികരിക്കാൻ തീരെ താൽപ്പര്യമില്ല.

ഈവിധ ആക്ഷേപങ്ങൾ പൂർണമായും ശരിയല്ലെങ്കിലും അവയിൽ കുറേയേറെ സത്യമുണ്ടെന്ന് അറിയേണ്ടതുണ്ട്.

ഞങ്ങളുടെ മേശ, ഞങ്ങളുടെ മുറി, ഞങ്ങളുടെ വീട് തുടങ്ങിയ പഴയ സമീപനങ്ങളുടെ സ്ഥാനത്ത് ഇപ്പോൾ എന്റെ മേശയും എന്റെ മുറിയും എന്റെ വീടും കയറിവന്നിരിക്കുന്നു. ഇത് ന്യൂക്ലിയർ കുടുംബത്തിലെ ഒരു വിശേഷതയാണ്. എന്നിലേക്കുള്ള ഈ ചുരുങ്ങൽ. അവിടെ മറ്റുള്ളവരുടെ മനോഭാവങ്ങളെ സഹതാപത്തോടെ നോക്കിക്കാണലില്ല. സ്വന്തം കാര്യങ്ങളിലാണ് ഊന്നൽ.

മാതൃഭൂമി പത്രത്തിന്റെ സ്ഥാപക പത്രാധിപരായിരുന്ന കെ പി കേശവമേനോനെ നിങ്ങൾ കേട്ടിട്ടുണ്ടോ? ജ്വലിക്കുന്ന ഒരു പൊതുജീവിതത്തിന്റെ ഉടമയായിരുന്നു അദ്ദേഹം. അദ്ദേഹം ഒരു ലേഖനത്തിന് ഇങ്ങനെയാണ് പേര് കൊടുത്തത്.

ഒരു നോക്ക്, ഒരു വാക്ക്, ഒരു താങ്ങ്.

അതിന്റെ ആശയം നിങ്ങൾക്ക് പിടികിട്ടിയോ?

ഒരു സഹായവും ലഭിക്കാതെ വിഷമിക്കുന്ന ഒരു സാധുവിന് നിങ്ങളുടെ ദയ നിറഞ്ഞ ഒരു നോക്ക് വലിയ സഹായമായേക്കും. അല്ലെങ്കിൽ സ്നേഹാർദ്രമായ ഒരു വാക്ക്. ചില സമയത്ത് കാരുണ്യം നിറഞ്ഞ ഒരു താങ്ങ്.

കെ പി കേശവമേനോന്റെ ഈ വാക്കുകൾ ഒരു മന്ത്രം പോലെ നമ്മുടെ മനസിൽ കിടക്കട്ടെ. അപ്പോൾ വെറുപ്പ് മാറി അതിന്റെ സ്ഥാനത്ത്

സ്നേഹം ഉദിക്കും.

“ഒരൊറ്റ മതമുണ്ടുലകിന്നുയിരാം
പ്രേമമതൊന്നല്ലോ
പരക്കെനമ്മെ പാലമൃതൂട്ടും
പാർവണശശിബിംബം”

മഹാകവി ഉള്ളൂരിന്റെ വരികൾ എത്ര അർഥ ഗർഭം!

നിങ്ങൾ സ്നേഹിക്കാൻ പഠിക്കുക.

അത്ഭുതങ്ങൾ നിങ്ങൾക്ക് സ്വന്തം

ടീച്ചർ ട്രെയിനിങ് ഇൻസ്റ്റിറ്റ്യൂട്ടിൽ പഠിപ്പിച്ചിരുന്ന കാലത്ത് എല്ലാ വർഷവും പ്രവേശനം കിട്ടിവരുന്ന അധ്യാപക വിദ്യാർഥികളോട് ഞാൻ ഇങ്ങനെ പറയുമായിരുന്നു.

“ഒന്ന്. നിങ്ങൾക്ക് ഏറ്റവും ഇഷ്ടപ്പെട്ട അധ്യാപകൻ/അധ്യാപിക ആര്?”

“രണ്ട്. ഇഷ്ടപ്പെടാൻ കാരണം?”

ഒരു കടലാസിൽ എഴുതി എന്നെ ഇന്നുതന്നെ ഏൽപ്പിക്കുക.

ക്ലാസിനോട് പൊതുവെ ചോദിച്ചിരുന്നുവെങ്കിൽ ഒരു വിദ്യാർഥിയുടെ അഭിപ്രായം മറ്റൊരാളെ സ്വാധീനിച്ചു എന്നു വരാം. അതുവേണ്ട എന്നു വെച്ചാണ് എഴുതിത്തരാൻ പറഞ്ഞത്. അപ്പോൾ സ്വന്തം മനസിലേക്ക് ഒന്നു ശ്രദ്ധിച്ചുനോക്കി അഭിപ്രായം എഴുതാൻ കഴിയുകയും ചെയ്യും.

മിക്കവരും പ്രൈമറി ക്ലാസിൽ അവരെ പഠിപ്പിച്ചിരുന്ന അധ്യാപക രെയാണ് ഓർമിക്കുക. ഒന്നാം ക്ലാസിലും രണ്ടാം ക്ലാസിലും പഠിപ്പിച്ചവ രെയാണ് കൂടുതൽ പേരും ഇഷ്ടപ്പെട്ടു കണ്ടത്. അത്ഭുതങ്ങളുടെ ലോക ത്തേക്ക് വാതിൽ തുറന്നുതന്നത് ആ അധ്യാപകരായിരുന്നു എന്ന് പൊതുവേ അവർ അഭിപ്രായപ്പെട്ടിരുന്നു.

നിങ്ങൾക്കും ഒരുപക്ഷേ, ഈ അഭിപ്രായം തന്നെയാവും ഉണ്ടാവുക.

ഒരു അധ്യാപക വിദ്യാർഥിനി എഴുതിയ അഭിപ്രായം ഇന്നും നല്ല പോലെ ഓർക്കുന്നു.

“സർ, എന്നെ പഠിപ്പിച്ചിട്ടില്ലാത്ത അടുത്ത ഡിവിഷനിലെ അമ്മിണി ടീച്ചറെയായിരുന്നു എനിക്ക് ഇഷ്ടം. അവരുടെ ക്ലാസിൽ ഇരിക്കാൻ ഭാഗ്യ മുണ്ടായില്ലല്ലോ എന്ന് പലപ്പോഴും ഞാൻ വിഷാദിച്ചു. രാവിലെ അമ്മിണി ടീച്ചർ വരുന്നതും കാത്ത് ഞാൻ വരാന്തയിൽ അങ്ങനെ നിൽക്കും. അവർ ചിരിച്ചുകൊണ്ട് എന്റെ കവിൾ തലോടുംപോലെയാണ് തോന്നുക.

ഒരുപക്ഷേ, അമ്മിണി ടീച്ചറെ ഇത്രയേറെ ഇഷ്ടപ്പെടാൻ കാരണം എന്നെ ഒന്നാം ക്ലാസിൽ പഠിപ്പിച്ചിരുന്ന അമ്മുക്കുട്ടി ടീച്ചറുടെ പെരുമാറ്റ

മായിരിക്കണം. മുഖത്ത് സദാ ഒരു വെറുപ്പായിരുന്നു ടീച്ചർക്ക്. ആ വെറുപ്പോടെയാണ് ഞങ്ങളെ നോക്കുക. എന്തെങ്കിലും എപ്പോഴെങ്കിലും ഞങ്ങളെ പഠിപ്പിക്കും. അത് ഞങ്ങൾക്ക് മനസിലാവുന്നുണ്ടോ എന്ന് ശ്രദ്ധിക്കുകയൊന്നും ചെയ്യില്ല. അപ്പോഴും തൊട്ടടുത്ത ക്ലാസിൽ ഒന്നാം ക്ലാസ് സജീവമായിരിക്കും.

ഈ അഭിപ്രായം എന്നെ ആഴത്തിൽ സ്പർശിച്ചു. അമ്മുക്കുട്ടി ടീച്ചറെപ്പോലെ ഒരുപാടുപേർ അധ്യാപകരായുണ്ട്. അധ്യാപനവും അധ്യയനവും മധുരിക്കുന്ന ഒരു അനുഭവമാക്കി അവർ മാറ്റുന്നില്ല. നിങ്ങൾക്ക് എന്തായിരുന്നു അനുഭവം? പ്രത്യേകിച്ചും ചെറിയ ക്ലാസുകളിൽ?

അമ്മിണി ടീച്ചറെപ്പോലെയായിരുന്ന ഒരു അധ്യാപകനെ എനിക്ക് അറിയാം. അയാൾക്ക് ഹൈസ്കൂൾ ക്ലാസുകളിൽ മാത്രമല്ല ഹയർസെക്കന്ററിയിലും പഠിപ്പിക്കാനുള്ള വിദ്യാഭ്യാസയോഗ്യതയുണ്ടായിട്ടും അതിനൊന്നും ശ്രമിക്കാതെ ലോവർ പ്രൈമറി ക്ലാസുകളിൽ മാത്രം പഠിപ്പിച്ചുപോന്നു. കുഞ്ഞു മനസിലേക്ക് അത്ഭുതത്തിന്റെ ഓരോ വിത്ത് ഒന്നിനു പിറകെ ഒന്നായി എറിഞ്ഞു കൊടുക്കുമ്പോൾ അതിനൊരു സന്തോഷമുണ്ട് എന്നാണ് അയാൾ പറയാറുള്ളത്.

എന്നെ ചെറിയ ക്ലാസുകളിൽ പഠിപ്പിച്ചിരുന്ന ഒരു ശങ്കരൻ മാസ്റ്ററെക്കുറിച്ച് ഓർമ വരുന്നു. എന്റെ മുമ്പിൽ, പാഠപുസ്തകത്തിൽ ജീവനില്ലാതെ കിടന്നിരുന്ന അക്ഷരങ്ങൾക്ക് ജീവൻ വെപ്പിച്ചുതന്നത് ശങ്കരൻ മാഷായിരുന്നു. കൺമുമ്പിൽ അക്ഷരങ്ങൾ നടന്നു കളിക്കുംപോലെ. അത് അന്ന് വല്ലാത്തൊരനുഭവമായിരുന്നു. അത്ഭുതവും.

ഖരം–അതിഖരം–മൃദു–ഘോഷം–അനുനാസികം എന്നിങ്ങനെ അക്ഷരങ്ങളുടെ ശബ്ദവ്യത്യാസം മാഷ് ഉദാഹരണത്തോടെ ഞങ്ങളെ പഠിപ്പിച്ചു. ശബ്ദ സ്ഥാനങ്ങൾ വ്യക്തമാക്കിത്തന്നു. 'ഥ' എന്ന അക്ഷരത്തിന്റേയും 'ധ' എന്നതിന്റേയും ഉച്ചാരണ വ്യത്യാസം അദ്ദേഹം പറഞ്ഞു തരുമ്പോൾ അതും അത്ഭുതത്തോടെ ഞങ്ങളിലേക്ക് ഇറങ്ങിവരും.

ഒരിക്കൽ നാലുനാഴിക അകലെ പറളി റെയിൽവേ സ്റ്റേഷനിലേക്ക് മാഷ് ഞങ്ങളെ കൊണ്ടുപോയി. അന്ന് മൂന്നാം ക്ലാസിലായിരുന്നു. തീവണ്ടിയുടെ നീളം. ഒരു ചിത്രത്തിൽ കണ്ട് അത്ഭുതപ്പെട്ട അനുഭവമേ ഞങ്ങളിൽ പലർക്കുമുണ്ടായിരുന്നുള്ളൂ. പറളി സ്റ്റേഷനിൽ മദിരാശി–മംഗലാപുരം വണ്ടിവരുന്നത് കാണാൻ ഞങ്ങൾ നിന്നു. പറളിയിൽ ആ വണ്ടി നിൽക്കില്ല. നിന്നില്ലെങ്കിലും ഓടിപ്പോവുന്നത് ഈ കണ്ണുകൾകൊണ്ടു കാണാമല്ലോ. എന്റെ നെഞ്ച് തുടിക്കുന്നുണ്ടായിരുന്നു. വണ്ടി വരാറായി. സ്റ്റേഷൻ മാസ്റ്ററാണെന്നും അയാൾ പച്ചക്കൊടി വീശിയാലേ തീവണ്ടി മുന്നോട്ട് പോവൂ എന്നും മാഷ് പറഞ്ഞു തന്നു. ദൈവത്തെക്കാണും

പോലെയാണ് ഞാൻ സ്റ്റേഷൻ മാസ്റ്ററെ നോക്കിനിന്നത്. പിന്നെ റെയിലിലൂടെ ദൂരെ നിന്ന് ഒരു കുലുക്കം വരുന്നു. അതാ കിഴക്ക് തിരിവ് കടന്ന് രാക്ഷസനെപ്പോലെ തീവണ്ടി കുതിച്ചുവരുന്നു. എന്തൊരു ധൃതിയോടെയാണ് കൽക്കരി എഞ്ചിൻ നീണ്ടു നീണ്ടു കിടക്കുന്ന ബോഗികളെ വലിച്ചുകൊണ്ട് പാഞ്ഞത്.

പിന്നെ ദിവസങ്ങളോളം തീവണ്ടി ഒരത്ഭുതംപോലെ എന്റെ മനസിൽ. തീവണ്ടിയെന്നല്ല ആ പ്രായത്തിൽ കണ്ടതും കേട്ടതും എല്ലാം മനസിൽ അത്ഭുതപ്പെട്ടു. കണ്ണിൽ അത്ഭുതം തിളങ്ങി.

വളരെക്കഴിഞ്ഞ് അധ്യാപക വിദ്യാർഥികളേയും കൂട്ടി ശിരുവാണി ഡാം കാണാൻ പോയപ്പോൾ കാടിന്റെ കനകനപ്പ് കണ്ട് അവർ അന്തം വിട്ട് നിന്നതും ഈ അത്ഭുതം കൊണ്ടായിരുന്നു. ദൂരെ ഒരു കൊമ്പൻ ദേഹം മുഴുവൻ മണ്ണുവാരിയിട്ട് ചാരനിറത്തിൽ നിൽക്കുന്നതും ഓടക്കൂട്ടം പൊട്ടിച്ചെടുത്ത് തിന്നുന്നതും കണ്ട് അവർ കാട്ടിനുള്ളിൽ കാടുപോലെ നിന്നു.

ഈ അത്ഭുതങ്ങൾ നിങ്ങൾക്ക് സ്വന്തം. കണ്ണിലും കാതിലും മനസിലും അത്ഭുതങ്ങൾ നിറച്ച് ജീവിക്കുക.

കൃത്രിമങ്ങളുടെ അത്ഭുതമില്ലാദശയിൽ നിങ്ങൾക്ക് വഴിതെറ്റാതിരിക്കട്ടെ.

മെല്ലെ തിന്നാൽ മുള്ളും തിന്നാം

വിദ്യാലയങ്ങൾ വീണ്ടും തുറക്കുകയായി. നനഞ്ഞൊലിപ്പിച്ച് സ്കൂളിലേക്ക് പോയിരുന്ന എന്റെ കുട്ടിക്കാലം ഞാൻ ഓർമിക്കുന്നു. നിവർത്തിപ്പിടിച്ച കുടയെ കളിയാക്കും പോലെയാണ് ചാഞ്ഞും ചെരിഞ്ഞും മഴവരിക. അത് കുപ്പായവും ട്രൗസറും വെള്ളപ്പിണ്ടിയാക്കും. എന്നാലും വിരോധമില്ല. മഴയെ സ്നേഹിക്കാതിരിക്കാൻ വയ്യ. പ്രത്യേകിച്ചും കുട്ടികൾക്ക്. തരം കിട്ടിയാൽ അവർ മഴയത്ത് തുള്ളിക്കളിക്കും. ഒഴുക്കുവെള്ളത്തെ കാലുകൊണ്ട് തട്ടിത്തെറിപ്പിക്കും.

ചില കാലങ്ങളിൽ കാലവർഷം നേരത്തെ വരും. സ്കൂൾ തുറക്കുന്നതിനും മുമ്പ്, ചിലപ്പോൾ വളരെ വൈകും. ഈ വർഷം നിങ്ങളോടൊപ്പം കാലവർഷം ഉണ്ടാവട്ടെ എന്ന് ആശിക്കുകയാണ്. ഭൂമി തണുത്താൽ മനസ്സ് തണുക്കും. മനസ്സ് തണുക്കുമ്പോൾ ഉത്സാഹം കൂടും.

പത്താം ക്ലാസിലെ എന്റെ ആദ്യത്തെ ദിവസം ഇന്നും എനിക്ക് നിറം മങ്ങാത്ത ഓർമയാണ്. കുടയുണ്ടായിട്ടും മഴനനഞ്ഞ് നാലുനാഴിക നടന്നാണ് ഞാനും കൂട്ടുകാരും സ്കൂളിലെത്തുന്നത്. വല്ലാത്ത ഉത്സാഹം. പരിചയം പുതുക്കൽ, അവസാനത്തെ ക്ലാസിലെത്തി എന്ന പെരുമ.

ഹെഡ്മാസ്റ്റർ അപ്പുക്കുട്ടമേനോൻ സാർ ആദ്യത്തെ പിരീഡ് തന്നെ ക്ലാസിൽ വന്നു. അദ്ദേഹം പറഞ്ഞു:

"നിങ്ങളുടെ വിദ്യാഭ്യാസകാലത്തെ ഏറ്റവും പ്രാധാന്യമുള്ള വർഷമാണിത്. കാരണം, ഇതു കടന്നു കിട്ടിയാലേ നിങ്ങൾക്ക് ഭാവിക്കുവേണ്ട പഠനം തെരഞ്ഞെടുക്കാൻ പറ്റൂ. തൊഴിലിനുവേണ്ട പഠനം, ജീവിതത്തിനു വേണ്ട പഠനം അങ്ങനെ അങ്ങനെ."

ഒന്നു നിർത്തി അദ്ദേഹം ചോദിച്ചു:

"ഈ ക്ലാസിലെ നാൽപ്പത്തിയേഴു പേർക്കും ഈ വർഷം തന്നെ ജയിച്ചു കേറാമെന്ന് ഉറപ്പുണ്ടോ?"

ക്ലാസ് ഒന്നിച്ച് ഉറപ്പു പറഞ്ഞില്ല. അപ്പോൾ അദ്ദേഹം ഇങ്ങനെ പറഞ്ഞു.:

"എന്നാൽ എനിക്കുറപ്പുണ്ട് നിങ്ങളെല്ലാവരും ഈ വർഷം ജയിക്കാൻ പോവുന്നു എന്ന്. പക്ഷേ, ഓരോരുത്തരും സ്വന്തം മനസിൽ പറയണം ഞാൻ തോറ്റുകൊടുക്കാൻ ഭാവമില്ല എന്ന്."

ഇങ്ങനെ ഉണർത്തിയെടുക്കുന്ന ആത്മധൈര്യമാണ് ഒരു വിദ്യാർഥിയുടെ വലിയ ശക്തി.

നിങ്ങളുടെ മുമ്പിൽ നീണ്ട പത്തുമാസങ്ങളാണുള്ളതെന്ന് സാറ് ഞങ്ങളെ അന്ന് ഓർമിപ്പിച്ചു. കഴിഞ്ഞ ക്ലാസുകളിൽ പഠിച്ചത് മറന്നവർക്കും ഒന്നും പഠിക്കാതെ കളിച്ചു നടന്നവർക്കും മറന്നത് ഓർമിച്ചെടുത്തും പഠിക്കാൻ കൂട്ടാക്കാതെ വിട്ടത് പഠിച്ചും നിലവാരമൊപ്പിക്കാൻ ഈ പത്തുമാസം ധാരാളം മതി. നിത്യാഭ്യാസി ആനയെ എടുക്കും എന്നൊരു ചൊല്ലുണ്ട്. നിരന്തരമായ അഭ്യാസംകൊണ്ട് എന്തും സാധിച്ചെടുക്കാം എന്നാണ് അതിന്റെ സാരം. നിത്യേനയെന്നോണം ശ്രമിച്ചാൽ മറികടക്കാൻ വയ്യാത്ത ഒന്നും നിങ്ങളുടെ മുമ്പോട്ടുള്ള പോക്കിൽ തടസം സൃഷ്ടിക്കില്ല എന്നല്ല പറയേണ്ടതെന്നുതോന്നുന്നു. നിങ്ങൾക്ക് പിടിച്ചടക്കാൻ വയ്യാത്ത യാതൊന്നും നിങ്ങളുടെ മുമ്പിലുണ്ടാവില്ല. മെല്ലെ തിന്നാൽ മുള്ളും തിന്നാം.

ഓരോ ദിവസവും പഠിച്ചു തീർക്കേണ്ടത് അന്നു തന്നെ പഠിച്ചു തീർക്കുക. പഠിച്ചു തീർന്നാൽ ഞാൻ വേണ്ടത് വേണ്ടപ്പോൾ ചെയ്തു എന്ന തൃപ്തിയുണ്ടാവും. ഈ തൃപ്തിയാണ് നിങ്ങളുടെ ഉത്സാഹം. ഈ സമ്പ്രദായം രണ്ടാഴ്ചകൊണ്ട് നിങ്ങളുടെ സ്വഭാവമായി മാറും. സ്വഭാവമായാൽ നിങ്ങൾ ജയിച്ചു.

ഹെഡ്മാസ്റ്റർ സാർ എന്നോടു ചോദിച്ചു:

"കൃഷ്ണൻകുട്ടിക്ക് പ്രയാസം തോന്നുന്ന വിഷയങ്ങളേതാ?"

"ഇംഗ്ലീഷും കണക്കും, സാർ."

സാറ് ചിരിച്ചു. പലർക്കും ഈ വിഷയങ്ങളാണ് ബുദ്ധിമുട്ടുള്ളവ.

"എന്നാൽ, ഇംഗ്ലീഷിനെ സംബന്ധിച്ച് നിങ്ങളാരും പേടിക്കണ്ട. ഞാനാണ് നിങ്ങൾക്ക് ഇംഗ്ലീഷ് എടുക്കുക. ഒരു സംഗതി പറഞ്ഞേക്കാം. ഞാൻ പറയുന്നത് മനസിലാവാതെ വരുമ്പോൾ, അപ്പോൾ ധൈര്യത്തോടെ കാര്യം പറയണം. അതാണ് എനിക്ക് സന്തോഷം തരുന്ന കാര്യം. ഞാൻ നിങ്ങൾക്ക് മനസിലാവും വരെ പറഞ്ഞുതരാൻ തയാറാവും. പക്ഷേ, പിറ്റേന്നു വരുമ്പോൾ തയാറായി വരണം. ഞാൻ ചോദിക്കുന്നതിനെല്ലാം മണിമണിയായി ഉത്തരം പറയണം. സമ്മതിച്ചോ?"

ഞാൻ മാത്രമല്ല എല്ലാവരും "സമ്മതിച്ചു" എന്ന് വിളിച്ചു പറഞ്ഞു.

ഹെഡ്മാസ്റ്റർ ഞങ്ങളോട് പറഞ്ഞതെല്ലാം കേട്ടറിഞ്ഞ കണക്കു ടീച്ചറും മറ്റുള്ളവരും ഇതേശൈലി തന്നെ കണിശമായി സ്വീകരിച്ചു.

വീട്ടിലിരുന്ന് പഠിക്കുന്നതിന് മറ്റാരെങ്കിലും തയാറാക്കിയതല്ല, സ്വന്തമായി തയാറാക്കിയ ടൈംടേബിളും ഞങ്ങൾ സ്വീകരിക്കുകയുണ്ടായി. അപ്പോഴേ പേടിയുള്ള വിഷയങ്ങൾക്ക് കൂടുതൽ സമയം അനുവദിക്കാനും മറ്റും നമ്മൾക്ക് കഴിയൂ.

അന്ന് ഞങ്ങൾ നാൽപ്പത്തേഴുപേരിൽ രണ്ടുപേരൊഴിച്ച് എല്ലാവരും നല്ല മാർക്കോടെ പത്താം ക്ലാസ് കടന്നു. തോറ്റ രണ്ടുപേരാവട്ടെ രോഗത്തിന് അടിമപ്പെട്ട് മാസങ്ങളോളം ബുദ്ധിമുട്ടിയ പാവം സുഹൃത്തുക്കളായിരുന്നു.

If there is a will, there is a way എന്ന് കേട്ടിട്ടില്ലേ. അത് നിങ്ങളുടെയും മനസിനെ സജീവമാക്കട്ടെ.

നാളെ നിങ്ങളുടേതാകട്ടെ.

അശ്വതിയുടെ വഴികൾ

എസ് അശ്വതി എന്ന പേര് നിങ്ങളുടെ ശ്രദ്ധയിൽ പെട്ടിരുന്നുവോ? പത്തനംതിട്ടക്കാരിയായ ഈ വനിത കേരളത്തിന്റെ അഭിമാനമായി മാറിയത് ഈ അടുത്തകാലത്ത്. കേരളത്തിന്റെ എന്നപോലെ മലയാള ഭാഷയുടെയും പുളകമായി അശ്വതി എന്ന് നിങ്ങളിൽ പലരും അറിഞ്ഞു കാണും.

അശ്വതി ഇപ്പോൾ ഇന്ത്യൻ സിവിൽ സർവീസുകാരിയാണ്. അതായത് ഐ എ എസുകാരി. നമ്മുടെ രാജ്യത്തെ വളരെ ഉയർന്ന ഈ മത്സര പരീക്ഷ അശ്വതി പാസായത് ഇന്ത്യയിൽ മൂന്നാം റാങ്കോടുകൂടിയാണ്. വനിതകളുടെ നിരയിൽ ഒന്നാം റാങ്കോടെയും പലവിധത്തിലുള്ള പരിശോധനകളും വിലയിരുത്തലുകളും കഴിഞ്ഞാണ് ഈ പദവിയിലേക്ക്

തെരഞ്ഞെടുക്കപ്പെടുന്നത്. പരിശോധനയുടെ ഓരോ ഘട്ടത്തിലും അശ്വതി തിളങ്ങിനിന്നിരുന്നു.

അശ്വതിയുടെ അനുഭവങ്ങളിൽ നിന്ന് നിങ്ങൾക്ക് പലതും പഠിക്കാനാവുമെന്ന് തോന്നുന്നു. ചെറുപ്പം മുതലേ ഒരു ഐ എ എസുകാരി ആയിത്തീരണമെന്ന മോഹം മനസിലിട്ടു നടന്നിരുന്നു ഈ വനിത. ആദ്യമേതന്നെ അങ്ങനെ ഒരു ലക്ഷ്യം ഉണ്ടായപ്പോൾ എല്ലാ തയാറെടുപ്പും ആ ലക്ഷ്യപ്രാപ്തിക്കുവേണ്ടിയായിരുന്നു. നിങ്ങൾക്കും ഒരു ലക്ഷ്യം ഉണ്ടാവുന്നത് നല്ലതാണ്. ഐ എ എസ് ആവണമെന്നില്ല. ഒരു അധ്യാപകനോ സംഗീത വിദുഷിയോ കമ്പനി സെക്രട്ടറിയോ ഡോക്ടറോ എന്തുമാവട്ടെ ഒരു ലക്ഷ്യംവെച്ച് പഠിക്കുമ്പോൾ പഠിപ്പിന് ആക്കം കൂടുന്നു. ഒരു കൃത്യത കിട്ടുന്നു. ഉയർന്ന അറിവോടെ പരീക്ഷകളെ അഭിമുഖീകരിക്കാൻ നിങ്ങൾക്ക് കഴിയുന്നു.

പരീക്ഷ മാത്രം ഉന്നംവെച്ച് പാഠഭാഗങ്ങൾ മനഃപാഠമാക്കിയാൽ എഴുത്തു പരീക്ഷയിൽ മികവുകാട്ടാൻ സാധിച്ചേക്കും. അശ്വതിയുടെ പഠനസ്വഭാവം അങ്ങനെ ആയിരുന്നില്ല. അവർ കാണാതെ പഠിക്കുകയല്ല, പഠിച്ചത് തിരിച്ചും മറിച്ചും വിശകലനം ചെയ്ത് മനസിൽ സൂക്ഷിക്കുകയാണ്.

തിരിച്ചറിവിന്റെ ഈ തന്റേടം അശ്വതി നേടിയത് അധികവായന എന്ന സ്വഭാവം കൂടി ഉണ്ടായതുകൊണ്ടാവണം. അധിക വായനകൊണ്ട് ഉദ്ദേശിക്കുന്നത് പാഠപുസ്തകങ്ങൾ വീണ്ടും വായിക്കുക എന്നല്ല. പാഠപുസ്തകങ്ങൾക്കു പുറമെ കഥകളും കവിതകളും പ്രബന്ധങ്ങളും വായിക്കുക എന്നതാണ്. അധിക വായനകൊണ്ട് നിങ്ങളുടെ തന്റേടത്തിന്റെ വ്യാസം കൂട്ടാൻ സാധിക്കുന്നു. പത്താംക്ലാസു പരീക്ഷയും പിന്നീട് നിങ്ങൾ പങ്കെടുക്കുന്ന മത്സര പരീക്ഷകളും മുഖാമുഖങ്ങളും നേരിടാൻ ഈ തന്റേടം അത്യാവശ്യമാണ്. ഈ തന്റേടം വളർത്തലാണ് പഠനത്തിന്റെ മുഖ്യമായ ഉദ്ദേശ്യവും. ചെറുപ്പം മുതലേ ജനറൽ റീഡിങ് അശ്വതി ശീലിച്ചുവന്നു.

പത്രവായനയും ഇതിന്റെ ഒരു ഭാഗമായിത്തീർന്നു. പത്രങ്ങൾ വായിച്ച് നമുക്കു ചുറ്റും നടക്കുന്ന സംഭവങ്ങളെ മനസിലാക്കുകയും ആ സംഭവങ്ങളുടെ ശരിതെറ്റുകൾ സ്വയം വിലയിരുത്തുകയും ചെയ്യുന്നത് ദിനചര്യയുടെ ഒരു ഭാഗമായി അശ്വതി സ്വീകരിച്ചിരുന്നു. ഐ എ എസ് എന്ന ലക്ഷ്യം മനസിലുള്ളവർക്ക് മത്രമല്ല, മറ്റുള്ളവർക്കും ഈ വായനാശീലവും വായിച്ചത് സ്വയം വിശകലനം ചെയ്യുന്ന ശീലവും നന്മ ചെയ്യും. അശ്വതിയുടെ അമ്മ പരുമല ദേവസ്വംബോർഡ് കോളേജിലെ മലയാളം പ്രൊഫസർ ലളിതാമ്മയാണ്. അമ്മയുടെ സ്വാധീനം മകളിൽ

നല്ലപോലെ ഉണ്ടായിട്ടുണ്ട്. ചെറുപ്പം മുതലേ വളർത്തിയെടുത്ത വായനാശീലം അങ്ങനെയുണ്ടായി. മലയാളത്തിലൂടെയാണ് വിദ്യാഭ്യാസം തുടങ്ങിയത്. ഒരു ഭാഷ നല്ലപോലെ ഉറച്ചു കിട്ടിയാൽ മറ്റു ഭാഷകൾ പഠിക്കാൻ എളുപ്പം കൂടും. അശ്വതിയുടെ അനുഭവം അതിന് ദൃഷ്ടാന്തമാണ്. മലയാളത്തെ സ്നേഹിക്കുന്ന ഇവർ ഈ സിവിൽ സർവീസ് പരീക്ഷയ്ക്ക് ഒരു ഓപ്ഷനൽ പേപ്പർ ചെയ്തത് മലയാളമായിരുന്നു.

പരീക്ഷയുടെ അവസാനഘട്ടത്തിൽ എട്ട് അംഗങ്ങളടങ്ങിയ ഇന്റർവ്യൂ ബോർഡിന്റെ മുമ്പിൽ അശ്വതി ഇരിക്കുന്നു. തുരുതുരാ അവരുടെ ചോദ്യങ്ങൾ. ഒട്ടും പ്രതീക്ഷിക്കാത്തവ. ചോദ്യങ്ങൾക്ക് മുമ്പിൽ പതറിപ്പോവുന്നുവോ എന്നവർക്കറിയണം. എങ്ങനെ പ്രതികരിക്കുന്നു എന്നറിയണം. കുഴപ്പം പിടിച്ച ഒരു സന്ദർഭത്തെ ഇവർ എങ്ങനെ നേരിടും എന്നാണ് ബോർഡിന് അറിയേണ്ടത്. അശ്വതി പതറിയില്ലത്രെ.

ചെറുപ്പം മുതലേ ശീലിച്ചെടുത്ത പൊതു അറിവും തന്റേടവും അശ്വതിയെ സഹായിച്ചു.

മറ്റൊരു കഥയിലേക്ക് ഇപ്പോൾ ഓർമ മിഴിയുന്നു. വർഷങ്ങൾക്കു മുമ്പാണ് ഇന്റർവ്യൂ ബോർഡ് ചെയർമാന്റെ ചോദ്യം.

ഇന്റർവ്യൂ നേരിടുന്നത് അന്നും ഒരു മലയാളി വനിത തന്നെ. ആദ്യത്തെ ജ്ഞാനപീഠപുരസ്കാരം കിട്ടിയത് മഹാകവി ശങ്കരക്കുറുപ്പിനായിരുന്നു. ഇന്ത്യയിലെ ഏറ്റവും വലിയ സാഹിത്യ സമ്മാനം.

ബോർഡിലെ മറ്റംഗങ്ങൾക്ക് അറിയാൻ ശങ്കരക്കുറുപ്പിന്റെ മഹത്വം നല്ല ഇംഗ്ലീഷിൽ ആ മലയാളി വനിത വിശദീകരിച്ചു.

അദ്ദേഹത്തിന്റെ ഒരു കവിത ചൊല്ലാൻ ബോർഡ് ചെയർമാൻ ആവശ്യപ്പെട്ടു.

'ഇന്നു ഞാൻ നാളെ നീ' എന്ന കവിത (എന്നാണ് ഓർമ) മലയാളത്തിൽ മനോഹരമായി ചൊല്ലി. ഉടൻ വരുന്നു അടുത്ത ആവശ്യം.

അതിന്റെ വിവർത്തനം നടത്താമോ?

മനോഹരമായ വിവർത്തനവും ഉടനെ ഉണ്ടായി. എല്ലാം ഓർമയിൽ നിന്ന്.

ബോർഡിന്റെ മതിപ്പ് പിടിച്ചു വാങ്ങിയ ആ വനിത ഭരണകാര്യത്തിൽ പിന്നീടു മിടുക്കുകാണിച്ച ജെ ലളിതാംബികയായിരുന്നു. ഇന്റർവ്യൂ ബോർഡ് ചെയർമാൻ ആരെന്നോ? നെഹ്റുവിന്റെ വിശ്വസ്തനായ നയതന്ത്രജ്ഞൻ കെ പി എസ് മേനോൻ.

അശ്വതിയുടെ വഴികൾ നിങ്ങൾക്കുമാറാം. സ്ഥിരോത്സാഹിയുടെ മുമ്പിൽ ഒരു ബാലികേറാമലയുമില്ല.

കണ്ണാടി വേണ്ടാത്ത ചങ്ങാത്തം

വിദ്യാഭ്യാസ മനഃശാസ്ത്രത്തിൽ ക്ലാസുമുറികളെക്കുറിച്ച് വിശദീകരിക്കുന്ന ഭാഗമുണ്ട്. ക്ലാസിലെ എല്ലാ കുട്ടികൾക്കും അല്ലെങ്കിൽ ബഹുഭൂരിപക്ഷം കുട്ടികൾക്കും സമ്മതനായ സഹപാഠിയായ സ്റ്റാർ എന്നാണ് മനഃശാസ്ത്രം വിളിക്കുന്നത്. ഒരു കാന്തശക്തി ലഭിച്ചതുപോലെ ഈ സഹപാഠി എല്ലാവരേയും തന്നിലേക്കാകർഷിക്കുന്നു. ആ കൂട്ടുകാരന്റെ സാമീപ്യവും സൗഹൃദവും മറ്റുകുട്ടികൾ ആഗ്രഹിക്കുന്നു.

പഠിപ്പിൽ ഏറ്റവും മിടുക്കനായ വിദ്യാർഥി/വിദ്യാർഥിനിയോ ആണ് സ്റ്റാർ ആവുന്നത്. അങ്ങനെ ആവണമെന്നില്ല. പഠിപ്പിലുള്ള മിടുക്കുമാത്രമല്ല സ്റ്റാറിനെ നിശ്ചയിക്കുന്ന ഘടകം. പഠിപ്പിലെ മികവുകൊണ്ട് ഞാൻ എന്ന് അഹങ്കരിക്കുന്നവർക്ക് ക്ലാസിലെ നക്ഷത്രമാവാനാവില്ല.

പീതാംബരൻ ഒന്നാന്തരമായി പഠിക്കും. മനോഹരമായി പാടും. നാടകങ്ങളിൽ അഭിനയിക്കും. കൈവച്ച രംഗങ്ങളിലെല്ലാം പീതാംബരൻ മിടുക്കൻ, മിടുക്കൻ എന്ന സ്തുതികേട്ടു. അച്ഛനും അമ്മയും അവനെ വല്ലാതെ നിയന്ത്രിക്കാൻ തുടങ്ങി. "നീ പഴയപോലെയല്ല. ഒരു വലിയ ആളാവാൻ പോവുകയാണ്. അതുകൊണ്ട് ക്ലാസിലെ കുട്ടികളുമായി കളിച്ചു ചിരിച്ചു നടക്കുകയൊന്നുമരുത്" എന്നെല്ലാമുള്ള രക്ഷിതാക്കളുടെ വാക്കുകൾ പീതാംബരനെ വഴിതെറ്റിച്ചു. അവൻ കൂട്ടുകാരില്ലാത്ത ഒരാളായി വളരാൻ തുടങ്ങി. പാട്ടിലും അഭിനയത്തിലും പഠിപ്പിലും മികവ് തെളിയിക്കുന്നവരുമായി മാത്രം സഹവാസം തുടങ്ങി. അതും അപൂർവമായി മാത്രം.

എട്ടാം ക്ലാസുവരെ മറ്റുള്ളവർക്ക് നക്ഷത്രമായിരുന്ന പീതാംബരൻ മെല്ലെ മെല്ലെ ഒന്നുമല്ലാതായി. മറ്റുള്ളവർ അവനെ അവഗണിക്കാൻ തുടങ്ങി. അവനാവട്ടെ അഹന്തയിൽ മുങ്ങി എവിടേയും എത്തിയതുമില്ല.

ഇപ്പോൾ സബ്ജില്ലാതലത്തിലും ജില്ലാതലത്തിലും യുവജനോത്സവം നടക്കുന്ന സന്ദർഭമാണ്. അതുകഴിഞ്ഞാൽ സംസ്ഥാനോത്സവമായി. നിങ്ങളിൽ ചിലർ അതിൽ പങ്കെടുക്കുകയും വലിയ നേട്ടങ്ങൾ ഉണ്ടാക്കുകയും ചെയ്തേക്കാം. ഇന്ന് ടി വി സീരിയലുകളിലും ഫിലിമുകളിലും സ്ഥാനം നേടിയവർ പലരും ഇങ്ങനെ യുവജനോത്സവത്തിൽ നേടിയ തിളക്കവുമായി വന്നവരാണ്.

ചിലർ (എന്നല്ല പറയേണ്ടത് പലരും) ഇപ്രകാരം നേടിയ നേട്ടങ്ങളിൽ അഹങ്കരിച്ച് എവിടേയുമെത്താതെ രംഗത്തുനിന്നും അപ്രത്യക്ഷരാവുകയും ചെയ്തിട്ടുണ്ട്.

കുഞ്ഞുണ്ണിമാഷ്ടെ ഈ വരികൾ നിങ്ങൾ കേട്ടിട്ടുണ്ടാവും.

'പൊക്കമില്ലാത്തതാണെന്റെ പൊക്കം'

കുഞ്ഞുണ്ണി മാഷ് പൊക്കം തീരെ കുറഞ്ഞ ആളാണ്. അതിന്റെ സൂചന ഈ വാക്കുകളിലുണ്ട്. എന്നാൽ, മറ്റൊരർഥത്തിലേക്ക് ഈ വരി നമ്മെ കൊണ്ടുപോവുന്നു. എനിക്ക് ഇത്രയൊക്കെയേ വലിപ്പമുള്ളൂ. അങ്ങനെയുള്ള എന്റെ അവസ്ഥ എനിക്ക് നന്നായറിയാം. അതുകൊണ്ട് ആരും എനിക്ക് ഇല്ലാത്ത വലുപ്പം തരരുത്. അഥവാ എന്നെ വെറുതെ പൊക്കരുത്.

ക്ലാസിലെ നക്ഷത്രങ്ങളാവുന്നവർ ആരും ആവശ്യമില്ലാത്ത വലുപ്പം കാണിക്കാൻ ഇഷ്ടപ്പെടാറില്ല. തനിക്ക് ഇല്ലാത്ത മഹത്വം ഉണ്ടെന്ന് നടിക്കാറില്ല. ഒരു കുട്ടിയും നിസ്സാരനല്ല. ഓരോരുത്തർക്കും ഏതെങ്കിലും രംഗത്ത് വലിപ്പമുണ്ടാവും. ജീവിതരംഗത്ത് സാമർഥ്യം കാണിക്കാൻ എന്തെല്ലാം മാർഗങ്ങളുണ്ട്. ഒരാൾക്ക് ഒരു കമ്പനി നടത്താനാണ് കഴിവ്. മറ്റൊരാൾക്ക് ഒരു വ്യാപാരിയാവുന്നതിലും. വേറൊരാൾ ഒരു ഗായകനായി ശോഭിച്ചേക്കും. ഇനിയുമൊരാൾ നല്ല മെക്കാനിക്കാവും.

അതിനാൽ അവരേക്കാൾ ഞാൻ കേമൻ എന്ന് ആരും അഹങ്കരിക്കരുത്.

ഗാന്ധിജിക്ക് ആരും നിസ്സാരരായിരുന്നില്ല. പുല്ലും പുഴുവും തൻ കുടുംബക്കാരാണ് എന്നദ്ദേഹം കരുതി. സാധാരണക്കാരനായി അദ്ദേഹം ജീവിച്ചു. സ്നേഹമായിരുന്നു അദ്ദേഹത്തിന് സത്യം. സത്യമായിരുന്നു അദ്ദേഹത്തിന് ദൈവം.

എന്നെ അപ്പർപ്രൈമറി ക്ലാസിൽ പഠിപ്പിച്ചിരുന്ന ഒരു അധ്യാപകനുണ്ടായിരുന്നു, നാരായണൻ മാസ്റ്റർ. അദ്ദേഹം ഇങ്ങനെ പറഞ്ഞു തന്നിരുന്നു:

"നിങ്ങൾക്ക് നല്ല ചങ്ങാതിമാരുണ്ടെങ്കിൽ അവരോട് ചോദിക്കുക. എന്നിൽ എന്ത് കുറ്റമാണ് (കുറവാണ്) നീ കാണുന്നത് എന്ന്. എല്ലാവരോടുമായിട്ടല്ല, ഓരോ ചങ്ങാതിയേയും ഒറ്റയ്ക്ക് കിട്ടുമ്പോൾ. അവർ നിങ്ങളുടെ കുറവുകൾ പറഞ്ഞുതരും. അത് ബോധ്യപ്പെട്ട് തിരുത്താൻ ശ്രമിക്കുക."

നാരായണൻ മാഷ്ടെ ഉപദേശം ഞങ്ങൾക്ക് വളരെ വിലപ്പെട്ടതായിരുന്നു.

പെരുമാറ്റത്തിലും പ്രവൃത്തികളിലുമുള്ള എന്റെ കുറവുകൾ മനസിലാക്കാൻ ഈ ചങ്ങാത്തം എനിക്ക് ഏറെ സഹായം ചെയ്തു.

നിങ്ങളും ഇത് ശീലിക്കുക.

ചങ്ങാതി നന്നായാൽ കണ്ണാടിവേണ്ട എന്ന ചൊല്ലിന്റെ സാരം ഇതു തന്നെ.

ബാലചന്ദ്രന്റെ കണ്ണീർ

ബാലചന്ദ്രൻ എന്റെ അടുത്ത ഒരു സുഹൃത്താണ്. വിദ്യാർഥിയായിരുന്ന കാലത്തെ പല ഓർമകളും രസം കലർത്തി ബാലചന്ദ്രൻ പറയാറുണ്ട്. ലീല ടീച്ചറെക്കുറിച്ചുള്ള കഥകൾ അവയിൽപ്പെടുന്നു.

അച്ഛന്റെയും അമ്മയുടെയും അവനോടുമുള്ള പെരുമാറ്റം തന്നെ നല്ലതായിരുന്നില്ല. തൊട്ടതിനും പിടിച്ചതിനുമെല്ലാം അവർ ബാലചന്ദ്രനെ കുറ്റം പറഞ്ഞു. "നീ നേരെയാവില്ല" എന്ന് ഒരിക്കലെങ്കിലും കേൾക്കാത്ത ദിവസം അവൻ ഓർക്കുന്നില്ല. "കുരുത്തം കെട്ടോൻ" എന്നും "നീ കുരുത്തം കെട്ടു പോവേ ഉള്ളൂ" എന്നും മറ്റും കേട്ടുകൊണ്ടാണ് ബാലചന്ദ്രൻ വളർന്നത്.

'ഞാൻ ശരിക്കും കുരുത്തം കെട്ടോനാണോ, ഞാൻ നേരെയാവില്ലേ' എന്നെല്ലാം കുഞ്ഞുനാളിൽത്തന്നെ അവൻ തന്നോടുതന്നെ ചോദിക്കുമായിരുന്നു.

ഈ വേവലാതികൾ കൊണ്ടാവാം അവൻ ശരാശരിയിലും താഴെ നിന്നിരുന്ന ഒരു വിദ്യാർഥിയായിരുന്നു. പല അധ്യാപകരുടേയും പെരുമാറ്റങ്ങളും വീട്ടിലെ അനുഭവങ്ങളേക്കാൾ മോശപ്പെട്ടതായിരുന്നു.

മോശപ്പെട്ട കുട്ടികളെയും ഉത്സാഹപ്പെടുത്തിക്കൊണ്ടു വരേണ്ടതാണ് ഒരധ്യാപകന്റെ കടമ. പലർക്കും അത് അറിയില്ല എന്നത് കഷ്ടംതന്നെ. മലയാളത്തിലോ ഹിന്ദിയിലോ ഇംഗ്ലീഷിലോ ഒരു പാരഗ്രാഫോ ഒരു ചെറിയ പ്രബന്ധമോ ബാലചന്ദ്രൻ എഴുതിക്കൊണ്ടുപോയി എന്നിരിക്കട്ടെ. ഇത് എവിടുന്നു മോഷ്ടിച്ചതാ എന്നാണ് ആദ്യത്തെ ചോദ്യം. പിന്നെ അതിൽ എത്ര തെറ്റുകളുണ്ട് എന്നു കണ്ടുപിടിക്കാനാവും അധ്യാപകന്റെ അടുത്ത പുറപ്പാട്. ചുവപ്പുമഷിയിൽ വെട്ടും തിരുത്തുമായി എഴുതിയത് അപ്പാടെ വഷളാക്കും. ഇത് ബാലചന്ദ്രന്റെ മാത്രമല്ല മറ്റു പല വിദ്യാർഥികളുടെയും അനുഭവമാണ്.

ഇനി ഏതെങ്കിലും ഭാഷയിൽ എന്തെങ്കിലും പറയാൻ ശ്രമിച്ചു എന്നിരിക്കട്ടെ. ഇത്തരം അധ്യാപകർ നിരുത്സാഹപ്പെടുത്തും. "തൊള്ള തുറന്നാൽ തെറ്റേ വരൂ" എന്നു പറഞ്ഞാൽ പിന്നെ ആരെങ്കിലും തൊള്ള തുറക്കുമോ?

ഇംഗ്ലീഷ് പറയാൻ അധ്യാപകർ കുട്ടികളെ പ്രോത്സാഹിപ്പിക്കണം. ഇംഗ്ലീഷ് മാത്രമല്ല ഹിന്ദിയും മലയാളവും എല്ലാംതന്നെ പറഞ്ഞ് ശീലിക്കണം. മടിവിട്ട് ഭാഷ സംസാരിക്കാൻ കുട്ടികളെ പരിശീലിപ്പിക്കുന്നത് ഒരു പ്രത്യേക കഴിവാണ്. ആദ്യഘട്ടത്തിൽ തെറ്റു വരുത്തുന്നത് കാര്യമാക്കരുത്. കുട്ടികൾ സംസാരിക്കട്ടെ. വളരെ സൗമ്യമായി ഇടപെട്ട്

തെറ്റു തിരുത്തിക്കൊടുത്താൽ മതി.

എട്ടാം ക്ലാസിലെത്തിയപ്പോൾ ബാലചന്ദ്രന്റെ ക്ലാസ് ടീച്ചർ ലീല ടീച്ചറായിരുന്നു. ആദ്യദിവസംതന്നെ എല്ലാവരും അവരുടെ കഴിഞ്ഞകാല വിദ്യാർഥി ജീവിതത്തെക്കുറിച്ച് മൂന്നുഭാഷയിലും ഓരോ പേജ് എഴുതാൻ പറഞ്ഞു. ക്ലാസിലിരുന്നുതന്നെ എഴുതി ഒരുമിച്ച് കൊടുക്കണം.

പിറ്റേന്ന് ടീച്ചർ ക്ലാസിൽ വന്നതും "ആരാ ബാലചന്ദ്രൻ" എന്ന് ചോദിച്ചു. ബാലചന്ദ്രൻ എഴുന്നേറ്റുനിന്നു. മിടുക്കൻ എന്ന് അവനെ പ്രോത്സാഹിപ്പിച്ച് അവൻ എഴുതിയ ചെറുപ്രബന്ധത്തിന്റെ ചില ഭാഗങ്ങൾ അവർ ക്ലാസിൽ വായിച്ചു. എഴുത്തിൽ വന്ന തെറ്റുകൾ ടീച്ചർ കാര്യമാക്കിയതേയില്ല.

അന്ന് ബാലചന്ദ്രൻ ഉറക്കെ ഉറക്കെ ചിരിച്ചുകൊണ്ടാണ് സ്കൂളിൽ നിന്ന് മടങ്ങിയത്. പെരുങ്കുളത്തിൽ നീന്തിയും കൂപ്പിൽനിന്ന് വെള്ളത്തിലേക്ക് മറിഞ്ഞു ചാടിയും അവൻ മദിച്ചു. ഒറ്റയ്ക്ക് ഒരിടത്തുനിന്ന് ഇംഗ്ലീഷിൽ പ്രസംഗിച്ചു.

ഹനുമാന് ലങ്കയിലേക്ക് സമുദ്രം ചാടിക്കടക്കാൻ പറ്റുമോ എന്ന ശങ്കയുണ്ടായിരുന്നു. അപ്പോൾ തന്റെ മുതുകത്ത് ഒരു മൃദുസ്പർശം. "ശങ്കിക്കേണ്ട ഹനുമാൻ. ചാടിക്കോ. നിനക്കതിനു കഴിയും."എന്നായിരുന്നു ആ മൃദുസ്പർശത്തിന്റെ ആന്തരം. അങ്ങനെ ഹനുമാന് ഹനുമാനെ കാണിച്ചുകൊടുത്തത് ജാംബവാനായിരുന്നു.

അതേവിധം ബാലചന്ദ്രന് ബാലചന്ദ്രനെ കാണിച്ചുകൊടുത്തത് ലീല ടീച്ചറായിരുന്നു. അവർ അവനെ പ്രോത്സാഹിപ്പിച്ചു. കണക്ക് ബാലികേറാമലയല്ല എന്ന് ബോധ്യപ്പെടുത്തിക്കൊടുത്തു. ഉള്ളിൽ ഒരു ധൈര്യം മതി. ഭാഷ പറഞ്ഞുശീലിച്ചാൽ ആ ധൈര്യം കിട്ടും. പിന്നെ എഴുത്ത് എളുപ്പത്തിലാവും.

ലീല ടീച്ചർ പറഞ്ഞുകൊടുത്തു:

"ക്ലാസ് പുസ്തകങ്ങൾ മാത്രം വായിച്ചതുകൊണ്ടായില്ല. മറ്റ് പുസ്തകങ്ങൾ വായിക്കണം അറിവ് കൂട്ടണം. പത്രം ദിവസേന വായിക്കണം. ലോകകാര്യങ്ങൾ അറിയണം. അങ്ങനെ അറിവിൽനിന്ന് തിരിച്ചറിവ് ഉണ്ടാവണം. അപ്പോൾ ഏതു മത്സരപ്പരീക്ഷയും നേരിടാനുള്ള ധൈര്യം കിട്ടും. ആരോടും സംസാരിക്കാനുള്ള ശേഷി കിട്ടും."

അപ്പോഴേക്കും ബാലചന്ദ്രന് ലീല ടീച്ചർ കാണപ്പെട്ട ദൈവമായിക്കഴിഞ്ഞിരുന്നു. അവൻ പേപ്പർ സ്ഥിരമായി വായിച്ചു. ഒരു മലയാള പത്രവും ഒരു ഇംഗ്ലീഷ് പത്രവും. പ്രസിദ്ധരായ എഴുത്തുകാരുടെ കൃതികൾ തേടിപ്പിടിച്ച് വായിച്ചു.

ഓരോദിവസം കഴിയുന്തോറും അവൻ വളരുകയായിരുന്നു. ഉത്സാ

ഹപ്പെടുത്താൻ ആളുണ്ടായതോടെ തനിയെ ഉത്സാഹംവന്നു. പഠിപ്പിൽ അവൻ മിടുക്കനായി.

പത്താംക്ലാസ് പാസായതും അവൻ ആദ്യം ചെന്നത് ലീല ടീച്ചറെ കാണാനായിരുന്നു. ബാലചന്ദ്രന് ഒന്നും പറയാൻ പറ്റിയില്ല. ലീലടീച്ച റുടെ കാലുതൊട്ട് വന്ദിച്ചു. പിന്നെ കണ്ണുനിറഞ്ഞു നിന്നു. പിന്നെ കര ഞ്ഞു.

എപ്പോഴും ബാലചന്ദ്രന്റെ മനസിൽ ലീല ടീച്ചറുണ്ട്. ബാലചന്ദ്രൻ വലിയ നിലയിൽ ഡൽഹിയിലാണ്. എന്നാൽ, വരുമ്പോഴെല്ലാം ലീല ടീച്ചറെ കാണാൻ ചെല്ലും. ആ കാലുതൊട്ട് വന്ദിക്കും. പിന്നെ കരയും. ആ കരയലാണ് എല്ലാം.

അഗ്നിപരീക്ഷ

മീനച്ചൂടിന്റെ ക്രൗര്യംപോലെ ഇതാ പരീക്ഷാക്കാലം. പേടിപ്പെടു ത്തുന്ന മുഖമേ നമ്മുടെ പരീക്ഷകൾക്കുള്ളൂ. അതിനാൽ കുട്ടികൾ ശരിക്കും അഗ്നിപരീക്ഷയിലാണ്. ഓർമയിൽ വസ്തുക്കൾ അടച്ചിടാൻ കഴിയുന്നവർ അഗ്നിപരീക്ഷയെ അതിജീവിക്കുന്നു.

നഗരത്തിലെ മാത്രമല്ല, ഗ്രാമത്തിലെ വീടുകളും അങ്കലാപ്പിലാണ്. അയലത്തെ കുട്ടി അധികം മാർക്ക് വാങ്ങിയാലോ? പത്താം ക്ലാസ് പാസായ റാങ്കുകാരുടെ ഇടയിൽ അവന്റെ ചിത്രവും പ്രത്യക്ഷപ്പെട്ടാലോ? പത്രക്കാർ അവനെ അന്വേഷിച്ചു വന്നു കേറിയാലോ?

നോക്ക് രേണു, നീ നിന്റെ മാതാപിതാക്കൾക്ക് അപമാനം വരുത്ത രുതേ. മുന്തിയ പതിനഞ്ചുപേരിലെങ്കിലും പെടാതെ പോയാൽ...

എനിക്കറിയാം മമ്മി. ഞാൻ പരമാവധി ശ്രമിക്കാം. വെറുതെ അതു മിതുമാലോചിച്ച് മനസ്സ് പുണ്ണാക്കരുതെന്ന് ഡാഡിയോട് പറയൂ.

മമ്മി വീണ്ടും പൂജാമുറിയിലേക്ക് പോയി.

ഇനി വേറൊരു രംഗം

ഞാൻ രംഗനാഥനോട് ചോദിക്കുന്നു. ചോദ്യം ലേശം കനത്തതാണ്.

"രങ്കാ, വിദ്യാഭ്യാസത്തിന്റെ ഉദ്ദേശമെന്താ?"

രങ്കൻ നഗരത്തിലെ ടൈ കെട്ടുന്ന സ്കൂളിലെ ഒന്നാമനാണ്. അവൻ ഉത്തരത്തിന് മനസിൽ തപ്പിയില്ല.

പരീക്ഷ പാസാവാൻ.

"ശരി. അപ്പോള് പരീക്ഷ എന്നാൽ എന്താ?"

അതിനും ഉത്തരം പെട്ടെന്ന്.

"നാലോ ആറോ പുറങ്ങളിൽ വരുന്ന ചോദ്യങ്ങൾക്ക് രണ്ടോ മൂന്നോ മണിക്കൂർ കൊണ്ട് ഉത്തരമെഴുതൽ."

പിന്നെയും ചോദിക്കാൻ എനിക്ക് ചോദ്യങ്ങൾ ഉണ്ടായിരുന്നില്ല. ചോദ്യങ്ങൾ ഇല്ലാതെതന്നെ ഉത്തരം പറയാൻ വേണ്ട കഴിവ് രങ്കനെപ്പോലുള്ളവർക്ക് ലഭിച്ചിരിക്കുന്നു.

അപ്പോൾ വിദ്യാഭ്യാസത്തിന് ഇതാ ഒരു നിർവചനം.

"മൂന്നു മണിക്കൂർ പരീക്ഷയ്ക്ക് ഉത്തരം എഴുതാനുള്ള കഴിവു നേടൽ."

നമുക്ക് രണ്ടുതരം വിദ്യാലയങ്ങളാണ് ഇന്നുള്ളത്.

ഒന്ന് : പരീക്ഷയ്ക്കുപോലും കുട്ടികളെ തയാറെടുപ്പിക്കാത്തവ.

രണ്ട് : പരീക്ഷയ്ക്കു മാത്രം കുട്ടികളെ തയാറെടുപ്പിക്കുന്നവ.

മറ്റുതരം വിദ്യാലയങ്ങൾ നാമാവശേഷമായി. അതോടെ നമ്മുടെ ബൗദ്ധിക പ്രതാപവും.

ഒരു ചെറിയ പട്ടണത്തിൽ ആരംഭിക്കാൻ പോവുന്ന അടിമുടി ഇംഗ്ലീഷായ ഒരു വിദ്യാലയത്തിന്റെ പരസ്യംകണ്ടു. ഈ വർഷം ആരംഭിക്കാൻ പോവുന്നത് പ്രീ–പ്രൈമറി ക്ലാസാണ്. മൂന്നോ മൂന്നരയോ വയസായവരെ മാത്രം സ്വീകരിക്കുന്ന സ്കൂൾ. പരസ്യത്തിൽ അവർ നൽകുന്ന ഉറപ്പ് ഇതായിരുന്നു.

രണ്ടുവർഷംകൊണ്ട് ഇംഗ്ലീഷ് ഭാഷ കൈകാര്യം ചെയ്യാനുള്ള കഴിവ് നിങ്ങളുടെ കുട്ടിക്ക് ലഭിക്കുന്നു.

ഈ വിധമുള്ള ഇംഗ്ലീഷ് സ്കൂളുകൾ നാട്ടിലുടനീളം തുറന്നുകൊണ്ടേയിരിക്കുന്നു. എന്നിട്ടും ഒരു സീറ്റ് തരപ്പെടുത്തിയെടുക്കാൻ മമ്മിയും ഡാഡിയും തലങ്ങും വിലങ്ങുമോടുന്നു. അങ്ങനെ ബുദ്ധിമുട്ടുന്നവർക്ക് പുതിയൊരു വിദ്യാലയത്തിന്റെ ഈ പരസ്യം ലേശം ആശ്വാസം നൽകിയിരിക്കും.

ഒരു സീറ്റു കിട്ടിയാൽ അഞ്ചു വയസ്സ് ആവുംമുമ്പെ തന്റെ മകൻ ഇംഗ്ലീഷ് പറഞ്ഞുതുടങ്ങുമല്ലോ.

ഈ പരസ്യം രക്ഷിതാക്കൾക്ക് ഒരു ഉറപ്പുകൊടുക്കുന്നു. മൂന്നു വയസായി, അവരുടെ കുട്ടികളെ പിടിച്ചിരുത്തി അന്യഭാഷയായ ഇംഗ്ലീഷ് പറയാൻ പഠിപ്പിക്കും. ഭാഷ സ്വന്തമല്ലാത്തതിനാൽ അതിൽ വർത്തമാനം പറയാൻ ശേഷിയുണ്ടാക്കുന്നതിന് ഔപചാരികമായ സ്കൂളിങ് ആവശ്യമായി വരും. അതിനും പുറമെ നമ്മുടെ മറ്റെല്ലാ ഇംഗ്ലീഷ് നഴ്സറികളുടെ സ്വഭാവമനുസരിച്ച് ഇവിടെയും എഴുതാനും വായിക്കാനും പഠിപ്പിക്കേണ്ടിയും വരും. ലക്ഷ്യം നേടാൻവേണ്ടി ധാരാളം ഗൃഹപാഠങ്ങൾ നിത്യേന കൊടുക്കുകയും ചെയ്തേക്കും. അങ്ങനെ അഞ്ചാം വയസിൽ —ചിലപ്പോൾ അതിലും കുറഞ്ഞ വയസിൽ— ഒന്നാം ക്ലാസിലെത്തുമ്പോഴേക്കും നമ്മുടെ കുട്ടികൾ ഇംഗ്ലീഷിൽ ചിന്തിക്കാനും വർത്തമാനം പറ

യാനും എഴുതാനും വായിക്കാനും പ്രാപ്തരാവുന്നു എന്നാണ് വെപ്പ്. പിന്നെ മലയാളം എന്തിന്?

ഫ്രാൻസിൽ ഒരു നിയമമുണ്ട് എന്ന് കേട്ടിട്ടുണ്ട്. അവിടെ ഏഴു വയസ്സ് തികയുന്നതിന് മുമ്പ് കുട്ടികൾക്ക് ഔപചാരിക വിദ്യാഭ്യാസം നൽകുന്നു എങ്കിൽ, അത് കുറ്റകൃത്യമാണ്. കുട്ടികളെ ഈ പാപം ചെയ്യാൻ ആരെല്ലാം പ്രേരിപ്പിച്ചുവോ അവരെല്ലാം കുറ്റവിചാരണ നേരിട്ടേ പറ്റൂ.

ഈ നിയമം കൃത്യമായി ഇന്നും നടപ്പാക്കുന്നുണ്ടോ എന്ന് നിശ്ചയമില്ല. പക്ഷേ, ഈ നിയമത്തിന്റെ സാധുതയെപ്പറ്റി ഒരു വിദ്യാഭ്യാസ ചിന്തകനും എതിരഭിപ്രായമുണ്ടാവാൻ തരമില്ല.

'പഠിക്കാനുള്ള സന്നദ്ധത നേടിയവരെ മാത്രം പഠിപ്പിക്കുക' എന്നത് പ്രാഥമികമായ ഒരു വിദ്യാഭ്യാസ തത്വമാണ്. ഈ സന്നദ്ധത കുഞ്ഞു മസ്തിഷ്കം പക്വത നേടുമ്പോഴാണ് ഉണ്ടാവുക. ഈ പരമാർഥമറിയാതെ, പിഞ്ചുകുഞ്ഞുങ്ങളെ, കളിക്കാനനുവദിക്കാതെ, പിടിച്ചിരുത്തി ഔപചാരികമായ ബോധനത്തിന് ഇരയാക്കുമ്പോൾ മൂപ്പെത്താത്ത മസ്തിഷ്കം വാടുന്നു. ഈ വാട്ടം മസ്തിഷ്കത്തിന്റെ പിന്നീടുള്ള വളർച്ചയേയും, അതിന്റെ സ്വീകരണശേഷിയേയും പ്രതികൂലമായി ബാധിക്കുന്നു. അതുകൊണ്ടാണ് ഏഴാം വയസിലേ പഠനമാരംഭിക്കാവൂ എന്ന് മനഃശാസ്ത്രജ്ഞന്മാർ അഭിപ്രായപ്പെടുന്നത്. സൗകര്യത്തിന്റെ പേരിൽ ഈ പ്രായപരിധിയെ നമ്മൾ അഞ്ചാം വയസിലേക്ക് താഴ്ത്തിക്കൊണ്ടു വന്നു. ഈ പ്രായപരിധി പിന്നെയും താഴ്ത്തി മൂന്നു വയസിലും മൂന്നര വയസിലും എത്തിച്ചിരിക്കുകയാണ് ഇപ്പോൾ. ഈ പ്രായത്തിലെത്തുന്ന പിഞ്ചു പൈതങ്ങളെ വലയിട്ടു പിടിക്കാൻവേണ്ടി കേരളത്തിന്റെ മുക്കിലും മൂലയിലും ഫലത്തിൽ പ്രീ–പ്രൈമറികളല്ലാത്ത നഴ്സറി വിദ്യാലയങ്ങൾ മുളപൊട്ടുന്നു. ഇവ നടത്തുന്ന പലരും ഈ രംഗത്ത് പരിചയസമ്പന്നരല്ല. അവിടത്തെ അധ്യാപനമാവട്ടെ തീരെ അശാസ്ത്രീയവും.

അപ്പോൾ പ്രീ–സ്കൂളിങ് വേണ്ട എന്നാണോ പറഞ്ഞുവരുന്നത്.

അല്ലേയല്ല. അങ്കണവാടികളും നഴ്സറിക്ലാസുകളും അവയുടെ ശരിയായ ഉദ്ദേശ്യത്തോടെ ഇവിടെ ഉണ്ടാവണം. അവ പ്രീ–സ്കൂളിങ് സ്ഥാപനങ്ങളാണ്. ആ പേരു തന്നെ അവയുടെ ഉദ്ദേശ്യം വ്യക്തമാക്കുന്നു.

ഈ സ്ഥാപനങ്ങളിൽ മസ്തിഷ്കം വാട്ടുന്ന പഠനം പാടില്ല. കളിച്ചും ചിരിച്ചും പാടിയും, കുറച്ചൊക്കെ വെയിലും കാറ്റുംകൊണ്ട് ഇവിടെ കുഞ്ഞുങ്ങൾ വളരുന്നു. ഈ കളികൾക്കിടയിൽ അവർക്ക് പല അറിവുകളും വീണുകിട്ടുന്നു. ഈ അറിവേ വേണ്ടൂ പിന്നീട് ഒന്നാം ക്ലാസിലെത്താൻ. ഒന്നിച്ച് ചിരിച്ചും കളിച്ചും പാടിയും അവരിൽ പരസ്പര സഹകരണം മുളയിടുന്നു. അതോടെ ഒന്നാം ക്ലാസിൽവെച്ച് ആരംഭിക്കുന്ന ഔപചാരിക പഠനം സുഗമമായിത്തീരുന്നു.

അതായത് നഴ്സറി വിദ്യാലയങ്ങൾ, വീടുപോലെ സ്വതന്ത്രമായ സ്ഥലമാണ്. അതിനാൽ അവ കുഞ്ഞുങ്ങളുടെ രണ്ടാംവീടാണ്. ഇതു മറന്നുപോവുന്നതാണ് നമ്മുടെ ദുരന്തം.

അപ്പോൾ ഈ പരമാർഥം ശ്രദ്ധിക്കുക.

മസ്തിഷ്കം വളരുംമുമ്പേ കുട്ടികളെ പഠിപ്പിച്ച് വളർത്തുന്നത് — അതും ഒരു അന്യഭാഷയിൽ--പ്രകൃതി വിരുദ്ധമാണ്. ഒരുപക്ഷേ, അതി ബുദ്ധിമാനായി തീരേണ്ട നിങ്ങളുടെ കുട്ടി ഈ വിധമുള്ള വിദ്യാഭ്യാസ ത്തിന്റെ ഫലമായി വെറും ബുദ്ധിമാനായി തരം താഴുന്നു. ബുദ്ധിമാനിൽ പെടേണ്ടവൻ ശരാശരിക്കാരനായി തീരുന്നു.

വിശ്വനാഥൻ ഇടയ്ക്കു കയറി വികാരഭരിതനായി സംസാരിച്ചു. സ്വന്തം ജോലിയോട് കൂറുള്ള ഒരു ഇംഗ്ലീഷ് അധ്യാപകനാണ് വിശ്വ നാഥൻ.

തപ്പിയും തടഞ്ഞും എഴുതുകയും പറയുകയും ചെയ്യുന്ന ഒരു കൃത്രിമമായ ഇംഗ്ലീഷ് ഭാഷയാണ് ഇവിടുത്തെ മിക്ക ഇംഗ്ലീഷ് സ്കൂളു കളും നൽകുന്നത്. ഇവിടങ്ങളിൽ പഠിക്കുന്ന കുട്ടികൾക്ക് ഇംഗ്ലീഷിൽ ചിന്തിക്കാൻ പറ്റുന്നില്ല. മാനസികമായി അന്വേഷണം നടത്താൻ പറ്റു ന്നില്ല. അവർ മൗനികളായി ക്ലാസിലിരിക്കുന്നു. അധ്യാപകരിൽ പലരു ടേയും സ്ഥിതിയും വ്യത്യസ്തമല്ല. അതുകൊണ്ട് ഒരു കോംപ്രമൈസിൽ രണ്ടു കൂട്ടരും എത്തിച്ചേരുന്നു. പരീക്ഷയ്ക്ക് വന്നേക്കാവുന്ന ചോദ്യങ്ങൾ കണ്ടെത്തുക. അവയ്ക്കുള്ള ഉത്തരം മനഃപാഠമാക്കുക.

വിദ്യാഭ്യാസം മനഃപാഠമായി തരംതാഴുമ്പോൾ, നേരത്തെ പറഞ്ഞ പോലെ, അഖിലേന്ത്യാതലത്തിൽ നടക്കുന്ന മത്സരങ്ങളിൽ നമുക്ക് എങ്ങനെ പഴയ പ്രതാപം വീണ്ടെടുക്കാൻ കഴിയും?

മലയാള ഭാഷയ്ക്കു പുറമെ (കന്നഡയും തമിഴും ഏതാനും പ്രദേ ശങ്ങളിൽ മാത്രം) മറ്റൊരു ഭാഷയും നിത്യോപയോഗത്തിലില്ലാത്ത ഒരി ടത്ത് നിരീക്ഷണ സാമർഥ്യം വിശകലന വൈഭവവും അന്വേഷണ തൃഷ്ണയും വളർത്തിയെടുക്കുന്ന ഒരു വിദ്യാഭ്യാസ രീതി രൂപപ്പെടു ത്തിയെടുക്കാൻ ബോധനമാധ്യമം മലയാളമായേ തീരൂ.

ദിവസങ്ങളിൽ ഒരു പിരീഡ് വെച്ച് പഠിപ്പിച്ചാൽത്തന്നെ ഇംഗ്ലീഷ് കൈകാര്യം ചെയ്യാനുള്ള സാമാന്യമായ കഴിവ് പത്താം ക്ലാസ് കഴിയു മ്പോഴേക്ക്, ഇന്നത്തെ സംവിധാനത്തിൽത്തന്നെ, ഒരു വിദ്യാർഥിക്ക് നേടാ വുന്നതേ ഉള്ളൂ. പിന്നീട് ഈ കഴിവ് അവന് സ്വന്തമായി പുഷ്ടിപ്പെടു ത്താം. പക്ഷേ, നാലാം ക്ലാസ് തൊട്ട് പത്താം ക്ലാസ് വരെയുള്ള അധ്യാ പനത്തിൽ ഒരു പരസ്പരധാരണയും ആത്മാർഥതയും നിശ്ചയമായും ഉണ്ടാവണം.

പന്തിയിൽ പക്ഷഭേദം

ഏതാനും വർഷങ്ങൾക്ക് മുമ്പാണ്.

അരുണ ഒമ്പതാം ക്ലാസിലെ പരീക്ഷ എഴുതി. താഴ്ന്ന ക്ലാസു തൊട്ട് അവൾ ഒരു ഇംഗ്ലീഷ് മീഡിയം സ്കൂളിലായിരുന്നു. ആ വർഷം വെക്കേഷന് അരുണയുടെ അച്ഛനെ ഇംഗ്ലീഷ് സ്കൂളിലെ ഹെഡ് മിസ്ട്രസ് അതോ പ്രിൻസിപ്പലോ— വിളിപ്പിച്ചു.

“അരുണ ലേശം പിന്നിലാണല്ലോ. ഞങ്ങളുടെ സ്റ്റാൻന്റേഡിനൊത്ത് വരുന്നില്ല. എസ് എസ് എൽ സി ക്ലാസിലേക്ക് ജയിപ്പിക്കാൻ വിഷമമാണ്. എന്തുവേണം?” സൗമ്യമായി ചിരിച്ചുകൊണ്ട് അവർ അരുണയുടെ അച്ഛനോട് ചോദിച്ചു.

അയാൾ എന്തു പറയാനാണ്? അരുണ അത്രകണ്ട് മോശമല്ലെന്ന് അവളുടെ അച്ഛന് നിശ്ചയമുണ്ട്. അയാൾ അങ്ങനെയൊന്ന് പറഞ്ഞു നോക്കി.

അപ്പോഴും ഹെഡ്മിസ്ട്രസ് ചിരിച്ചു. അവർ മാർക്ക് ഷീറ്റ് കാണിച്ചു കൊണ്ട് പറഞ്ഞു:

“ഇതാ ഇതൊക്കെയാണ് അരുണയുടെ മാർക്ക്. ഇതുവെച്ച് ക്ലാസ് കയറ്റം കൊടുത്താൽ അടുത്തവർഷം ഞങ്ങളുടെ പത്താം ക്ലാസ് വിജയശതമാനത്തെ അത് ബാധിച്ചെന്ന് വരും.”

ഒന്നും മറുപടി പറയാൻ കണ്ടില്ല അരുണയുടെ അച്ഛന്. ഹെഡ്മിസ്ട്രസിന്റെ തീർപ്പാണ് ആ സ്കൂളിന്റെ നിയമം. അയാൾ യാത്ര പറഞ്ഞ് പോവാനിറങ്ങി.

“വരട്ടെ ഇരിക്കൂ”, ഹെഡ്മിസ്ട്രസ് സ്വരം ഒന്ന് കുറച്ചു പറഞ്ഞു: “കുട്ടിയുടെ ഒരു വർഷം നഷ്ടപ്പെടുകയല്ലേ? ഞാനൊരു വഴി പറഞ്ഞു തരാം. കുട്ടിയെ ഇവിടെനിന്നും കൊണ്ടുപോവാൻ തയാറാണെങ്കിൽ അവൾ ജയിച്ചതായി ഞാൻ ടി സി തരാം.”

അരുണയുടെ അച്ഛന് അത് പുതിയ ഒരു അറിവായിരുന്നു. പെൺകുട്ടിയല്ലേ? ഒരു കൊല്ലം നഷ്ടപ്പെടാതിരിക്കുന്നത് നല്ലതല്ലേ? പക്ഷേ, ഏത് സ്കൂളാണ് അവളെ എടുക്കുക?

രണ്ടും കൽപ്പിച്ച് അയാൾ പറഞ്ഞു:

“എനിക്ക് ഒരു മൂന്ന് നാല് ദിവസത്തെ സമയം തരണം. അതുവരെ ഹെഡ്മിസ്ട്രസ് ഒരു തീരുമാനമെടുക്കരുത്.”

ഹെഡ്മിസ്ട്രസ് സമ്മതിച്ചു.

അയാൾ പല ഇംഗ്ലീഷ് സ്കൂളുകളിലും ചെന്ന് അപേക്ഷിച്ചു. ആരും അരുണയെ എടുക്കാൻ തയാറായില്ല. പിന്നെ സാധാരണ സ്കൂളുകളിൽ

അന്വേഷണമായി. അത്തരമൊരു ഹൈസ്കൂളിലെ സഹൃദയനായ ഒരു ഹെഡ്മിസ്ട്രസിന് അയാളോടും അരുണയോടും കനിവുതോന്നി. അവർ അയാളോടു പറഞ്ഞു: "പക്ഷേ, നോക്കൂ, മോശമായൊരു കുട്ടിയെ പത്താം ക്ലാസിൽ ചേർത്ത് എന്റെ സ്കൂളിന്റെ റിസൾട്ട് മോശമാക്കുന്നത് ശരിയാണോ?"

"ടീച്ചർ ഞാൻ ഉറപ്പിച്ചു പറയുകയാണ്", അയാൾ ഭവ്യതയോടെ പറഞ്ഞു: "അവർ പറയുന്നതുപോലെ ഇവൾ അത്ര മോശമല്ല, ഫസ്റ്റ് ക്ലാസൊന്നും കിട്ടിയില്ലെങ്കിലും ജയിച്ചു പോവുന്ന കുട്ടിയാണ്. പ്ലീസ്."

"പക്ഷേ, ഇതുവരെ വിഷയങ്ങളിലെല്ലാം ഇംഗ്ലീഷിൽ പഠിച്ച് ഇപ്പൊ വെച്ച് മലയാളത്തിലാവുമ്പോൾ കുട്ടി കുഴങ്ങില്ലേ?"

അതിന് അയാൾക്ക് മറുപടി ഇല്ലായിരുന്നു. അടുത്തുനിന്നിരുന്ന അരുണ അപ്പോൾ പറഞ്ഞു: "ഇല്ല മാഡം. ഞാൻ നല്ലപോലെ പഠിച്ചോളാം."

ആ കുട്ടിയുടെ അപേക്ഷാഭാവം കണ്ട്, അച്ഛന്റെ വിഷമംകണ്ട് ഹെഡ്മിസ്ട്രസ് അവസാനം സമ്മതിച്ചു. അങ്ങനെയാണ് അരുണ പത്താം ക്ലാസിൽവെച്ച് ഒരു സാധാ സ്കൂളിലേക്ക് പഠിത്തം മാറ്റിയത്. അരുണ മോശമായിരുന്നില്ല. അവൾ നല്ലപോലെ ശ്രമിച്ചു.

എസ് എസ് എൽ സി ക്ക് എന്റെ ഓർമ തെറ്റിയില്ലെങ്കിൽ നാൽപ്പത്തിയാറു ശതമാനം മാർക്കുവാങ്ങി അവൾ ജയിച്ചുപോയി.

അരുണയ്ക്ക് ടി സി കൊടുത്ത് പറഞ്ഞയച്ച സ്കൂളിന് പ്രതീക്ഷിച്ചപോലെ എസ് എസ് എൽ സി യിൽ നൂറ് ശതമാനം ഫസ്റ്റ് ക്ലാസ് കിട്ടിയോ എന്ന കാര്യം എനിക്ക് ഇപ്പോൾ ഓർമയില്ല.

പത്രപ്രവർത്തകർ അഭിമാനകരമായ നേട്ടമുണ്ടാക്കിയ ആ സ്കൂളിൽ കുതിച്ചെത്തി. അവരുടെ ഗ്രൂപ്പ് ഫോട്ടോ സമ്പാദിച്ചു. പിറ്റേ ദിവസത്തെ പത്രങ്ങളിൽ ആ വിദ്യാലയത്തെ പ്രകീർത്തിച്ച് ഫോട്ടോ സഹിതം നീണ്ട റിപ്പോർട്ട് വന്നു. വർഷംതോറും വരുന്ന ഇത്തരം റിപ്പോർട്ടുകൾ വായിച്ചു വായിച്ച് രക്ഷിതാക്കൾ ഇംഗ്ലീഷ് സ്കൂളിലെ പഠനനിലവാരത്തെപ്പറ്റിയുള്ള വിശ്വാസം മനസിലിട്ടു നടന്നു. ഓരോ ക്ലാസിൽ നിന്നും നുള്ളിപ്പെറുക്കി കുട്ടികൾക്ക് ക്ലാസ് കയറ്റം കൊടുത്ത് പത്താം ക്ലാസിൽ നൂറു ശതമാനം ഫസ്റ്റ് ക്ലാസോടെ പൂർണവിജയം നേടിയെടുക്കാൻ വേണമെങ്കിൽ ഏതു സ്കൂളിനും കഴിയില്ലേ?

എന്നാൽ ചിരുതയും കോരനും അബ്ദുള്ളയും പുലയൻ തോമയുടെ മോളും പഠിക്കുന്ന സാദാസ്കൂളിന് ഇങ്ങനെ നുള്ളിപ്പെറുക്കി മാത്രം ക്ലാസ് കയറ്റം കൊടുക്കാനുള്ള അവകാശമുണ്ടായിരുന്നെങ്കിലോ?

പെട്ടെന്ന് എന്റെ ഓർമയിൽ വന്ന പാലക്കാട് ജില്ലയിലെ രണ്ട് സാധാ

സ്കൂളുകളെക്കുറിച്ച് പറയാം. ഒന്ന് കാട്ടുകുളം ഹൈസ്കൂൾ, മറ്റേത് പള്ളിക്കുറുപ്പ് ഹൈസ്കൂൾ. രണ്ടും ഉൾനാടൻ പിന്നോക്കസമുദായങ്ങളിലെ ദരിദ്രരായ കുട്ടികൾ. അവരിൽ പലരും പാടത്തൂടെ നടന്ന് കുന്ന് കയറിയിറങ്ങി വരുന്നവർ.

ആ സ്കൂളിൽ സർക്കാർ നിശ്ചയിച്ചതനുസരിച്ച് നൂറും തൊണ്ണൂറും എൺപതും എഴുപതും ശതമാനം കുട്ടികളെ ക്ലാസനുസരിച്ച് ജയിപ്പിച്ചിരിക്കണം. അങ്ങനെ പത്തിലെത്തുന്ന നൂറോ ഇരുന്നൂറോ കുട്ടികളെ എസ് എസ് എൽ സി പരീക്ഷയ്ക്കയച്ച് എൺപതും തൊണ്ണൂറും ശതമാനം വിജയമുണ്ടാക്കുമ്പോൾ ആ നേട്ടത്തെക്കുറിച്ച് ഈ പത്രപ്രവർത്തകർ രണ്ടു വാചകത്തിൽ എന്തെങ്കിലും പറഞ്ഞുവെച്ചാൽ ഭാഗ്യം!

ജൂൺ ആദ്യവാരത്തിൽ ഞാൻ പാലക്കാട്ട് ഉണ്ടായിരുന്നു. ഹെഡ് പോസ്റ്റാഫീസിനു മുമ്പിൽ ഞാൻ നിൽക്കുകയായിരുന്നു. പാത മുഴുവൻ പൂക്കൾ വിതറിയപോലെ ഞാൻ കൗതുകത്തോടെ കണ്ടുനിന്നു. ഒറ്റയായും കൂട്ടംചേർന്നും കുട്ടികൾ ഒഴുകിപ്പോവുന്നു. ഉറക്കെ സംസാരിച്ചും പൊട്ടിച്ചിരിച്ചും അവിടം മുഴുവൻ അവർ പുലരിവെട്ടംപോലെ പ്രകാശിപ്പിക്കുന്നു. കനത്ത മഴ അവർ അറിയുന്നില്ല. തലങ്ങും വിലങ്ങും പായുന്ന വാഹനങ്ങളെ അവർ വകവെക്കുന്നില്ല. അവർക്ക് അവരുടെ ലോകം.

ഞാൻ അങ്ങനെ നോക്കിനിന്നു. ഈ കുട്ടികളിൽ യൂണിഫോറം ഉള്ളവരും ഇല്ലാത്തവരും ഉണ്ട്. യൂണിഫോറം ഉള്ളവരിൽത്തന്നെ പ്രകടമായ അന്തരമുണ്ട്. അവരുടെ കൂട്ടുകൂടലിലും അന്തരം വ്യക്തം.

ഇംഗ്ലീഷിൽ വർത്തമാനം തുടങ്ങി വാക്കുമുട്ടി മലയാളത്തിലേക്ക് സ്വിച്ച് ഓവർ ചെയ്യുന്ന ഒരു കൂട്ടർ. അവർ പ്രത്യേക രീതിയിൽ വസ്ത്രം അണിഞ്ഞ് സോക്സും ഷൂസുമിട്ട് ഞാൻ എന്ന ഭാവത്തിൽ നടന്നുപോവുന്നു. അവർ ഫീസ് വാങ്ങി പഠിക്കുന്ന സ്കൂളിലേക്ക് പോവുന്നു. അവർക്ക് വിദ്യാഭ്യാസം ചീപ്പ് അല്ല മറ്റുള്ളവരെ കാണുമ്പോൾ അവർ കണ്ടില്ലെന്ന് ഭവിക്കുന്നു. മറുവിഭാഗമാവട്ടെ പച്ചമലയാളത്തിൽ മാത്രം വർത്തമാനം പറയാൻ അറിയുന്നവർ. അവരുടെ ഉടുപ്പിന് മൊത്തത്തിൽ തിളക്കം കഷ്ടി. യൂണിഫോറമുണ്ടെങ്കിൽ തന്നെ അത് വെറും സാധാരണക്കാർ അവർ ഫീസില്ലാത്ത സാദാ സ്കൂളും മറ്റുള്ളവരെ കണ്ടില്ലെന്ന് നടിക്കാൻ വല്ലാതെ പാടുപെടുന്നു.

ഈ നിൽപ്പിനിടയിലാണ് ഞാൻ യാദൃച്ഛയാ ഗോപാലനെ കണ്ടത്. പഴയ ചിരി ഗോപാലന്റെ മുഖത്ത് കാണാനുണ്ടായിരുന്നില്ല. വല്ലാത്തൊരു വല്ലായ്മ. "എന്തുപറ്റി."

എന്റെ ചോദ്യത്തിന് ആദ്യമൊന്നും ഗോപാലൻ ഉത്തരം പറഞ്ഞില്ല.

ഗോപാലന് എന്തോ കാര്യമായി സംഭവിച്ചിട്ടുണ്ടെന്ന് എനിക്കുതോന്നി.

ഗോപാലന്റെ മകന് പട്ടണത്തിലെ ഒരു ഇംഗ്ലീഷ് മീഡിയം സ്കൂളിലും അഡ്മിഷൻ തരപ്പെട്ടില്ല എന്നതായിരുന്നു അയാളുടെ വിഷമത്തിന് കാരണമെന്ന് കുറച്ചു കഴിഞ്ഞപ്പോൾ മനസിലായി. പലരുടെ ശുപാർശകളുമായി ഒന്നരമാസത്തോളം അയാൾ നെട്ടോട്ടമോടിയത്രെ. ഒന്നും ഫലിച്ചില്ല.

മലവെള്ളം കുത്തിയൊഴുകുംപോലെ ഇങ്ങനെ തിരക്കുവന്നാൽ ഞങ്ങളെന്തു ചെയ്യാനാണ്? എല്ലാവരും വരുന്നത് വമ്പന്മാരുടെ ശുപാർശകളുമായും — ഇംഗ്ലീഷ് സ്കൂളിലെ അധികാരികൾ അവരുടെ നിസഹായത പ്രകടിപ്പിക്കുന്നു.

ഗോപാലനോട് എനിക്ക് പാവംതോന്നി. അയാൾ ഒരു ലാസ്റ്റ് ഗ്രേഡ് ജീവനക്കാരനാണ്. പുറംവരുമാനം ധാരാളമുള്ള ഒരു ഓഫീസിലാണ്. യൂണിയന്റെ ഒരു സജീവപ്രവർത്തകനുമാണ്.

അപമാനിതനായപോലെ ഗോപാലൻ എന്റെ മുന്നിൽ നിൽക്കുന്നു. ഇനി ഒരു സാദാസ്കൂളിലേക്ക് ഗോപാലന് കുട്ടിയെ പറഞ്ഞയക്കണം. അവിടെ കുളിക്കാത്ത, മൂക്കുവൃത്തിയില്ലാത്ത, കെട്ടവാക്കുകൾ മടിയില്ലാതെ വിളമ്പുന്ന കുട്ടികളുടെ ഇടയിലിരുന്ന് അവൻ പഠിക്കണം!

ഞാൻ ഗോപാലനെ ഇങ്ങനെ ആശ്വസിപ്പിച്ചുനോക്കി:

“എനിക്ക് ആറ്റുനോറ്റ് ഒരു ആൺകുട്ടിയേ ഉള്ളൂവെന്ന് നിനക്കറിയാമല്ലോ. അവനെ ഞാൻ എവിടെയാണ് പഠിപ്പിച്ചതെന്നോ? മുണ്ടൂരെ ചോർന്നൊലിക്കുന്ന ഒരു സ്കൂളിൽ.”

ഗോപാലൻ യാത്രപറഞ്ഞു പിരിഞ്ഞു. എന്റെ വാക്കുകൾ അയാൾക്ക് തൃപ്തിയായിട്ടില്ലെന്ന് തോന്നി. ഞാൻ എന്തോ വിഡ്ഢിത്തം കാണിച്ചതായിട്ടേ കരുതുന്നുണ്ടാവൂ. മറ്റു പലർക്കും അങ്ങനെ തോന്നിയതായി എനിക്കറിയാം.

“മകൻ എവിടെ പഠിക്കുന്നു?” സംഭാഷണമധ്യേ പലരും ചോദിച്ചിട്ടുണ്ട്.

എന്റെ ഉത്തരം കേട്ട് പലരും എന്നെ അവിശ്വസനീയതോടെ തുറിച്ചുനോക്കിയിട്ടുമുണ്ട്.

“ങും? എന്തേ അങ്ങനെ ചെയ്യാൻ?”

“ഏയ്, എന്തായാലും അത് ശരിയായില്ല. കുറച്ച് പൈസ അധികം ചെലവ് വരുന്നത് കാര്യമാക്കരുതായിരുന്നു, ഒന്നല്ലേ ഉള്ളൂ.”

ഞാൻ അതിന് എന്തെങ്കിലും സമാധാനം പറഞ്ഞിരിക്കും അല്ലെങ്കിൽ വെറുതെ ഒന്നു ചിരിച്ച് വിഷയം മാറ്റിയിരിക്കും.

പലപ്പോഴായി കേൾക്കേണ്ടിവന്നിട്ടുള്ള, ഇത്തരം അന്വേഷണങ്ങൾ

എന്നെപ്പോലും വിഷമിപ്പിച്ചിട്ടുണ്ട്. ഒറ്റയ്ക്ക് മനോരാജ്യം കണ്ടിരിക്കുമ്പോൾ ചിലപ്പോൾ ഞാൻ തന്നെ സ്വയം ചോദിച്ചിട്ടുണ്ട് – അച്ഛൻ ഒരു കടമ തീർക്കാനെന്നവണ്ണം എന്നെ ഒരു സാദാസ്കൂളിലേക്കല്ലെ അയച്ചത് എന്ന് എന്റെ മകൻ സങ്കടപ്പെടുന്നുണ്ടാവുമോ?

സ്ഥിതി അത്രത്തോളമെത്തിനിൽക്കുകയാണ്. അന്തസ്സുള്ളവർക്ക് കുട്ടികളെ അന്തസ്സോടെ പഠിപ്പിക്കാനുള്ള ഇംഗ്ലീഷ് സ്കൂളുകൾ ഒരുവശത്ത്, വിയർപ്പു നാറുന്ന പാവങ്ങൾക്ക്, ഇത്തിരി ചെലവുമാത്രം സഹിച്ച് കുട്ടികളെ പറഞ്ഞയക്കാവുന്ന സാദാസ്കൂളുകൾ മറുവശത്ത്.

കുട്ടികളെ ഇങ്ങനെ ഭാഗംവെച്ചു കഴിഞ്ഞിരിക്കുന്നു.

അപ്പോൾ ഗോപാലന് താൻ അപമാനിതനായെന്ന് തോന്നുന്നെങ്കിൽ അതിന് അയാളെ കുറ്റം പറയാമോ?

ആലത്തൂർ ആർ കൃഷ്ണൻ എന്ന കൃഷ്ണേട്ടൻ കോൺഗ്രസിൽ പ്രവർത്തിക്കുന്ന കാലം ആലത്തൂരിലെ ഒരു പ്രൈമറി സ്കൂളിലേക്ക് ഏതാനും ഹരിജൻ കുട്ടികളെയും കൊണ്ടുചെന്നു. അവരെ സ്കൂളിൽ ചേർക്കണം പഠിപ്പിക്കണം എന്നാണ് ആവശ്യം. അതിന് നിയമമുണ്ടായിരുന്നു. അധ്യാപകർക്ക് ഒടുവിൽ സമ്മതിക്കേണ്ടിവന്നു.

ആ കുട്ടികളെല്ലാം ക്ലാസിലിരുന്നു. സവർണരായ നാട്ടുകാർ വിവരം കേട്ടിട്ട് സ്കൂളിലേക്ക് വന്നേക്കാം. കൃഷ്ണേട്ടനും കൂട്ടുകാരും ഹരിജൻകുട്ടികൾക്ക് കാവൽ നിന്നു. പക്ഷേ, അന്നുച്ചയ്ക്ക് ഉണ്ണാൻപോയ മിക്ക സവർണ വിദ്യാർഥികളും ഉച്ചകഴിഞ്ഞ് തിരിച്ചുവന്നില്ല.

അവിടെനിന്നോ അതിന് മുമ്പുനിന്നോ ആണ് നമ്മുടെ വളർച്ച.

ആ വളർച്ചയുടെ ഇങ്ങേത്തലയ്ക്കൽ നിന്നുകൊണ്ടാണ് ഗോപാലൻ എന്ന എന്റെ ഹരിജൻസുഹൃത്ത് കുട്ടിയുടെ പഠിപ്പിനെച്ചൊല്ലി വിഷമിക്കുന്നത്.

ഗോപാലനെ കുറ്റം പറയുന്നില്ല. സാദാ സ്കൂളിലേക്ക് മാത്രം പറഞ്ഞയക്കുന്നവരേയും കുറ്റം പറയുന്നില്ല.

സർക്കാരിന്റെ വികലമായ വിദ്യാഭ്യാസനയവും സമീപനവുമാണ് ഇതിനെല്ലാം കാരണം എന്നു പറഞ്ഞുകേൾക്കുന്നതിൽ വളരെ വലിയ ശരി ഉണ്ട്. സർക്കാരിന്റെ നേരിട്ടുള്ള സ്കൂളുകളിൽ മിക്കതിനെയും തൊഴുത്തുകൾപോലെ നിലനിറുത്തുന്നതിൽ സർക്കാർ സമൃദ്ധമായി വിജയിച്ചു. സാദാസ്കൂളുകൾ നടത്തുന്ന മാനേജർമാരാവട്ടെ സർക്കാരിൽനിന്നും ഇടംവലം കാശുവാങ്ങി സ്കൂളുകളെ തൊഴുത്തുകളായിത്തന്നെ സംരക്ഷിച്ചു. ചുരുങ്ങിയത് ചുമരുവെച്ചു മറച്ച മുറികളെങ്കിലുമായിരിക്കണം പ്രൈമറി ക്ലാസുകൾ എന്ന പ്രാഥമിക തത്വമെങ്കിലും മനസിലാക്കാൻ ഇവിടെ ആർക്കും നേരംകിട്ടിയില്ല.

സർക്കാരല്ല, സമരവും കയ്യാങ്കളിയുമാണ് ഈ ദുഃസ്ഥിതിയിൽ നമ്മെ കൊണ്ടെത്തിച്ചത് എന്ന് ചിലർ വാദിക്കുന്നു. അതും ശരിയാണ്. മരിച്ചു പോയ ഒരു കമ്യൂണിസ്റ്റ് നേതാവ് ചിറ്റൂർ വെച്ച് യതീന്ദ്രൻ മാസ്റ്ററോടും എന്നോടും ഒരു സന്ധ്യക്കു പറഞ്ഞ വാക്കുകൾ ഞാൻ ഓർമിച്ചുനോക്കട്ടെ— മനുഷ്യവളർച്ചയ്ക്കിടയിൽ പ്രക്ഷോഭണങ്ങളും സമരങ്ങളും ഒരു അനിവാര്യതയാണ്. അതിൽ വിദ്യാർഥിയും അധ്യാപകനുമുൾപ്പെടുന്നു. പക്ഷേ, പിന്നേക്ക് മാറ്റിവെക്കാൻ പറ്റാത്ത പ്രവർത്തനങ്ങൾ നിരന്തരം നടന്നുകൊണ്ടിരിക്കുന്ന ഈ രംഗത്ത് നല്ല നിയന്ത്രണത്തോടെ മാത്രമേ സമരമാരംഭിക്കാവൂ. അത് വളരെ സൂക്ഷിച്ചും വേണം. വിദ്യാഭ്യാസരംഗത്തെ സമര ശൈലിതന്നെ മാറ്റണമെന്നാണ് അന്ന് അദ്ദേഹം പറഞ്ഞത്.

ഇവിടെ നടത്തിയ പല വിദ്യാർഥിസമരങ്ങളും കക്ഷിതിരിഞ്ഞു നടത്തിയ ബലപരീക്ഷണങ്ങളായിരുന്നു. ഗോ ഗോ വിളികളായിരുന്നു. അവയ്ക്കാവട്ടെ വേണ്ട നേതൃത്വമോ നിയന്ത്രണമോ ഇല്ലാത്തതായിരുന്നു ഏറെ ദയനീയം. ഒന്നോ രണ്ടോ ദിവസങ്ങളോ അഥവാ ഒരാഴ്ചയോ നീണ്ടുനിൽക്കുന്ന സമരത്തേക്കാൾ ശോചനീയം അതു കഴിഞ്ഞുണ്ടാവുന്ന അസുഖകരമായ വിദ്യാലയാന്തരീക്ഷമാണ്. ഇതാവട്ടെ ആരും കാണുന്നില്ലതാനും. ഇനി അധ്യാപകസമരങ്ങളോ? നിരുത്തരവാദമായി മാത്രം പെരുമാറാനറിയുന്ന സർക്കാരുകളാണ് മുഖ്യമായും സമരത്തിനുത്തരവാദികൾ എന്നു പറയാതെ വയ്യ. എന്നാലും ക്ലാർക്കുമാരുടെ ലാഘവത്തോടെ, പല ഘടകങ്ങളുമായി ബന്ധപ്പെട്ടു നിൽക്കുന്ന അധ്യാപകർ സമരം ചെയ്യാൻ പാടില്ലാത്തതാണ്. മിക്കവാറും എല്ലാ അധ്യാപക സമരങ്ങളിലും പങ്കെടുത്ത ആളാണ് ഞാൻ. അതിൽനിന്നുണ്ടായ അനുഭവങ്ങൾ വെച്ചാണ് ഞാൻ ഇതെഴുതുന്നതും. പോളിടെക്നിക് സമരവും പ്രീ–ഡിഗ്രിബോർഡ് സമരവും പോലുള്ള വിദ്യാഭ്യാസരംഗത്തെ ശരിയായ ചാലിലേക്ക് തിരിച്ചു കൊണ്ടുവരുവാൻ നടത്തിയ ദൂരക്കാഴ്ചയുള്ള സമരങ്ങളെ ആദരിച്ചുകൊണ്ടുതന്നെയാണ് ഇത്രയും പറഞ്ഞുവെക്കുന്നത്.

ഇവിടെ രണ്ടുതരം വിദ്യാഭ്യാസ മാതൃകകൾ സമാന്തരമായി നിലനിൽക്കുന്നു. ഒന്നിൽ സമരം നടക്കുമ്പോൾ മറ്റേത് നിർവിഘ്നം പ്രവർത്തിച്ചുകൊണ്ടിരിക്കുന്നു. രക്ഷിതാക്കളിൽ ഈ പരമാർഥം ഉണ്ടാക്കുന്ന മനഃശ്ശാസ്ത്രപരമായ സ്വാധീനം സാദാ സ്കൂളുകളിലെ വിദ്യാർഥികളും അധ്യാപകരും മനസിലാക്കേണ്ടതുണ്ട്. അതിനനുസരിച്ച് പുതിയ സമര ശൈലി ചിട്ടപ്പെടുത്തി എടുക്കുകയും വേണം.

ഒരു മറുനാടൻ മലയാളിയിൽനിന്നും എനിക്ക് കുറച്ചുമുമ്പു കിട്ടിയ ഒരു കത്തിനെക്കുറിച്ച് ഞാനൊന്നു സൂചിപ്പിക്കട്ടെ. അവിടെയുണ്ടായി

രുന്ന നീണ്ട കാലത്തെ ജോലി മതിയാക്കി നാട്ടിലേക്ക് തിരിച്ചുവരാൻ തയാറെടുത്തിരുന്ന ഒരു പരിചയക്കാരന്റെ കത്തായിരുന്നു. അയാളുടെ മക്കൾക്കു വേണ്ടി എട്ടിലും ഒമ്പതിലും ഓരോ സീറ്റ് റിസർവ് ചെയ്യണം.

പട്ടണത്തിലെ രണ്ടുമൂന്ന് സാദാ സ്കൂളുകളിൽ ഇംഗ്ലീഷ് മീഡിയമുണ്ട്. പക്ഷേ, സുഹൃത്തെഴുതി:

“അതുവേണ്ട എന്റെ കുട്ടികളെ ഒരു പരീക്ഷണമെന്നോണം അവിടേക്കയക്കാൻ ധൈര്യമില്ല. സർക്കാർ സഹായം വാങ്ങാത്ത പ്രൈവറ്റ് സ്കൂൾ മതി. സ്വന്തമായ നിയമമുള്ള സ്കൂൾ. അവിടെ കൃത്യമായി ക്ലാസുകൾ പ്രവർത്തിക്കുകയെങ്കിലും ചെയ്യുമല്ലോ.”

രക്ഷിതാക്കളുടെ ഈ മനോഭാവവും ഇംഗ്ലീഷ് സ്കൂളുകളിലേക്കുള്ള തള്ളിക്കയറ്റത്തിന് ഒരു വലിയ കാരണമായിട്ടുണ്ട്. അത്തരം സ്കൂളുകളിൽ പലതിലും ശാസ്ത്രീയമായ അധ്യാപനരീതിയിലല്ല പഠനം നടക്കുന്നത് എന്നത് ഒരു പരമാർഥം. അവിടെ ബാലമനഃശാസ്ത്രം കണക്കിലെടുത്തുമല്ല കുട്ടികളോട് പെരുമാറുന്നത്. എന്നുമല്ല സാദാ സ്കൂളുകളിലെ അധ്യാപകരോട് കിടനിൽക്കാവുന്നവർ അത്തരം സ്കൂളുകളിൽ കഷ്ടിയാണുതാനും. എന്നിട്ടും രക്ഷിതാക്കളെ അങ്ങോട്ടെത്തിക്കാൻ പത്രപ്രവർത്തകരെപ്പോലെ സാദാ സ്കൂളുകാരും വഹിച്ച പങ്ക് ചില്ലറയൊന്നുമല്ല.

ഇനി രംഗം.

ഞാൻ ഒരു സർക്കാർ സ്കൂളിലേക്ക് അല്ലെങ്കിൽ എയ്ഡഡ് സ്കൂളിലേക്ക് കടന്നുചെല്ലുന്നു. ക്ലാസ് തുടങ്ങേണ്ട ബെല്ലടിച്ച് പത്തോളം മിനിട്ടു കഴിഞ്ഞിരിക്കുന്നു. അപ്പോഴും സ്റ്റാഫ്റൂമിൽ തിരക്കാണ്. ധൃതിയേയില്ല. സമയം നീങ്ങുന്നു. മനസില്ലാമനസോടെ അവർ പോയിത്തുടങ്ങുന്നു.

സരോജിനി ടീച്ചർക്ക് രണ്ടായിരത്തിനടുപ്പിച്ച് ശമ്പളമുണ്ട് ഹെഡ്മാസ്റ്റർ കോപിച്ചാലും ഒന്നും സംഭവിക്കാത്ത ജോലി–സ്ഥലഭദ്രതയുണ്ട്. സരോജിനി ടീച്ചർ മക്കളെ ഇംഗ്ലീഷ് സ്കൂളിലേക്കാണ് അയച്ചിട്ടുള്ളത്. ഫ്രിഡ്ജും വി സി ആറും ഉള്ള സരോജിനി ടീച്ചർ മറ്റെവിടെയാണ് കുട്ടികളെ അയക്കുക?

“ഒക്കെ ഒരുപോലെതന്നെ. പറഞ്ഞുകേൾക്കുന്ന, കോപ്പ് ഒന്നുമില്ല. പഠിപ്പിക്കലല്ല, കാണാപ്പാഠം പഠിപ്പിക്കലാണവിടെ. വൈകുന്നേരം മടങ്ങുമ്പോൾ ഒരു ചാക്ക് ഹോംവർക്കും.”

സരോജിനി ടീച്ചർ അതുംപറഞ്ഞ് അവിടെത്തന്നെ ഇരുന്നതേയുള്ളൂ.

സാദാ സ്കൂളുകളിൽ അധ്യാപകൻ കൃത്യമായി ക്ലാസിൽ പോവുന്നില്ല എന്ന വ്യാപകമായൊരു ആക്ഷേപം ഉടനീളമുണ്ട്. അതിൽ വാസ്തവമില്ലാതെയുമില്ല, സാന്ദർഭികമായി ഒരു വാസ്തവം പറഞ്ഞുകൊള്ളട്ടെ—

സംഘടനയുമായി ബന്ധപ്പെട്ടുനിൽക്കുന്ന അധ്യാപകരിൽ വലിയൊരു ശതമാനം നല്ല അധ്യാപകരാണ്. സംഘം ചേരുന്നതിനെ പുച്ഛിച്ച് ഒറ്റയാൻ തിരിഞ്ഞുനടക്കുന്ന അധ്യാപകരിൽ പലരും അധ്യാപനത്തിൽ സത്യസന്ധത കാണിക്കാത്തവരുമാണ്.

സരോജിനി ടീച്ചർ പറഞ്ഞ ഒരുകാര്യം പ്രത്യേകം ശ്രദ്ധിക്കേണ്ടതാണ്— അവരുടെ ക്ലാസിലെ കുട്ടികൾക്ക് ഒന്നും അറിയില്ലെന്ന സത്യം. സരോജിനി ടീച്ചർക്ക് മാത്രമല്ല, എത്രയോപേർക്ക് ഇതേ അഭിപ്രായമാണ്. ഇതെങ്ങനെ സംഭവിക്കുന്നു?

വിദ്യാഭ്യാസം ഒരു നിരന്തരപ്രക്രിയയാണ്. അടിസ്ഥാനം ഉറച്ചില്ലെങ്കിൽ എല്ലാം തെറ്റിപ്പോവും. അടിസ്ഥാനമുറയ്ക്കാത്ത കുട്ടികൾ ഹൈസ്കൂളിൽ എത്താൻ കാരണം പ്രൈമറിസ്കൂളുകളിലെ കൃത്യവിലോപം തന്നെയാണ്. സർക്കാരിന്റെ വിവരക്കേട്, നാട്ടിലെ ദാരിദ്ര്യം, അവശവിഭാഗത്തിന്റെ അജ്ഞത, കുട്ടികൾ കൃത്യമായി ക്ലാസിൽ വരായ്ക എന്നീ പ്രശ്നങ്ങൾ പ്രൈമറി അധ്യാപകനെ കുഴയ്ക്കുന്നുണ്ടെങ്കിലും അവയൊന്നും കൃത്യവിലോപത്തെ സാധൂകരിക്കുന്നില്ല. തൊഴിലിനോടുള്ള ഈ കൂറില്ലായ്മ കുട്ടികളിൽ അടിസ്ഥാനം ഉറയ്ക്കാത്തതിന് നല്ലൊരു കാരണമാണ്.

ഞാൻ ജോലി ചെയ്തിരുന്ന ടീച്ചർ ട്രെയിനിങ് ഇൻസ്റ്റിറ്റ്യൂട്ടിൽ ഈ കാര്യങ്ങൾ ഞങ്ങൾ ചർച്ച ചെയ്യാറുണ്ടായിരുന്നു. ഒരു അധ്യാപകവിദ്യാർഥിയിൽ തൊഴിലിനോട് കൂറുണ്ടാക്കിക്കുക ഒരു പ്രധാനകാര്യമാണ്. അതിനുവേണ്ടി ഞങ്ങൾ 'അമ്മിണി ടീച്ചർ' എന്നൊരു സാങ്കൽപ്പിക കഥാപാത്രത്തെ സൃഷ്ടിച്ചു. അമ്മിണി ടീച്ചറെക്കുറിച്ച് അധ്യാപകരും വിദ്യാർഥികളും പിന്നെയും പിന്നെയും കഥകൾ കണ്ടെത്തി. തങ്ങൾ തങ്ങളുടെ ടി ടി ഐ യിൽ ഒരു 'മിത്തായി' മാറിക്കഴിഞ്ഞ അമ്മിണി ടീച്ചർ ഞങ്ങളിൽ ഉണ്ടാക്കിയ സ്വാധീനം ശ്രദ്ധേയമായിരുന്നു.

ഈ അനുഭവംവെച്ച് ഒരു ലേഖനം ഏതാനും മാസങ്ങൾക്ക് മുമ്പ് ഞാൻ *മാതൃഭൂമി* ആഴ്ചപ്പതിപ്പിൽ പ്രസിദ്ധീകരിച്ചു. അത് പ്രസിദ്ധീകരിച്ചുവന്ന അതേ ആഴ്ചയിൽ പ്രബലമായ ഒരു അധ്യാപക സംഘടനയുടെ സംസ്ഥാന സമ്മേളനം നടന്നു. എന്റെ ലേഖനം സാവകാശം വായിക്കാൻ സമയം കിട്ടാത്തതുകൊണ്ടോ, അതിന്റെ സ്പിരിറ്റ് ഉൾക്കൊള്ളാൻ കഴിയാത്തതുകൊണ്ടോ എന്തോ, എനിക്ക് ഇന്നും ആദരണീയനായ ഒരു അധ്യാപകനേതാവ് ആ ലേഖനത്തെ വിമർശിച്ചും എന്നെ കളിയാക്കിയും ആ വലിയ സദസിൽ സംസാരിച്ചുവത്രെ. ഒരു തൊഴിൽ പരിശീലനം കൊടുക്കുന്ന സ്ഥാപനത്തിൽ പരിശീലകരായി വരുന്നവരിൽ തൊഴിൽപരമായ ആഭിമുഖ്യമുണ്ടാക്കാൻ വേണ്ടി ചെയ്തുകൊണ്ടിരുന്ന ഒരു യത്ന

ത്തെക്കുറിച്ചായിരുന്നു ആ ലേഖനമെന്ന് അദ്ദേഹം എങ്ങനെയോ അറിയാതെ പോയി. അതിരിക്കട്ടെ.

സാദാ സ്കൂളുകളിൽ മിക്കവയും പാവങ്ങളുടെ സ്കൂളുകളായി മാറിക്കഴിഞ്ഞു. പാവങ്ങളെ പഠിപ്പിക്കാനുള്ള സന്ദർഭമാണ് അവയിലെ അധ്യാപകർക്ക് കിട്ടിയിരിക്കുന്നത്. ആ കുട്ടികളിൽ പലർക്കും വീട്ടിൽ പറഞ്ഞുകൊടുക്കാൻ ആളില്ല. അത്തരം സ്കൂളുകൾക്ക്, സമാന്തരമായി നടക്കുന്ന മുഖം മിനുക്കി ചുണ്ടുതുടുപ്പിച്ച സ്കൂളുകളോട് മത്സരിക്കേണ്ടിയിരിക്കുന്നു. ആ അവസ്ഥയിൽ അധ്യാപകരുടെ തൊഴിൽപരമായ കൂറ് വളരെ പ്രധാനപ്പെട്ടതാണ്.

സാദാ സ്കൂളുകളുടെ നഷ്ടപ്പെട്ടുവെന്നു കരുതപ്പെടുന്ന വിശ്വാസ്യത തിരിച്ചെടുക്കുക എന്നതും സമരത്തിന്റെ ഭാഗമാണെന്ന് സംഘടനകൾ ഒന്നുകൂടി മനസിലാക്കേണ്ടിയുമിരിക്കുന്നു.

www.ingramcontent.com/pod-product-compliance
Ingram Content Group UK Ltd.
Pitfield, Milton Keynes, MK11 3LW, UK
UKHW042134021026
15589UKWH00003B/832

9 789383 903122